ഗ്രീൻ ബുക്സ്

ആടുജീവിതം

ബെന്യാമിൻ

കഥാകൃത്ത്, നോവലിസ്റ്റ്.
പത്തനംതിട്ട ജില്ലയിലെ കുളനട സ്വദേശി.
ആടുജീവിതം തമിഴ്, കന്നഡ, അറബി എന്നീ ഭാഷകൾക്കു
പുറമെ പെൻഗ്വിന്റെ ഇംഗ്ലീഷ് പതിപ്പും പുറത്തു വന്നു.
കൂടാതെ വിവിധ സർവ്വകലാശാലകളിലും
ആടുജീവിതം പാഠ്യവിഷയമാണ്.
ഒറ്റമരത്തണൽ, ഇരട്ടമുഖമുള്ള നഗരം,
അകത്തെ ക്രിസ്തു പുറത്തെ ക്രിസ്തു എന്നീ
കൃതികൾ ഗ്രീൻ ബുക്സ് പ്രസിദ്ധീകരിച്ചതിനു പുറമെ
മഞ്ഞവെയിൽ മരണങ്ങൾ, മുല്ലപ്പൂ നിറമുള്ള പകലു
കൾ, മാന്തളിരിലെ ഇരുപത് കമ്മ്യൂണിസ്റ്റ് വർഷങ്ങൾ,
അക്കപ്പോരിന്റെ ഇരുപത് നസ്രാണി വർഷങ്ങൾ,
മാർകേസ് ഇല്ലാത്ത മക്കൊണ്ടോ, അൽ - അറേബ്യൻ
നോവൽ ഫാക്ടറി, ശരീരശാസ്ത്രം, കുടിയേറ്റം,
പോസ്റ്റ്മേൻ, ഇ.എം.എസും പെൺകുട്ടിയും,
യുത്തനേസിയ, പെൺമാറാട്ടം, ഗ്രീൻ സോണിന്
വെളിയിൽനിന്ന് എഴുതുമ്പോൾ, പ്രവാചകന്റെ
രണ്ടാം പുസ്തകം, എന്റെ പ്രിയപ്പെട്ട കഥകൾ,
അനുഭവം ഓർമ്മ യാത്ര, നിശ്ശബ്ദ സഞ്ചാരങ്ങൾ,
പുഴമീനുകളെ കൊല്ലുന്ന വിധം, അബീശഗിൻ; തരകൻസ്
ഗ്രന്ഥവരി തുടങ്ങിയ കൃതികളും ബെന്യാമിൻ രചിച്ചിട്ടുണ്ട്.
നോവൽ, കഥ, അനുഭവം തുടങ്ങിയ എഴുത്തിന്റെ
വിവിധ മേഖലകളിൽ ബെന്യാമിൻ വ്യാപൃതനാണ്.

നോവൽ

ആടുജീവിതം

ബെന്യാമിൻ

ചിത്രമെഴുത്ത്
കെ. ഷെരീഫ്

ഗ്രീൻബുക്സ്

green books private limited
gb building, civil lane road, ayyanthole,
thrissur- 680 003, kerala, ph: +91 487-2381066, 2381039
website: www.greenbooksindia.com
e-mail: info@greenbooksindia.com

branches:
thrissur 8589095302
thiruvananthapuram 8589095301
calicut 8589095307

malayalam
aatujeevitham
novel
by
benyamin

published august 2008
reprinted october 2024

llustrations : k. shereef
cover design : rajesh chalode

isbn : 978-93-48125-43-9

GBPL/263/2008

നജീബിനും ഹക്കിമിനും
മരുഭൂമിയിൽ ദാഹിച്ചു മരിച്ച
എല്ലാ ആത്മാക്കൾക്കും

ഒന്ന്

ബത്തയിലെ ചെറിയ പൊലീസ് സ്റ്റേഷനു മുന്നിൽ ഞാനും ഹമീദും തോറ്റവരെപ്പോലെ കുറേനേരം നിന്നു. ഗേറ്റിനോടു ചേർന്നുള്ള പാറാവു കൂട്ടിൽ രണ്ട് പൊലീസുകാർ ഇരിപ്പുണ്ട്. ഒരാൾ എന്തോ വായിക്കുക യാണ്. ആ ഇരിപ്പും തലയാട്ടലും പാതി അടഞ്ഞ കണ്ണുകളും ഏതോ മതഗ്രന്ഥമാണ് വായിക്കുന്നതെന്ന് ഉറപ്പുതരുന്നുണ്ട്. രണ്ടാമത്തെ പൊലീസുകാരൻ ടെലിഫോണിലാണ്. അയാളുടെ വർത്തമാനവും ചിരിയും അലർച്ചയും ഇങ്ങ് റോഡുവരേക്കും കേൾക്കാം. വളരെ അടു ത്താണ് ഇരിക്കുന്നതെങ്കിലും രണ്ടുപേരും രണ്ടു ലോകത്താണുള്ളത്. രണ്ടു ലോകങ്ങളും ഞങ്ങളെ ശ്രദ്ധിക്കുന്നതേയില്ല.

പാറാവുകൂടിന് തെല്ലുദൂരത്തായി വഴിയിലേക്കു ചാഞ്ഞ് ഒരു കാട്ടുനാരകം നില്പുണ്ട്. അതിന്റെ തണലുപറ്റി ഞങ്ങൾ നിലത്ത് കുത്തിയിരുന്നു. പാറാവുകാരിൽ ആരെങ്കിലും ഒരാൾ തന്റെ പ്രവൃത്തി യിൽനിന്നും മുക്തനായി ഞങ്ങളെ ശ്രദ്ധിക്കും എന്ന പ്രതീക്ഷയോടെ. ഏറെനേരം ഞങ്ങൾ അങ്ങനെ ഇരുന്നു. അതിനിടെ ഒന്നുരണ്ട് അറബി കൾ പൊലീസ് സ്റ്റേഷനുള്ളിലേക്ക് ധൃതിയിൽ നടന്നുപോവുകയും മൂന്നാലു പേരെങ്കിലും അലസമായി തിരിച്ചുപോവുകയും ചെയ്തു. അവർക്ക് ഞങ്ങളെ ശ്രദ്ധിക്കേണ്ട ഒരാവശ്യവും ഇല്ലായിരുന്നു. ഇടയ്ക്ക് സ്റ്റേഷന്റെ മതിൽക്കെട്ടിനുള്ളിൽനിന്നും ഒരു പൊലീസ് വാഹനം പുറത്തേക്കു വന്നു. ഞങ്ങൾ ചാടി എഴുന്നേറ്റ് പ്രതീക്ഷയോടെ അവരെ നോക്കി. എന്നാൽ പ്രധാന നിരത്തിൽനിന്നും വാഹനങ്ങൾ വല്ലതും വരുന്നുണ്ടോ എന്ന് ഇരുവശത്തേക്കും നോക്കാനായി വണ്ടി ഒരു നിമി ഷത്തേക്ക് നിർത്തിയശേഷം അവർ അവരുടെ വഴിക്ക് ഓടിച്ചുപോയി. ഞങ്ങൾ നിരാശരായി വീണ്ടും മരച്ചുവട്ടിലേക്കു ചാഞ്ഞു.

ഒന്നാം പാറാവുകാരൻ ടെലിഫോൺ സംഭാഷണം നിർത്തി എന്നു തോന്നുമ്പോഴൊക്കെ ഞങ്ങൾ ചാടി എഴുന്നേല്ക്കുകയും പാറാ വുകൂടുവരെ പ്രതീക്ഷയോടെ നടന്നുചെല്ലുകയും ചെയ്യും. പക്ഷേ ഒരു പ്രയോജനവും ഉണ്ടായില്ല. അയാൾ ഒരുനിമിഷത്തിന്റെപോലും

ഇടവേള കൊടുക്കാതെ അടുത്ത വിളിയിലേക്ക് കടന്നുകഴിഞ്ഞിരിക്കും. പുസ്തകവായനക്കാരൻ, രണ്ടാം പാറാവ്, അയാളുടെ വായനയിൽ നിന്ന് ഉടനെയൊന്നും ഉണരുന്ന മട്ടേയില്ല.

ശ്രദ്ധയാകർഷിക്കാനുള്ള ശ്രമത്തിന്റെ ഭാഗമായി പാറാവുകൂടിന്റെ മുന്നിലൂടെ ഞങ്ങൾ രണ്ടുമൂന്നാവൃത്തി വെറുതെ നടന്നുനോക്കി. എന്നിട്ടും അവർ ഞങ്ങളെ ശ്രദ്ധിക്കുകയോ ഞങ്ങളോടെന്തെങ്കിലും ചോദിക്കുകയോ ചെയ്തില്ല.

യാദൃച്ഛികമായി വല്ല അത്യാവശ്യത്തിനും പത്താക്കയില്ലാതെ മുറി വിട്ട് പുറത്തിറങ്ങേണ്ടി വരുന്ന എത്രയധികം നിർഭാഗ്യവാന്മാരെ പൊതുസ്ഥലത്തും ചന്തയിലും മസ്ജിദിനു മുന്നിലും ഒക്കെയിട്ട് കൈയോടെ പിടികൂടി ജയിലിലാക്കിയ കഥകൾ എത്രയെണ്ണം ഈ ദിവസങ്ങൾക്കിടയിൽ ഞങ്ങൾ കേട്ടിരിക്കുന്നു. എന്നാൽ അതേ ആഗ്ര ഹത്തോടെ എത്ര ദിവസമായി ഞങ്ങൾ ബത്തയിലെ പച്ചക്കറിച്ചന്ത യിലൂടെയും മീൻച്ചന്തയിലൂടെയും പൊതുവഴിയിലൂടെയും നടക്കുന്നു വെന്നോ... എത്ര മുത്തവമാർ ഞങ്ങളെ കടന്നുപോയി. ആരും ഞങ്ങളെ തടഞ്ഞില്ല. എത്ര പൊലീസുകാരുടെ മുന്നിൽ ഞങ്ങൾ ചെന്നുപെട്ടു. ആരും ഞങ്ങളെ പരിശോധിച്ചില്ല. എന്തിന് പല മസ്ജിദുകൾക്കു മുന്നിലും പല നേരത്തും ഞങ്ങൾ നമസ്കാരത്തിനു കൂടാതെ ചുറ്റി ക്കറങ്ങി നടന്നു. എന്നിട്ടും ആരും ഞങ്ങളെ ഗൗനിക്കുന്നതേയില്ല. ഒരു ദിവസം ശ്രദ്ധയാകർഷിക്കട്ടെ എന്നുകരുതി ഞാനൊരു പൊലീസുകാ രന്റെ കാലിൽതട്ടി വീഴുന്നതുപോലെ അഭിനയിക്കുകകൂടി ചെയ്തു. അയാൾ എന്നെ പിടിച്ച് പരിശോധിക്കുന്നതിനു പകരം എന്നെ പിടി ച്ചെഴുന്നേല്പിച്ച് അള്ളാഹുവിന്റെ നാമത്തിൽ ക്ഷമ ചോദിച്ച് എന്നെ നിഷ്കരുണം പറഞ്ഞയയ്ക്കുകയാണ് ചെയ്തത്. ആഗ്രഹിക്കുമ്പോൾ നിർഭാഗ്യങ്ങൾപോലും നമ്മെ തേടിവരാൻ മടിക്കുന്നു എന്നത് എത്ര കഷ്ടമാണ്, അല്ലേ...?

ഒടുവിൽ നിവൃത്തിയില്ലാതെയാണ് ഈ പൊലീസ് സ്റ്റേഷന്റെ മുന്നിൽ വന്നു നില്ക്കാൻ തീരുമാനിച്ചത്. എന്നിട്ടും ഫലമില്ല. ഏറെ നേരം കഴിഞ്ഞപ്പോൾ പാറാവുകാരെ മറികടന്ന് പൊലീസ് സ്റ്റേഷ നുള്ളിലേക്ക് കയറിച്ചെല്ലാൻ ഞങ്ങൾ തീരുമാനിച്ചു. ഹമീദിൽനിന്ന് അങ്ങനെ ഒരു ആശയം വന്നതും ഞാനതു കേൾക്കാൻ കാത്തിരു ന്നതുപോലെ എഴുന്നേറ്റ് ഒരു നടപ്പുവെച്ചുകൊടുത്തു. ഇനിയും കാ ത്തിരിക്കാൻ എനിക്കു വയ്യായിരുന്നു... ഗേറ്റിലെ നീളൻ ഇരുമ്പുദണ്ഡ് മുറിച്ചുകടന്നതും പുസ്തകവായനക്കാരൻ രണ്ടാം പാറാവ് കണ്ണു യർത്തി ഞങ്ങളെ പിന്നിൽനിന്നും വിളിച്ചു. മുദീറിനെ കാണണം എന്നു പറഞ്ഞുകൊണ്ട് ഞാൻ പാറാവുകൂടിനടുത്തേക്കു ചെന്നു. പൊയ്ക്കൊള്ളാൻ കൈ കാണിച്ചുകൊണ്ട് രണ്ടാം പാറാവ് വീണ്ടും പുസ്തകത്തിലേക്കു തിരിഞ്ഞു.

നീളൻ പടിക്കെട്ടുകളും ഖുറാൻ വചനങ്ങൾ ആലേഖനം ചെയ്ത, വിസ്താരമേറിയ വാതിൽപ്പാളികളും കടന്ന് ഞങ്ങൾ പൊലീസ് സ്റ്റേഷനുള്ളിലേക്കു ചെന്നു. തോരണങ്ങൾപോലെ നിറയെ പേപ്പറുകൾ കുത്തിയ ഒരു നോട്ടീസ് ബോർഡിനു താഴെ കുറെ പൊലീസുകാർ വട്ടംകൂടിയിരുന്ന് ഖുബൂസ് കഴിക്കുകയും കാവ കുടിക്കുകയും വലിയ വായിൽ വർത്തമാനം പറയുകയും ചെയ്യുന്നു. അവിടത്തെ കൗണ്ടറിനു മുന്നിൽ ഞങ്ങൾ പതുങ്ങി നിന്നു. വർത്തമാനത്തിൽ നിന്നും ഇടയ്ക്കെപ്പോഴോ കണ്ണെടുത്ത ഒരു പൊലീസുകാരൻ തീറ്റ നിർത്താതെതന്നെ പുരികമുയർത്തി കാര്യമന്വേഷിച്ചു.

ഭാഷയൊന്നും വശമില്ലെന്നു കാണിക്കാനായി ഞാൻ ചില കയ്യാംഗ്യങ്ങൾ കാണിച്ചു. കയ്യിലൊരു കാവക്കപ്പുമായി മറ്റൊരു പൊലീസുകാരൻ എഴുന്നേറ്റു വന്ന് പത്താക്ക ചോദിച്ചു. (അതെ. അവസാനം ഒരാൾ ചോദിച്ചിരിക്കുന്നു!) ഇല്ല എന്ന് നിസ്സഹായതയോടെ ഞങ്ങൾ തലയാട്ടി. അയാൾ കാവക്കപ്പ് ടേബിളിനു മുകളിൽ വെച്ചു. ഡ്രായർ വലിച്ച് ടിഷ്യൂപേപ്പർ എടുത്ത് കയ്യും ചുണ്ടും തുടച്ചു. പിന്നെ അകത്തേക്കു നടന്നുകൊണ്ട് അനുഗമിക്കാൻ കയ്യാംഗ്യം കാണിച്ചു.

മുദീറിന്റെ മുറിയിലേക്കാണ് അയാൾ ഞങ്ങളെ കൂട്ടിക്കൊണ്ടുപോയത്. ഞങ്ങളെ കണ്ടതും മുദീർ കമ്പ്യൂട്ടറിൽനിന്നും മുഖമുയർത്തി. കൂട്ടിക്കൊണ്ടുപോയ പൊലീസുകാരൻ എന്തൊക്കെയോ മുദീറിനോട് പറഞ്ഞു. മുദീർ ഞങ്ങളോട് എന്തൊക്കെയോ ചോദിച്ചു. എന്തെങ്കിലും മനസ്സിലാവുന്നതിന്റെ ഒരു ലക്ഷണവും ഞങ്ങൾ കാണിച്ചില്ല. എന്റേത് ഒരു നാട്യമായിരുന്നില്ല. അവർ സംസാരിച്ചതിലും മുദീർ ചോദിച്ചതിലും മുക്കാൽപങ്കും എനിക്കു മനസ്സിലായില്ല എന്നതാണ് സത്യം. എന്നാൽ ഹമീദിന്റേത് ശുദ്ധഅഭിനയമായിരുന്നു. അവൻ നല്ല പച്ചവെള്ളം പോലെ അറബി പറയുന്നത് ഞാൻ കേട്ടിട്ടുണ്ട്. മുദീറും പോലീസുകാരനും തമ്മിൽ പിന്നെയും എന്തൊക്കെയോ സംസാരിച്ചു. അതിനിടെ ഞാൻ മുദീറിന്റെ മുറിയിലൂടെ ഒന്നു കണ്ണോടിച്ചുനോക്കി. ഒരു വലിയ ഓഫീസ് ആയിരുന്നു അത്. ഖുറാൻ വചനങ്ങളും രാജാക്കന്മാരുടെ ചിത്രങ്ങളും ക അബയുടെ ചിത്രവും ഭിത്തിയിൽ തൂങ്ങുന്നുണ്ട്. മുദീറിന്റെ ഇടതുവശത്ത് ഒരു ടി. വി. വലതുവശത്ത് ഒരു കമ്പ്യൂട്ടർ. കുറച്ചുമാറി രണ്ട് സോഫയും ഒരു ടീപ്പോയയും. അതിനരുകിൽ ഒരു പൂപ്പാത്രം. അതിൽ കുറച്ച് പ്ലാസ്റ്റിക് പൂക്കൾ. എതിർഭിത്തിയിൽ ഒരു ബോർഡ്. അതിൽ കുറേ ഫോട്ടോകൾ. ഒന്നിനുമല്ലാതെ ഞാൻ വെറുതെ ആ ഫോട്ടോകളിലൂടെ ഒന്നു കണ്ണോടിച്ചു. ചത്ത മീൻകണ്ണുകളുള്ള താടിക്കാർ, അറബിക്കുപ്പായം ധരിച്ച കറുത്തവർ, ഊശാൻ താടിയും കൂർത്ത കണ്ണുകളുമുള്ള ആഫ്രിക്കൻ വംശജർ... പേരുകളാവും, ഓരോ ഫോട്ടോയ്ക്കും, അറബിയിൽ ഓരോ അടിക്കുറിപ്പ്. അങ്ങനെ നോക്കി നോക്കി നാലാമത്തെ വരിയിൽ മൂന്നാമത്തെ ഫോട്ടോയിലെത്തിയതും

എന്റെ കണ്ണ് അവിടെ ധ്രുവമഞ്ഞുപോലെ ഉറഞ്ഞുപോയി. ഞാൻ തലകുടഞ്ഞ് ഒന്നുകൂടി സൂക്ഷിച്ചുനോക്കി. എന്റെ സംശയം ഇരട്ടിച്ചു. പെട്ടെന്ന് എന്റെ ഹൃദയം വല്ലാതെ മിടിക്കാൻ തുടങ്ങി. അതുവരെയില്ലാത്ത ഒരു ഭീതി എന്നെ ബാധിച്ചു. എന്റെ സംശയം ഉറപ്പുവരുത്താനായി ഞാൻ ഫോട്ടോ പതിച്ച ബോർഡിനരികിലേക്ക് അബോധത്തോടെ നീങ്ങിച്ചെന്നു. ഇബ്രാഹിം ഖാദരി! ഞാൻ അറിയാതെ നെഞ്ചത്ത് കൈവച്ചുപോയി!!

''എന്താ നിനക്കയാളെ അറിയാമോ...?'' പെട്ടെന്ന് പൊലീസുകാരൻ എന്നോട് ചോദിച്ചു. ഞാനൊന്നു ഞെട്ടി. പതറി. എന്റെ ഭാവപ്പകർച്ച ആർക്കും മനസ്സിലാവുന്നതായിരുന്നു. എന്നിട്ടും ഇല്ല എന്നു തലകുലുക്കി. മുദീർ എന്നെ അടുത്തേക്കു വിളിച്ചു. ഞാൻ മുന്നിലെത്തിയതും ചാടി എഴുന്നേറ്റ് മുദീർ എന്റെ ചെവികൂട്ടി ഒരടി അടിച്ചു. ഹാ! വേദനയുടെ ഒരു ചൂടാവി മറുചെവിയിലൂടെ പുറത്തേക്ക് ഒഴുകിപ്പോകുന്നതു മാത്രമേ ഇപ്പോഴോർമ്മയുള്ളൂ. പിന്നെന്തിനാണ് നീ ആ ഫോട്ടോ നോക്കാൻ പോയത്...? മുദീർ അലറി. ഞാൻ തലകുനിച്ചു നിന്നു. പിന്നെയും അയാളെന്തൊക്കെയോ അറബിയിൽ ചോദിച്ചു. ഒന്നിനും ഞാൻ മറുപടി പറഞ്ഞില്ല. ഒടുവിൽ ഒരടികൂടി പൊട്ടിച്ചിട്ട് അയാൾ കസേരയിലേക്ക് ഇരുന്നു. ഞാൻ കരഞ്ഞില്ല. പക്ഷേ ഹമീദ് കരഞ്ഞു. അതുകൊണ്ട് അവന് ഒന്നും കിട്ടിയില്ല. മുദീർ പൊലീസുകാരന് എന്തൊക്കെയോ നിർദ്ദേശങ്ങൾ കൊടുത്തു. അയാൾ ഞങ്ങളെ അടുത്ത മുറിയിലേക്കു കൊണ്ടുപോയി മറ്റൊരു പൊലീസുകാരനെ ഏല്പിച്ചു. അയാൾ അലമാര തുറന്ന് വിലങ്ങെടുത്ത് ഞങ്ങളുടെ കൈകൾ പൂട്ടി. പിന്നെ അവിടത്തെ ഒരു ബഞ്ചിൽ ഇരുത്തി.

ഞങ്ങളെപ്പോലെ വേറെയും നാലഞ്ചുപേർ അവിടവിടെയായി വിലങ്ങണിഞ്ഞ് ഇരുപ്പുണ്ടായിരുന്നു. സത്യത്തിൽ ഞങ്ങളുടെ മുഖത്തുണ്ടായിരുന്ന രഹസ്യസന്തോഷം അവരുടെ മുഖങ്ങളിൽ ഉണ്ടായിരുന്നോ എന്നു സംശയമാണ്. ഉച്ചതിരിഞ്ഞതോടെ വിലങ്ങഴിച്ച് ഞങ്ങളെ അവിടത്തെതന്നെ ഒരു സെല്ലിലേക്കു മാറ്റി. കഷ്ടിച്ച് മൂന്നുപേർക്ക് ഇരിക്കാവുന്ന ആ സെല്ലിൽ ഞങ്ങൾ ആറുപേർ ഉണ്ടായിരുന്നു. അക്കൂട്ടത്തിൽ കുമാർ എന്നു പേരായ ഒരു മലയാളിയും ഉണ്ടായിരുന്നതായി ഞാൻ ഓർക്കുന്നു. എന്റെയും ഹമീദിന്റെയും കഥകളിൽനിന്ന് വ്യത്യസ്തമായി ഒരു പച്ചക്കറിക്കടയിൽ നിന്നിരുന്ന കുമാറിനെ മോഷണക്കുറ്റം ചുമത്തി അറബിതന്നെ കൊണ്ടുചെന്നാക്കിയിരിക്കുകയാണ്. ബാക്കി രണ്ടുപേർ അറബികളും ഒരാൾ പാക്കിസ്താനിയും ആയിരുന്നു. അവരുടെ പേരിലുള്ള കുറ്റങ്ങൾ എന്തായിരുന്നോ എന്തോ... അറിയില്ല.

നന്നേ തിരക്കുപിടിച്ച ഒരു തീവണ്ടിമുറിയിലെന്നപോലെയുള്ള ആ ഞെരുങ്ങിയിരിപ്പിൽ, ആ രാത്രി ആർക്കും തീരെ ഉറങ്ങാനേ

കഴിഞ്ഞില്ല. അറബികൾ അവരവരുടെ സൗകര്യത്തിന് കാലുകൾ നീട്ടിവച്ച് ഇരിപ്പായതോടെ ബാക്കിയുള്ളവരുടെ കാര്യം കൂടുതൽ കഷ്ടത്തിലാവുകയും ചെയ്തു. എന്നാൽപ്പോലും ഞാൻ അനുഭവിച്ച ജീവിതവുമായി താരതമ്യം ചെയ്തുനോക്കുമ്പോൾ ആ കുടുസുസെൽ പോലും ഒരു സ്വർഗ്ഗമായാണ് എനിക്കനുഭവപ്പെട്ടത്.

പിറ്റേന്നു കാലത്ത് ഓരോ ചായയ്ക്കുശേഷം ഒരു വാഹനത്തിൽ കയറ്റി ഞങ്ങളെ പുറത്തേക്കു കൊണ്ടുപോയി. അപ്പോഴും ഞങ്ങളെ വിലങ്ങണിയിച്ചിരുന്നു. ആ വാഹനത്തിൽ ഞങ്ങളെക്കൂടാതെ വേറെയും വിലങ്ങുധാരികൾ ഉണ്ടായിരുന്നു. വിലങ്ങുധാരികൾ പരസ്പരം പരിചയപ്പെടാനും കുറ്റങ്ങൾ വിശദീകരിക്കാനും നാടേതെന്നു ചോദിച്ചറിയാനും ശ്രമിക്കുന്നുണ്ടായിരുന്നു. അക്കൂട്ടത്തിൽ ഹമീദും കൂടി. ഞാൻ തല കുമ്പിട്ട് ഇരുന്നതേയുള്ളൂ.

ആ വണ്ടി ഓടിയോടി ഒടുവിൽ ചെന്നുനിന്നത് രാജ്യത്തെ ഏറ്റവും വലിയ തടവറയായ സുമേസി ജയിലിന്റെ മതിൽക്കെട്ടിനുള്ളിലാണ്. രാജ്യത്തിന്റെ വിവിധ കോണുകളിൽനിന്നും വരുന്ന നിരവധി വാഹനങ്ങൾ ആ ജയിൽമുറ്റത്തേക്ക് പ്രവേശിച്ചുകൊണ്ടിരുന്നു. അതിൽനിന്നൊക്കെ നൂറുകണക്കിന് 'കുറ്റവാളി'കൾ അവിടെ വന്നിറങ്ങിക്കൊണ്ടിരിക്കുന്നു. തികച്ചും അസംബന്ധമാണെങ്കിലും എന്താണെന്നറിയില്ല, പെട്ടെന്ന് നാട്ടിലെ ഒരു കല്യാണഹാളും വലിയ യാത്രാക്ഷീണത്തോടെ അതിന്റെ മുന്നിലേക്കു വന്നിറങ്ങുന്ന വരന്റെ ബന്ധുക്കളെയുമാണ് എനിക്കോർമ്മ വന്നത്. അതിലൊരു ബന്ധുവായി ഈ ഞാനും!

ഞങ്ങളെ വണ്ടിയിൽനിന്നിറക്കി ജയിൽ വാർഡന്റെ ഓഫീസിലേക്കു കൊണ്ടുപോയി. അവിടെ വല്ലാത്തൊരു തിരക്കായിരുന്നു. നിരവധി പൊലീസുകാർ വരുന്നു, പോകുന്നു. വക്കീലന്മാർ വരുന്നു, പോകുന്നു. മുത്തവമാർ വരുന്നു, പോകുന്നു. വേറെ ഏതൊക്കെയോ അറബികൾ വരികയും പോകുകയും ചെയ്യുന്നു. ഒറ്റനോട്ടത്തിൽ അതു നമ്മുടെ ഒരു കോടതിവരാന്തയെ അനുസ്മരിപ്പിച്ചു. വാർഡന്റെ ഓഫീസിനു മുന്നിൽ നന്നേ നീണ്ട ഒരു ക്യൂ ഉണ്ടായിരുന്നു. അതിന്റെ പിന്നിലായി ഞങ്ങളും സ്ഥാനം പിടിച്ചു. കൂടെ വന്ന പോലീസുകാർ അല്പം മാറി തണലുപറ്റി വരാന്തയിൽ ഇരുന്നു. ഓരോരുത്തരെയായി അകത്തേക്കു വിളിച്ച് വളരെപ്പതിയെപ്പതിയെയാണ് ആ ക്യൂ മുന്നോട്ടു നീങ്ങിക്കൊണ്ടിരുന്നത്. നീങ്ങിനീങ്ങിച്ചെല്ലുന്നത് ജയിലിനുള്ളിലേക്കാണെന്ന് അറിയാമായിരുന്നിട്ടും അതിനുള്ളിലെ അവസ്ഥകളെ ഓർത്ത് വല്ലാത്തൊരു വേവലാതി ഉണ്ടായിരുന്നിട്ടും ആദ്യമായി വോട്ടു ചെയ്യാനായി പോളിംഗ് സ്റ്റേഷന്റെ മുന്നിൽ നില്ക്കുമ്പോഴുള്ള ഒരു ആഹ്ലാദം എനിക്കുണ്ടായിരുന്നു. ഞാനത് രഹസ്യത്തിൽ ഹമീദിനോട് പറയുകയും ചെയ്തു.

ക്യൂ മുന്നോട്ട് നിരങ്ങിനീങ്ങി നീങ്ങി ഒടുവിൽ ഞാൻ ഏറ്റവും മുന്നിലായി. പിന്നത്തെ കാത്തുനില്പിന്റെ മൂന്നു മിനിറ്റുകൾ. ഒരാൾ ഒരു ക്യൂവിന്റെ ഏറ്റവും മുന്നിലാവുമ്പോൾ ഉണ്ടാകുന്ന ഒരാകാംക്ഷ. അത് എന്തിനെയൊക്കെയാണ് ദ്യോതിപ്പിക്കുന്നത്...?

ഞാൻ വിളിക്കപ്പെട്ടു. അപ്പോഴേക്കും ഞങ്ങൾക്കൊപ്പം വന്ന പൊലീസുകാരനും എനിക്കൊപ്പം എഴുന്നേറ്റു വന്നു. വാർഡന്റെ മുന്നിൽ ഒരു രജിസ്റ്റർ ഉണ്ടായിരുന്നു. പൊലീസുകാരൻ കൊടുത്ത ഒരു പേപ്പർ നോക്കിയും അയാൾ പറഞ്ഞുകൊടുത്ത എന്തൊക്കെയോ വിവരങ്ങളുടെ അടിസ്ഥാനത്തിലും രജിസ്റ്ററിൽ എന്തൊക്കെയോ കുറിക്കപ്പെട്ടു. പിന്നെ ഇടതുവശത്തെ കോളത്തിൽ എന്നെക്കൊണ്ട് ഒപ്പിടുവിച്ചു. വാർഡന്റെ മുറിക്കുള്ളിൽത്തന്നെ മറ്റൊരു മൂലയ്ക്ക്, ഒരു ടേബിളിട്ട് ഇനിയൊരു പൊലീസുകാരൻ ഇരിപ്പുണ്ട്. അയാളുടെ മുന്നിലേക്കാണ് ഞാൻ അടുത്തതായി ആനയിക്കപ്പെട്ടത്. അയാൾ എന്റെ കൈത്തണ്ടയിൽ എന്തോ ഒരുതരം മഷികൊണ്ട് കുറച്ച് അറബി അക്കങ്ങൾ പച്ചകുത്തി. ചെറുപ്പത്തിൽ ഞാൻ മദ്രസയിൽ പോയിരുന്നതുകൊണ്ട് വേഗം ഞാനത് 13858 എന്ന് വായിച്ചു. ഒരുപക്ഷേ അന്നത്തെ മദ്രസപ്പഠനം കൊണ്ട് എനിക്ക് ജീവിതത്തിൽ ഉണ്ടായ ഒരേയൊരു ഉപകാരം.

കണ്ടാൽ വളരെ രസം തോന്നുന്ന ഒരു വലിയ ഹാളിലേക്കാണ് ഞാൻ ചെന്നു കയറിയത്. ഹാളിന്റെ ഒരറ്റം മുതൽ മറ്റേ അറ്റംവരെ ബാർബർമാർ നിരന്നിരിക്കുകയാണ്. വാതില്ക്കൽ നില്ക്കുന്ന പൊലീസുകാരിൽ ഒരാൾ എന്നെ അവരിൽ ഫ്രീയായ ഒരാളുടെ അടുത്തേക്കു പറഞ്ഞുവിട്ടു. പറഞ്ഞറിയിക്കാനാവാത്തത്ര വേഗമാണ് ബാർബർമാരുടേത്. അവരുടെ കയ്യിലിരിക്കുന്ന തലവടിയന്ത്രം നമ്മുടെ തലയിലൂടെ ഇഴഞ്ഞുതുടങ്ങുന്നതേ നമ്മൾ അറിയൂ. രണ്ടുമിനിറ്റ്. ഏറിയാൽ മൂന്നുമിനിറ്റ്. അതിനിടയിൽ അത് അതിന്റെ ജോലി കൃത്യമായി നിർവഹിച്ചു കഴിഞ്ഞിരിക്കും.

ഞാൻ ആ ബാർബറുടെ മുന്നിൽ കുമ്പിട്ടിരിക്കുമ്പോൾ ഹമീദ് എന്റെ തൊട്ടടുത്ത ബാർബറുടെ മുന്നിൽ വന്നിരിക്കുന്നത് ഞാൻ ഏറുകണ്ണിട്ട് നോക്കിക്കണ്ടു. ഞങ്ങൾ ഏകദേശം ഒന്നിച്ചാണ് എഴുന്നേറ്റത്. ഞാൻ ഹമീദിന്റെ മുഖത്തേക്കു നോക്കി. അവൻ എന്റെയും. രണ്ടു മുഴമൊട്ടകൾ! ഞങ്ങൾ ചിരിച്ചുപോയി. നിറയെ വേദനകൾക്കിടയിലെ ഒരു അപൂർവ്വ ചിരിനിമിഷം!

പിന്നെ ഞങ്ങളെ ജയിലിന്റെ വലിയ കെട്ടിടത്തിലേക്കാണ് കൂട്ടിക്കൊണ്ടുപോയത്. വലിയ കെട്ടിടം എന്നു പറയുമ്പോൾ അതു വിചാരിക്കുന്നതിനേക്കാൾ വലിയ കെട്ടിടമായിരുന്നു. ഒരുപക്ഷേ രണ്ടുമൂന്നു കിലോമീറ്റർ നീളത്തിലേക്കു നീണ്ടുകിടക്കുന്ന ഒരു വമ്പൻ കെട്ടിടം.

ആ കെട്ടിടം ഓരോ ബ്ലോക്കായി തിരിച്ചിരിക്കുന്നു. ഓരോ ബ്ലോക്കിനുമുണ്ടാകും കണ്ണെത്താദൂരത്തിന്റെ നീളം. ഓരോ ബ്ലോക്കും ഓരോ രാജ്യക്കാർക്കുവേണ്ടിയുള്ളതാണ്. അറബികൾ, പാകിസ്താനികൾ, സുഡാനികൾ, എത്യോപ്യക്കാർ, ബംഗ്ലാദേശികൾ, ഫിലിപ്പിനികൾ, മൊറോക്കോക്കാർ, ശ്രീലങ്കക്കാർ അങ്ങനെ അങ്ങനെ ഒടുവിൽ ഇന്ത്യക്കാരും. അവരിൽ ഏറ്റവും കൂടുതൽ തീർച്ചയായും മലയാളികൾതന്നെ. ഞങ്ങളെ സ്വാഭാവികമായും ഇന്ത്യൻ ബ്ലോക്കിലേക്കാണ് കൊണ്ടുപോയത്. അതിൽ നിറയെ മൊട്ടത്തലകളും കുറ്റിത്തലകളും! കുറ്റിത്തലകൾതന്നെ എത്തിച്ചേർന്ന ദിവസത്തിന്റെ അകലമനുസരിച്ച് വിവിധ നീളത്തിൽ വളർന്നവ. കാണാൻ നല്ലൊരു കാഴ്ച ആയിരുന്നു അത്. മൊട്ടത്തലകളുടെ വ്യാഴാഴ്ചച്ചന്തയിൽ എത്തിച്ചേർന്ന ഒരു പ്രതീതിയായിരുന്നു എനിക്കുണ്ടായത്. അത്രയ്ക്കുണ്ട് ആ ബ്ലോക്കിലെ തിരക്കും ബഹളവും. ജയിൽ എന്നു കേൾക്കുമ്പോൾ നമുക്കുണ്ടാവുന്ന അച്ചടക്കത്തിന്റെയും ശാന്തതയുടെയും ഭീതിയുടെയും അന്തരീക്ഷം അവിടെ തീരെ ഇല്ലായിരുന്നു.

ഹാളിനുള്ളിലെ തിരക്കിലും ബഹളത്തിനുമിടയിൽ ആദ്യമായി നഗരത്തിൽ എത്തിപ്പെട്ട രണ്ട് അപരിചിതരെപ്പോലെ ഞാനും ഹമീദും നിന്നു. ഏറെക്കഴിഞ്ഞാണ് ഞാൻ ജയിലിനുള്ളിൽ അകപ്പെട്ടിരിക്കുന്നു എന്ന സത്യവുമായി എനിക്കു പൊരുത്തപ്പെടാൻ കഴിഞ്ഞത്. എന്തിനെന്നറിയാതെ ഞാൻ കുറെ കരഞ്ഞു. നിരവധി ദിവസത്തെ ചിന്തയ്ക്കും ആലോചനയ്ക്കും കണക്കുകൂട്ടലുകൾക്കും ഒടുവിലാണ് ഞാൻ സ്വയം ജയിലിലകപ്പെടാൻ തീരുമാനിച്ചത്. കഠിനമെന്നു തോന്നുമെങ്കിലും ഇപ്പോഴത്തെ എന്റെ അവസ്ഥയിൽ ജീവിതം തുടരാനുള്ള ഏറ്റവും മെച്ചപ്പെട്ട മാർഗ്ഗം ജയിൽ എന്ന് തീരുമാനിക്കപ്പെടുകയായിരുന്നു. അതെ. ജീവിതം തുടരാനുള്ള കൊതിയിലാണ് ജയിലിനുള്ളിൽ ഞാൻ സ്വയം എത്തിപ്പെട്ടത്. അങ്ങനെ ഒരാൾ സ്വയം ആഗ്രഹിച്ച് ജയിലിനുള്ളിൽ അകപ്പെടാൻ കാരണമാകുന്നുവെങ്കിൽ അയാൾ അതിനു മുൻപ് വേദനയുടെ എത്ര തീ തിന്നിട്ടുണ്ടാവും എന്ന് നിങ്ങൾക്ക് ഊഹിക്കാനാവുമോ..?!!

രണ്ട്

വളരെക്കുറച്ചു സമയംകൊണ്ട് ഞങ്ങൾ ജയിലിന്റെ രീതികളുമായി പൊരുത്തപ്പെട്ടു. ഉച്ചഭക്ഷണം കഴിഞ്ഞ ഉടനെയാണ് ഞങ്ങൾ അവിടെ എത്തിപ്പെട്ടത്. അതിന്റെ ഒരു തിക്കും തിരക്കുമാണ് ഞങ്ങൾ അന്നേരം കണ്ടത്. കഴിച്ചുതീർന്ന പാത്രം പെറുക്കാൻ ജയിൽജീവനക്കാർ തിരക്കു പിടിച്ചു നടക്കുന്നു. ളുഹ്ർ നമസ്കാരം കഴിഞ്ഞാലുടനെയാണ് ജയിലിൽ ഭക്ഷണം. ഞങ്ങൾ ചെല്ലാൻ അല്പം വൈകിയതുകൊണ്ട് അന്നത്തെ ഉച്ചഭക്ഷണം ഞങ്ങൾക്കു നഷ്ടമായി. എന്റെ കഴിഞ്ഞ കുറേ കാലത്തെ ജീവിതവുമായി താരതമ്യം ചെയ്യുമ്പോൾ ഒരുനേരം നഷ്ടപ്പെട്ടുപോയ ആഹാരത്തെപ്പറ്റി വേവലാതിപ്പെടുന്നതിൽ ഒരു വലിയ ഹാസ്യത്തിനു തന്നെ വകയുണ്ട്.

ജയിൽ പതിയെ ചിലച്ചൊടുങ്ങി. ആഹാരം കഴിഞ്ഞതിന്റെ ക്ഷീണത്തിൽ പലരും മയക്കത്തിലേക്കു തിരിഞ്ഞു. കട്ടിലും കിടക്കയും പായയും ഒന്നും ബ്ലോക്കിനുള്ളിലില്ല. വെറും നിലത്ത് ഇഷ്ടമുള്ള മൂല നമുക്കു സ്വന്തമാക്കാം. ഒരു സാധാരണക്കാരനെ സംബന്ധിച്ചിടത്തോളം പുഴുകുന്ന ചൂടുണ്ട്. ഭിത്തിയിൽ ഏറെ മുകളിലായി മൂന്നാല് എ.സികൾ ഇരുന്നു മൂളുന്നുണ്ടെങ്കിലും അവ എന്തെങ്കിലും ജോലി ചെയ്യുന്നുണ്ടോ എന്നു സംശയമാണ്.

ഞങ്ങളുടെ ബ്ലോക്കിൽ മാത്രം കുറഞ്ഞത് പത്തിരുന്നൂറ്റൻപതു പേർ കാണും. തലങ്ങനെയും വിലങ്ങനെയും കിടന്നു മയങ്ങുന്ന അവരെക്കണ്ടാൽ ഏതോ പ്രകൃതിദുരന്തത്തിൽ മരിച്ചവരുടെ ശവങ്ങൾ നിരത്തിയിട്ടിരിക്കുന്നപോലെ തോന്നും. അതിനിടയിൽ കുറച്ചു പേർ മാത്രം അവിടവിടെ ഉറങ്ങാതെ വട്ടംകൂടിയിരുന്നു വർത്തമാനം പറയുന്നുണ്ട്. പുതിയ രണ്ടുപേരെ കണ്ട് മലയാളികൾ എന്നു തോന്നിച്ച ഒരു സംഘത്തിലെ ഒരാൾ - പേടിയൊന്നും വേണ്ട. മിക്കപേരും മലയാളികൾ തന്നെ. ഇഷ്ടമുള്ള കൂട്ടത്തിൽ കൂടിക്കോളൂ - എന്നു വിളിച്ചു പറഞ്ഞിട്ട് സ്വന്തം വർത്തമാനത്തിലേക്കു തിരിച്ചു പോയി.

ഞങ്ങൾ ഒരു സംഘത്തിലും ചേരാതെ സ്വന്തമായി ഒരു മൂല കണ്ടെത്തി അവിടെ ഒതുങ്ങി. തലേരാത്രി തീരെ ഉറങ്ങാൻ കഴിയാതിരുന്നതുകൊണ്ടും നീണ്ട യാത്ര കഴിഞ്ഞു വന്നതുകൊണ്ടും ആവാം ഞങ്ങൾ ഇരുന്നതും തൂങ്ങിയാടാൻ തുടങ്ങി. ഒന്നു കണ്ണടച്ചില്ല, അപ്പോഴേക്കും അസ്ർ നമസ്കാരത്തിനുള്ള വാങ്ക് മുഴങ്ങി. ആരൊക്കെയോ അവിടവിടെ ചടഞ്ഞെണീറ്റു. അവർക്കൊപ്പം ഞങ്ങളും കൂടി. ബ്ലോക്കിനുള്ളിൽത്തന്നെ ഒരു മൂലയ്ക്കായി പ്രാർത്ഥിക്കാൻ ഇടം വേർതിരിച്ചിരുന്നു. വന്നുകൂടിയ മറ്റുള്ളവർക്കൊപ്പം ഞങ്ങൾ, കരുണാമയനായ അല്ലാഹുവിനെ നമസ്കരിക്കുവാനായി ക അബയ്ക്കു നേരെ മുഖം തിരിച്ചു.

ബിസ്മില്ലാഹ് ഹിർ റഹ്മാൻ നിർ റഹിം...

ആ പ്രാർത്ഥനാനേരത്ത് കഴിഞ്ഞ ദിനങ്ങളിലെ എന്റെ സങ്കടങ്ങളത്രയും ഒരു നദിപോലെ എന്നെ കവിഞ്ഞൊഴുകുന്നത് ഞാനറിഞ്ഞു. അപ്പോഴെല്ലാം എന്നെ കാത്തുപരിപാലിച്ച കരുണാമയനായ അല്ലാഹുവിന്റെ സ്നേഹത്തെയോർത്ത് ഞാൻ കരഞ്ഞു. വേദനയുടെ നീണ്ട മണൽപ്പാടങ്ങൾ താണ്ടിപ്പോരാൻ എന്നെ അനുവദിച്ചതിനും സഹായിച്ചതിനുമുള്ള സന്തോഷക്കണ്ണീർ!

സങ്കടങ്ങളും സന്തോഷങ്ങളും അല്ലാഹുവിൽ സമർപ്പിച്ച് സലാം വീട്ടി എഴുന്നേറ്റപ്പോഴേക്കും ബെൽ മുഴങ്ങി. മയക്കത്തിലായിരുന്നവർ ഉണർന്നെഴുന്നേറ്റ് ബ്ലോക്കിന്റെ മറ്റൊരു മൂലയിൽ നീണ്ട ക്യൂവിൽ ഇടം പിടിക്കുന്ന തിരക്കിലേക്കു ചേർന്നു. എന്തിനെന്നറിയാതെ ഞങ്ങളും പോയി ക്യൂ നിന്നു. ക്യൂ മുന്നോട്ടു നീങ്ങിയപ്പോൾ ഒരു നീളൻ ചായപ്പാത്രം എന്റെ കണ്ണിൽ തടഞ്ഞു. മുന്നിലിരിക്കുന്ന ടേബിളിൽനിന്നും ഒരു കപ്പെടുത്ത് ആവശ്യത്തിനു ചായ നിറച്ച് അടുത്ത മേശപ്പുറത്തുനിന്നും രണ്ടോ മൂന്നോ ബിസ്കറ്റും വാങ്ങി എവിടെയെങ്കിലും മൂലയ്ക്കു പോയിരുന്നു സ്വസ്ഥമായി കഴിക്കാം. കുടിച്ചുതീർന്ന കപ്പ് കഴുകി വൃത്തിയാക്കി തിരിച്ച് മേശപ്പുറത്തു കൊണ്ടുവെയ്ക്കണം. ഒരു ജയിലിന്റെ പ്രതീതി അനുഭവപ്പെടുന്നതേയില്ല. ഏതോ ഒരു ദുരിതാശ്വാസ ക്യാമ്പിൽ എത്തിപ്പെട്ടതുപോലെ അത്രമാത്രം. ബ്ലോക്കിനുള്ളിൽ സ്വതന്ത്രമായി നടക്കാം. സ്വതന്ത്രമായി വർത്തമാനം പറയാം. അതായിരുന്നു കഴിഞ്ഞ മൂന്നുനാലു വർഷത്തെ എന്റെ ഏറ്റവും വലിയ കൊതി. ആരോടെങ്കിലും ഒന്നു മിണ്ടുക. അതുകൊണ്ടുതന്നെ ഞാൻ വാതോരാതെ ഹമീദിനോട് എന്തൊക്കെയോ പറഞ്ഞുകൊണ്ടിരുന്നു. ഹമീദിന് എന്തെങ്കിലും പറയാൻ ഞാൻ അവസരം കൊടുത്തതേയില്ല. ഞാൻ ആർത്തിയോടെ വർത്തമാനം പറഞ്ഞു. എന്റെ നാവ് ഒരു നിമിഷവും നിശ്ചലമായില്ല. കഴിഞ്ഞ കുറച്ചു ദിവസംകൊണ്ട് എന്നെ

നന്നായി മനസ്സിലാക്കിയ ഹമീദ് അതെല്ലാം ക്ഷമയോടെ കേട്ടിരുന്നു. ഒരുപക്ഷേ, ഈ ദിവസങ്ങൾക്കിടയിൽ എപ്പോഴെങ്കിലും ഞാൻ ആ കഥകളൊക്കെ ഹമീദിനോട് പല പ്രാവശ്യം പറഞ്ഞുകഴിഞ്ഞിരിക്കണം. പക്ഷേ എനിക്കെന്നിട്ടും മതിയായിരുന്നില്ല.

വൈകുന്നേരത്തോടെ തൊട്ടപ്പുറത്തെ ഇന്ത്യൻ ബ്ലോക്കിൽനിന്നും ഒരാളെന്നെ കാണാൻ വന്നു. എനിക്കിപ്പോൾ അയാളുടെ പേര് ഓർത്തെടുക്കാൻ കഴിയുന്നില്ല. എന്നെ കണ്ടതും അയാൾ എന്റെ കൈ കവർന്നു പിടിച്ചു. പിന്നെ അള്ളാഹു എത്ര കരുണാമയനാണ് എന്ന് ആത്മഗതം പോലെ പറഞ്ഞു. പിന്നെ കുഞ്ഞിക്കായുടെ കടയിൽ വന്നു കയറിയ ആളുതന്നെയല്ലേ എന്നു ചോദിച്ചു. ഞാൻ അതെയെന്നു തലയാട്ടി. എനിക്കറിയാം. നിങ്ങളുടെ കഥകേട്ട് ഞാനൊരു ദിവസം നിങ്ങളെക്കാണാൻ മുറിയിൽ വന്നിരുന്നു. നിങ്ങൾ നല്ല ഉറക്കമായിരുന്നു. ഞാൻ വിളിച്ചില്ല. പിന്നെയും അയാൾ എന്റെ കൈ കവർന്നുപിടിച്ചു. അള്ളാഹു കരുണാമയനാണ് എന്നു വീണ്ടും പറഞ്ഞു. ഞാനിവിടെ വന്നിട്ട് രണ്ടു ദിവസമേ ആയിട്ടുള്ളൂ. സ്പോൺസറുമായിട്ട് ഒരു ഉന്തുംതള്ളും. അയാൾ എന്നെ പിടിച്ച് അകത്തിട്ടു. സാരമില്ല. കുഞ്ഞിക്ക വന്നിറക്കിക്കൊള്ളും. അയാൾ നിർത്താതെ പറഞ്ഞുകൊണ്ടിരുന്നു. അതിനിടെ പിന്നെയും അയാൾ എന്റെ കൈ കവർന്നെടുത്ത് അള്ളാഹുവിന് നൂറ് സ്തുതികൾ പറഞ്ഞു. അപ്പോൾ ഞാൻ കരഞ്ഞുപോയി. എന്തിനെന്നറിയില്ല. അപരിചിതനായ അയാളും എനിക്കൊപ്പം കരഞ്ഞു. പിന്നെ അള്ളാഹുവിനെ സ്തുതിച്ചുകൊണ്ട് സ്വന്തം ബ്ലോക്കിലേക്കു തിരിച്ചുപോയി.

അതുകഴിഞ്ഞ് അവരുടെ ബ്ലോക്കിൽനിന്നും മറ്റു പലരും എന്നെ കാണാൻ വന്നു. അവരാരും എന്നോടൊന്നും ചോദിച്ചില്ല. അയാളിൽ നിന്ന് എന്റെ കഥയത്രയും കേട്ടറിഞ്ഞു വന്നവരായിരുന്നു അവർ. എന്നെ വെറുതെ ഒന്നു കാണുക മാത്രം മതിയായിരുന്നു അവർക്ക്. അദ്ഭുതത്തോടെ അവരെന്നെ നോക്കി നിന്നു. ചിലർ മാത്രം അയാൾ ചെയ്തതുപോലെ എന്റെ കൈ കവർന്ന് സമാശ്വാസം അറിയിച്ചു. അങ്ങനെ വന്നവരിൽനിന്നും പതിയെ പതിയെ എന്റെ ബ്ലോക്കിലുള്ളവരും എന്റെ കഥയറിഞ്ഞു.

വർത്തമാനങ്ങൾ എല്ലാം അവസാനിപ്പിച്ച് മലയാളികളിൽ മിക്ക പേരും എനിക്കു ചുറ്റും കൂടി. ചിലർ ഒരു അദ്ഭുതജീവിയെ എന്ന പോലെയാണ് എന്നെ നോക്കിയത്. ചിലർ അതിശയത്തോടെ, ചിലർ ആരാധനയോടെ, ചിലർ സഹതാപത്തോടെ, ചിലർ മാത്രം സംശയത്തോടെയും. ഏതായാലും വളരെക്കുറച്ച് മണിക്കൂറുകൾകൊണ്ടു തന്നെ ജയിലിനുള്ളിലെ മലയാളികൾക്കിടയിൽ ഞാനൊരു സംസാര

വിഷയമായിക്കഴിഞ്ഞിരിക്കുന്നു എന്ന് എനിക്കു മനസ്സിലായി. പിന്നീടുള്ള ദിവസങ്ങളിൽ പലരും എന്നെ കാണാൻ വരികയും ദീർഘമായി എന്നെക്കൊണ്ട് സംസാരിപ്പിക്കാൻ ശ്രമിക്കുകയും ചെയ്തു. ആരെയും ഞാൻ പിണക്കിയില്ല. എന്റെ ഒടുങ്ങാത്ത സംസാരാസക്തി ഞാൻ അവരുടെ മേൽ തീർത്തു. ഒരായിരം വട്ടം ഞാൻ എന്റെ കഥയുടെ ഓരോ നിമിഷത്തിലൂടെയും ഹൃദയംകൊണ്ട് നടന്നുപോയി. അപ്പോഴൊക്കെ എന്റെ മനസ്സും പാദങ്ങളും ചുട്ട മണൽത്തരികളിൽ ചവിട്ടിയിട്ടെന്ന പോലെ ചുട്ടുപൊള്ളി.

അന്നു വൈകുന്നേരം മഗ്‌രിബിനുശേഷം അത്താഴത്തിനിരിക്കുമ്പോൾ ബ്ലോക്കിലെ മുഴുവൻ മലയാളികളും എനിക്കൊപ്പമുണ്ടായിരുന്നു. അവരുടെ സ്നേഹത്തിനു പകരം കൊടുക്കാൻ എനിക്കു കുറച്ചു കണ്ണുനീരല്ലാതെ വേറെ ഒന്നുമില്ലായിരുന്നു.

മൂന്ന്

ജയിലിലെ ഭക്ഷണനേരങ്ങളത്രയും ക്രമീകരിച്ചിരിക്കുന്നത് നമസ്കാര സമയങ്ങളുമായി ബന്ധപ്പെടുത്തിയാണ്. അതികാലത്ത് സുബ്ഹ് നമസ്കാരം കഴിഞ്ഞാലുടൻ എല്ലാവർക്കും ഓരോ ഗ്ലാസ് പാൽ! പിന്നെ ഒൻപതുമണിക്ക് പ്രഭാതഭക്ഷണംവരെ ഇഷ്ടംപോലെ കയറിയിറങ്ങി കുടിക്കാൻ പാകത്തിൽ ചായ. ഖുബ്ബൂസും ഡാൽ കറിയുമാണ് പ്രഭാത ഭക്ഷണം. ഉച്ചയ്ക്ക് കഷ്ടിച്ച് പന്ത്രണ്ടുമണി ആവുകയേയുള്ളൂ. ളുഹർ കഴിഞ്ഞാലുടൻ ആഹാരം തയ്യാർ. ഖബ്സ എന്നും മജ്ബൂസ് എന്നു മൊക്കെ വിളിക്കുന്ന ഒരുതരം അറബി ബിരിയാണിയാണ് എല്ലാ ദിവസവും. ഒരു വലിയ തളികയിൽ ഒരു പത്തുപേർക്ക് ഒന്നിച്ചു കഴിക്കാൻ പാകത്തിലാണ് ആഹാരം കൊണ്ടുവരിക. അറബിശൈലിയിൽ എല്ലാവരും വട്ടം കൂടിയിരുന്ന് ഒരു തളികയിൽ നിന്ന് ഒന്നിച്ചു കഴിച്ചു കൊള്ളണം. കോഴി, ആട്, ഒട്ടകം ഇവയുടെ ഇറച്ചിയിട്ട് വേവിച്ചത് ഓരോ ദിവസവും മാറിമാറി വരും. അതിൽ ആട്ടിറച്ചി ഇട്ടുവേവിക്കുന്ന ദിവസം ഞാൻ ഒന്നും കഴിക്കില്ല. കഴിഞ്ഞതൊക്കെ കഴിഞ്ഞു. അതൊക്കെ മറന്ന് വല്ലതും കഴിക്കാൻ നോക്ക്. ശരീരം നന്നാക്കാൻ ജയിൽപോലെ നല്ലം ഇടം വേറെ ഇല്ല. വന്നപോലെയെങ്കിലും നമുക്കു തിരിച്ചുപോകണ്ടേ. നാട്ടിൽ ചെല്ലുമ്പോ കോലം കണ്ട് ഭാര്യ നെഞ്ചത്തു കൈ വയ്ക്കാൻ ഇടകൊടുക്കരുത്. നമ്മളനുഭവിച്ചതു നമ്മളു മാത്രം അറിഞ്ഞാൽ മതി എന്നൊക്കെ ഹമീദ് എപ്പോഴുമെന്നെ നിർബന്ധിക്കും. പക്ഷേ, ആര് എന്തൊക്കെ പറഞ്ഞാലും സമാധാനിപ്പിച്ചാലും എനിക്കതുമാത്രം ഉൾക്കൊള്ളാൻ കഴിഞ്ഞിരുന്നില്ല. ആട്ടിറച്ചി എന്നു കേൾക്കുമ്പോഴേ എന്റെ കണ്ണിൽ വെള്ളം നിറഞ്ഞുകവിയും.

ആദ്യമൊക്കെ വിശപ്പോടെ ചെന്ന് ആഹാരത്തിൽ കൈയിട്ടു കഴിയുമ്പോഴാവും ഇന്ന് ആട്ടിറച്ചിയാണ് എന്നറിയുക. ഒന്നും മിണ്ടാതെ കൈ കുടഞ്ഞ് ഞാൻ എഴുന്നേറ്റു പോകും. പിന്നെപ്പിന്നെ നേരത്തേ ചോദിച്ചു വെയ്ക്കും. ആടാണെന്നറിയുന്ന ദിവസം ഞാൻ ആഹാരത്തിന്റെ അടുത്തേക്കേ പോവില്ല. അന്നു പിന്നെ അസ്റിനുശേഷമുള്ള ചായയിലും ബിസ്കറ്റിലും എന്റെ ഭക്ഷണം ഒതുക്കും. അതുതന്നെയാണ്

രാത്രിയിലത്തെയും സ്ഥിതി. മഗ്‌രിബിനും ഈശ നമസ്കാരത്തിനും ഇടയിലാണ് രാത്രിയാഹാരം. അപ്പോഴും ഖുബ്ബൂസും ഇറച്ചിക്കറിയുമായിരിക്കും ഭക്ഷണം. ആട്ടിറച്ചിയാണെങ്കിൽ ഞാൻ മാറിയിരിക്കും. അത്ര വിശപ്പ് തോന്നുന്നെങ്കിൽ ഖുബ്ബൂസ് മാത്രം എടുത്ത് പച്ചവെള്ളത്തിൽ മുക്കിക്കഴിക്കും. തൊട്ടുകൂട്ടി തിന്നാൻ കറിയൊന്നുമില്ലാത്ത ആ കഴിപ്പിൽ എനിക്കൊരു വിഷമവും വ്യത്യാസവും തോന്നിയിരുന്നതേയില്ല. എത്രയോ കാലം എന്റെ പതിവായിരുന്നു അത്!

സുമേസി ജയിലിന് ജയിലിന്റേത് എന്നു കേട്ടറിവുള്ള സ്വഭാവങ്ങൾ ഒന്നുമുണ്ടായിരുന്നില്ല. അത്രയ്ക്കും സ്വതന്ത്രമായിരുന്നു ബ്ലോക്കിലെ ഞങ്ങളുടെ ജീവിതം. വിസയില്ലാത്തവർ, വിസ പുതുക്കാത്തവർ, പത്താക്കയില്ലാത്തവർ, നമസ്കാരത്തിനു കൂടാതെ പൊതുനിരത്തിൽ നിന്നും പിടികൂടിയ മുസ്ലീങ്ങൾ, റമദാനിൽ ആഹാരം പാകം ചെയ്തവർ, പൊതുനിരത്തിൽ സിഗരറ്റു വലിച്ചവർ, കുടോത്രവും ക്ഷുദ്രഹോമവും നടത്തിയവർ, അറബികളുമായി ചില്ലറ ഗുസ്തികൾ നടത്തിയവർ എന്നിങ്ങനെയുള്ള നിയമലംഘനം നടത്തിയവരായിരുന്നു ഞങ്ങളുടെ ബ്ലോക്കിൽ ഉണ്ടായിരുന്നത്. ഏറിയതും കുറഞ്ഞതുമായ ശിക്ഷ, നാടുകടത്തൽ എന്ന ശിക്ഷയ്ക്കു വിധിക്കപ്പെട്ടവർ. കടുത്ത ക്രിമിനൽ കുറ്റം ചെയ്തവർ വേറെ ജയിലിലോ വേറെ ബ്ലോക്കിലോ ആയിട്ടാവും ഞങ്ങൾക്ക് ഈ സ്വാതന്ത്ര്യം അനുവദിക്കപ്പെട്ടത്. അത്രയും മാനസിക സമ്മർദ്ദമില്ലാതെ കഴിഞ്ഞ ദിവസങ്ങൾ ജീവിതത്തിലെവിടെയും ഓർമ്മിക്കാൻ കഴിയുന്നില്ല. സമയത്ത് ഭക്ഷണം കഴിക്കുക, നമസ്കരിക്കുക, ആവശ്യത്തിനും അതിലധികവും ഉറങ്ങുക, വെറുതെ ചിന്തിക്കുക, വേണ്ടുന്നത്ര വർത്തമാനം പറയുക, ജീവിതത്തെപ്പറ്റി പുതിയ വല്ലതും മോഹിക്കുക ഇതൊക്കെയായിരുന്നു ജയിൽപതിവുകൾ. ലോകം നമ്മളെ അറിയുന്നില്ല. നമ്മൾ ലോകവും അറിയുന്നില്ല. അതാണ് സത്യത്തിൽ ഒരു ജയിൽ!

അവിടെ കുളിക്കാനുള്ള സൗകര്യമില്ലായ്മയെക്കുറിച്ചായിരുന്നു ഹമീദിന്റെ ഒരേയൊരു പരാതി. ആദ്യത്തെ കുറച്ചു ദിവസം അങ്ങനെയൊക്കെ അങ്ങ് പോയി. ഒരാഴ്ച കഴിഞ്ഞപ്പോൾ ദേഹത്ത് വല്ലാതെ വിയർപ്പൊട്ടുന്നതിനെക്കുറിച്ചും ദുർഗന്ധം ഉയരുന്നതിനെപ്പറ്റിയും അവൻ സ്വയം പഴി പറയുന്നതു കേട്ടു. ഞാനപ്പോൾ അല്പം ഉറക്കെത്തന്നെ ചിരിച്ചു. പിന്നെ ഞാൻ എന്റെ വിരലിൽ കണക്കു കൂട്ടി. മൂന്നു വർഷം നാലു മാസം ഒൻപതു ദിവസം! അതോർത്തു ഞാൻ വീണ്ടും വീണ്ടും കുലുങ്ങിച്ചിരിച്ചു. ഒരുപക്ഷേ അന്നേരം ഹമീദിനുപോലും എന്റെ ആ ചിരിയുടെ അർത്ഥം പിടികിട്ടിക്കാണില്ല.

എന്നെപ്പോലെ ജയിലിൽ എത്തിപ്പെട്ട ഓരോരുത്തർക്കും ഉണ്ടായിരുന്നു ഓരോരോ കഥകൾ. വേദനയുടെ, സങ്കടത്തിന്റെ, കഷ്ടപ്പാടിന്റെ,

കണ്ണീരിന്റെ, നിരപരാധിത്വത്തിന്റെ, നിസ്സഹായതയുടെ കഥകൾ. ഒരുപക്ഷേ എവിടെയെങ്കിലുമൊക്കെ വെച്ച് നിങ്ങൾ വ്യത്യസ്ത വ്യാഖ്യാനങ്ങളോടെ കേട്ടിട്ടുള്ള കഥകൾ. അവരിൽ ഒരാളുടെയും നൊമ്പരത്തെ കുറച്ചുകാണിക്കുവാൻ ഞാനാഗ്രഹിക്കുന്നില്ല. എല്ലാവർക്കും സ്വയം കടന്നുവന്ന പാതകൾ കഠിനം തന്നെയായിരുന്നു. അവർക്കു ജീവിതത്തിലുണ്ടായ നഷ്ടങ്ങൾ മറ്റാർക്കും നികത്തിക്കൊടുക്കാനാവാത്ത നഷ്ടങ്ങൾ തന്നെയാണ്. മറ്റു പലരുടെ സങ്കടങ്ങളുമായി താരതമ്യം ചെയ്യുമ്പോൾ എന്റെ ജീവിതവും സങ്കടങ്ങളും വളരെ ചെറുതാണെന്നു വരെ എനിക്കു തോന്നിപ്പോയിട്ടുണ്ട്. അവരിൽ ചിലരുടെയെങ്കിലും സങ്കടകഥകൾ എന്നെ സ്വന്തം സങ്കടത്തിൽനിന്നും കരകയറ്റാൻ സഹായിച്ചിട്ടുണ്ട് എന്നതാണ് സത്യം. ഇങ്ങനെയൊരു കഥ പറയാൻ തക്കവിധം തുടർജീവിതം നയിക്കാൻ എന്നെ പ്രേരിപ്പിച്ചതുതന്നെ ജയിലിൽനിന്നു കേട്ട ആ കഥകളാണെന്നു ഞാൻ തുറന്നു സമ്മതിക്കാം. ഇല്ലെങ്കിൽ ഒരുപക്ഷേ, ഞാൻ എന്റെ സങ്കടം താങ്ങാനാവാതെ ആത്മഹത്യ ചെയ്തേനേ. ഏതു സങ്കടത്തിൽനിന്നും കരകയറാനുള്ള ഒരേയൊരു വഴി നമ്മളേക്കാൾ സങ്കടമുള്ളവരുടെ കഥകൾ കേൾക്കുക എന്നതു തന്നെയാണ്!

ആഴ്ചയിൽ ഒരിക്കൽ ജയിലിൽ ഒരു തിരിച്ചറിയൽ പരേഡ് ഉണ്ട്. അറബികൾക്കു തങ്ങളുടെ അരികിൽനിന്നും കടന്നുകളഞ്ഞ തൊഴിലാളികളെ കണ്ടെത്താനുള്ള ദിവസമാണത്. ആഴ്ചയിൽ ഒരിക്കൽ ആവർത്തിക്കുന്ന കണ്ണീരിന്റെ ജയിൽവാസം. അന്നു പ്രഭാതഭക്ഷണം കഴിയുന്നതോടെ എല്ലാവരെയും ബ്ലോക്കിനു പുറത്തിറക്കി വരിവരിയായി നിർത്തും. പ്രതിയെ തിരിച്ചറിയാൻ വരുന്ന സാക്ഷിയെപ്പോലെ അറബികൾ ഞങ്ങൾക്കു മുന്നിലൂടെ നടക്കും, ഓരോ മുഖവും സശ്രദ്ധം വീക്ഷിച്ചു കൊണ്ട്. ഓരോ ആഴ്ചയും ഏതെങ്കിലുമൊക്കെ നിർഭാഗ്യവാന്മാർ ഞങ്ങളുടെ കൂട്ടത്തിൽ കാണും. ആളെ തിരിച്ചറിയുന്നതും ചെവിക്കന്നം പൊട്ടുന്ന ഒരടിയായിരിക്കും അറബിയുടെ ആദ്യപ്രതികരണം. ചിലർ ബെൽട്ടൂരി നെടുകെയും കുറുകെയും ദേഷ്യം തീരുന്നതുവരെ അടിക്കും. അപ്പോൾ ദൂരെ പൊലീസുകാർ നോക്കി നില്ക്കുന്നുണ്ടാവും. പക്ഷേ അവരിതു ശ്രദ്ധിക്കുന്നുകൂടി ഉണ്ടാവില്ല. അതറിയാവുന്നതുകൊണ്ട് ദൂരെ സ്വന്തം സ്പോൺസറെ കാണുമ്പോഴേ സകലജീവനും നഷ്ടപ്പെട്ട് ചിലർ വലിയ വായിൽ കരയാൻ തുടങ്ങും. മനുഷ്യൻ അവന്റെ നിസ്സഹായാവസ്ഥയിൽ എത്ര അധീരനായിപ്പോകുന്നു എന്ന് അപ്പോഴാണ് ശരിക്കും മനസ്സിലാവുക. ഇത്രനാളും അനുഭവിച്ച കഷ്ടപ്പാടിൽ നിന്നും മോചനമായല്ലോ എന്ന ആശ്വാസത്തോടെയായിരിക്കും അയാൾ ജയിലിനുള്ളിൽ കഴിഞ്ഞിരിക്കുക. വീണ്ടും തന്നെ ക്രൂരമായി കഷ്ടപ്പെടുത്തിയ അറബിയുടെ അരികിലേക്കു മടങ്ങിപ്പോവുക എന്നതു പലർക്കും ചിന്തിക്കാവുന്ന

തിനും അപ്പുറത്തുള്ള സംഗതിയാണ്. അത്രയ്ക്കും താഡനങ്ങൾ താണ്ടിയാവും അവർ അവിടെ എത്തിയിട്ടുണ്ടാവുക.

എന്നാൽ അറബിക്ക് യാതൊരു ദയയും ദാക്ഷിണ്യവും ഉണ്ടാവില്ല. ഇവൻ എന്റെ പണം മോഷ്ടിച്ചിട്ടാണ് ഓടിപ്പോയത്. എന്റെ മകളെ ബലാത്സംഗം ചെയ്യാൻ ശ്രമിച്ചു, എന്നെ കൊല്ലാൻ ശ്രമിച്ചു എന്നിങ്ങനെ ആരോപണങ്ങൾ ഉന്നയിച്ചുകൊണ്ട് അറബി അവനെ അപ്പോൾത്തന്നെ വലിച്ചിഴച്ചുകൊണ്ടു പോകും. കൊല്ലാൻ കൊണ്ടുപോകുന്ന അറവു മാടിന്റെ ദൈന്യതയാവും അപ്പോൾ അവന്റെ മുഖത്തുണ്ടാവുക. അവന്റെ നിലവിളി ജയിലിന്റെ മതിൽക്കെട്ടുകൾക്ക് അപ്പുറത്തേക്കും ഉയർന്നുകേൾക്കും. അവൻ ഉച്ചത്തിൽ അവന്റെ നിരപരാധിത്വം വിളിച്ചു പറയുന്നുണ്ടാവും ഒന്നും ശ്രദ്ധിക്കുവാൻ ആരും ഉണ്ടാവില്ല. അറബി അവന്റെ നിയമം അവന്റെ ഇഷ്ടംപോലെ നടപ്പാക്കും.

ഒരന്യരാജ്യത്തിന്റെ ജയിലിനുള്ളിൽ ഞങ്ങൾ എത്രയധികം സ്വാന്ത്ര്യം അനുഭവിച്ചുവോ അതിലപ്പുറം സ്വാതന്ത്ര്യം സ്വന്തം രാജ്യത്തെ ഒരു ജയിലിൽ ഒരു അറബി അനുഭവിക്കുന്നു എന്നുമാത്രം അതിനെക്കണ്ടാൽ മതി. പൊലീസ് സ്റ്റേഷനിൽ പരാതി കൊടുത്ത തിന്റെ ഒരു പേപ്പറുകഷണം കയ്യിലുണ്ടെങ്കിൽ ഏതൊരറബിക്കും അന്നേദിവസം സുമേസി ജയിലിനുള്ളിൽ യഥേഷ്ടം കറങ്ങിനടക്കാം. ഓടിപ്പോയ തന്റെ 'അടിമയെ' കണ്ടെത്തിയാൽ വലിച്ചിഴച്ചുകൊണ്ട് ജയിൽ വാർഡന്റെ മുന്നിൽ ഹാജരാക്കാം. അവനെപ്പറ്റിയുള്ള യഥാർത്ഥ പരാതി ബോധിപ്പിക്കാം. പിന്നെ കേസിന്റെ സ്വഭാവം തന്നെ മാറുക യാണ്. നിസ്സാര കുറ്റത്തിന് അകത്തായവൻ ക്രിമിനൽ കുറ്റവാളിയാ കുന്നു. പിന്നെ നിയമം, ശരിയത്ത് കോടതി, ശിക്ഷ... അതല്ലെങ്കിൽ അവനെ കൂടെ കൊണ്ടുപോകണമെന്ന് അറബിക്ക് ആവശ്യപ്പെടാം. അതുമല്ലെങ്കിൽ നാടു കടത്താൻ നിർദ്ദേശിക്കാം. എങ്കിൽ മാത്രം അവൻ രക്ഷപ്പെട്ടു. കൂടെ കൊണ്ടുപോകാനാണ് വിധിയെങ്കിൽ പിന്നെ അവന്റെ കഥ കഴിഞ്ഞു എന്നു ചിന്തിച്ചാൽ മതി.

ഓടിപ്പോയതിന്റെ ദേഷ്യത്തിൽ ഇനിയുള്ള കാലം അറബി അവനോട് എങ്ങനെയാവും പെരുമാറുക എന്ന് സ്വജീവിതത്തിലൂടെ വളരെ നേരിയ മട്ടിൽ ഒന്ന് കണ്ണോടിച്ചപ്പോൾത്തന്നെ എന്റെയുള്ളിൽ കിടിലത പെരുകി. ഈ വേദനയും അതിജീവിച്ചു പോരുവാൻ ആ നിർഭാഗ്യവാ ന്മാർക്ക് കഴിയട്ടെ എന്ന് അള്ളാഹുവിനോട് പ്രാർത്ഥിക്കുവാൻ മാത്ര മല്ലേ മറ്റുള്ളവർക്കു കഴിയൂ.

പരേഡു ദിവസം പിന്നെ ബ്ലോക്കിൽ ആകെയൊരു മൂകതയാ യിരിക്കും. അതുവരെ തങ്ങൾക്കൊപ്പം ഒരു ബ്ലോക്കിൽ കഴിച്ചുകൂട്ടി വർത്തമാനം പറഞ്ഞ് നാടിനെക്കുറിച്ചു സ്വപ്നം കണ്ടു കളിച്ചു ചിരിച്ച് ആഹാരം പങ്കുവച്ച ഒരുവന്റെ നഷ്ടത്തിന്റെ സങ്കടമാവും മനസ്സുനിറയെ.

മെയിൻ ഹാൾ കടന്ന് അപ്പുറംവരേക്കും നീണ്ട അവന്റെ നിലവിളിയുടെ മുഴക്കമായിരിക്കും കാതുനിറയെ. പിന്നെ തിന്നാനും കുടിക്കാനും ഉറങ്ങാനും വർത്തമാനം പറയാനും ഒന്നും തോന്നില്ല. ആ വേദന ഒന്നു മാഞ്ഞു തുടങ്ങുമ്പോഴേക്കും അടുത്ത ഒരാഴ്ചയെത്തും. അന്നും ഏതെങ്കിലും ഒരു നിരപരാധിക്ക് നറുക്കുവീഴും. ജയിൽ എന്നത് അത്ര സുഖകരമായ ഓർമ്മയൊന്നുമല്ല!

ഉച്ചഭക്ഷണം വരെ നീണ്ടുനില്ക്കുന്ന രണ്ടു മണിക്കൂറിനുള്ളിൽ നൂറു കണക്കിന് അറബികളാവും ഞങ്ങളുടെ പരേഡ് ലൈനിനെ കടന്നു പോവുക. ആദ്യത്തെ ദിവസങ്ങളിലൊക്കെ എനിക്കും ഹമീദിനും എന്തൊരു പേടിയായിരുന്നെന്നോ. എപ്പോഴാണ് ഞങ്ങളെത്തേടി ആ നിർഭാഗ്യം കടന്നുവരിക എന്ന ആധിയുടെ രണ്ടു മണിക്കൂറുകൾ. വല്ല സാമ്യവും തോന്നിപ്പോയാൽ പൊറുപ്പില്ലാത്ത ഒരു കത്തലാണ് വയറ്റിനുള്ളിൽ. അതു തങ്ങൾക്കു പരിചയമുള്ള ആരുമല്ല എന്നുറപ്പാ യെങ്കിലേ പിന്നെ ആ കത്തൽ മാറുകയുള്ളൂ.

പല നിർഭാഗ്യവാന്മാരുടെയും കണ്ണീരിനെ താണ്ടിയാണ് ഞങ്ങൾ പോരുന്നതെങ്കിലും ആ രണ്ടു മണിക്കൂർ കഴിയുമ്പോൾ എന്തെന്നി ല്ലാത്ത ഒരാശ്വാസമാണ് എനിക്കു തോന്നുക. ആ സ്വാർത്ഥതയോടു പൊറുക്കുക. എന്നെത്തേടി ആരും വന്നില്ലല്ലോ എന്ന ആശ്വാസം എന്റെയുള്ളിൽ എപ്പോഴും ഉണ്ടാകും. ആദ്യത്തെ കുറച്ചു ദിവസങ്ങൾ കഴിഞ്ഞപ്പോൾ പതിയെ പതിയെ എന്റെ ആധി ഒഴിഞ്ഞകലാൻ തുടങ്ങി. ഏതൊരു ഭീതിയെയും നേരിട്ട് നേരിട്ട് അതു സ്വയം ഇല്ലാതായി പ്പോവുന്നതാവാം ഒരു കാരണം. മറ്റൊന്ന്, എന്നെ തേടിവരാനുള്ള കാലം കഴിഞ്ഞു എന്നൊരു വിശ്വാസവുമാവാം.

സ്പോൺസറുടെ അരികിൽനിന്നും ഓടിപ്പോകുന്ന ഏതൊരാളും ഏതാണ്ട് പതിനഞ്ചു ദിവസം ഒരു മാസത്തിനകം എത്രയായാലും പൊലീസ് വലയിൽ വീണിരിക്കും. അല്ലെങ്കിൽ അവൻ അതിനകം ഒരു താത്ക്കാലിക സുരക്ഷിതസ്ഥാനം കണ്ടെത്തിക്കഴിഞ്ഞിരിക്കും. പിന്നെ അവനെ കണ്ടെത്തുക ഏതൊരറബിക്കും പ്രയാസമുള്ള സംഗതിയാണ്. അങ്ങനെ വർഷങ്ങളായി രേഖകൾ ഒന്നുമില്ലാതെ താമസിക്കുന്ന എത്രയോ പേരുണ്ട്. ഇതൊക്കെ അറിയാവുന്നതുകൊണ്ട് ഒന്നുരണ്ടു മാസത്തിനകം അറബികൾ തങ്ങളുടെ അന്വേഷണം അവസാനി പ്പിക്കും. പിന്നെ പോലീസിൽ ഒരു കേസുകിടക്കും. എന്നെങ്കിലും പിന്നെ കിട്ടിയാൽ കിട്ടി. അത്രതന്നെ.

ആ ഒരു കാലപരിധിയൊക്കെ കഴിഞ്ഞതോടെ എനിക്കും ഹമീദിനും ആശ്വാസമായി. ഇനി ഒരിക്കലും ഞങ്ങളെത്തേടി ആരും വരാൻ പോകുന്നില്ല. അതുകൊണ്ടുതന്നെ പിന്നെപ്പിന്നെ ആ വരിയിൽ നില്പ് ഞങ്ങൾക്കൊരു രസവും കൗതുകവുമായിത്തീർന്നു. വെറുതെ

വർത്തമാനം പറഞ്ഞും കളിതമാശകൾ പങ്കിട്ടുമായിരുന്നു ഞങ്ങൾ ആ രണ്ടുമണിക്കൂർ ചെലവഴിക്കുന്നത്. ജയിലിനുള്ളിൽ നാലും അഞ്ചും മാസം പിന്നിട്ടവരുടെ ഒക്കെ കാര്യം ഇതായിരുന്നു. ആധികളോട് ഒരുതരം സമരസപ്പെടൽ. അതു ജീവിതത്തിന്റെ എല്ലാ ഘട്ടങ്ങളിലും നമ്മൾ നേരിടുന്നുണ്ട്. ജീവിതം എത്ര കഠിനമാണെങ്കിലും!

ആളുകൾ വന്നും പോയുമിരിക്കുന്ന ഒരു റെയിൽവേ സ്റ്റേഷൻ പോലെയായിരുന്നു ഞങ്ങളുടെ ബ്ലോക്ക്. സ്ഥിരം അന്തേവാസികൾ ആരുമില്ല. പഴയവർ പൊയ്ക്കൊണ്ടിരിക്കുന്നു. പുതിയവർ വന്നു കൊണ്ടിരിക്കുന്നു.

ഒന്നിച്ച് ഒരു കൂട്ടമായല്ല വരുന്നത്. രാജ്യത്തിന്റെ വിവിധ കോണു കളിൽ നിന്നും വിവിധ പൊലീസ് സ്റ്റേഷനുകളിൽനിന്നും ഒറ്റ തിരിഞ്ഞാണ് ആ വരവ്. പല ദിവസങ്ങളിൽ പല നേരങ്ങളിലായി. പതിയെയുള്ള ആ ഒഴുകിവരവ് നാം അറിയുകകൂടിയല്ല. എന്നാൽ ഒരുവണ്ടി വന്നുനില്ക്കുമ്പോൾ ഒന്നിച്ചൊരു പ്ലാറ്റ്ഫോം കാലിയാവുന്ന പോലെയാണ് ചിലപ്പോഴത്തെ ഒഴിഞ്ഞുപോക്ക്.

അറബികൾ പരിശോധനയ്ക്കു വരുന്നതിന്റെ പിറ്റെ ദിവസം എംബസികളുടെ ദിവസമാണ്. എല്ലാ രാജ്യത്തിന്റെയും എംബസി ജീവനക്കാർ അതതു രാജ്യങ്ങളിലെ തടവുപുള്ളികളുടെ വിമോചന പത്രങ്ങളുമായി ജയിലിൽ വരും. തലേന്ന് കണ്ണീരിന്റെ ദിവസമാണെ ങ്കിൽ പിറ്റേന്നു സന്തോഷത്തിന്റെ ദിവസമാണ്. അന്നും എല്ലാവരെയും ബ്ലോക്കിൽ നിന്നും പുറത്തിറക്കി നിർത്തും. എംബസി ജീവനക്കാർ മുന്നിൽ വന്നുനിന്ന് പേപ്പറുകൾ - എക്സിറ്റ് പാസ് എന്നാണ് പറയുക - ശരിയായവരുടെ പേരുകൾ വായിക്കും. അവർ മുന്നോട്ടു കയറി നില്ക്കണം. വല്ലാത്തൊരു ആകാംക്ഷ നിറഞ്ഞൊരു നില്പാണത്. ലോകസുന്ദരിപ്പട്ടത്തിനുള്ള തിരഞ്ഞെടുപ്പുവേദിയിൽ ഫലപ്രഖ്യാപ നത്തിന് കാത്തു നില്ക്കുന്ന പെണ്ണിന്റെ ആകാംക്ഷ എന്ന് പിന്നെ പലപ്പോഴും ഞാനതിനെ തമാശയോടെ ഓർത്തിട്ടുണ്ട്. സ്വന്തം പേര് വിളിക്കപ്പെടുമ്പോൾ ലോകസുന്ദരിയുടെ മുഖത്തു ഞെട്ടിവിരിയുന്ന ഒരു ആഹ്ലാദമുണ്ട്. അതുപോലെ ഒരാഹ്ലാദം പേരുവിളിക്കപ്പെടുന്ന ഓരോരുത്തരുടെയും ഉള്ളിൽ ഞെട്ടിവിടരുന്നുണ്ടാവണം. ആരുമത് പക്ഷേ, പരസ്യമായി പ്രകടിപ്പിക്കാറില്ലെന്നു മാത്രം. എത്രയോ കാലത്തെ യാതനയിൽ നിന്നുള്ള അവസാന വിടുതലാവണം ആ പേരുവിളി. ഇപ്പോൾ തന്റെ പേരുവിളിക്കും, പേരുവിളിക്കും എന്നു പ്രതീക്ഷിച്ച് ആകാംക്ഷയോടെ കാത്തുനിന്ന ദിനങ്ങൾ. വിളിക്കപ്പെട്ട വരുടെ ഇടയിൽ തന്റെ പേരില്ലെന്ന് അറിയുമ്പോൾ ഉണ്ടാകുന്ന ഒരു നിരാശയുണ്ട്. മാസങ്ങളായി കാത്തുകാത്തു കിടക്കുന്നവരിൽ ചിലർ ശരിക്കും കരഞ്ഞുപോകും.

പേരുവിളി കഴിഞ്ഞ് ഉദ്യോഗസ്ഥർ ജയിലധികാരികളുടെ മുറിയിലേക്കു മടങ്ങി പേപ്പർ വർക്കുകൾ ശരിയാക്കുന്ന അഞ്ചു മിനിറ്റുസമയം. പിന്നെ ഞങ്ങൾക്കിടയിൽ യാത്ര പറച്ചിലിന്റെ നേരമാണ്. കഴിഞ്ഞ കുറേ ദിവസങ്ങൾ ഒന്നിച്ചു കഴിഞ്ഞതിന്റെ, ഒന്നിച്ച് വേദനകൾ പങ്കുവച്ചതിന്റെ ഒരു സങ്കടം എല്ലാവർക്കും ഉണ്ടാകും. എന്നാലും യാത്രയാകുന്നവരെ നിറഞ്ഞ സന്തോഷത്തോടെയാണ് ബാക്കിയാവുന്നവർ യാത്രയാക്കുന്നത്. അധികം പേരോടൊന്നും യാത്ര പറയാൻ പറ്റില്ല. അപ്പോഴേക്കും അനങ്ങിത്തുടങ്ങുന്ന തീവണ്ടിയുടെ ചൂളംവിളിപോലെ പൊലീസുകാരുടെ വിസിലടി മുഴങ്ങും. വിളിക്കപ്പെട്ടവർ എല്ലാം അവരുടെ അടുത്തേക്ക് ഓടും. പോകുന്നതിന് തൊട്ടു മുൻപ് പൊലീസിന്റെ ബെൽട്ടു പാട് പുറത്തുവീഴാൻ ആരും ഇഷ്ടപ്പെടില്ലല്ലോ...

നാല്

ജയിലിൽ ദിവസങ്ങളിങ്ങനെ പിന്നിട്ടപ്പോൾ വല്ലാത്തൊരാധി എന്നെ പിടികൂടി. എനിക്കു മുൻപേ വന്നവരും പിന്നിലേ വന്നവരും ഒക്കെ നാട്ടിലേക്കു കേറിപ്പോയിക്കഴിഞ്ഞു. എന്റെ മാത്രം പേപ്പറുകൾ ഒന്നും ശരിയായിട്ടില്ല. എനിക്കറിയാം. മറ്റുള്ളവർ പാസ്പോർട്ടും മറ്റും കൈ വശമുള്ളവരാണ്. അവരുടെ കാര്യങ്ങൾ നടക്കുന്നത്ര വേഗത്തിൽ എന്റെ കാര്യങ്ങൾ നടക്കണമെന്ന് ആഗ്രഹിക്കുന്നതു പന്തിയല്ല. എന്നാലും ഒരു സമയപരിധിയുണ്ടല്ലോ. ഇതിപ്പോ മാസം നാലഞ്ച് പിന്നിടുന്നു. പിന്നെ എന്റെ നിർഭാഗ്യത്തിനു കൂട്ടായി ഹമീദും ഉണ്ട് എന്നതു മാത്ര മായിരുന്നു ഒരാശ്വാസം. അവന്റെയും പേപ്പർ വർക്കുകൾ ഇതുവരെയും ശരിയായിട്ടില്ല. ഓരോ ആഴ്ചയും എംബസിക്കാർ വരുമ്പോൾ ഞങ്ങളുടെ പ്രതീക്ഷയേറുകയും അവർ പോയിക്കഴിയുമ്പോൾ നിരാശ വർദ്ധിക്കു കയും ചെയ്തുകൊണ്ടിരുന്നു. എല്ലാം ശരിയാക്കാമെന്ന് കുഞ്ഞിക്കാ പറഞ്ഞതുപ്രകാരമാണ് പൊലീസിന്റെ പിടിയിലേക്ക് സ്വയം നടന്നു കയറിച്ചെന്നത്. ശരിയാവും. കുഞ്ഞിക്കായെ വിശ്വസിക്കാം. എന്റെ പടച്ചോനേ... കുഞ്ഞിക്കായെ ഞാൻ വിശ്വസിക്കാതിരുന്നാൽ പിന്നെ ഈ ലോകത്തിൽ മറ്റാരെയാണ് ഞാൻ വിശ്വസിക്കുക..?! അദ്ദേഹം നിന്റെ പേരിൽ എനിക്കു ചെയ്തുതന്ന ഉപകാരങ്ങൾ ഞാൻ ഒരു നിമി ഷത്തേക്കു മറന്നുപോയതിലും നിരാശയുടെ ഒരു അർദ്ധനിമിഷത്തിൽ ഞാൻ അദ്ദേഹത്തെ സംശയിച്ചുപോയതിലും നിന്റെ പരമകാരുണ്യം ഉപയോഗിച്ച് എന്നോട് പൊറുക്കണമേ...

എംബസിക്കാര്യങ്ങളല്ലേ. എല്ലാം അതിന്റെ മുറപോലെയേ നടക്കൂ. കാത്തിരിക്കുക. കാത്തിരിക്കുക. ഇത്രയും നാൾ സഹിച്ച് കാത്തിരു ന്നില്ലേ.. ഇനി കുറച്ചു നാൾ കൂടി. പരമകാരുണികനായ അള്ളാഹു എനിക്കുവേണ്ടി നിശ്ചയിച്ചിട്ടുള്ള സമയം ഇനിയും വന്നിട്ടില്ല. അത്ര യേയുള്ളൂ അതിനുള്ള തൃപ്തികരമായ വിശദീകരണം.

അന്ന് അറബികൾ വരുന്ന ദിവസമായിരുന്നു. ഞാനും ഹമീദും ഒക്കെ അപ്പോഴേക്കും ജയിലിലെ പഴക്കം ചെന്ന പുള്ളികൾ ആയിക്കഴിഞ്ഞി രുന്നു. അറബികൾ വരുന്നു എന്നു കേൾക്കുമ്പോഴേ പുതുക്കക്കാർക്ക്

ഒരാധിയാണ്. എല്ലാവരെയും സമാശ്വസിപ്പിച്ചുകൊണ്ട് ഞാനും ഹമീദും അവർക്കിടയിലൂടെ നടന്ന് ഏറ്റവും ഒടുവിലായി പോയിനിന്നു. പൊലീസുകാരും ഞങ്ങൾക്ക് നല്ല പരിചയക്കാരായിക്കഴിഞ്ഞിരുന്നു. എന്റെ കഥയറിഞ്ഞ് അവർക്കും കുറച്ച് സഹാനുഭൂതി എന്നോടുണ്ട് എന്നു പറയാം. അതിന്റെയൊരു പരിഗണനയും. അതുകൊണ്ടുതന്നെ വരിയിൽ പുതുക്കക്കാരുടെ ബലംപിടിത്തമൊന്നും ഞങ്ങൾക്കില്ല. വരിയിൽ നിന്ന് വർത്തമാനം പറയുക, ആവശ്യത്തിനും അനാവശ്യത്തിനും ചിരിക്കുക, മറ്റുള്ളവരെ കളിയാക്കുക ഒക്കെ ഞങ്ങളുടെ പതിവായിരുന്നു.

അങ്ങനെ ഞാൻ എന്തോ കാര്യം ഹമീദിനോട് പറഞ്ഞു നിൽക്കുന്നതിനിടയിലാണ് ഹമീദിന്റെ മുഖഭാവം പൊടുന്നനെ നിലച്ചുപോയത്! എന്തുപറ്റിയെന്ന് അതിശയത്തോടെ ഞാനവനെ നോക്കി. ഏറെ നേരം അവനാ നില്പ് നിന്നു. പിന്നെ പതിഞ്ഞ ശബ്ദത്തിൽ എന്റെ നജീബേ... എന്നൊരു വിളിവിളിച്ചു. ആ വിളിയിൽ ഘനീഭൂതമായിരുന്ന വികാരങ്ങൾ എന്തൊക്കെയായിരുന്നു എന്ന് എനിക്കുതന്നെ അറിയില്ല. സങ്കടം, ഭീതി, വേദന, കണ്ണീർ, നൊമ്പരം... എല്ലാം അതിൽ സമാസമം കലർന്നിരുന്നു. ഒരൊറ്റ വാക്കിൽ ഒരൊറ്റ വിളിയിൽ അത്രയും വികാരങ്ങൾ ഒന്നിച്ചു സമ്മേളിപ്പിക്കാനാവുമെന്ന് എനിക്കപ്പോഴേ മനസ്സിലായുള്ളൂ. ലോകത്തിൽ ഒരു കലാകാരനും പുനരാവിഷ്കരിക്കാൻ കഴിയാത്ത ജീവിതത്തിന്റെ ഒരു പച്ചനിമിഷം!

ബാക്കിയൊന്നും ഹമീദ് പറയേണ്ടതില്ലായിരുന്നു. അവന്റെ കണ്ണുകൾ ഉറഞ്ഞുപോയ വശത്തേക്ക് ഞാനും നോക്കി. അവിടെനിന്ന് ഒരറബി നടന്നു വരുന്നുണ്ടായിരുന്നു. അയാൾ ഇങ്ങെത്തുന്നതിനും വളരെ മുമ്പേ ഹമീദ് വലിയ വായിൽ നിലവിളിച്ചു. അതുകൊണ്ടുതന്നെ അറബിക്ക് തന്റെ ഇരയെ അന്വേഷിച്ച് പിന്നെ ഏറെ അലയേണ്ടി വന്നില്ല. അയാൾ തേടി വന്നവൻ ഇതാ കൺമുന്നിൽ നിന്ന് വാവിട്ടു കരയുന്നു.

ഹമീദിന്റെ മുഖം കണ്ടതും അറബി ഒരു ചീറ്റപ്പുലിയെപ്പോലെ ചാടിവന്ന് അവനെ പൊതിരെ തല്ലി. കൈകൊണ്ടും അരയിൽനിന്ന് ബെൽറ്റ് ഊരിയും തലയിൽനിന്നും ഗത്രയുടെ തിരികച്ചുറ്റായ ഇഖാൽ ഊരിയും അയാളുടെ കലി അടങ്ങുന്നതുവരെ, തല്ലി. എല്ലാം നോക്കിനിന്ന് കരയുവാനേ എനിക്കും ബ്ലോക്കിലെ ബാക്കിയുള്ളവർക്കും കഴിഞ്ഞുള്ളൂ.

എനിക്ക് നാട്ടിൽപ്പോകണം. എനിക്കിവിടെ വയ്യ. ഞാൻ പൊയ്ക്കോട്ടെ... എന്നെ വിടോ... എന്നെ വിടോ... എന്നിങ്ങനെ ഹമീദ് അലറിക്കരഞ്ഞെങ്കിലും അറബി അവനെ വലിച്ചിഴച്ചു വാർഡന്റെ മുറിയിലേക്കു കൊണ്ടുപോയി.

അന്നാണ് ഞാൻ ഹമീദിനെ അവസാനമായി കാണുന്നത്. പിന്നെ ഒരിക്കലും അവനെപ്പറ്റി യാതൊരു വിവരവും അറിയാൻ എനിക്കു സാധിച്ചിട്ടില്ല. അവന്റെ ബാക്കി ജീവിതം എന്തായിത്തീർന്നു എന്നറിയാനുള്ള ആകാംക്ഷ ഉണ്ടായിരുന്നിട്ടും. അങ്ങനെ പാതിവഴിയിൽ

അപൂർണ്ണമായിപ്പോവുന്ന എത്രയെത്ര ജീവിതങ്ങൾ! സ്വന്തം കഥ ആരോടും പറയാനാവാതെ ഒടുങ്ങിപ്പോകുന്ന നിസ്സഹായ ജീവികൾ!

കുറച്ചുദിവസത്തെ പരിചയം. ഏറെ സൗഹൃദം അതായിരുന്നു എനിക്കു ഹമീദ്. അറബിയുടെ തോട്ടത്തിൽ കൃഷിപ്പണിയായിരുന്നു അവന്. രാവോളം പണിയും. നിറയെ മർദ്ദനങ്ങളും കുറച്ചു കൂലിയും. സഹിക്കാനാവാതെ വന്നപ്പോഴാണ് അവൻ ഒരു ദിവസം തോട്ടംവിട്ട് ഓടിപ്പോന്നത്. ജയിലിൽ എത്തിയപ്പോഴേക്കും ഞാൻ അനുഭവിച്ച തിന്റെ നാലിരട്ടി സന്തോഷമായിരുന്നു ഹമീദിന്. പുറംലോകത്തു നിന്നും സർക്കാർ സുരക്ഷിതത്വത്തിൽ എത്തിയതോടെ ഇനി മേലിൽ താൻ അറബിയുടെ പിടിയിലാവാൻ പോകുന്നില്ല എന്ന ഉറച്ച വിശ്വാ സമായിരുന്നു അവന്. പക്ഷേ എത്ര പെട്ടെന്നാണ് എല്ലാം കീഴ്മേൽ മറിയുന്നത്. അന്ന് ബ്ലോക്ക് മുഴുവൻ നിറഞ്ഞ നിശ്ശബ്ദതയായിരുന്നു. അവൻ എല്ലാവരുടെയും പ്രിയപ്പെട്ടവൻ ആയിരുന്നു. എല്ലാവരോടും അവൻ സന്തോഷത്തോടെ ഇടപെട്ടു. വലിയ തമാശകൾ പറഞ്ഞു. ഒരു ജ്യേഷ്ഠസഹോദരനെപ്പോലെ നിറയെ ആശ്വസിപ്പിക്കലുകൾ നടത്തി. അവസാനം അവൻ വലിയ നിലവിളിയോടെ ഞങ്ങൾക്കിടയിൽനിന്നും വലിച്ചിഴയ്ക്കപ്പെടുന്നത് ഞങ്ങൾക്കു കാണേണ്ടിവന്നു. അത്ര വലിയ കരച്ചിലോടെ അടുത്ത കാലത്തെങ്ങും ഒരാളും അറബിക്കൊപ്പം മടങ്ങി പ്പോയതായി ഓർമ്മയില്ല.

പിറ്റേന്നാണ് അതിലും വലിയ സങ്കടം തോന്നിയത്. അന്ന് എംബസി ഉദ്യോഗസ്ഥർ വന്നപ്പോൾ ആദ്യം വിളിച്ച പേര് ഹമീദിന്റേതായിരുന്നു! ഹോ...!! എന്റെ പടച്ചതമ്പുരാനേ.. കഴിഞ്ഞ ആഴ്ച ഈ പേരു വിളിക്ക പ്പെടാൻ നീ അവസരം ഒരുക്കിയില്ലല്ലോ. എങ്കിൽ അവന്റെ ജീവിതം എത്ര വ്യത്യസ്തവും സന്തോഷം നിറഞ്ഞതും ആവുമായിരുന്നു. ഇല്ല. നിന്റെ വിധിയിൽ ന്യായവിസ്താരം നടത്താൻ ഞാൻ തുനിയുന്നില്ല. നിന്റെ കണിശതയിൽ ഞാൻ ഉറച്ചു വിശ്വസിക്കുന്നു. നീ അവനുവേണ്ടി മാറ്റിവെച്ച സങ്കടത്തിന്റെ ദിനങ്ങൾ അവസാനിക്കുവാൻ ഇനിയും സമയമുണ്ടെന്ന് നീ അവനെ പറഞ്ഞു മനസ്സിലാക്കിക്കൊടുത്താൽ മാത്രം മതി.

ഹമീദ് പോയതോടെ ഞാൻ ജയിലിൽ വല്ലാതെ ഒറ്റപ്പെട്ടു. പുതി യതായി വന്നവരോട് എനിക്കധികം സൗഹൃദമൊന്നും സ്ഥാപിക്കാൻ കഴിഞ്ഞില്ല. ആരോടും ഒന്നും മിണ്ടാതെയും പറയാതെയും ഞാൻ വല്ല മൂലയ്ക്കും ഒതുങ്ങിക്കൂടും. വല്ലപ്പോഴും വല്ലതും കഴിക്കും. മിക്ക ദിവസങ്ങളിലും കഴിക്കില്ല. ഹമീദിന്റെ നഷ്ടം എനിക്ക് ഉന്മേഷത്തിന്റെ നഷ്ടമായിരുന്നു. ആഴ്ചയിൽ ഒരിക്കൽ എംബസിക്കാർ വരുമ്പോൾ മാത്രമാണ് ഞാനൊന്ന് ഉണരുക. ആകാംക്ഷയോടെ കാത്തുനില്ക്കും. എന്റെ പേരുവിളിക്കപ്പെടാനായി. പക്ഷേ ഒരിക്കലും അതു സംഭവി ച്ചില്ല. അവരോടു പറ്റിക്കൂടി ചോദിക്കുമ്പോൾ, ഇനിയും ശരിയായി

വരാനുള്ള നൂലാമാല പിടിച്ച നിരവധി പേപ്പറുകളുടെ കഥ പറയും. എന്നാലും അടുത്ത ആഴ്ചയിലേക്കു ശരിയായേക്കും എന്നൊരു പ്രതീക്ഷ തന്നിട്ടാണ് അവർ എല്ലാവട്ടവും പോകാറ്. അങ്ങനെ ഞാൻ ഓരോ പ്രാവശ്യവും പ്രതീക്ഷയിലേക്ക് വളരുകയും നിരാശയിലേക്കു തളരുകയും ചെയ്തുകൊണ്ടിരുന്നു.

അങ്ങനെ ജയിൽ ദിവസങ്ങൾ കൊഴിഞ്ഞുപൊയ്ക്കൊണ്ടിരിക്കെ അറബി പരിശോധനയ്ക്കു വരുന്ന ഒരു ദിവസം! ഭീതിയോ ആകാംക്ഷയോ നിരാശയോ ഒന്നുമില്ലാതെ ഞാൻ വരിയിൽ നിൽക്കുകയാണ്. നിരവധി അറബികൾ ഞങ്ങളെ കടന്നുപൊയ്ക്കൊണ്ടിരിക്കുന്നു. പെട്ടെന്ന് വരിയുടെ അങ്ങേത്തലയ്ക്കൽ ഒരു മുഖം പ്രത്യക്ഷപ്പെട്ടു. ആ മുഖം എന്റെ കണ്ണിൽ തെളിഞ്ഞതും എന്റെയുള്ളിലൂടെ ഒരു കൊടും വെള്ളിടി പാഞ്ഞുപോയി. കുറച്ചുദിവസങ്ങൾക്കു മുൻപ് ഹമീദ് വിളിച്ചതുപോലെ ഒരു വിളി ഞാനെന്റെ അള്ളാവിനെ വിളിച്ചുപോയി!

ഇനി ഒരിക്കലും കണ്ടുമുട്ടില്ലെന്നും ഇനി ഒരിക്കലും എന്നെ തേടിവരില്ലെന്നും ഞാൻ ദൃഢമായി വിശ്വസിച്ചിരുന്ന എന്റെ സ്വന്തം അർബാബ് ആയിരുന്നു അത്! അർബാബ്! ഏതാണ്ടു നാലുവർഷം മുൻപ് റിയാദ് എയർപോർട്ടിൽ വെച്ച് ഞാനാദ്യമായി കണ്ട എന്റെ അർബാബ്! ഭീതികൊണ്ട് എനിക്കു തല കറങ്ങുന്നതുപോലെ തോന്നി. താഴെ വീഴാതിരിക്കാൻ ഞാൻ എന്റെ തൊട്ടടുത്തുനിന്നിരുന്ന ആളിന്റെ കയ്യിൽ കയറിപ്പിടിച്ചു.

അഞ്ച്

ഒന്നാം ഇറാക്കുയുദ്ധം ഗൾഫ് മേഖലയിൽ ഉയർത്തിയ അശാന്തിയുടെ പൊടിപടലങ്ങൾ ഏതാണ്ട് അടങ്ങിയ കാലം. ഒരു ചെറിയ ഇടവേളയിലെ മാന്ദ്യത്തിനുശേഷം എണ്ണരാജ്യങ്ങളിലെല്ലാം ജോലിസാധ്യതകളുടെ വേലിയേറ്റമുണ്ടായ കാലം. ഒരു വിസ കൊടുക്കാനുണ്ടെന്ന് തികച്ചും യാദൃച്ഛികമായി കരുവാറ്റക്കാരൻ ഒരു സുഹൃത്ത് വഴിയിൽവെച്ചു പറഞ്ഞപ്പോൾ അതുവരെ ഒരിക്കലും മനസ്സിൽ ഇല്ലാതിരുന്ന ഒരു മോഹം എനിക്കും തോന്നി. എത്ര കാലമായി ഇവിടെ ഇങ്ങനെ വെള്ളത്തിൽ മുങ്ങാംകുഴിയിട്ട് ജീവിക്കുന്നു. ഒരുവട്ടം പോയാലെന്താ? ഏറെ നാളത്തേക്കൊന്നും വേണ്ട. അതിനു മാത്രം അത്യാഗ്രഹവുമില്ല. അല്ലറ ചില്ലറ കടങ്ങളുള്ളതു വീട്ടണം. വീടിന് ഒരു മുറി ഇറക്കണം. എല്ലാ സാധാരണ മലയാളികളുടെയും സാധാരണ മോഹങ്ങൾ മാത്രം. അതു തന്നെയുമല്ല, പുഴയിൽനിന്നു മണൽവാരലൊക്കെ നിയന്ത്രിക്കാൻ പോവുകയാണെന്ന് ഒരു പറച്ചിലും ഉണ്ട്. അതൂടെ പോയാൽപ്പിന്നെ മറ്റെന്തു പണികിട്ടാനാണ്...? പട്ടിണി കിടക്കാൻ പറ്റുമോ...? പണ്ടായിരുന്നെങ്കിൽ കിടക്കാമായിരുന്നു. കിടന്നിട്ടുമുണ്ട്. ഇപ്പോ ഉമ്മായുടെ നിർബന്ധത്തിന് വഴങ്ങി ഒരു കല്യാണം കഴിച്ചു. അവൾ നാലുമാസം ഗർഭിണിയുമാണ്. ചെലവുകൾക്കു മേൽ ചെലവുകൾ മണൽക്കൂന പോലെ വന്നു നിറയാൻ പോകുന്ന കാലം. തന്നെയുമല്ല അടുത്തിടെയായി നിലയ്ക്കാത്ത പനിയും ചുമയും. ദിവസവും വെള്ളത്തിൽ മുങ്ങിക്കിടക്കുന്നതിന്റേതാവണം. ഇതിങ്ങനെ നിന്നാൽ വല്ല ന്യൂമോണിയയും വരാനും മതി. എന്നുവെച്ച് വെള്ളത്തിൽ ഇറങ്ങാതിരിക്കാൻ പറ്റുമോ...? ഇത് പടച്ചോനായിട്ടു കൊണ്ടുതന്ന അവസരം ആയിരിക്കണം. നഷ്ടപ്പെടുത്താൻ പാടില്ല.

''ആരെങ്കിലും പോകാനുണ്ടെങ്കിൽ പറ. എന്റെ അളിയന്റെ വഴിക്കാണ്. അളിയൻ അവധിക്കു വന്നിട്ടുണ്ട്. ഇപ്പോ പൈസ കൊടുത്തു വിട്ടാ രണ്ടു മാസത്തിനകം വിസ അയച്ചുതരും.'' കൂട്ടുകാരൻ പറഞ്ഞു. അടുത്തിടെ സൈനുവിന്റെ നിർബന്ധം സഹിക്കവയ്യാതെ ഒരു

കാരണവുമില്ലാതെ എടുത്തിട്ട പാസ്പോർട്ടിന്റെ കോപ്പി മനസ്സിന്റെ മൂലയിൽ കിടന്നു തിളങ്ങി.

‘‘ഉണ്ട്. ഒരാളുണ്ട്. മറ്റാർക്കും കൊടുക്കണ്ട.’’ ഞാൻ അപ്പോഴത്തെ ആവേശത്തിൽ പറഞ്ഞു.

‘‘എങ്കിൽ നാളെത്തന്നെ വീട്ടിലോട്ട് വാ. നമുക്കൊരുമിച്ച് അളിയനെ പോയിക്കാണാം. ബാക്കി കാര്യങ്ങൾ നിങ്ങള് തമ്മിൽ സംസാരിക്ക്.’’

കൂട്ടുകാരൻ പോയിക്കഴിഞ്ഞപ്പോൾ വല്ലാത്തൊരു ആധിയായിരുന്നു. വേണമോ വേണ്ടയോ...?

ഏറെനേരം മനസ്സിലിട്ട് ആലോചിച്ചു നടന്നു. പൊറുതി കിട്ടാതെ വന്നപ്പോൾ മാത്രമാണ് സൈനുവിനോട് പറഞ്ഞത്. കേട്ടതും എല്ലാ പെണ്ണുങ്ങളെയുംപോലെ അവൾക്കും ഉത്സാഹമായി. ‘‘ഇക്കാ പടച്ചോനായിട്ട് കൊണ്ടുത്തന്ന അവസരമാണ്. കളയരുത്. എത്ര നാളായിട്ട് ഞാനെന്റെ ഇക്കാക്കമാരോടു പറയുന്നു. ഒന്നും നടന്നിട്ടില്ലല്ലോ.’’

അവളുടെ രണ്ട് ആങ്ങളമാരും നേരത്തേ ഗൾഫിലാണ്.

‘‘പക്ഷേ സൈനു - വല്ലതും ജാസ്തി കൊടുക്കേണ്ടിവരില്ലേ. നമ്മുടെ കയ്യിൽ...?!’’

‘‘മനസ്സുവച്ചാ ഒക്കെയുണ്ടാവും ഇക്കാ. ഇന്നാട്ടിലുള്ളോരെല്ലാം കൈ നിറയെ പണം വച്ചിട്ടാണോ പോകാനൊരുങ്ങുന്നത്...? ഇക്കാ ധൈര്യമായിട്ട് ചെന്ന് കരുവാറ്റക്കാരനെ കാണ്.’’

അവളെപ്പോഴും അങ്ങനെയാണ്. നിരാശയുടെ ഒരു വാക്ക് ആ നാവിൽ നിന്ന് വരില്ല. ഏത് ഇല്ലായ്മയിലും ഉണ്ടെന്നു വരുത്തിത്തീർക്കാൻ കേമി. പെണ്ണുങ്ങളായാൽ അങ്ങനെ വേണമെന്ന് രഹസ്യത്തിലെങ്കിലും അഭിമാനപ്പെട്ടുപോയിട്ടുണ്ട്. വിവാഹം കഴിഞ്ഞിട്ട് കുറച്ചുകാലമേ ആയിട്ടുള്ളൂ എങ്കിലും അതിനിടെ പലവട്ടം, പലവട്ടം.

പിറ്റേന്നുതന്നെ കൂട്ടുകാരനെയും കൂട്ടി അളിയനെ പോയി കണ്ടു. മുപ്പതിനായിരമാണ് ചോദിച്ചത്. അതിൽ ഇരുപത് അളിയൻ രണ്ടാഴ്ച കഴിഞ്ഞ് മടങ്ങുന്നതിനു മുൻപ് കൊടുക്കണം. അത് അറബിക്കു കൊടുത്തിട്ട് വേണം വിസ ശരിപ്പെടുത്താൻ. ബാക്കി പത്ത് ടിക്കറ്റിനും മറ്റു ചെലവുകൾക്കുമായി വിസ കിട്ടിക്കഴിഞ്ഞ് ബോംബെയിൽ ഏജന്റിനു കൊടുത്താൽ മതി. ഞാൻ കൂട്ടിയാൽ കൂടുന്ന തുകയായിരുന്നില്ല മുപ്പത്. എന്നിട്ടും അന്നേരത്തെ എന്തോ ഒരു ധൈര്യത്തിൽ സമ്മതിച്ചു. ‘‘തരാം.’’

പിന്നത്തെ ഒരാഴ്ച ഞാനോടിയ ഓട്ടം. കൊണ്ടുപോയി സഹായിക്കാൻ അടുത്ത ബന്ധുക്കളാരും ഗൾഫിലില്ലാത്ത ഓരോ ഗൾഫുകാരന്റെയും ജീവിതത്തിൽ കാണും അത്തരത്തിലൊരു ഓട്ടത്തിന്റെ കഥ!

സൈനുവിന്റെ കഴുത്തിൽ കിടന്ന ഇത്തിരി പൊന്ന് പണയം വെച്ചും വീടിന്റെ ആധാരമെടുത്ത് ബാങ്കിലേക്ക് ഓടിയും കൂട്ടത്തിൽ മണൽ വാരുന്നവരോടൊക്കെ നുള്ളിപ്പെറുക്കിയും അറിയാവുന്നവരോടൊക്കെ കൊച്ചുകൊച്ചു തുകകൾ കടം വാങ്ങിയും ഒപ്പിച്ചു. അതെ ഒപ്പിച്ചു എന്ന വാക്കാണ് അതിന് ചേരുക. എതായാലും അളിയൻ പോകുന്നതിന്റെ തലേന്നു രാത്രി തുക എത്തിക്കാൻ കഴിഞ്ഞു എന്നുമാത്രം പറഞ്ഞാൽ മതി. (അബുദാബിയിലുള്ള സൈനുവിന്റെ ആങ്ങളമാരോട് ചോദിക്കാമായിരുന്നു. വേണ്ടെന്നു പറഞ്ഞത് അവൾ തന്നെയാണ്. ഇത്രനാളും എന്നെ ഒരു കര പറ്റിക്കാത്തതിന്റെ ദേഷ്യം അവൾക്കുണ്ടായിരുന്നു.)

പിന്നൊരു രണ്ടു മാസം. അതു കാത്തിരിപ്പിന്റെയും സ്വപ്നത്തിന്റെയും മാസങ്ങൾ ആയിരുന്നു. മറ്റൊരു കടം വാങ്ങൽ പരമ്പരയുടെയും. ഏജന്റിനു കൊടുക്കാനുള്ള ബാക്കി പത്തുകൂടി സംഘടിപ്പിക്കണമായിരുന്നല്ലോ. അതും ഒപ്പിച്ചെടുത്തു. അതിനിടെ നിറയെ സ്വപ്നങ്ങൾ കണ്ടു. ഒരുപക്ഷേ പതിന്നാലു ലക്ഷത്തോളം വരുന്ന ഗൾഫ് മലയാളികളിൽ ഏതൊരാളും നാട്ടിൽ വെച്ച് കണ്ടിട്ടുള്ളതരം യാഥാസ്ഥിതിക സ്വപ്നങ്ങൾ. ഗോൾഡൻ വാച്ച്, ഫ്രിഡ്ജ്, ടി.വി., കാറ്, എ.സി, ടേപ്പ് റിക്കോർഡർ, വി.സി.പി., കട്ടിയിൽ ഒരു സ്വർണ്ണ മാല.. രാത്രി കിടക്കുമ്പോൾ അതൊക്കെ വെറുതെ സൈനുവുമായി പങ്കുവച്ചു. ഒന്നുംവേണ്ട ഇക്ക. നമ്മുടെ കുഞ്ഞിന് (മകനോ? മകളോ?) ജീവിക്കാനുള്ള അല്ലറ ചില്ലറ വകയാകുമ്പോൾ മടങ്ങിപ്പോന്നേക്കണം. എന്റെ ഇക്കാക്കമാരെപ്പോലെ നമുക്കൊന്നും വാരിക്കൂട്ടണ്ട. മണിമാളികയും വേണ്ട. ഒന്നിച്ചൊരു ജീവിതം. അത്രമാത്രം മതി.

ഒരുപക്ഷേ ഗൾഫിലേക്കു പുറപ്പെടാൻ തയ്യാറായി നിൽക്കുന്ന ഏതു പുരുഷന്മാരോടും അവരുടെ ഭാര്യമാർ ഇങ്ങനെത്തന്നെ പറഞ്ഞിരിക്കണം. എന്നിട്ടും അവർക്ക് ഇരുപതും മുപ്പതും വർഷങ്ങൾ അവിടെ ചെലവിടേണ്ടി വരുന്നു. എന്താണാവോ ആ പ്രഹേളികയ്ക്കു കാരണം...?!

അവസാനം - വിസ റെഡി. ബാക്കി തുകയുമായി വരിക - ബോംബെയിൽ നിന്നും ഏജന്റിന്റെ ടെലിഗ്രാം വന്നു. അന്നേരം ഞാനനുഭവിച്ച സന്തോഷം. ഇതിനോടകം ഗൾഫിൽ ചെന്നുപെട്ടിട്ടുള്ള ദശലക്ഷക്കണക്കിനു മലയാളികളിൽ ഏതൊരാളുടെ സന്തോഷത്തിനും മേലെയായിരുന്നു അതെന്ന് എനിക്കുറപ്പുണ്ട്. ആ രാത്രി ഞാൻ സന്തോഷിച്ചപോലെ മറ്റാരും സന്തോഷിച്ചു കാണില്ല. ആ രാത്രി ഞാൻ സൈനുവിനെ കെട്ടിപ്പിടിച്ചതുപോലെ ആരും സ്വന്തം ഭാര്യമാരെ പുണർന്നു കാണില്ല. ഒരു സങ്കടമേ ഉണ്ടായിരുന്നുള്ളൂ. എന്റെ മകൻ? മകൾ? അതിന്റെ ജനനസമയത്ത് ഞാനരികിൽ ഉണ്ടാവില്ലല്ലോ. എന്റെ സൈനുവിന്റെ വലിയ വേദനയിൽ അടുത്തുനിന്ന് തലോടിക്കൊടുക്കാൻ എനിക്കു

സന്തോഷത്തേക്കാളേറെ ആധിയുടെ യാത്രയായിരുന്നു അത്.

കഴിയില്ലല്ലോ. ഞാൻ സൈനുവിന്റെ വീർത്തുവരുന്ന വയറ്റിൽ മതിയാവാതെ ഉമ്മ കൊടുത്തു. എന്റെ നബീലേ/ എന്റെ സഫിയാ (എന്റെ കുഞ്ഞിനിടാൻ ഞാൻ കണ്ടുവച്ചിരുന്ന പേരുകൾ) എന്റെ കുഞ്ഞീ/ എന്റെ ചക്കീ (എന്റെ കുഞ്ഞിനെ വീട്ടിൽ വിളിക്കാൻ ഞാൻ കണ്ടുവച്ചിരുന്ന പേരുകൾ) എന്റെ മോനേ...? എന്റെ മോളേ...? നീ ഈ ഭൂമിയിലേക്കു കൺതുറന്നു വരുന്നതു കാണാൻ ഈ ഉപ്പ നിന്റെയടുത്തുണ്ടാവില്ല. പക്ഷേ എന്നെങ്കിലും ഞാൻ മടങ്ങിവരുമ്പോൾ നിനക്ക് കൈനിറയെ സമ്മാനങ്ങൾ ഞാൻ കൊണ്ടുവരാം. കേട്ടോ..

ഇപ്പോൾ അതൊക്കെ ഓർക്കുമ്പോൾ ഒരു നാലാംകിട സിനിമാരംഗത്തിന്റെ ഛർദ്ദിൽ മണം അതിൽനിന്നും വല്ലാതെ തികട്ടിവരുന്നതുപോലെ. നമ്മുടെയൊക്കെ ജീവിതം ചിലപ്പോഴെങ്കിലും സിനിമാരംഗത്തേക്കാൾ പരിഹാസം നിറഞ്ഞതായിപ്പോവാറുണ്ട് അല്ലേ...?

വിസ വന്ന വിവരമറിയിക്കാൻ കരുവാറ്റക്കാരൻ സുഹൃത്തിനെ കാണാൻ ചെന്നപ്പോഴാണ് അറിയുന്നത്, ധനുവച്ചപുരത്തുള്ള ഒരു പയ്യനും എനിക്കൊപ്പം വിസ വന്നിട്ടുണ്ട്. അതേ അളിയൻ വഴിക്ക്. അതേ കമ്പനിയിലേക്ക് രണ്ടുപേർക്കും. പുറംലോകം അറിയാത്തതല്ലേ. ഒന്നിച്ചു പോകാം.

ഞങ്ങൾ ഒന്നിച്ചാണ് കായംകുളത്തുനിന്നും ജയന്തി ജനതയിൽ കയറിയത്. അന്നേരം മാത്രമാണ് മീശ കുരുത്തിട്ടില്ലാത്ത മെലിഞ്ഞു കൊലുന്നനേയുള്ള ആ പയ്യനെ പരിചയപ്പെടുന്നത്. പേര് ഹക്കീം!

''മോനെ, ഹക്കീം പുറത്തൊന്നും പോയിട്ടുള്ളവനല്ല. നിന്നെക്കൂട്ടിയാണ് വിടുന്നത്. നോക്കിക്കോണേ.'' ഹക്കീമിന്റെ ഉമ്മ ജനാലയിലൂടെ കരഞ്ഞു. സൈനുവിന്റെയും ഉമ്മയുടെയും കരച്ചിലിലേക്ക് ഞാൻ കണ്ണുകൊടുത്തതേയില്ല. പൊതുജനമദ്ധ്യത്തിൽവച്ച് വിങ്ങിപ്പൊട്ടാൻ എനിക്കു മടിയായിരുന്നു. സന്തോഷത്തേക്കാളേറെ ആധിയുടെ യാത്രയായിരുന്നു അത്. യാത്രയുടെ വൈഷമ്യങ്ങൾ ഓർത്തുള്ള ആധി. ബാഗിൽ പണമിരിക്കുന്നതിന്റെ ആധി. എത്തിപ്പെടുന്ന നഗരത്തെക്കുറിച്ചുള്ള ആധി. ഏജൻസികൾ നടത്തിയിട്ടുള്ള തട്ടിപ്പുകഥകൾ ഓർത്തുള്ള ആധി. അയൽപക്കത്തുള്ള ഒരു പഴയ കൂട്ടുകാരൻ ശശിയെ വിവരമറിയിച്ചിട്ടുണ്ട്. അവൻ യഥാസമയത്ത് റെയിൽവെ സ്റ്റേഷനിൽ എത്തുമോ എന്ന ആധി. മൂന്നു ദിവസം മുഴുവൻ ആ ആധികൾ തെല്ലും കളയാതെ ഞാൻ തിന്നു. എന്റെ മാത്രമല്ല, ഹക്കീമിന്റെ ആധികൾ കൂടി തിന്നതു ഞാനാണ്. അവൻ പയ്യൻ. അവൻ ഉല്ലാസത്തോടെ കളിച്ചു ചിരിച്ചു യാത്ര ചെയ്തു.

ബോംബെയിൽ ചെന്നിറങ്ങിയതോടെ അതുവരെയുണ്ടായിരുന്ന ആധികളുടെയെല്ലാം കെട്ടഴിഞ്ഞുപോയി. എല്ലാത്തിനും സ്വന്തം പോലെ

ശശി കൂടെയുണ്ടായിരുന്നു. അക്കാര്യത്തിൽ ബോംബെ മലയാളിയുടെ ശുഷ്കാന്തി സമ്മതിക്കാതെ വയ്യ. എനിക്കുവേണ്ടി ശശി രണ്ടു ദിവസത്തെ ജോലി നഷ്ടപ്പെടുത്തുകകൂടി ചെയ്തു.

ഒറിജിനൽ വിസ കാണിച്ചശേഷമാണ് ഏജൻസിക്കു പൈസ കൊടുത്തത്. താമസം ശശിയോടും ബാക്കി എട്ടുപേരോടും ഒപ്പം ഒരു മുറിയിൽ. ഞങ്ങളെക്കൂടി ഉൾക്കൊള്ളാൻ ആ മുറിക്ക് ഒരു പ്രയാസവും തോന്നിയില്ല. ഇനി രണ്ടുപേർ വന്നാൽകൂടി സ്വീകരിക്കാൻ ആ മുറി ഒരുക്കമായിരുന്നു. അതും ബോംബെ മലയാളിക്കു മാത്രം സാധ്യമാവുന്ന വിശാലത.

രണ്ടാഴ്ചക്കാലം ബോംബെയിൽ ഉണ്ടായിരുന്നു. നീണ്ട രണ്ടാഴ്ചക്കാലം. സമയം ഒരിക്കലും നീങ്ങാത്ത രണ്ടാഴ്ചക്കാലം! ഓരോ നിമിഷത്തിനും ഒരു നൂറ്റാണ്ടിന്റെയും ഓരോ ദിവസത്തിനും ഒരു യുഗത്തിന്റെയും നീളമുണ്ടെന്നു തോന്നിച്ച രണ്ടാഴ്ച!

ശശിയും കൂട്ടുകാരും ജോലിക്കു പോയിക്കഴിഞ്ഞാൽ ഞാനും ഹക്കീമും കൂടി നടക്കാൻ ഇറങ്ങും. എവിടേക്കെന്നറിയാതെ, ഏതു വഴിയെന്നറിയാതെ, സംസാരിക്കാൻ ഒരു ഭാഷ വശമില്ലാതെ വെറുതെ നടന്നു. ഒക്കെ ഒരു ധൈര്യമായിരുന്നു. ഞങ്ങൾ ധാരാവിയിലെ ചേരിയിലൂടെ നടന്നു. ഇടുങ്ങിയ നീണ്ട ഗല്ലികൾ പിന്നിട്ട് അന്ധേരിയിലെ റെയിൽവെ സ്റ്റേഷനിൽ വെറുതെ പോയിനിന്ന് യാത്രക്കാരുടെ തിക്കും തിരക്കും കണ്ട്, പാവുബാജി കഴിച്ച്, സർബത്ത് കുടിച്ച്, സിനിമയ്ക്കു കയറി, രാത്രി ശശിയോടൊത്ത് ബിയർ കുടിച്ച് (ഹക്കീമിന് കൂൾ ഡ്രിംഗ്സ്), ഡാൻസ് ബാറിൽപ്പോയി രാത്രി എപ്പോഴെങ്കിലും മടങ്ങിവന്ന ഉല്ലാസത്തിന്റെ രണ്ടാഴ്ച.

ഒടുവിൽ ആ യാത്രാദിവസം വന്നെത്തി. എനിക്കധികം ലഗേജ് ഒന്നുമില്ലായിരുന്നു. സൈനുവിന്റെ വല്ലായ്മയിലും സ്നേഹം പുരട്ടി വറുത്തുതന്ന കുറച്ച് ഉപ്പേരി, നാരങ്ങാ അച്ചാർ! ഉമ്മ ക്ഷീണം മറന്ന് ഇടിച്ചുതന്ന ഇത്തിരി ചമ്മന്തിപ്പൊടി, ആറ്റുവാള അച്ചാർ! രണ്ടോ മൂന്നോ ജോടി വസ്ത്രങ്ങൾ, (എന്തിനാ ഇക്കാ അധികം. ഇഷ്ടംപോലെ കിട്ടുന്ന ദേശത്തേക്കല്ലേ പോകുന്നത്?) ഒരു തോർത്ത്, രണ്ടു സോപ്പ്, ഒരു ചെറിയ പേസ്റ്റ്, ഒരു ബ്രഷ് പിന്നെ പാസ്പോർട്ട്, ടിക്കറ്റ്, കുറച്ച് ഇന്ത്യൻ രൂപ. തീർന്നു. പക്ഷേ ഹക്കീമിന് ഒരു ഭാണ്ഡംതന്നെയുണ്ടായിരുന്നു. ഒരു കുടുംബത്തിന് ഒരു നൂറ്റാണ്ടുകാലം കഴിക്കാനുള്ള വക അവന്റെ ബാഗിലുണ്ടെന്ന് എനിക്കു പലപ്പോഴും തോന്നി. അതുപറഞ്ഞ് ഞാനും ശശിയും കൂടി അവനെ ഏറെ കളിയാക്കുകയും ചെയ്തിരുന്നു. അപ്പോഴൊക്കെ അവന്റെ ഒരു ചൂളൽ. അതു കാണാനായിരുന്നു ഞങ്ങളവനെ വെറുതെ തിരികേറ്റുന്നത്.

എയർപോർട്ടിലേക്കു ശശിയും മുറിയിലുണ്ടായിരുന്ന മറ്റൊരാളും വന്നിരുന്നു. ചെന്നാലുടൻ അറബിയെ ചാക്കിട്ടു പിടിച്ച് രണ്ടു വിസ സംഘടിപ്പിക്കാമെന്നും അതു നിങ്ങൾക്ക് അയച്ചു തരാമെന്നും എല്ലാ ഗൾഫ് മലയാളികളും തങ്ങളുടെ സുഹൃത്തുക്കൾക്ക് എയർപോർട്ടിൽ വെച്ച് കൊടുക്കുന്നപോലെ ഒരു വാഗ്ദാനം ഞാൻ ശശിക്കും സുഹൃത്തിനും കൊടുത്തു. ഇതെത്ര കേട്ടിരിക്കുന്നു എന്ന മട്ടിൽ അവർ വെറുതെ ചിരിച്ചിരിക്കണം. എന്നാലും ഒരു പ്രതീക്ഷ അവരുടെ ഉള്ളിൽ മുളപൊട്ടിക്കാണില്ലേ...? ഇത്തരം ചില പ്രതീക്ഷകളുടെ മുകളിലാവുമോ ബോംബെ മലയാളി അവന്റെ ദുരിതജീവിതം തള്ളിനീക്കുന്നത്...?

ഒരാഴ്ചക്കാലം കാത്തതിന്റെ പ്രതിഫലമായി എന്റെ കയ്യിൽ കിടന്ന വാച്ചഴിച്ച് ഞാൻ ശശിക്കു കൊടുത്തു. (സൈനുവിന്റെ ആങ്ങള ആദ്യത്തെ പ്രാവശ്യം വന്നപ്പോൾ തന്നത്), പിന്നെ എയർപോർട്ടിലെ ഒരു ടെലിഫോൺ ബൂത്തിൽ കയറി ഏറെനേരം പരിശ്രമിച്ച് നാട്ടിൽ - അയൽപക്കത്തുള്ള ഒരു മാപ്പിളയുടെ വീട്ടിൽ - വിളിച്ച് വീട്ടിൽ ഒന്നു പറഞ്ഞേക്കാൻ ഏല്പിച്ചു.

എയർപോർട്ടിൽ എല്ലാം ഭംഗിയായും വേഗത്തിലും നടന്നു. എമിഗ്രേഷനിൽ മാത്രം എന്തോ ചില ചോദ്യങ്ങൾ ചോദിച്ചു. എനിക്ക് ഹിന്ദിയും അയാൾക്കു മലയാളവും അറിയാത്തതുകൊണ്ടും നൂറിന്റെ ഒരു താൾ പാസ്പോർട്ടിനുള്ളിൽ വെച്ച് നീട്ടിയതുകൊണ്ടും ആ കടമ്പ വേഗം കടന്നുകിട്ടി. എയർ ഇന്ത്യയുടെ വിമാനമായിരുന്നു. നാലര മണിക്കൂർ യാത്ര. ബോംബെ ടു റിയാദ്. അങ്ങനെ 1992 ഏപ്രിൽ മാസം നാലാം തീയതി പ്രാദേശിക സമയം വൈകിട്ട് 4.30ന് ഞാൻ റിയാദ് എയർപോർട്ടിൽ വിമാനമിറങ്ങി.

എന്റെ സ്വപ്നങ്ങളുടെ നഗരമേ ഞാനിതാ വന്നെത്തിയിരിക്കുന്നു. എന്നെ സദയം സ്വീകരിച്ചാലും. അഹ്‌ലൻ വഹ് സഹ്‌ലൻ!!

ആറ്

സ്വപ്നം കണ്ടിരുന്നതിനേക്കാൾ വലിയൊരു അദ്ഭുതലോകത്തിലേക്കാണ് ഞാനും ഹക്കീമും കൂടി വിമാനമിറങ്ങിച്ചെന്നത്. ഇന്നത്തെപ്പോലെ അറബിലോകം അക്കാലത്ത് അത്രയൊന്നും ടി.വിയിലോ സിനിമയിലോ ദൃശ്യവത്കരിക്കപ്പെട്ടിരുന്നില്ല. ഇതിനും മുൻപ് വന്നുപോയിട്ടുള്ളവരുടെ വാക്കുകളിലൂടെയാണ് ഞാൻ ആ ലോകത്തെപ്പറ്റി സങ്കല്പിച്ചിരുന്നത്. അതുകൊണ്ടുതന്നെ സമ്പന്നതയുടെ പരിപൂർണ്ണത വിളിച്ചറിയിക്കുന്ന ഓരോ പുതുകാഴ്ചകളും എന്നെ അതിശയപ്പെടുത്തിക്കൊണ്ടിരുന്നു.

ബോംബെ എനിക്ക് ആകാംക്ഷയായിരുന്നു. റിയാദ് അദ്ഭുതവും.

ഏറെ നേരത്തേക്ക് ആ അദ്ഭുതലോകം കണ്ടു മിഴിച്ചു നില്ക്കാൻ എനിക്കായില്ല. എമിഗ്രേഷൻ നടപടികൾ പൂർത്തിയാക്കി എയർപോർട്ടിനു വെളിയിൽ കാത്തുനിന്ന ഞങ്ങളെ കൂട്ടിക്കൊണ്ടുപോകാൻ ആരെയും കാണാതെ ഞങ്ങൾ വിഷമിച്ചു. ഞങ്ങൾക്കൊപ്പം വിമാനത്തിൽ വന്നവരൊക്കെ കൂട്ടുകാരുടെയും ബന്ധുക്കളുടെയും സ്പോൺസർമാരുടെയും കമ്പനികളുടെയും വണ്ടികളിൽ കയറി യാത്രയായിക്കഴിഞ്ഞിരുന്നു. ഞങ്ങളെ കൊണ്ടുപോകാൻ മാത്രം ആരുമില്ല.

സ്പോൺസർ എയർപോർട്ടിൽ ഉണ്ടാകുമെന്നാണ് ബോംബെയിൽ ഏജൻസി പറഞ്ഞിരുന്നത്. വിമാനം പറഞ്ഞ സമയത്തിനും ഒരു മണിക്കൂർ വൈകിയാണ് ഇവിടെ എത്തിയിരിക്കുന്നത്. അയാൾ വന്നിട്ട് ഞങ്ങളെ കാണാതെ മടങ്ങിയിരിക്കുമോ? അതോ ഞങ്ങളെത്തേടി അയാൾ ഈ എയർപോർട്ടിലൂടെ അലയുകയാണോ? ഈ നൂറായിരക്കണക്കിന് ആളുകൾക്കിടയിൽനിന്നും അയാളെങ്ങനെ ഞങ്ങളെ കണ്ടെത്താനാണ്? പാസ്പോർട്ടിലെ എന്റെ ഫോട്ടോ ഇന്നത്തെ എന്നിൽനിന്നും എത്ര വ്യത്യസ്തമാണ്. അതു നോക്കി ഞങ്ങളെ കണ്ടെത്താമെന്ന വിചാരമേ വേണ്ട. അതോ ഇനി ഞങ്ങൾ വരുന്ന കാര്യം അയാൾ മറന്നിരിക്കുമോ? ഏജൻസി അയാളെ അറിയിക്കാൻ മറന്നുപോയോ? ചോദ്യങ്ങളുടെ ഒരു കൂന എന്നിലേക്ക് വന്നിടിഞ്ഞു വീണുകൊണ്ടിരുന്നു. കാത്തുനില്പിന്റെ സമയം അധികരിക്കുന്നതനുസരിച്ച് അതിന്റെ കനം കൂടിവരികയാണ്.

ഞങ്ങളുടെ കൺമുന്നിലൂടെ കടന്നുപോകുന്ന നൂറുനൂറു അറബികൾ. ആണുങ്ങളും പെണ്ണുങ്ങളും. ഞാൻ എത്തിപ്പെട്ടത് അന്റാർട്ടിക്കയിലാണെന്നും എന്റെ കൺമുന്നിലൂടെ കടന്നുപോകുന്നത് കുറെ വെളുത്ത പെൻഗ്വിനുകളും കുറെ കറുത്ത പെൻഗ്വിനുകളുമാണെന്നും ഒരു തമാശ അതിനിടെ എനിക്കു തോന്നി. അവരിൽ ഓരോ പെൻഗ്വിന്റെയും മുഖത്തേക്ക് (മുഖം കാണാനാവാത്ത പെൺ പെൻഗ്വിനുകളുടെ കണ്ണിലേക്ക്) ഞാൻ ആർത്തിയോടെ നോക്കും. നിങ്ങൾ അന്വേഷിച്ചു നടക്കുന്ന നജീബ് ഈ ഞാനാണ്. നിങ്ങൾ അന്വേഷിച്ചു നടക്കുന്ന ഹക്കീം എന്റെകൂടെ നില്ക്കുന്ന ഈ പീക്കിരി പയ്യനാണ്. കണ്ണുകൾകൊണ്ടും യാചനാഭാവങ്ങൾ കൊണ്ടും നില്പുകൊണ്ടും ഞാൻ എല്ലാവരോടും പറഞ്ഞു. പക്ഷേ ആരും എന്റെ അപേക്ഷയെ ഗൗനിച്ചില്ല. എല്ലാവരും അവരവരുടെ തിരക്കുകളിലേക്ക് നടന്നുമറഞ്ഞുപോയി.

ഞങ്ങളുടെ കാത്തുനില്പ് പിന്നെയും നീണ്ടു. അതിനിടെ പല വിമാനങ്ങൾ വന്നിറങ്ങി. അതിൽനിന്നും പല ദേശക്കാരും രാജ്യക്കാരും ഭാഷക്കാരും വേഷക്കാരും ഞങ്ങൾക്കിടയിലേക്ക് ഇറങ്ങിവന്നുകൊണ്ടിരുന്നു. അവരും പല വാഹനങ്ങളിലായി ചിതറി ഒഴിയുന്നു. നേരം സന്ധ്യ കഴിഞ്ഞെന്ന് മഗ്‌രിബിനുള്ള വാങ്ക് മുഴങ്ങിയപ്പോൾ ഞങ്ങൾക്കു മനസ്സിലായി. പ്രാർത്ഥനാനേരം കഴിഞ്ഞിട്ടും ആരെയും കാണാതെ വന്നപ്പോൾ എയർപോർട്ട് ജീവനക്കാരനായ - മലയാളി എന്നു തോന്നിച്ച - ഒരാളുടെ അടുത്തെത്തി ഞാൻ വിവരം പറഞ്ഞു. അയാൾ ഞാൻ വന്ന കമ്പനിയുടെ പേര് ചോദിച്ചു. എനിക്കത് അറിയില്ലായിരുന്നു. സ്പോൺസറുടെ ഫോൺ നമ്പർ ചോദിച്ചു. ഏജന്റിൽ നിന്ന് അതു വാങ്ങാൻ ഞാൻ മറന്നുപോയിരുന്നു. ഇവിടെ പരിചയത്തിലുള്ള ആരുടെയെങ്കിലും ഫോൺ നമ്പർ ചോദിച്ചു. എനിക്കങ്ങനെ ആരും ഉണ്ടായിരുന്നില്ല. കരുവാറ്റക്കാരൻ അളിയന്റെ കമ്പനിയുടെ വിലാസം എന്റെ പക്കലുണ്ടായിരുന്നു. ഞാനത് അയാളെ കാണിച്ചു. അത് റിയാദിൽനിന്ന് ഏറെ ദൂരെയുള്ള ഏതോ സ്ഥലമാണെന്ന് അയാൾ നിസ്സഹായനായി. ഏതായാലും കാത്തു നില്ക്കൂ - നിങ്ങളുടെ അർബാബ് വരാതിരിക്കില്ല - അയാൾ സ്വന്തം ജോലിത്തിരക്കിലേക്ക് നടന്നുപോയി. അങ്ങനെ ആ അപരിചിതനിൽനിന്നാണ് ആദ്യമായി ഞാൻ ആ അറബിവാക്ക് കേൾക്കുന്നത് - അർബാബ്!

അർബാബ്! അർബാബ്!! ഞാൻ മനസ്സിൽ ആ വാക്ക് ആവർത്തിച്ചു പറഞ്ഞുനോക്കി. നല്ല രസം. കേൾക്കാൻ ഇമ്പമുള്ള വാക്ക്. ആരാണാവോ ആ അർബാബ്? എന്താണാവോ ഈ അർബാബ്? എന്തായാലും അർബാബ് വരണം എന്നാലേ ഞങ്ങൾക്കു പോകാൻ കഴിയൂ. അർബാബ് വേഗം വരൂ, ഞങ്ങൾ എത്ര നേരമായി നിങ്ങളെ കാത്തു നിൽക്കുന്നു. വേഗം വരൂ. ഈ ഭീതിയിൽനിന്നും ഞങ്ങളെ രക്ഷിച്ചുകൊണ്ടുപോകൂ. അർബാബ്! അർബാബ്!!

ഞങ്ങൾ എത്ര നേരമായി നിങ്ങളെ കാത്തുനില്ക്കുന്നു. വേഗം വരൂ.
ഈ ഭീതിയിൽനിന്നും ഞങ്ങളെ രക്ഷിച്ചുകൊണ്ടുപോകൂ.
അർബാബ്! അർബാബ്!!

മണിക്കൂർ പിന്നെയും ഒന്നൊന്നര പിന്നിട്ടിരിക്കണം. ഒരു വാച്ചുണ്ടായിരുന്നതു ബോംബെയിൽ ശശിക്ക് കൊടുത്തതുകൊണ്ട് സമയം കൃത്യമായി അറിയാൻ കഴിഞ്ഞില്ല. എയർപോർട്ട് മുഴുവൻ നടന്ന് ഒരു ക്ലോക്ക് കണ്ടുപിടിച്ച് സമയം നോക്കാൻ മനസ്സ് അനുവദിച്ചതുമില്ല. അതുകൊണ്ടെന്തു ഫലം? അതിനിടെ അർബാബ് വന്നു പോയാലോ...? വിമാനത്താവളത്തിനു പുറത്ത് നഗരം രാത്രിയിലേക്ക് പ്രകാശിച്ചുകഴിഞ്ഞിരുന്നു. ഞങ്ങളുടെ വേവലാതി കത്തിത്തുടങ്ങി. അപ്പോൾ ഒരു പഴഞ്ചൻ വാഹനം കാറുമല്ല, ജീപ്പുമല്ല, ലോറിയുമല്ല - അതിന്റെ പേര് പിക്കപ്പ് എന്നാണെന്ന് പിന്നെ എത്രയോ കാലത്തിനു ശേഷമാണ് ഞാൻ മനസ്സിലാക്കുന്നത് - ഇരമ്പിവന്ന് എയർപോർട്ടിന്റെ പ്രധാന കവാടത്തിനരികെ നിന്നു. അവിടം ഒരു നോ പാർക്കിംഗ് ഏരിയ ആയിരുന്നെങ്കിലും വണ്ടി അവിടെത്തന്നെ നിർത്തി ഒരറബി അതിൽനിന്നും ചാടിയിറങ്ങി. എന്തോ അയാളെ കണ്ടപ്പോൾത്തന്നെ ഇതാ ഞാൻ കാത്തുനിന്ന എന്റെ അർബാബ് എന്ന് എന്റെ മനസ്സ് മന്ത്രിച്ചു. അയാൾ കുറേ നേരം എയർപോർട്ടിനുള്ളിലൂടെ അങ്ങോട്ടും ഇങ്ങോട്ടും ക്ഷമയില്ലാത്തവനെപ്പോലെ നടന്നു. ഞങ്ങളുടെ കണ്ണുകൾ അയാളെ തെല്ലും വിടാതെ പിന്തുടരുന്നുണ്ടായിരുന്നെങ്കിലും അയാൾ ഞങ്ങളെ കാണുന്നുണ്ടായിരുന്നില്ല. നടത്തത്തിനിടെയെല്ലാം അയാൾ വല്ലാതെ അക്ഷമനാവുന്നുണ്ടായിരുന്നു. മുന്നോട്ടു ചെന്ന് താങ്കളാണോ എന്റെ അർബാബ് എന്നു ചോദിക്കാൻ എനിക്കു ധൈര്യമില്ലായിരുന്നു. ഹക്കീമിന് ഒട്ടുമേ തോന്നിയിരിക്കില്ല. അല്ലെങ്കിൽത്തന്നെ ഏതു ഭാഷയിൽ...? മൂന്നാലു പ്രാവശ്യത്തെ എയർപോർട്ട് ഭ്രമണത്തിനുശേഷം ഭാഗ്യം, അയാൾ ഞങ്ങളെ കണ്ടെത്തി. ഞങ്ങൾ പതിയെ അയാളുടെ മുന്നിലേക്കു നീങ്ങിനിന്നു.

'അബ്ദുള്ള...?' അയാൾ എന്റെ നേരെ കൈചൂണ്ടി. അത്രയും മൊരട്ടത്തരം പിടിച്ച ഒരു ശബ്ദം ഞാൻ അതിനുമുൻപ് എവിടെയും കേട്ടിട്ടേയില്ല. അല്ല എന്നു ഞാൻ തലകുലുക്കി. 'അബ്ദുള്ള..?' അയാൾ ഹക്കീമിനു നേരെ കൈചൂണ്ടി. അല്ല എന്ന് അവനും തലകുലുക്കി. പിന്നെ അയാൾ എന്തൊക്കെയോ അറബിയിൽ ചോദിച്ചു. അതിലൊരു ദേഷ്യത്തിന്റെ സ്വരമുണ്ടായിരുന്നു. ഭാഗ്യത്തിന് എനിക്കൊന്നും മനസ്സിലായില്ല. ഹക്കീമിന് അത്രയും കൂടി മനസ്സിലായിക്കാണില്ല.

ഞങ്ങളെ അവിടെ നിർത്തിയിട്ട് അയാൾ പിന്നെയും എയർപോർട്ടിനുള്ളിലൂടെ കുറേ കറങ്ങി നടന്നു. അതിനിടെ അവിടവിടെ ഒറ്റപ്പെട്ടു നിന്ന പലരുടെയും പാസ്പോർട്ടുകൾ പിടിച്ചു വാങ്ങി നോക്കുന്നുണ്ടായിരുന്നു. ഒടുവിൽ കറങ്ങിത്തിരിഞ്ഞ് ഞങ്ങളുടെ അടുത്തുതന്നെ എത്തി. പിന്നെ എന്റെ കയ്യിലിരുന്ന പാസ്പോർട്ട് തട്ടിപ്പറിക്കുന്നപോലെ പിടിച്ചുവാങ്ങി തുറന്നുനോക്കി. അതുപോലെതന്നെ ഹക്കീമിന്റെയും

പാസ്പോർട്ട് പിടിച്ചു വാങ്ങി. പിന്നെ ഒന്നും മിണ്ടാതെ മുന്നോട്ട് നടന്നു. ഞങ്ങൾ ഞങ്ങളുടെ ബാഗും തൂക്കി അയാളെ അനുഗമിച്ചു.

അറബി എന്നാൽ അത്തറിന്റെയും സ്പ്രേയുടെയും മണം എന്നായിരുന്നു എന്റെ വിചാരം. എന്നെ കടന്നുപോയ നൂറുകണക്കിന് അറബികൾക്കെല്ലാം കൊതിപ്പിക്കുന്ന ഒരു മണം ഉണ്ടായിരുന്നുതാനും. നിത്യവും അത്തർ ഉപയോഗിക്കുന്ന അറബികളുടെ മൂത്രം വാറ്റിയാണ് പുതിയ തരം സ്പ്രേകൾ ഉണ്ടാക്കുന്നത് എന്നൊരു തമാശ ഞാൻ കുറച്ചു മുൻപ് ഹക്കീമിനെ പറഞ്ഞു വിശ്വസിപ്പിച്ചതേയുള്ളൂ. പക്ഷേ എന്റെ അർബാബിന് ഒരു വല്ലാത്ത മുശടുവാടയായിരുന്നു. എന്താണെന്നറിയാത്ത ഒരു വാട. അതുപോലെ മറ്റെല്ലാ അറബികളും തേച്ചു മിനുക്കിയ ശുഭവസ്ത്രധാരികളായിരുന്നെങ്കിൽ എന്റെ അർബാബിന്റെ വസ്ത്രങ്ങൾ പറയാനാവാത്തവിധം മുഷിഞ്ഞതും നാറുന്നതും ആയിരുന്നു.

എന്തെങ്കിലും ആകട്ടെ. എനിക്കും ഒരു അർബാബ് വന്നല്ലോ. സമാധാനമായി. ഞാനൊരു ഗൾഫുകാരൻ ആയിരിക്കുന്നു. എനിക്കും സ്വന്തമായി ഒരു അർബാബിനെ കിട്ടിയിരിക്കുന്നു. എന്റെ സ്വപ്നങ്ങളുടെ സംരക്ഷകനാണ് എന്റെ മുന്നിൽ നടക്കുന്നത്. എന്റെ മോഹങ്ങളത്രയും നിവർത്തിച്ചുതരേണ്ട എന്റെ കൺകണ്ട ദൈവം! എന്റെ അർബാബ്! അർബാബ്! ആ ഒരു പദത്തെ അപ്പോൾ ഞാനിഷ്ടപ്പെട്ടതുപോലെ ലോകത്തിലെ മറ്റൊരു വാക്കിനെയും ആരും അത്രയധികം ഇഷ്ടപ്പെട്ടു കാണില്ല..!

ഏഴ്

ഞാൻ കണ്ടിട്ടുള്ളതിൽ വച്ച് ഏറ്റവും പഴക്കം ചെന്ന ഒരു വണ്ടിയായിരുന്നു എന്റെ അർബാബിന്റേത്. ഡോറും ബോണറ്റും ടോപ്പും ഒക്കെ പെയിന്റിളകി തുരുമ്പുപിടിച്ചിരിക്കുന്നു. ഡോറുകളുടെ ലോക്ക് നഷ്ടപ്പെട്ട് കയറുകൊണ്ട് കെട്ടിവച്ചിരിക്കുകയാണ്. സീറ്റിന്റെ കുഷ്യനിളകി സ്പ്രിംഗുകൾ വെളിയിൽ കാണാമായിരുന്നു.

വണ്ടിക്ക് അടുത്തെത്തിയതും അർബാബ് എന്റെ ബാഗ് തട്ടിപ്പറിച്ച് വണ്ടിയുടെ പുറകിലെ തുറന്ന ഭാഗത്തേക്ക് ഒരേറുവെച്ചുകൊടുത്തു. അർബാബ്! എന്റെ ഉമ്മ തന്നയച്ച മീൻ അച്ചാർ. എന്റെ സൈനുവിന്റെ നാരങ്ങാ അച്ചാർ... എന്റെ ചങ്കുപൊള്ളിപ്പോയി. ഹക്കീമിന്റെ ബാഗ് തട്ടിപ്പറിക്കുന്നതിനു മുൻപ് അവൻ അത് ഓടിക്കൊണ്ടു പോയി പുറകിൽ വച്ചു. അവന്റെ കയ്യിൽ അച്ചാറും വെളിച്ചണ്ണയും അടക്കം കുപ്പി ഐറ്റംസ് കുറേയേറെ ഉണ്ടായിരുന്നു.

അർബാബ് ഡ്രൈവർ വശത്തെ വാതിൽ തുറന്ന് സീറ്റിലേക്കു ചാടിക്കയറി ഇരുന്നു. സത്യത്തിൽ ഡ്രൈവറെക്കൂടാതെ മറ്റൊരാൾക്കൂടി ഇരിക്കാനുള്ള സ്ഥലമേ ക്യാബിന്റെയുള്ളിലുള്ളൂ. ഞാനും ഹക്കീമും കൂടി...?! ങാ എങ്ങനെയെങ്കിലും ഞെക്കിഞെരുങ്ങിയിരിക്കാം. ഞാൻ മറുഡോർ തുറക്കാൻ ആഞ്ഞതും അർബാബ് എന്തോ ഒന്ന് അലറി. ഞാൻ ഞെട്ടി പുറകോട്ടു മാറി. അർബാബ് പുറകിലേക്കു കൈചൂണ്ടി. ഒന്നും മനസ്സിലാവാതെ ഞങ്ങൾ ഡോറിൽ പിടിച്ചുതന്നെ നിന്നു. അർബാബ് പിന്നെയും കൈചൂണ്ടി 'യാ... അള്ളാ...' എന്ന് അലറി. പിന്നെ കോപത്തോടെ വാതിൽ തുറന്നിറങ്ങിവന്ന് എന്റെ കൈപിടിച്ച് പിന്നിലേക്ക് കൊണ്ടുപോയി പുറകുവശത്തെ തുറന്ന ക്യാബിനിലേക്കു തള്ളി. അത് കണ്ട് ഹക്കീം അവിടേക്കു ചാടിക്കയറി. അർബാബ് തിടുക്കത്തിൽച്ചെന്ന് വണ്ടി സ്റ്റാർട്ടാക്കി ഓടിച്ചുപോയി.

വണ്ടിയുടെ പിൻഭാഗത്ത് രണ്ടുമൂന്നു വലിയ അലുമിനിയം പാത്രങ്ങളും കുറച്ചു പുല്ലും കുറെ ചാക്കുകെട്ടുകളും ഉണ്ടായിരുന്നു.

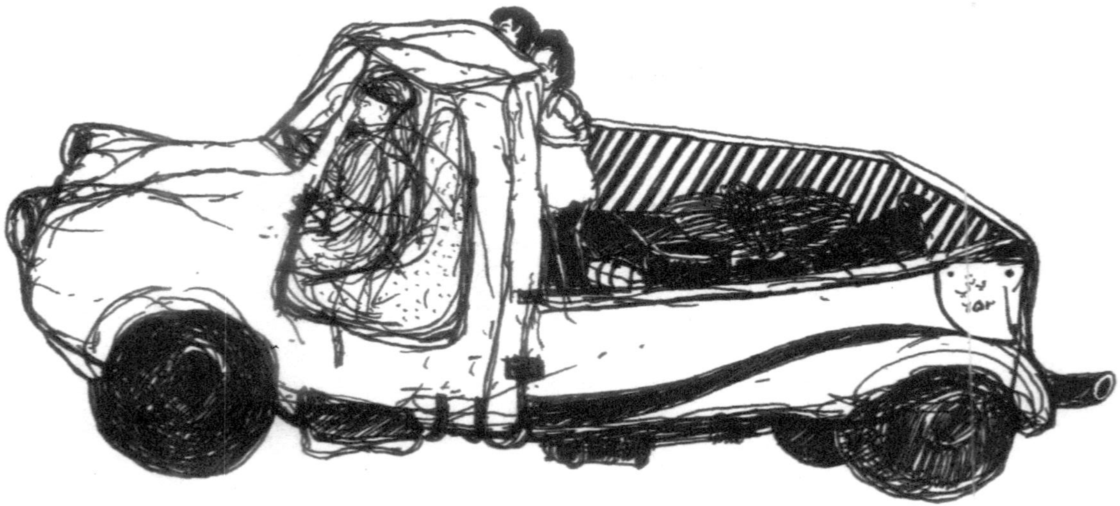

പിന്നെ അന്ധകാരം മാത്രം. പൊടിപടലം പറത്തിക്കൊണ്ട്
ആ വാഹനം മണൽക്കൂനകൾക്കിടയിലൂടെ ഓടിക്കൊണ്ടേയിരുന്നു.

സൈഡിലെ അഴിയിൽ പിടിച്ച് വല്ലവിധേനയും ഞങ്ങൾ അവിടെ ഇരുന്നു. ഏതോ പുരാതനലോകത്തുനിന്നും ഇറക്കിക്കൊണ്ടു വന്നതുപോലെ പഴഞ്ചനായിരുന്നെങ്കിലും വണ്ടിക്ക് നല്ല സ്പീഡു ണ്ടെന്നു തോന്നി. അതിന്റെ ഇരമ്പലും ചിലയ്ക്കലും മാത്രമായിരുന്നു അതികഠിനം. എന്നാൽ എയർപോർട്ട് വഴിവിട്ട് പ്രധാന നിരത്തിലേക്ക് ഇറങ്ങിക്കഴിഞ്ഞപ്പോഴാണ് അതിന്റെ ശരിക്കുമുള്ള വേഗം എനിക്കു ബോധ്യപ്പെട്ടത്. നൂറുകണക്കിന് വാഹനങ്ങൾ അതിനെ നിർദ്ദാക്ഷിണ്യം പിന്തള്ളിക്കൊണ്ടിരുന്നു. അത് ആകെ പിന്തള്ളുന്നത് സ്വന്തം പുക ക്കുഴൽ ഊതിവിടുന്ന കരിമ്പുക മാത്രം.

ഗൾഫിന്റെ വീഥികളിലൂടെയുള്ള എന്റെ ആദ്യയാത്ര. അതിങ്ങനെ തുറന്ന വണ്ടിയിൽ ആയത് എന്നെ കുറച്ചു വേദനിപ്പിച്ചെങ്കിലും കൂടുതൽ സന്തോഷിപ്പിക്കുകയാണ് ചെയ്തത്. വഴിയുടെ ഇരുഭാഗത്തു മുള്ള നീളൻ കെട്ടിടങ്ങളുടെയും പ്രഭാപൂരത്തിന്റെയും കാഴ്ചയത്രയും അതിന്റെ മനോഹാരിത തെല്ലും ചോരാതെ, കാണാൻ അതുകൊണ്ടു മാത്രം എനിക്കു കഴിഞ്ഞു. അർബാബിനൊപ്പം മുൻസീറ്റിലാണ് ഞാനി രുന്നതെങ്കിൽ എനിക്കു ഗൾഫിനെ അതിന്റെ പൂർണ്ണതയിൽ ഇങ്ങനെ കാണാൻ കഴിയുമായിരുന്നോ? വഴിയിൽ രാത്രി പിറന്നിരുന്നതുകൊണ്ട് മറ്റു വാഹനങ്ങളിൽ സഞ്ചരിക്കുന്ന ആർക്കും ഞങ്ങളെ കാണാനും കഴിയുമായിരുന്നില്ല.

എത്ര നേരം ആ പിന്നിലിരിപ്പ് യാത്ര നീണ്ടെന്ന് എനിക്കുതന്നെ നിശ്ചയമില്ല. ഹക്കീമിന് ഒട്ടുമേ നിശ്ചയമുണ്ടായിരുന്നിരിക്കില്ല. നഗര ത്തിന്റെ പ്രഭാപൂരം പതിയെ അസ്തമിക്കുകയായിരുന്നു. നീളൻ പാത കൾ നഗരം വിട്ടൊഴിയുന്നതു ഞാനറിഞ്ഞു. ഞങ്ങളെ കടന്നു പോകുന്ന വാഹനങ്ങളുടെ എണ്ണവും കുറഞ്ഞു. വെളിച്ചമെന്നത് തെരുവിൽ ഇടവിട്ടു തെളിയുന്ന നിയോൺ വെളിച്ചം മാത്രമായി. കുറേനേരംകൂടി കഴിഞ്ഞപ്പോൾ യാത്ര നീളൻ പാതകൾ ഉപേക്ഷിച്ച് ഇടവഴിയിലേക്കു തിരിയുന്നതു ഞാനറിഞ്ഞു. പ്രകാശമെന്നത് അപ്പോൾ വളരെ അകലെ യകലെ വരുന്ന വിളക്കുകാലുകൾ മാത്രമായി. ഇടയ്ക്കെപ്പോഴോ നോക്കിയപ്പോൾ ഹക്കീം ആ ചാരിയിരിപ്പിൽ ഉറങ്ങിക്കഴിഞ്ഞിരുന്നു. നല്ല യാത്രാക്ഷീണം കാണും ഉറങ്ങിക്കോട്ടെ എന്ന് ഞാനും വിചാരിച്ചു. യാത്ര ഇടവഴികൾ വിട്ട് മൺപാതയിലേക്കു പ്രവേശിക്കുന്നതു ഞാന റിഞ്ഞു. അപ്പോൾ പ്രകാശം പൂർണ്ണമായി ഇല്ലാതായിക്കഴിഞ്ഞിരുന്നു. പിന്നെ അന്ധകാരം മാത്രം. പൊടിപടലം പറത്തിക്കൊണ്ട് ആ വാഹനം മണൽക്കൂനകൾക്കിടയിലൂടെ ഓടിക്കൊണ്ടേയിരുന്നു.

വിമാനത്തിൽ നിന്നും എത്രയോ മണിക്കൂറുകൾക്കു മുൻപ് കിട്ടിയ ഇത്തിരി പച്ചവെള്ളം മാത്രമായിരുന്നു എന്റെ അന്നത്തെ അതു

വരെയുള്ള ആഹാരം. വല്ലതും കഴിച്ചിട്ടിറങ്ങാൻ ശശി നിർബന്ധിച്ചിട്ടും കാലത്തെ വെപ്രാളത്തിനു കഴിക്കാൻ തോന്നിയിരുന്നില്ല. വിമാനത്തിൽ നിന്നു കിട്ടിയ എന്തൊക്കെയോ ആഹാരങ്ങൾ കഴിക്കേണ്ടവിധം നിശ്ചയമില്ലാതിരുന്നതിനാൽ കഴിക്കാനും പറ്റിയില്ല. എനിക്കു സത്യത്തിൽ നന്നായി വിശക്കുന്നുണ്ടായിരുന്നു. ഒരു പ്രാവശ്യം മണൽ വാരി കരയ്ക്ക് അടുപ്പിക്കുമ്പോഴുണ്ടാകുന്ന മാതിരിയുള്ള കത്തുന്ന വിശപ്പ്. എയർപോർട്ടിൽവച്ച് ഞാൻ വിശപ്പിന്റെ കാര്യം പറഞ്ഞപ്പോൾ ഞാനിപ്പോൾ വിശന്ന് ചത്തേക്കുമെന്നാണ് ഹക്കീം പറഞ്ഞത്. അർബാബ് ഈ വണ്ടി എവിടെയെങ്കിലും ഒന്നു നിർത്തി ഞങ്ങൾക്കിത്തിരി ആഹാരം വാങ്ങിച്ചുതരൂ, ഞങ്ങൾക്കിത്തിരി വെള്ളം മേടിച്ചുതരൂ എന്ന് അലറിവിളിക്കണമെന്നുണ്ടായിരുന്നു. പക്ഷേ ശബ്ദം തൊണ്ടയിൽ കുരുങ്ങിക്കിടന്നതല്ലാതെ ഒട്ടും പുറത്തേക്കു വന്നതേയില്ല. പേടിയായിരുന്നു. ആ നിലവിളി അർബാബിന് ഇഷ്ടമായില്ലെങ്കിലോ എന്ന പേടി. അതുതന്നെയുമല്ല, കനത്ത ഇരുട്ടല്ലാതെ ആഹാരം കഴിക്കാൻ പാകത്തിൽ കടകളെന്തെങ്കിലും ഉള്ളതിന്റെ സൂചന കാണിച്ചതുമില്ല. വണ്ടി മൺപാതയിലൂടെ ഓട്ടം തുടങ്ങിയിട്ടുതന്നെ മണിക്കൂർ ഒന്നെങ്കിലും പിന്നിട്ടിരിക്കണം. കുലുങ്ങിക്കുലുങ്ങി എനിക്കു നടുവേദനിക്കാൻ തുടങ്ങിയിരുന്നു. ശ്വസിക്കാൻ ബുദ്ധിമുട്ടും വിധത്തിൽ പൊടിപടലങ്ങൾ ഉയർന്നുപൊങ്ങുന്നുണ്ട്. എന്തൊരു യാത്രയാണിത്, എന്റെ പടച്ചോനേ... ഞാൻ അറിയാതെ പറഞ്ഞുപോയി.

അന്നേരം മുതൽ എന്തെന്നറിയാത്ത ഭീതി ഒരു മണിയനീച്ചയെപ്പോലെ എന്റെ മനസ്സിനെ വലംവെച്ചുതുടങ്ങി. അകാരണമായ ഒരു സംശയം മനസ്സിനെ ഇറുക്കാൻ തുടങ്ങി. ഞാൻ മോഹിച്ചതരം, ഞാൻ സ്വപ്നം കണ്ടതരം ഒരു ഗൾഫിലേക്കല്ല എന്റെ ഈ യാത്ര നീളുന്നത് എന്നൊരു തോന്നൽ. വെറുതെ ഒരു തോന്നൽ. ഞാൻ ആരിൽനിന്നൊക്കെയോ കേട്ടറിഞ്ഞ ഗൾഫ് ഇങ്ങനെയൊന്നുമല്ല. എന്തോ എവിടെയോ ഒരു കുഴപ്പം മണക്കുന്നതുപോലെ. ഒന്നും വ്യക്തമല്ല. ഈ സംശയം ഹക്കീമിനോട് പങ്കുവച്ചിരുന്നെങ്കിൽ അല്പം ആശ്വാസം കിട്ടുമായിരുന്നു. എന്നാൽ അവൻ നല്ല ഉറക്കമാണ്. ഉറങ്ങട്ടെ. ഒരു പക്ഷേ എന്റെ ആധി കേട്ടിരുന്നെങ്കിൽ അവൻ അപ്പോഴേ കരച്ചിൽ തുടങ്ങുമായിരുന്നിരിക്കണം.

സമയം എത്രയായെന്ന് അറിയാൻ യാതൊരു മാർഗ്ഗവും ഉണ്ടായിരുന്നില്ല. ശശിക്ക് വാച്ചൂരിക്കൊടുക്കാൻ തോന്നിയ നിമിഷത്തെ വീണ്ടും ശപിച്ചു. അല്ലെങ്കിൽ എത്തുമ്പോൾ എത്തട്ടെ. സമയം അറിഞ്ഞിട്ട് എന്തുചെയ്യാൻ..?! എന്റെ സ്വന്തം അർബാബിന്റെ വാഹനത്തിലാണ്

ഞാൻ യാത്ര ചെയ്യുന്നത്. അദ്ദേഹത്തിന്റെ കയ്യിൽ എന്റെ ജീവിതം സുരക്ഷിതവും ശോഭനവുമാണ്. പിന്നെ സമയത്തെയോർത്ത് ഞാനെന്തിന് വേവലാതിപ്പെടണം...?! ഞാൻ വണ്ടിയുടെ പുറകിൽ ഉണ്ടായിരുന്ന ഒരു പുൽക്കെട്ടിലേക്ക് തല മെല്ലെ ചായ്ച്ചുവെച്ചു കിടന്നു. മേലെ ആകാശത്ത് നക്ഷത്രങ്ങൾ അവയുടെ വെളിച്ചം ഒളിപ്പിച്ച് ഉറക്കമായിക്കഴിഞ്ഞിരുന്നു. വെറുതെ ആ കറുത്ത ആകാശശൂന്യതയിലേക്ക് കണ്ണുമിഴിച്ച് ഞാൻ കിടന്നു. വണ്ടിയുടെ ഒടുങ്ങാത്ത കുലുക്കവും ഇരമ്പലും എനിക്ക് ആ യാത്രാക്ഷീണത്തിൽ താരാട്ടായി. ആ കിടപ്പിൽക്കിടന്ന് ഞാൻ എപ്പഴോ ഉറങ്ങിപ്പോയി.

എട്ട്

പിന്നെ എപ്പഴോ അർബാബ് തട്ടിവിളിക്കുമ്പോഴാണ് ഞാൻ എഴുന്നേൽക്കുന്നത്. കണ്ണു തുറന്നപ്പോൾ ചുറ്റും കണ്ണിൽ കുത്തിക്കയറുന്ന ഇരുട്ട് മാത്രം. എവിടെയാണ് എത്തിപ്പെട്ടിരിക്കുന്നതെന്ന് ഒരെത്തും പിടിയും കിട്ടുന്നില്ല. കണ്ണ് കാഴ്ചയിലേക്കു തെളിഞ്ഞുവരാൻ പിന്നെയും കുറേ നേരമെടുത്തു. ഹക്കീം അപ്പോഴും യാതൊരു ബോധവുമില്ലാതെ ഉറക്കത്തിലായിരുന്നു. അർബാബ് ദേഷ്യത്തോടെ പിന്നെയും അഴിയിൽ തട്ടി ശബ്ദമുണ്ടാക്കി. ഹക്കീം പിടഞ്ഞെണീറ്റു. പുറത്തേക്കിറങ്ങാൻ അർബാബ് കൈകാണിച്ചു. ഞാൻ എന്റെ ബാഗ് തപ്പിപ്പിടിച്ച് എഴുന്നേറ്റപ്പോൾ ഞാനല്ല ഹക്കീമാണെന്ന് അർബാബ് കൈ ചൂണ്ടി. ഉറക്കപ്പിച്ചയിൽ അവനൊന്നും മനസ്സിലാവുന്നുണ്ടായിരുന്നില്ല. അർബാബ് ദേഷ്യം പിടിച്ച കാട്ടുപൂച്ചയെപ്പോലെ എന്തോ ഒന്ന് മുരണ്ടു.

ഞങ്ങൾ രണ്ടു പാവങ്ങളല്ലേ അർബാബ്. ഒന്നും ഏതും അറിയാത്ത രണ്ടുപേർ. ഞങ്ങളോടിങ്ങനെ അകാരണമായി ചൂടായാലെങ്ങനെ. അർബാബിനറിയാമോ, വല്ലാതെ വിശക്കുന്നുണ്ട്. അതിലേറെ ദാഹിക്കുന്നുമുണ്ട്. ഇങ്ങനെ പട്ടിണി കിടന്ന ഒരു ദിവസം ജീവിതത്തിൽ ഓർമ്മയില്ല. നല്ല സ്വീകരണംതന്നെ. അതിനിടയിലാണ് അങ്ങയുടെ അനാവശ്യമായ ദേഷ്യപ്പെടൽ. അല്ല ഞങ്ങളെന്തിന് പാവം അർബാബിനെ പഴിക്കുന്നു. അയാൾക്കും കാണില്ലേ ക്ഷീണവും ദാഹവും വിശപ്പും ഒക്കെ. ഞങ്ങളെ സ്വീകരിക്കാനായി എത്ര മണിക്കൂർ മുൻപ് പുറപ്പെട്ടതായിരിക്കണം. ഞങ്ങളാണെങ്കിൽ വിമാനത്തിലാണ് യാത്ര ചെയ്തത് എന്നു വെയ്ക്കാം. ഇത്രയും ദൂരം അങ്ങോട്ടും ഇങ്ങോട്ടുംകൂടി ഈ അറുപഴഞ്ചൻ വണ്ടി ഓടിച്ചതിന്റെ ക്ഷീണം വേറെയും കാണും. വിമാനത്തിലും വണ്ടിയിലുമായി ഞങ്ങൾ കുറെയൊക്കെ ഉറങ്ങുകയെങ്കിലും ചെയ്തു. അർബാബോ അതുപോലുമില്ല. ഞങ്ങളെ ഒരിടത്ത് ആക്കിയിട്ട് വേണമായിരിക്കും അർബാബിന് ഒരുതുള്ളി വെള്ളം കുടിക്കാൻ. ഇത്തിരി ആഹാരം കഴിക്കാൻ. ഒന്നു നടുനിവർത്താൻ. ദേഷ്യപ്പെട്ടോളൂ അർബാബ്. ആവശ്യത്തിന് ദേഷ്യപ്പെട്ടോളൂ. വണ്ടി നിർത്തിയത്

അറിയുകപോലും ചെയ്യാതെ ഉറങ്ങിപ്പോയതിന് ഞങ്ങൾതന്നെയാണ് കുറ്റക്കാർ.

ഹക്കീം ബാഗും തൂക്കി പുറത്തേക്കു ചാടി. തികച്ചും ഒരു വെളിമ്പ്രദേശത്താണ് ഞങ്ങൾ എത്തിപ്പെട്ടിരിക്കുന്നത് എന്നാണ് എനിക്കു തോന്നിയത്. കാഴ്ചവട്ടത്തെങ്ങും ഒരു കെട്ടിടമോ വൃക്ഷമോ കാണാനില്ല. അങ്ങു ദൂരെ ഇരുണ്ട ആകാശത്തിൽ വരച്ച ഒരു ഭൂപടംപോലെ ഒരു കുന്നിൻചെരിവോ പാറക്കെട്ടോ എന്തോ ഒന്നു കാണാം. എന്റെ പടച്ചോനേ, എവിടെയാണ് ഞാൻ എത്തിപ്പെട്ടിരിക്കുന്നത് എന്നൊരു നിലവിളി എന്റെ നെഞ്ചിൽ കലങ്ങി.

അർബാബ് ഇരുട്ടത്ത് ചിരപരിചിതനെപ്പോലെ മുന്നിൽ നടന്നു. മടിച്ചുമടിച്ച് ഹക്കീം ബാഗും തൂക്കി അർബാബിനെ പിന്തുടർന്നു. ശെടാ. ഞാനും ഹക്കീമും ഒരു കമ്പനിയിലേക്കല്ലേ വന്നത്? ഞങ്ങൾ ഒന്നിച്ചല്ലേ കഴിയേണ്ടതും ജോലി ചെയ്യേണ്ടതും...? പിന്നെന്തിനാണ് അർബാബ് അവനെ ഈ ഇരുട്ടത്ത് ഇറക്കിയത്...? എന്നെ എന്തിനാണ് ഈ വണ്ടിയിൽത്തന്നെ ഇരുത്തിയിരിക്കുന്നത്...? ഈ രാത്രിയിൽ അവനെ എങ്ങോട്ടു കൊണ്ടുപോകുന്നു...? പടച്ചോനേ... അവന്റുമ്മ എന്നെ ഏല്പിച്ചാണ് വിട്ടിരിക്കുന്നത്...? അർബാബേ എന്റെ കശ്മലാ – നീ ആ പാവംപിടിച്ചവനെ എങ്ങോട്ടു കൊണ്ടുപോകുന്നു..? രണ്ടും കല്പിച്ച് ഞാൻ വണ്ടിയിൽനിന്ന് ചാടിയിറങ്ങി. ബാഗെടുത്തു. പിന്നെ അർബാബിന്റെയും ഹക്കീമിന്റെയും പിന്നാലെ ഓടിച്ചെന്നു. അർബാബ് ഒന്നു തിരിഞ്ഞുനോക്കി. അയാളുടെ കണ്ണുകൾ ആ രാത്രിയിലും ദേഷ്യം കൊണ്ട് ചുവന്നിരിക്കുന്നതു ഞാൻ കണ്ടു. ഞാൻ മലയാളത്തിൽ എന്തൊക്കെയോ ചോദിച്ചു. ആംഗ്യംകൊണ്ടും ദ്വേഷ്യംകൊണ്ടും അയാളെന്നെ വണ്ടിയിലേക്കു തിരിച്ചോടിക്കാൻ ശ്രമിച്ചു. ഞാൻ പോകുന്നില്ലെന്നു കണ്ടപ്പോൾ അയാൾ അരയിൽനിന്ന് ബെൽട്ടൂരി ആകാശത്തിൽ ഒരു ചുഴറ്റു ചുഴറ്റി. അതിന്റെ രക്തമിറ്റുന്ന ശീല്ക്കാരം പേടിപ്പെടുത്തുന്നതായിരുന്നു. മടിച്ചുമടിച്ച് ഞാൻ വണ്ടിയിലേക്കു മടങ്ങിപ്പോന്നു.

ഏതു കൂരിരുട്ടിലും വെളിമ്പ്രദേശത്തിന് ഒരു വെളിച്ചമുണ്ട്. ആകാശത്തിലും ഭൂമിയുടെ അങ്ങേക്കോണിലും എവിടെയൊക്കെയോ തട്ടി ബാക്കിയാവുന്ന ഒരു വെളിച്ചക്കീറ്. ആ വെളിച്ചത്തിലേക്കു കണ്ണു തെളിഞ്ഞുവന്നപ്പോൾ എനിക്ക് കാഴ്ച കുറേക്കൂടി ദൂരത്തിലേക്കു കാണാമെന്നായി. കമ്പിവേലികൊണ്ടു മറച്ച ഒരു ചുറ്റുവളപ്പിന്റെ ഇരുമ്പുഗേറ്റിനു മുന്നിലാണ് അർബാബ് ചെന്നുനിന്നത്. നീളൻ കുപ്പായത്തിന്റെ പോക്കറ്റിൽനിന്നും ഒരു താക്കോൽ തപ്പിയെടുത്ത് താഴു തുറന്ന് ഹക്കീമിനെയുംകൊണ്ട് അകത്തേക്കു പോകുന്നതു കണ്ടു. അകത്തെ കാഴ്ചകൾ എന്തെന്ന് അറിയാൻ എനിക്ക് അതിയായ ആകാംക്ഷ (പേടി നിറഞ്ഞത്) ഉണ്ടായിരുന്നെങ്കിലും അതിനും മാത്രം വെളിച്ചം ആകാശത്തിനില്ലായിരുന്നു.

ആ അന്തരീക്ഷത്തിൽ എനിക്ക് ആകെ വേർതിരിച്ചറിയാനാവുന്നത് ഇന്നേവരെ ഞാൻ മണത്തിട്ടില്ലാത്ത എന്തോ ഒരു മുശടുവാടയാണ്. ഒരുപക്ഷേ, അർബാബിന്റെ മണം. മരുഭൂമിയിലൂടെയാണ് ഇത്രയും നേരം വണ്ടിയോടി വന്നതെന്ന് എന്റെ സാമാന്യബുദ്ധിക്ക് ആലോചിക്കാൻ കഴിയും. എങ്കിൽ ഇതു മരുഭൂമിയുടെ മണമാണോ...? മരുഭൂമിക്ക് അങ്ങനെ ഒരു മണമുണ്ടോ...? ആഴക്കടലിന് ഒരു മണമുണ്ടെന്നു പറഞ്ഞുകേൾക്കുന്നതുപോലെ...?! അന്തരീക്ഷം മുഴുവൻ ആ മണം നിറഞ്ഞു നിൽക്കുന്നുണ്ട്. വണ്ടി നിർത്തിയതു മുതൽ ഞാനതു ശ്രദ്ധിക്കുന്നുണ്ട്. ആദ്യം വണ്ടി ഉയർത്തിയ പൊടിപടലത്തിന്റേതാണെന്നാണ് കരുതിയത്.

ഇപ്പോൾ അതു കുറേക്കൂടി വ്യക്തമാണ്. അർബാബ് ഹക്കീമിനെയും കൊണ്ട് കയറിപ്പോയ കമ്പിവേലിയുടെ ഭാഗത്തുനിന്നുമാണ് അതു വരുന്നത്. എല്ലുപൊടിയുടെയും ചാണകത്തിന്റെയും മിശ്രിത ഗന്ധം പോലെ. ഇനി വല്ല എല്ലുപൊടി ഫാക്ടറിയിലുമാണോ ഞങ്ങൾ എത്തിപ്പെട്ടിരിക്കുന്നത്..? എങ്കിൽ അതിന്റെ കെട്ടിടങ്ങളെവിടെ...? മിഷ്യനുകളെവിടെ...? എല്ലിൻ കൂനകളെവിടെ...? അതിന്റെ പുകക്കുഴലുകളെവിടെ..? ആ, ആർക്കറിയാം.

അർബാബിന്റെ മടങ്ങിവരവും പ്രതീക്ഷിച്ച് ഞാൻ വണ്ടിയുടെ പുറകിൽ കാത്തിരുന്നു. എന്നെ ശരിക്കും പേടി ബാധിച്ചു കഴിഞ്ഞിരുന്നു. എന്തോ അപകടത്തിലേക്കാണ് ഞാൻ വന്നുകയറിയിരിക്കുന്നതെന്ന് ഒരു തോന്നൽ. ഹക്കീം അർബാബിന്റെ തടവറയിൽ ആയതുപോലെ. അടുത്തത് എന്റെ ഊഴമാണ്. എന്നെ മറ്റേതെങ്കിലും തടവറയിൽ പൂട്ടാനായിരിക്കും അയാളുടെ പദ്ധതി. അതിനു മുൻപ് ഓടി രക്ഷപ്പെടുക. ഈ അപകടത്തിൽനിന്നും രക്ഷപ്പെടുക. പക്ഷേ എങ്ങോട്ട്? ചുറ്റോടുചുറ്റും നീണ്ട വിശാലതയല്ലാതെ മറ്റൊന്നും ദൃശ്യമല്ല. ഓടിയാൽ വഴിയറിയാതെ ദിക്കറിയാതെ ഈ മരുഭൂമിയിൽ അലഞ്ഞ് ചാവുകയേയുള്ളൂ. ഇപ്പോൾത്തന്നെ ദാഹവും വിശപ്പും എനിക്കു സഹിക്കാനാവുന്നില്ല. എങ്കിൽപ്പിന്നെ എത്രദൂരം എനിക്കു താണ്ടിമറയാനാവും..? ഓടിപ്പോകാനുള്ള അതിയായ കൊതിയോടെ എന്നാൽ, തെല്ലും ചലിക്കാതെ ഞാൻ ആ വണ്ടിയുടെ പിന്നിൽ ഇരുന്നു.

അല്പനേരം കഴിഞ്ഞപ്പോൾ അർബാബ് തനിയെ ഇറങ്ങിവന്നു. ഗേറ്റ് പുറത്തുനിന്നും പൂട്ടി. ഞാൻ വണ്ടിയുടെ പിന്നിൽനിന്നും ചാടിയിറങ്ങി അർബാബിന്റെ അരുകിലേക്ക് ഓടിച്ചെന്ന് ഹക്കീം എവിടെ എന്നു തിരക്കി. അർബാബ് മുഖം ചുളിച്ച് എന്നെ ഒന്നുനോക്കിയ ശേഷം വണ്ടിയിലേക്കു നടന്നു. നടത്തത്തിനിടെ അർബാബ് എന്നോട് എന്തൊക്കെയോ പറഞ്ഞു. എല്ലാം അറബിയിലായിരുന്നതുകൊണ്ട്

തീർച്ചയായും എനിക്കൊരു ചുക്കും മനസ്സിലായില്ല. അർബാബ് ചെന്ന് വണ്ടിയിൽ കയറി. ഞാനും ഓടിച്ചെന്ന് പിന്നിൽ കയറി.

വണ്ടി കഷ്ടിച്ച് ഒരു കിലോമീറ്റർ സഞ്ചരിച്ചുകാണും. അവിടെ നിന്നു. അർബാബ് ഇറങ്ങി. ഞാനും. അതുമൊരു വെളിമ്പ്രദേശമായിരുന്നു. അർബാബ് നടന്ന ദിശയിലേക്കു ബാഗും തൂക്കി ഞാനും നടന്നു. കുറച്ചകലെ മാറി ഒരു കൂടാരം എന്റെ കണ്ണിൽ പെട്ടു. അർബാബിന്റെ ലക്ഷ്യം അതാണെന്ന് എനിക്കു മനസ്സിലായി. വെളിമ്പ്രദേശത്തിന്റെ സ്വതഃസിദ്ധമായ വെളിച്ചമല്ലാതെ കൂടാരത്തിലും പ്രത്യേക വെളിച്ചം ഒന്നും കണ്ടില്ല. ഞങ്ങൾ നടന്ന് കൂടാരത്തിനടുത്തെത്തിയപ്പോൾ അതിൽനിന്ന് മറ്റൊരു അർബാബ് അറബിവേഷത്തിൽ ഇറങ്ങിവന്നു. ശരിക്കും പുരാതന അറബിക്കഥയിൽ നിന്നും ഇറങ്ങി വന്നതുപോലെ ഒരു കുറുകിയ അർബാബ്. വേഷവും മണവുമൊക്കെ എന്റെ സ്വന്തം അർബാബിനേക്കാൾ മോശം.

അവർ തമ്മിൽ എന്തൊക്കെയോ സംസാരിച്ചു. പിന്നെ എന്നെ പുതിയ അർബാബിനെ ഏല്പിച്ചശേഷം എന്റെ സ്വന്തം അർബാബ് വണ്ടിയിലേക്കു തിരിച്ചുപോയി. ഹക്കീമിനെയും ഇതുപോലെ മറ്റേതെങ്കിലും അർബാബിനെ ഏല്പിച്ചിട്ടാവും സ്വന്തം അർബാബ് വന്നിരിക്കുന്നത് എന്നോർത്തപ്പോൾ അല്പം ആശ്വാസം തോന്നി. എട്ടും പൊട്ടും തിരിയാത്ത ചെറുക്കനാണ്. അവനെ വല്ല ഇരുട്ടുമുറിയിലും പൂട്ടിയിട്ടു കളഞ്ഞോ എന്നായിരുന്നു എന്റെ പേടി.

കൂടാരത്തിന് തെല്ലു ദൂരത്തായി കമ്പിവേലികളുടെ ഒരു നീണ്ട നിരതന്നെ കാണാമായിരുന്നു. ഹക്കീമിനെ കൊണ്ടിറക്കിയ കമ്പിവേലിക്കകത്തുനിന്നെന്നപോലെ അവിടെയും ഒരു മുശടുവാടയുടെ പ്രഭവകേന്ദ്രമായിരുന്നു. പിന്നെ എന്തൊക്കെയോ തിരിച്ചറിയാനാവാത്ത നിഴലനക്കങ്ങളുടെയും. അവിടേക്ക് കൈ ചൂണ്ടിക്കാണിച്ചിട്ട് എന്റെ പുതിയ അർബാബ് സ്വന്തം കൂടാരത്തിനുള്ളിലേക്കു കയറിപ്പോയി. നാലുവശവും തുറന്ന ഒരു കൂടാരമായിരുന്നു അത്. ഒരു കട്ടിലല്ലാതെ മറ്റെന്തെങ്കിലും അതിനുള്ളിലുള്ളതായി കാണാൻ കഴിഞ്ഞില്ല. പുതിയ അർബാബ് ചെന്ന് ആ കട്ടിലിൽ കയറിക്കിടന്നു.

എനിക്കു വല്ലാത്ത സങ്കടം തോന്നി. എന്നാലും എന്റെ അർബാബുമാരേ.. കണ്ണിൽച്ചോരയില്ലാതെ എന്നെയിങ്ങനെ ഇവിടെ ഈ ഇരുട്ടത്ത് കൂടാരത്തിനു മുന്നിൽക്കൊണ്ടു നിർത്തിയിട്ട് ഒരു വാക്കുപോലും ഉരിയാടാതെ നിങ്ങൾ ഒരു പോക്ക് പോയിക്കളഞ്ഞല്ലോ. ഞാൻ ആദ്യമായിട്ടാണ് ഗൾഫിൽ വരുന്നതെന്ന് നിങ്ങൾക്കറിയാതെയാണോ...? നീ ആഹാരം കഴിച്ചതാണോ..? നിനക്ക് ദാഹിക്കുന്നുണ്ടോ...? നിനക്ക് വിശക്കുന്നുണ്ടോ..? എന്തെങ്കിലും ഒരു വാക്ക് നിങ്ങൾ എന്നോട്

എന്റെ കൺമുമ്പിൽ കമ്പിവേലിയോട് ചേർന്ന് ഒരു കട്ടിൽ.
അതിൽ ഒരു മനുഷ്യൻ കൂനിപ്പിടിച്ചിരിക്കുന്നു.
ആ രൂപം കണ്ട് ഞാൻ സ്തംഭിച്ചു നിന്നുപോയി.

ചോദിക്കേണ്ടിയിരുന്നതല്ലേ..? എനിക്കെന്റെ താമസസ്ഥലം കാണിച്ചു തരികയും എന്നെ എന്റെ സഹപ്രവർത്തകർക്കു പരിചയപ്പെടുത്തി ത്തരികയും ചെയ്യേണ്ടിയിരുന്നതല്ലേ..? ഇതാണോ ഞാൻ പണ്ടേ കേട്ട റിഞ്ഞിട്ടുള്ള അറബികളുടെ ആതിഥ്യമര്യാദ..? എന്റെ അർബാബേ, നിങ്ങൾ എന്തൊരു അർബാബാണ്..? ചതിക്കല്ലേ... നിങ്ങളിലാണെന്റെ ഭാവി. നിങ്ങളിലാണെന്റെ സ്വപ്നം. നിങ്ങളിലാണെന്റെ പ്രതീക്ഷ.

എത്രനേരം ആ ഇരുട്ടത്ത് അങ്ങനെ നിന്നു എന്നെനിക്കറിയില്ല. ഇപ്പോൾ പോയ സ്വന്തം അർബാബ് ഒരുപക്ഷേ എനിക്കുള്ള ആഹാര വുമായി തിരിച്ചുവന്നേക്കുമെന്ന് ഞാൻ പ്രതീക്ഷിച്ചിരുന്നോ..?

പ്രതീക്ഷിച്ചിരുന്നിരിക്കണം. പക്ഷേ അങ്ങനെ അവിടെ നിന്നിട്ട് ഒരു കാര്യവുമില്ലെന്നു ബോധ്യപ്പെട്ട നിമിഷത്തിൽ കൂടാരത്തിനുള്ളിലെ അർബാബ് കൈചൂണ്ടിയ ഭാഗത്തേക്കു ഞാൻ നടന്നു.

എന്റെ താമസസ്ഥലം അവിടെ എവിടെയെങ്കിലും ആയിരിക്കും. പക്ഷേ അവിടെ ഒരു കെട്ടിടം പോയിട്ട് ഒരു കൂടാരംപോലും ഉള്ളതിന്റെ യാതൊരു ലക്ഷണവും ഇല്ലായിരുന്നു. പെട്ടെന്ന് എന്റെ ഉള്ളൊന്ന് ആളി. എന്റെ സ്വന്തം അർബാബ് കിടക്കുന്നത് മരുഭൂമിക്കു നടുവിൽ ഇങ്ങനെ നാലുവശവും തുറന്ന ഒരു കൂടാരത്തിനുള്ളിലാണെങ്കിൽ എവിടെയാവും എന്റെ കിടപ്പ്..?!!

കമ്പിവേലിക്കടുത്തേക്ക് വേവലാതിയോടെ ഞാൻ നടന്നു. കമ്പി വേലിക്കുള്ളിൽ ചില നിഴലുകളുടെ അനക്കങ്ങളും ചിനയ്ക്കലുകളും ചാട്ടങ്ങളും എനിക്കു കാണാനായി. പെട്ടെന്ന് എന്റെ വരവ് തിരിച്ചറി ഞ്ഞിട്ടെന്നോണം അകത്തുനിന്ന് ഒരു കരച്ചിൽ കേട്ടു. ഒരു നേർത്ത ചിണുങ്ങിക്കരച്ചിൽ... അതൊരു ആടിന്റെ കരച്ചിലായിരുന്നു! ഞാൻ കമ്പിവേലിക്കകത്തേക്കു സൂക്ഷിച്ചു നോക്കി. ആടുകൾ! നൂറുകണ ക്കിന് ആടുകൾ!! കടലുപോലെ ഇളകിമറിയുന്ന ആടുകളുടെ ഒരു നീണ്ട നിര. പെട്ടെന്ന് എന്റെ തൊഴിലിനെപ്പറ്റി ഒരു ഏകദേശ ധാരണ ഒരു ആകാശഭീതിപോലെ എന്റെ മനസ്സിൽ വന്നു പതിച്ചു.

ആ ഭീതിയുടെ കൊടുംനിഴലിൽ ഞാൻ കമ്പിവേലിയുടെ അരികു പറ്റി പിന്നെയും മുന്നോട്ടു നടന്നു. ഒരു മൂന്നാല് ചുവട് വെച്ചതേ യുള്ളൂ.. എന്റെ കൺമുമ്പിൽ കമ്പിവേലിയോടു ചേർന്ന് ഒരു കട്ടിൽ. അതിൽ ഒരു മനുഷ്യൻ കൂനിപ്പിടിച്ചിരിക്കുന്നു. ആ രൂപം കണ്ട് ഞാൻ സ്തംഭിച്ചു നിന്നുപോയി.

ഒമ്പത്

ശരീരത്തെ ബാധിച്ച നേർത്ത വിറയലോടെ ഞാൻ ആ ഭീകരരൂപിയുടെ അടുത്തേക്കു ചെന്നു. വർഷങ്ങളായി കൊടുംവനങ്ങളിൽ കഴിഞ്ഞ കാട്ടാളനെ പ്പോലെ ജടപിടിച്ച മുടി. വയറോളം താഴ്ന്നു വളർന്നിരിക്കുന്ന താടിരോമങ്ങൾ. മുഷിഞ്ഞതിൽ മുഷിഞ്ഞതായ ഒരു അറബി വസ്ത്രം. പിന്നെ അടുത്തു ചെല്ലാനാവാത്ത മുശടു ഗന്ധവും! ഞാൻ അടുത്തേക്കു ചെല്ലുന്നതു കണ്ടിട്ടും ആ രൂപത്തിന് ഒരു അനക്കവുമില്ല. പ്രതിമയാണോ മരിച്ചതാണോ മനുഷ്യൻ തന്നെയാണോ എന്നൊരാന്തൽ ഒരുനിമിഷത്തേക്ക് എനിക്കുണ്ടായി. എന്നാൽ നിനച്ചിരിക്കാതെ ആ രൂപത്തിൽനിന്നും ഒരു ചിരി ഉയർന്നു. വളരെ അയഞ്ഞ ഒരു പൊട്ടിച്ചിരി. എന്തായിരുന്നു ആ ചിരിയുടെ അപ്പോഴത്തെ അർത്ഥവും സാംഗത്യവുമെന്ന് അന്നും ഇന്നും എനിക്കറിഞ്ഞുകൂടാ. ചിരിക്കു ശേഷം ഹിന്ദിയിൽ എന്നോട് എന്തൊക്കെയോ പറഞ്ഞു. സ്കൂൾ പഠനം അഞ്ചാം ക്ലാസിൽ അവസാനിച്ചിരുന്നതിനാലും ഹിന്ദി പഠിക്കേണ്ട ഒരു സാഹചര്യം പിന്നീടൊരിക്കലും ജീവിതത്തിൽ സംജാതമാകാതിരുന്നതിനാലും എനിക്കൊന്നും മനസ്സിലായില്ല. ഒരുപക്ഷേ, ഹിന്ദിയേക്കാൾ എനിക്കു കൂടുതൽ മനസ്സിലാകുമായിരുന്ന ഭാഷ അറബി ആയിരിക്കണം.

പക്ഷേ ആ വർത്തമാനത്തിൽ സഹതാപമുണ്ടായിരുന്നു, പുച്ഛമുണ്ടായിരുന്നു, സങ്കടമുണ്ടായിരുന്നു, ദ്വേഷ്യമുണ്ടായിരുന്നു, പരിഹാസമുണ്ടായിരുന്നു. വിധിയെ ഓർത്തുള്ള വിലാപവും നിലവിളിയും ഉണ്ടായിരുന്നു എന്ന് എനിക്കു മനസ്സിലാവുന്നു. വികാരങ്ങൾക്കു ഭാഷ വേണ്ടല്ലോ.

പിന്നെ ആ രൂപം വെട്ടിയിട്ടതുപോലെ കട്ടിലിലേക്കു വീണു മാണ്ടുകിടന്ന് ഉറങ്ങി. അല്പനേരത്തിനകം ആ രൂപത്തിൽനിന്നും കനത്ത കൂർക്കംവലി ഉയരുന്നതു ഞാൻ കേട്ടു.

എത്തിപ്പെട്ടിരിക്കുന്ന സാഹചര്യത്തെപ്പറ്റിയും എടുക്കേണ്ട തൊഴിലിനെപ്പറ്റിയും ഒരു ഏകദേശ ധാരണ എനിക്കപ്പോൾത്തന്നെ കിട്ടി. ഭാവിയിലെ മറ്റൊരു ഭീകരരൂപിയായി മാറുന്ന എന്നെപ്പറ്റി ഞാൻ ഒരു

നിമിഷം ഞെട്ടലോടെ ഓർത്തു. പക്ഷേ അതിനു മുൻപ് രക്ഷപ്പെടണം. എവിടേക്ക്..? എങ്ങോട്ടെങ്കിലും... എങ്ങനെ...? എങ്ങനെയും... ഇപ്പോൾ ഈ നിമിഷം തന്നെ. അർബാബ് കൂടാരത്തിനുള്ളിൽ ഉറക്കമായിക്കഴി ഞ്ഞിരിക്കണം. ഭീകരരൂപി ഇവിടെയും ഉറക്കമായിക്കഴിഞ്ഞു. മറ്റാരും എന്നെ കാണാനില്ല. ഓടിയാൽ.. എവിടെ വരെ ഞാൻ ഓടും..? ഏതു വഴി..? ഏതു ദിശയിൽ..? ഏതു ദേശത്തേക്ക്...? ഒന്നും എനിക്കറിഞ്ഞു കൂടാ... നഗരത്തിൽനിന്നും ഞാൻ വണ്ടിയിൽ യാത്ര ചെയ്ത ദൂരവും സമയവും ഞാൻ എത്തിപ്പെട്ടിരിക്കുന്ന ഇടത്തെപ്പറ്റി ഒരേകദേശ ധാര ണയുടെ ഭീതി എന്നിൽ ഉണർത്തിവിട്ടു. ആ ചിന്തതന്നെ എങ്ങോട്ടും പോകാനാവാതെ എന്നെ അവിടെ തളച്ചിടുകയും ചെയ്തു.

രാത്രി പിടികിട്ടാത്തവിധം ഒത്തിരി വളർന്നു കഴിഞ്ഞിരുന്നു. രാത്രി യിലെ മരുക്കാറ്റിന് നാട്ടിലെ മകരമാസത്തിലെ തണുപ്പുണ്ടായിരുന്നു. എനിക്കാണെങ്കിൽ തളർന്നുപോകുന്ന യാത്രാക്ഷീണവും. ദാഹത്തി ന്റെയും വിശപ്പിന്റെയും കാര്യം പറയാതിരിക്കുന്നതാവും നല്ലത്. നാട്ടി ലാണെങ്കിൽ ഒൻപതാവുമ്പോൾ അത്താഴമുണ്ട് കണ്ണടയ്ക്കുന്നതാണ് പതിവ്. കിടക്കാനോ ഇരിക്കാനോ ഒരിടമില്ലാതെ ഞാൻ ആ വെളി മ്പ്രദേശത്തു തരിച്ചുനിന്നു. പിന്നെ കാലുകഴച്ചപ്പോൾ ബാഗ് പതിയെ ഭീകരരൂപിയുടെ കട്ടിലിനരികെ വെച്ച് അതിനു മുകളിലിരുന്നു. ഉമ്മ തന്നയച്ച, സൈനു തന്നയച്ച അച്ചാർ എന്നൊക്കെയുള്ള വിചാരങ്ങൾ എപ്പോഴേ പോയിക്കഴിഞ്ഞിരുന്നു. അവിടെയിരുന്നു ഞാൻ ചുറ്റുപാടും ഒരിക്കൽക്കൂടി വീക്ഷിച്ചു. കമ്പിവേലിക്കരുകിലായി വലിയ ഒരു ടാങ്ക് എന്റെ കണ്ണിൽപ്പെട്ടു. ഞാൻ എഴുന്നേറ്റ് അതിന്റെ അരികിലേക്കു ചെന്നു. അതിനടിയിൽ വെള്ളം പിടിക്കാൻ പാകത്തിൽ രണ്ടോ മൂന്നോ ടാപ്പ് ഉണ്ടായിരുന്നു. കൊതിയോടെ ആർത്തിയോടെ ഞാനതിന്റെ പിടി തിരിച്ചു. ഹാ- അതിൽനിന്നും തണുത്ത വെള്ളം ഒഴുകാൻ തുടങ്ങി. ആർത്തിയോടെ ഞാനതു മൊത്തിക്കുടിച്ചു. ദാഹം നിറയെ, വയറുനിറയെ ഞാൻ വെള്ളം കുടിച്ചു. പിന്നെ ഒരിക്കലും കിട്ടിയി ല്ലെങ്കിലോ എന്ന ഭീതിയോടെ അതിന്റെ പിറ്റേന്നത്തേക്കും അതിന്റെ പിറ്റേന്നത്തേക്കും വേണ്ടത്ര വെള്ളം കുടിച്ചു. ഹൊ - അപ്പോൾ തോന്നിയ ഒരാശ്വാസം. എന്റെ പടച്ചോനേ, ഞാനെങ്ങനെ പറഞ്ഞറി യിക്കും?! കുറച്ചുനേരത്തേക്ക് ഞാൻ ആ ടാങ്കിന്റെ മുന്നിൽ തളർന്നി രുന്നുപോയി. പിന്നെ എഴുന്നേറ്റു ഭീകരരൂപിയുടെ കട്ടിലിനരുകിൽ പോയിരുന്നു. ക്ഷീണം സഹിക്കാതെ വന്നപ്പോൾ നിലത്തു മണ്ണിൽ കിടന്നു. എന്റെ ബാഗ് തലയിണയാക്കി. ആ കിടപ്പിൽ പുറം വേദനിച്ച പ്പോൾ ഞാൻ വെറുതെ ഒന്നു ചിരിച്ചു. എന്തൊക്കെ സ്വപ്നങ്ങളായി രുന്നു എനിക്ക്. എസി വണ്ടി, എസി മുറി, പതുപതുത്ത മെത്തക്കട്ടിൽ. അതിനരുകിൽ ടിവി. ഇപ്പോഴത്തെ ഈ തുറന്ന കിടപ്പിൽ ഞാൻ

കൊതിയോടെ ആർത്തിയോടെ ഞാനതിന്റെ പിടിതിരിച്ചു.
ഹാ- അതിൽനിന്നും തണുത്ത വെള്ളം ഒഴുകാൻ തുടങ്ങി.
ആർത്തിയോടെ ഞാനത് മൊത്തിക്കുടിച്ചു.

ചിരിക്കുകയല്ലാതെ മറ്റെന്തു ചെയ്യും..? മറ്റൊരു ഗൾഫ് മലയാളിയുടെ ജീവിതത്തിലും ജീവിതവും സ്വപ്നങ്ങളും തമ്മിൽ ഇത്ര വലിയ അന്തരമുണ്ടെന്ന് ഇത്ര വേഗം ബോധ്യപ്പെട്ടു കാണില്ല. അങ്ങനെ ഗൾഫിലെ എന്റെ ആദ്യരാത്രി വലിയ ഒരു പരിഹാസ്യതയിലാണ് അവസാനിച്ചത്.

നൂറുകണക്കിന് ആടുകളുടെ ഒന്നിച്ചുള്ള കരച്ചിലും ബഹളവും ആണ് കാലത്തെന്നെ ഉണർത്തിയത്. കണ്ണുതുറന്നപ്പോൾ ഭൂമി പ്രകാശമാനമായിക്കഴിഞ്ഞിരുന്നു. വെയിൽ പരന്നിട്ടില്ല എന്നേയുള്ളൂ. ഞാൻ പതിയെ നിലംവിട്ട് എഴുന്നേറ്റു. മണ്ണിലെ കിടപ്പുകാരണം ദേഹം നന്നായി വേദനിക്കുന്നുണ്ടായിരുന്നു. മരുഭൂമിയിലെ തണുപ്പിനെ പൊതിയാൻ രാത്രിയിലെപ്പോഴോ ബാഗിൽനിന്നും ഞാനൊരു പുതപ്പെടുത്തു പുതച്ചിരിക്കുന്നു. എപ്പോഴെന്ന് എനിക്കുതന്നെ ഓർമ്മയില്ല. അതു മണ്ണിൽ ചുരുണ്ടുകൂടി കിടപ്പുണ്ട്. രാത്രിയിൽ കണ്ട ഭീകരരൂപിയെ കട്ടിലിൽ കാണുന്നുണ്ടായിരുന്നില്ല. ഭീകരരൂപി എന്നത് എന്റെ ഒരു വെറും രാത്രി സ്വപ്നം മാത്രമായിരുന്നു എന്ന് എനിക്കു തോന്നി.

ഞാൻ കട്ടിലിൽ കയറിയിരുന്നു ചുറ്റും നോക്കി. ഒരുപക്ഷേ രാത്രി ഞാൻ പ്രതീക്ഷിച്ചതിനേക്കാളൊക്കെ ഏറെ ആടുകൾ അവിടെയുണ്ടായിരുന്നു. ചുറ്റുവേലി വളരെയേറെ ദൂരത്തേക്കു വിസ്തൃതി വ്യാപിച്ചു കിടക്കുന്നു. അവ കഷ്ണം കഷ്ണമായി തിരിച്ചിരിക്കുന്നു. ഓരോ കഷ്ണത്തിലും നൂറുകണക്കിന് ആടുകൾ. അതിനപ്പുറം നീണ്ടു വിരിഞ്ഞു കിടക്കുന്ന മരുഭൂമി. അതിങ്ങനെ നീണ്ടുനീണ്ട് അങ്ങ് ചക്രവാളത്തിൽ ചെന്നു തൊടുന്നു. മരത്തിന്റെ ഒരു നിഴൽപോലുമില്ല ആ കാഴ്ചയെ തടുക്കാൻ. ഒരു വശത്തുമാത്രം അല്പം വലിയൊരു കുന്നുണ്ട്. ബാക്കിയെല്ലാം രണ്ടാൾ മൂന്നാൾ പൊക്കമുള്ള മൺക്കൂനകൾ മാത്രം. അതു ഭൂമിയുടെ പരപ്പിനെ നേർപ്രതലം അല്ലാതാക്കുന്നു.

ഇത്തിരി കഴിഞ്ഞപ്പോൾ എന്റെ സംശയം അസ്ഥാനത്താക്കിക്കൊണ്ട് ഭീകരരൂപി ആടുകൾക്കിടയിൽനിന്നും വാതിൽ തുറന്നിറങ്ങി വന്നു. അപ്പോഴാണ് ആ രൂപത്തിന്റെ ഭീകരത കൂടുതൽ വ്യക്തമായും അടുത്തും ഞാൻ കാണുന്നത്. ദേഹത്തും കയ്യിലുമൊക്കെ അഴുക്കു പൊറ്റപിടിച്ചതുപോലെ പറ്റിപ്പിടിച്ചിരിക്കുന്നു. മുടിയിലെയും താടിയിലെയും അഴുക്കും ജടയും പറയേണ്ടതില്ല. കുളിച്ചിട്ട് ഒരു അഞ്ചു വർഷമെങ്കിലും ആയിക്കാണുമെന്നു തോന്നുന്നു. കയ്യിലെ നഖങ്ങൾ വികൃതമായി വളർന്നു വളഞ്ഞ് അഴുക്കു കയറി കറുത്തിരിക്കുന്നു. വസ്ത്രങ്ങൾ കഴുകിയിട്ട് ഒരു നൂറ്റാണ്ടെങ്കിലും ആയിക്കാണണം.

ഒരു അലുമിനിയം പാത്രം നിറയെ പാലുമായിട്ടാണ് ഭീകരരൂപി ഇറങ്ങി വന്നത്. അതിൽനിന്ന് കുറച്ചെടുത്തു തന്നിട്ട് എന്തോ ഒന്ന് ഹിന്ദിയിൽ പറഞ്ഞു. അടുപ്പത്തു വെച്ച് ചൂടാക്കിയതുപോലെ ചൂടുണ്ടായിരുന്നു. ആടുകളുടെ മുലയ്ക്ക് ഇത്രയും ചൂടുണ്ടോ എന്നു

ഞാൻ സംശയിച്ചുപോയി. എന്തായാലും ചൂടുപാലല്ലേ കുടിച്ചോളാനായിരിക്കും പറഞ്ഞതെന്നു കരുതി ഞാനതു വാങ്ങിയ പാടേ മൊത്തിക്കുടിച്ചു. തലേന്നത്തെ വിശപ്പും ദാഹവും ഒക്കെയുണ്ടായിരുന്നു. ഒട്ടും ബാക്കി വെച്ചില്ല. ഭീകരരൂപി എന്റെ തലയ്ക്കിട്ട് ഒരു കിഴുക്ക് തന്നിട്ട് എന്തോ ഒന്നു പുലമ്പി. എന്തോ ചോദിക്കാൻ ശ്രമിച്ചു. എന്തോ ദേഷ്യപ്പെടാൻ നോക്കി. ഭാഷയുടെ ഒരു വലിയ മതിൽക്കെട്ടിൽ തട്ടി അതെല്ലാം വിഫലമായപ്പോൾ അരിശംപിടിച്ച നിസ്സഹായതയോടെ ഒരു പാത്രം പാൽകൂടി കോരിത്തന്നിട്ട് അത് അർബാബിനു കൊണ്ടുകൊടുക്കാൻ കൈയാംഗ്യം കാണിച്ചു.

ഞാൻ ആ പാൽപ്പാത്രവുമായി അർബാബിന്റെ കൂടാരത്തിനകത്തേക്കു ചെന്നു. അർബാബ് കട്ടിലിൽ കിടക്കുകയായിരുന്നു. ഭീകരരൂപിയിൽനിന്നും ഏറെയൊന്നും വ്യത്യസ്തനായിരുന്നില്ല അർബാബും. വേഷം മുഷിഞ്ഞതും ദേഹം നാറുന്നതുമായിരുന്നു. കുളിക്കുന്നതിന്റെ ലക്ഷണങ്ങൾ ഒന്നും ഉണ്ടായിരുന്നില്ല. അർബാബ് എഴുന്നേറ്റിരുന്ന് ഒരു കോട്ടുവാ വിട്ടു. പിന്നെ എന്റെ കയ്യിൽനിന്നും പാത്രം വാങ്ങി ആ പാൽ മുഴുവൻ ഒറ്റവലിക്കു കുടിച്ചു തീർത്തു. ഒരു അഞ്ചുലിറ്റർ പാലെങ്കിലും കാണുമായിരുന്നു ആ പാത്രത്തിൽ!

പാൽപ്പാത്രം തിരിച്ചുതന്നിട്ട് അർബാബ് എന്നോടെന്തോ ചോദിച്ചു. പതിവുപോലെ എനിക്കൊന്നും മനസ്സിലായില്ല. ചോദിച്ച കാര്യം എനിക്കൊന്നു മനസ്സിലാക്കിത്തരാൻ അർബാബ് ആവുന്ന പണിയൊക്കെ അറബിയിൽ നോക്കി. എന്റെ തലയിൽ അതിന്റെ ഒരു രശ്മിപോലും കടന്നുചെന്നില്ല. അർബാബ് ദ്വേഷ്യംകൊണ്ട് നിലത്തു ചവുട്ടി. അപ്പോൾ മാത്രം അതുവരെ ഞാൻ മനസ്സിൽ കടിച്ചുപിടിച്ചിരുന്ന സങ്കടം കണ്ണീരായി പുറത്തുചാടി. ഞാൻ അർബാബിന്റെ മുന്നിൽനിന്ന് പൊട്ടിക്കരഞ്ഞു. ഇപ്പോൾ ആലോചിക്കുമ്പോൾ എന്തിനെന്ന് എനിക്കറിയില്ല. പക്ഷേ നിറഞ്ഞുനിറഞ്ഞു കരഞ്ഞു. അതുവരെ എന്നിലുണ്ടായിരുന്ന സങ്കടവും ദ്വേഷ്യവും വിശപ്പും കരപൊട്ടിയൊഴുകുകയായിരുന്നിരിക്കണം. കരച്ചിലിനിടയ്ക്ക് എനിക്കു പോകണം. എനിക്കിവിടെ വയ്യ. ഞാൻ ഈ പണിക്കല്ല വന്നത് എന്നൊക്കെ പതം പറയുന്നുണ്ടായിരുന്നു. അതൊന്നും അർബാബിന് മനസ്സിലാവുന്നില്ലെന്ന് അറിയാമായിരുന്നിട്ടും പറയുക എന്നത് എന്റെ ബാധ്യതയാണെന്ന് എനിക്കു തോന്നി. എന്റെ കരച്ചിൽ കണ്ട് അർബാബിന് അലിവു തോന്നിയേക്കും എന്നായിരുന്നിരിക്കണം എന്റെ പ്രതീക്ഷ. പക്ഷേ അയാൾ എന്നെ കൂടാരത്തിനു പുറത്തേക്കു ദ്വേഷ്യത്തോടെ ഉന്തിത്തള്ളിവിടുകയാണ് ചെയ്തത്. ഞാൻ കരഞ്ഞുകൊണ്ടുതന്നെ ഭീകരന്റെ കട്ടിലിൽ ചെന്നിരുന്നു. ഭീകരരൂപി എന്തൊക്കെയോ തിരക്കുപിടിച്ച പണിയിലായിരുന്നു. ഞാനൊന്നും ശ്രദ്ധിച്ചതേയില്ല. എന്റെ മനസ്സും കണ്ണും നിറയെ കരച്ചിലായിരുന്നു.

ജോലിക്കിടയിൽ ആട്ടിൻകൂട്ടത്തിൽനിന്ന് പുറത്തേക്കിറങ്ങുമ്പോഴും അകത്തേക്കു കയറുമ്പോഴും ഭീകരരൂപി എന്നോട് എന്തൊക്കെയോ പറഞ്ഞുകൊണ്ടിരുന്നു. എന്നെ അവിടത്തെ സാഹചര്യങ്ങൾ പറഞ്ഞു മനസ്സിലാക്കിത്തരികയോ എന്നെ സാന്ത്വനിപ്പിക്കുകയോ എന്റെ ദുഃഖത്തിൽ പങ്കുചേരുകയോ ഒക്കെ ആയിരുന്നു എന്ന് ആ ശബ്ദത്തിന്റെ വകഭേദങ്ങളിൽനിന്ന് ഞാനൂഹിച്ചെടുക്കുന്നു. പക്ഷേ, അപ്പോൾപ്പോലും ഭീകരരൂപിയുടെ മുഖത്തും ശബ്ദത്തിലും നിറഞ്ഞുനിന്ന നിർവ്വികാരത, അതെന്നെ ശരിക്കും അമ്പരപ്പിക്കുകതന്നെ ചെയ്തിരുന്നു.

നേരം കുറേക്കൂടി വെളുത്തു. ചെരിഞ്ഞതെങ്കിലും സൂര്യപ്രകാശത്തിന് അന്നേരമേ നല്ല ചൂടുണ്ടായിരുന്നു. ഭീകരരൂപി വേലിക്കുള്ളിൽ നിന്നും ആടുകളെ തുറന്നുവിട്ടു. അവ എനിക്കു ചുറ്റും തുള്ളിച്ചാടിക്കൊണ്ട് മരുഭൂമിയിലേക്ക് ഒലിച്ചുപോയി. ഭീകരരൂപി അവയെ പിന്തുടർന്നു. ഞാനവിടെ പിന്നെയും തനിച്ചായി.

തലേന്നു രാത്രി എന്നെ അവിടെ ഇറക്കിയിട്ടുപോയ എന്റെ സ്വന്തം അർബാബ് അപ്പോൾ അവിടേക്ക് ഒരു കാറിൽ വന്നിറങ്ങി. ഇന്നലത്തെ വണ്ടി പോലെ ആയിരുന്നില്ല അത്. കുറച്ചു ഭേദപ്പെട്ട ഒരു കാറായിരുന്നു. വലിയ ഒരു കാർ. വലിയ ഒരു കൂട്ടുകുടുംബത്തിനു യാത്ര ചെയ്യാൻ പാകത്തിലുള്ളത്. ഇന്നലത്തെ പഴഞ്ചൻ വണ്ടി ദൂരെ മാറ്റിയിട്ടിരിക്കുന്നത് അപ്പോൾ മാത്രമേ ഞാൻ ശ്രദ്ധിച്ചുള്ളൂ. ഇന്നലെ രാത്രി അർബാബ് ഈ വണ്ടിയിൽ കയറിയായിരിക്കണം മടങ്ങിപ്പോയത്.

എന്റെ സ്വന്തം അർബാബിനെ കണ്ടപ്പോൾ എനിക്കു കുറച്ച് ആശ്വാസം തോന്നി. ഞാൻ അർബാബിന്റെ അരികിലേക്ക് ഓടിച്ചെന്നു. തലേന്നത്തെ ദേഷ്യമൊന്നും മുഖത്തുണ്ടായിരുന്നില്ല. എന്നാൽ, എന്നെകണ്ട ഭാവം പോലും നടിക്കാതെ വണ്ടിയുടെ ഡിക്കിയിൽ നിന്നും എന്തൊക്കെയോ എടുത്തുകൊണ്ട് കൂടാരത്തിലേക്കു നടന്നു. ഞാൻ ഒരു നായയെപ്പോലെ വാലാട്ടിക്കൊണ്ട് പിന്നാലെയും. അർബാബുമാർ തമ്മിൽ കെട്ടിപ്പിടിച്ച് എന്തൊക്കെയോ സ്നേഹവന്ദനങ്ങൾ പറഞ്ഞു. അതിനേതാണ്ട് അഞ്ചുമിനിട്ടിന്റെ ദൈർഘ്യം ഉണ്ടായിരുന്നു. പിന്നെ അവർ തമ്മിൽ എന്തൊക്കെയോ സംസാരിച്ചു. ചിലപ്പോഴൊക്കെ അവരുടെ നോട്ടം എന്നിലേക്കു പാറിവീണതിൽ നിന്നും അതെന്നെക്കുറിച്ചായിരിക്കുമെന്ന് ഞാൻ ഊഹിക്കുന്നു. ഒടുവിൽ രാത്രിയിലത്തെ അർബാബ് എന്തൊക്കെയോ കെട്ടിപ്പെറുക്കി വണ്ടിയുടെ ഡിക്കിയിൽ കൊണ്ടുവച്ചു. പിന്നെ സലാം കൊടുത്ത് ദൂരേക്കു വണ്ടിയോടിച്ചു പോയി.

പത്ത്

ഞാനപ്പോഴും കൂടാരത്തിനു വെളിയിൽ കരഞ്ഞുകൊണ്ടു നില്ക്കുകയായിരുന്നു. എന്റെ സ്വന്തം അർബാബ് എന്റെ അരികിലേക്ക് ഇറങ്ങിവന്ന് എന്റെ തോളിൽത്തട്ടി സമാധാനിപ്പിക്കുന്ന മട്ടിൽ എന്തൊക്കെയോ പറഞ്ഞു. അതെന്നെ സമാധാനിപ്പിച്ചില്ലെങ്കിലും എന്റെ കരച്ചിൽ കുറച്ചു. പിന്നെ അർബാബ് കൂടാരത്തിനുള്ളിൽ കയറി ഒരു പൊതിയഴിച്ച് ചപ്പാത്തിപോലെയുള്ള ഒരു സാധനം എനിക്കു കൊണ്ടുതന്നു. ഖുബൂസ്! അർബാബ് പറയുന്നത് ഞാൻ വ്യക്തമായും കേട്ടു. അപ്പോൾ ഇതാണല്ലേ ഈ ഖുബൂസ്. ഗൾഫിൽ നിന്നുവരുന്നവരൊക്കെ ആറ്റുവക്കത്തിരുന്നു പറയുന്ന വീരവാദകഥകളിൽ ഞാൻ ചിലപ്പോഴെങ്കിലും ഈ പേര് കേട്ടിട്ടുണ്ട്. ഖുബൂസ്.

തിന്നോളാൻ അർബാബ് ആംഗ്യം കാണിച്ചു. ഞാൻ രാവിലെ പല്ലു തേച്ചിട്ടുണ്ടായിരുന്നില്ല. പ്രാഥമിക കർമ്മങ്ങൾ ഒന്നും നിർവ്വഹിച്ചിട്ടുണ്ടായിരുന്നില്ല. കുളിച്ചിട്ടുണ്ടായിരുന്നില്ല. വീട്ടിലാണെങ്കിൽ ഞാൻ കാലത്ത് ആറ്റിലിറങ്ങി ഒന്നു മുങ്ങിത്തോർത്തിവരാതെ (അതെത്ര മഴയാണെങ്കിലും തണുപ്പാണെങ്കിലും) കാപ്പിവെള്ളം പോലും കുടിക്കാറില്ല. പക്ഷേ അന്നെന്റെ എല്ലാ പതിവുകളും തെറ്റിക്കുന്നതിന്റെ തുടക്കമായിരുന്നു. കാലത്തുതന്നെ ഞാൻ പല്ലുതേക്കാതെ ഒരു കോപ്പ പാൽ കുടിച്ചു കഴിഞ്ഞു. ഒന്നര ദിവസം നീണ്ടുനിന്ന വിശപ്പ് എന്റെ ചിട്ടകളെല്ലാം മറക്കാൻ എന്നെ പ്രേരിപ്പിച്ചു. ഞാൻ കൂടാരത്തിനു പുറത്തിരുന്ന് ഖുബൂസ് എന്ന പുതിയ ആഹാരം ആർത്തിയോടെ കടിച്ചു പറിച്ചു തിന്നു. മുക്കാനോ തൊടാനോ കൂട്ടാൻ ഒന്നുമില്ലായിരുന്നു.

അതിന്റെ ആവശ്യവും തോന്നിയില്ല. കാലത്തുണ്ടാക്കിയതിന്റെ ചൂടും മധുരവും ആ ഖുബൂസിനുണ്ടായിരുന്നു. ഓരോ തവണ കടിച്ചു കഴിയുമ്പോഴും ഖുബൂസ്, ഖുബൂസ് എന്നിങ്ങനെ എന്റെ മനസ്സ് ആവേശത്തോടെ പുലമ്പിക്കൊണ്ടിരുന്നു. ആർത്തിയോടെ ഒരു നാലെണ്ണം തിന്നുകഴിഞ്ഞപ്പോഴേക്കും ഇനി ഒരിക്കലും മായ്ക്കാനാവാത്തവിധം

ആ പേര് എന്റെ മനസ്സിലും വയറ്റിലും ഇടം നേടിക്കഴിഞ്ഞിരുന്നു. - ഖുബൂസ്!

തിന്നു കഴിഞ്ഞപ്പോൾ അർബാബ് എനിക്ക് ഒരു ഗ്ലാസ് വെള്ളം കൊണ്ടുത്തന്നു. ഞാനതുവാങ്ങി മൊത്തിക്കുടിച്ചു. അർബാബ് പിന്നെയും ഒരു ഖുബൂസുകൂടി എനിക്കുനേരെ നീട്ടി. ഞാൻ വേണ്ടെന്ന് ആംഗ്യം കാണിച്ചു. എന്റെ വയർ നിറഞ്ഞ് എനിക്കു തൃപ്തിയായിരുന്നു. എനിക്കു സന്തോഷം തോന്നി. അർബാബിന്റെ സ്നേഹത്തിൽ ഞാൻ സന്തോഷിച്ചു.

അപ്പോഴേക്കും ഭീകരരൂപി ആടുകളെയുംകൊണ്ട് തിരിച്ചുവന്നു. എല്ലാത്തിനെയും കമ്പിവേലിക്കുള്ളിലേക്ക് ഓടിച്ചുകയറ്റി. പിന്നെ കൂടാരത്തിനു മുന്നിൽ വന്നിരുന്നു. അർബാബ് അവന് അഞ്ചോ ആറോ ഖുബൂസ് കൊടുത്തു. ഒറ്റയിരുപ്പിന് പച്ചവെള്ളത്തിൽ മുക്കി അതെല്ലാം അവൻ തിന്നുതീർത്തു. ഒരു മൊന്ത വെള്ളവും കുടിച്ചു. പിന്നെ ഒന്നും മിണ്ടാതെ എഴുന്നേറ്റു പോയി. തിന്നുകൊണ്ടിരുന്ന നേരത്തെല്ലാം ഞാൻ ഭീകരരൂപിയുടെ മുഖത്തുതന്നെ നോക്കിയിരിക്കുകയായിരുന്നു. വേദനകളും ദുഃഖങ്ങളും എല്ലാം ഉറഞ്ഞുപോയ ഒരു 'ജീവിതം' മാത്രമാണ് എനിക്കവിടെ കാണാൻ കഴിഞ്ഞത്. അവൻ ജോലി തുടരുകയായിരുന്നു. ഒരു നിമിഷത്തിന്റെപോലും വിശ്രമമില്ലാതെ.

അർബാബ് എഴുന്നേറ്റുപോയി വണ്ടിക്കകത്തുനിന്നും ഒരു കുപ്പായവും ബൂട്ടും എനിക്ക് എടുത്തുകൊണ്ടുതന്നു. ഞാൻ ആ കുപ്പായം ഒന്നു നിവർത്തി. അതിൽനിന്നുയർന്ന പൂതലിച്ച ഗന്ധംകൊണ്ട് എനിക്ക് ഛർദ്ദിക്കാൻ തോന്നി. അത്രയ്ക്കു മുഷിഞ്ഞതും നാറിയതുമായിരുന്നു അത്. അർബാബ് എന്റെ ഉടുപ്പിലും പാന്റിലും തൊട്ടിട്ട് 'ശീലാദീ.. ശീലാദീ..' എന്നു പറഞ്ഞു. ഒന്നു രണ്ടു തവണ പറഞ്ഞുകഴിഞ്ഞപ്പോൾ അതഴിക്കാനാണ് പറയുന്നതെന്ന് എനിക്കു മനസ്സിലായി. ഞാനത് അഴിച്ചു. വളരെ വിഷമത്തോടെ ആ നാറിയ കുപ്പായം ധരിച്ചു. നാട്ടിൽ നിന്നും വാങ്ങിയ പുതുപുത്തൻ ലതർ ഷൂ അഴിച്ചു. നാറിയ ബൂട്ട് ധരിച്ചു. സ്വയം നാറ്റത്തിലേക്കുള്ള ആദ്യപ്രവേശനമായാണ് എനിക്കതിനെ തോന്നിയത്. മറ്റൊരു ഭീകരരൂപി ആകാനുള്ള ആദ്യ ചവിട്ടുപടി. എല്ലാം അറിയാമായിരുന്നിട്ടും അർബാബിന്റെ നിർദ്ദേശങ്ങൾ അപ്പടി അനുസരിക്കാനാണ് എനിക്കന്നേരം തോന്നിയത്. കാരണം അല്പം മുൻപ് അർബാബ് എനിക്കു തന്ന ഖുബൂസിനോട് ഞാനത്രയും കടപ്പെട്ടുകഴിഞ്ഞിരുന്നു.

ഭീകരരൂപിയെ കൈ ചൂണ്ടിക്കൊണ്ട് അർബാബ് എന്തൊക്കെയോ അറബിയിൽ പറഞ്ഞു. അതിൽനിന്നും മസറ എന്നൊരു വാക്കുമാത്രമാണ് പിടിച്ചെടുക്കാൻ എനിക്കായത്. മസറ എന്നാൽ വെള്ളം എന്ന് അർത്ഥം ഗ്രഹിച്ച് ഞാൻ അനുസരണയോടെ ഒരു തൊട്ടിയെടുത്ത്

ഭീകരരൂപിയെ അനുഗമിച്ചു. ടാങ്കിൽനിന്നും വെള്ളം പിടിച്ചു. അകത്തേക്കു കടന്ന്, ആടുകൾക്കിടയിലൂടെ നടന്ന്, ഒരു വലിയ തൊട്ടിയിൽ കൊണ്ടുചെന്നൊഴിച്ചു. ഏകദേശം മൂന്നുമീറ്ററോളം നീളവും ഒരു മീറ്റർ വീതിയും ഒരു മുക്കാൽ മീറ്റർ പൊക്കവുമുള്ള ഒരു സിമന്റുതൊട്ടിയായിരുന്നു അത്. ആടുകളെ ഇട്ടിരിക്കുന്ന കമ്പിവേലി പല കള്ളികളായി തിരിച്ചിട്ടുണ്ടായിരുന്നു. ഓരോ കള്ളിയിലും അൻപതു മുതൽ നൂറുവരെ ആടുകൾ ഉണ്ടെന്നു തോന്നുന്നു. അങ്ങനെ പത്തിരുപത്തഞ്ച് കള്ളികൾ. ഓരോ കള്ളിയിലും ഓരോ വെള്ളത്തൊട്ടികൾ. അതുകൂടാതെ വേറെയും തൊട്ടികൾ അതിലുണ്ടായിരുന്നു. ഒന്നിൽ പച്ചഗോതമ്പ്, മറ്റൊന്നിൽ പോച്ച, പിന്നൊന്നിൽ കച്ചി. ആടുകൾ ആവശ്യംപോലെ വന്നു തിന്നുകയും കുടിക്കുകയും ചെയ്യുന്നു.

ആദ്യത്തെ കൂടിനുള്ളിലെ തൊട്ടി നിറച്ചുകഴിഞ്ഞപ്പോൾ ഭീകരരൂപി രണ്ടാമത്തെ കൂടഴിച്ച് ആടുകളെ തുറന്നുവിട്ടു. അവ തുള്ളിക്കിതച്ച് പുറത്തേക്കു ഒഴുകിപ്പോയി. അവയെ പിന്തുടർന്നു പോകുന്നതിനു മുൻപ് ആ കൂട്ടിലെ തൊട്ടി ചൂണ്ടിക്കൊണ്ട് അറബിയിലോ ഹിന്ദിയിലോ എന്തൊക്കെയോ പറഞ്ഞു. അതിൽനിന്നും മായിൻ എന്നൊരു വാക്കു മാത്രമാണ് പിടിച്ചെടുക്കാൻ എനിക്കായത്.

എനിക്കു സംശയമായി. മായിൻ..? അതെന്താണ്... തൊട്ടിയോ വെള്ളമോ...? എങ്കിൽപ്പിന്നെ അർബാബ് പറഞ്ഞ മസറ എന്താണ്? മസറയാണോ മായിനാണോ വെള്ളം..? ആ, ആർക്കറിയാം? എന്തായാലും വെള്ളം നിറയ്ക്കലാണ് എന്റെ പണി. അതു ചെയ്യുകതന്നെ. അവൻ ആടുകളെയും കൊണ്ട് മടങ്ങിവരുന്നതിനു മുൻപ് ഞാൻ ആ കൂട്ടിലേക്കുള്ള വെള്ളം നിറച്ചു കഴിഞ്ഞിരുന്നു.

മൂന്നാമത്തെയും നാലാമത്തെയും കൂടുകളിലും ഞാൻ അങ്ങനെ ത്തന്നെ വെള്ളം നിറച്ചു. അതത്ര എളുപ്പപ്പണി ആയിരുന്നില്ല. വെള്ളം കൊണ്ടു നടന്ന് നടു കഴയ്ക്കാൻ തുടങ്ങിയിരുന്നു. ഉച്ചിയിൽ വെയിൽ കത്താൻ തുടങ്ങിയതിന്റെ ചൂടും ദാഹവും വേറെയും.

എന്തായാലും അടുത്ത കൂട്ടിലെ ആടുകളെയുംകൊണ്ട് ഭീകരരൂപി പുറത്തേക്കു പോകാൻ തുടങ്ങിയപ്പോൾ അർബാബ് കൂടാരം വിട്ട് പുറത്തേക്കു വന്നു. ഭീകരരൂപിയോട് എന്തൊക്കെയോ അറബിയിൽ പറഞ്ഞു. അവനതെല്ലാം തലകുലുക്കി കേട്ടു. പിന്നെ അർബാബ് എന്റെ അരികിൽവന്ന് എനിക്കൊരു നീളമുള്ള വടി തന്നു. ഞാനത് ഇരുകൈയും നീട്ടി വാങ്ങി. ഒരു ആട്ടിടയനാകാനുള്ള സ്ഥാനാരോഹണ ച്ചടങ്ങ് നടക്കുന്നപോലെയാണ് എനിക്കു തോന്നിയത്.

ഞങ്ങൾ ഒന്നിച്ച് ആടുകളെയുംകൊണ്ട് വെളിമ്പ്രദേശത്തേക്കു നടന്നു. അല്പദൂരം ചെന്നപ്പോൾ അർബാബ് എന്നെ പുറകിൽനിന്നും കൈകൊട്ടി വിളിച്ചു. ഞാൻ കൂടാരത്തിനടുത്തേക്കു തിരിച്ചു ചെന്നു.

അപ്പോൾ അർബാബ് എന്റെ കയ്യിൽ ഒരു സാധനം വെച്ചു തന്നു. ഞാനതു തിരിച്ചും മറിച്ചും നോക്കി. എന്റെ അറിവിൽ പെട്ടിടത്തോളം അതൊരു ബൈനോക്കുലർ ആയിരുന്നു. എന്തിനാണ് അർബാബ് അതെനിക്കു തന്നതെന്ന് എനിക്കൊരു പിടിയും കിട്ടിയില്ല. പിന്നെ ആടുകൾ എവിടെയെങ്കിലും ഓടിപ്പോകുകയാണെങ്കിൽ കണ്ടുപിടിക്കാനാവുമെന്നു കരുതി ഞാനതുമായി ആടുകൾക്കു പിന്നാലെ പോകാനാഞ്ഞു. ചൂഫ്..ചൂഫ്.. അതിലൂടെ നോക്കാൻ അർബാബ് എന്നെ പ്രോത്സാഹിപ്പിച്ചു. എനിക്കു കൗതുകം തോന്നി. ഞാനാദ്യമായിട്ടായിരുന്നു ഒരു ബൈനോക്കുലർ കാണുന്നത്. ഞാനതിന്റെ ഇരട്ടക്കണ്ണിലൂടെ നോക്കി. ഹോ! ഞാനതിശയിച്ചു പോയി! എന്തൊരു വ്യക്തത. കിലോമീറ്ററുകളോളം ദൂരം അരികത്തു കാണിക്കുന്നത്ര വ്യക്തത. ദൂരെയായിക്കഴിഞ്ഞ ആടുകളുടെ ഓരോ പുള്ളിയും പൊട്ടുംവരെ അതിൽ വ്യക്തമായി കാണാമായിരുന്നു. ചുറ്റോടുചുറ്റുമുള്ള ഭൂമി ഒരുവട്ടം ഞാൻ നോക്കിക്കണ്ടു. എനിക്കു സന്തോഷമായി. ചൂഫ്...?! അർബാബ് ചോദിച്ചു. ഞാൻ നല്ലതെന്ന് തലകുലുക്കി. അർബാബ് അതെന്റെ കയ്യിൽ നിന്നും വാങ്ങി കൂടാരത്തിനുള്ളിൽ കൊണ്ടുവച്ചു.

പിന്നെ തലയിണ പൊക്കി അതിനടിയിൽനിന്നും ഒരു ഇരട്ടക്കുഴൽ തോക്ക് വലിച്ചെടുത്തു. പുറത്തേക്കിറങ്ങി. ആകാശത്തേക്കു വട്ടം പിടിച്ചു. വളരെ അകലെക്കൂടി ഏതോ ഒരു പക്ഷി വട്ടമിട്ടു പറന്നു പോകുന്നുണ്ടായിരുന്നു. ഉന്നംനോക്കി അർബാബ് വെടിപൊട്ടിച്ചു. കൃത്യം. ആ പക്ഷി ആകാശത്തുനിന്നും നിലതെറ്റി വീഴുന്നതു ഞാൻ കണ്ടു. ഒരു ചിറികോട്ടിയ ചിരിയോടെ അർബാബ് എന്നെ നോക്കി. ഞാൻ ഭയന്നുപോയിരുന്നു.

ചൂഫ്..? വീണ്ടും അർബാബ് ചോദിച്ചു.

ഞാൻ അതെയെന്നു തലകുലുക്കി.

യാ അള്ളാ റോ... അർബാബ് എന്നെ ആടുകൾക്കു പിന്നാലെ പറഞ്ഞുവിട്ടു. ഒരിക്കലും രക്ഷപ്പെടാനാവാത്തവിധം എന്റെ ജീവിതം ആ ആടുകളുടെ ഇടയിൽ ബന്ധപ്പെട്ടുകഴിഞ്ഞിരിക്കുന്നു എന്ന് ആ നിമിഷം എനിക്ക് പൂർണ്ണബോധ്യം വന്നു!

പതിനൊന്ന്

രക്ഷപ്പെടലിനെക്കുറിച്ചു തലേന്നു രാത്രി കണ്ട എല്ലാ വിചാരങ്ങളെയും പടംപൊഴിക്കുന്നപോലെ പൊഴിച്ചുകളഞ്ഞിട്ട് ഞാൻ മരുഭൂമിയിലേക്കു നടന്നു. അപ്പോൾ എന്നിൽ നിറഞ്ഞു നിന്നത് ശൂന്യത മാത്രമായിരുന്നു എന്ന് ഞാനോർക്കുന്നു.

ഭീകരരൂപി ആടുകളെയുംകൊണ്ട് ഏറെ മുന്നിലായിക്കഴിഞ്ഞിരുന്നു. ഞാൻ മരുഭൂമിയിലേക്കു നോക്കി. ഞാൻ കേട്ടറിഞ്ഞിട്ടുള്ളതും വല്ലപ്പോഴും ഏതെങ്കിലുമൊക്കെ ചിത്രങ്ങളിൽ കണ്ടിട്ടുള്ളതുമായ മരുഭൂമിയിൽനിന്നും തികച്ചും വ്യത്യസ്തമായിരുന്നു ആ പ്രദേശം. മരുഭൂമി എന്നു കേൾക്കുമ്പോൾ മനസ്സിൽ ആദ്യം എത്തുക, മണലിന്റെ വലിയ തിരയും കുന്നുകളുമാണ്. പക്ഷേ ഇവിടെ അതൊന്നുമില്ല. നല്ല കട്ടിമണ്ണ്. നല്ല മുഴുത്തുരുണ്ട കല്ലുകൾ. നമ്മുടെ കിഴക്കൻ പ്രദേശങ്ങളിലൊക്കെ പോയിട്ടുള്ള കാലത്തു ഞാൻ അതിനു തത്തുല്യമായ ഭൂവിഭാഗങ്ങൾ കണ്ടിട്ടുണ്ട്. ഒരു വ്യത്യാസം മാത്രം - നമ്മുടെ നാട്ടിൽ ഈ മണ്ണിലും കല്ലിലും എല്ലാം വള്ളിച്ചെടികൾ പടർന്നു കിടക്കുകയാണെങ്കിൽ ഇവിടെ പച്ചപ്പിന്റെ ഒരു പൊടിപോലും കാണാനില്ല. വന്ധ്യമായ തരിശിടങ്ങൾ! പിന്നെന്തിന് ഈ ആടുകളെയും കൊണ്ട് പുറത്തുപോകുന്നു എന്ന സംശയമായിരുന്നു എനിക്ക്.

ആടുകൾ അതിന്റെ ജന്മവാസനകൊണ്ട് ഭൂമി മണത്ത് പച്ചിലകൾ തപ്പിനടക്കുന്നു എന്നല്ലാതെ യാതൊന്നും അതിന്റെ വായിൽ തടയുന്നുണ്ടായിരുന്നില്ല. കുറെ ദൂരം ചെന്നപ്പോഴേക്കും ഞാൻ ഭീകരരൂപിക്കും ആടുകൾക്കും ഒപ്പമെത്തി. ആടുകളെ നടക്കാൻ വിട്ടിട്ട് ഭീകരരൂപി അവിടെ ഒരു കല്ലിൽ ഇരുന്നു. മറ്റൊന്നും ചെയ്യാനില്ലാത്തതുകൊണ്ടും മറ്റെന്തു ചെയ്യണമെന്ന് അറിയാത്തതുകൊണ്ടും ഞാൻ അവിടെ മാറി മറ്റൊരു കല്ലിൽ ഇരുന്നു. എനിക്കപ്പോൾ എന്തൊക്കെയോ അയാളോടു ചോദിക്കണമെന്നുണ്ട്. പക്ഷേ ഭാഷ! പിന്നെ എന്റെ കയ്യിലുള്ള എകവിനിമയമാർഗ്ഗം ആംഗ്യങ്ങളാണ്. എന്നാൽ അവ ശ്രദ്ധിക്കാൻ അയാളെന്നെ ഒന്നു നോക്കുന്നതു

കൂടിയില്ല. അയാളുടെ നോട്ടം എങ്ങോട്ടാണ്..? ആകാശത്തിലേക്കും ഭൂമിയിലേക്കുമല്ല ശൂന്യതയിലേക്കാണെന്ന് എനിക്കുതോന്നി. കുറച്ചു നേരം കഴിഞ്ഞപ്പോൾ അയാൾ എഴുന്നേറ്റ് ആടുകളെ കൂട്ടിത്തെളിക്കാൻ തുടങ്ങി. അതിത്തിരി പ്രയാസമുള്ള പരിപാടി ആയിരുന്നു. അൻപതോ നൂറോ ആടുകൾ കാണും. അതിലൊരെണ്ണം അങ്ങോട്ടോടുമ്പോൾ മറ്റൊരെണ്ണം വേറൊരു വഴിക്കോടും. അതിനെ അടികൊടുത്തു വഴിക്കു കൊണ്ടുവരുമ്പോഴേക്കും അടുത്തതു മറ്റൊരു വഴിക്കു തിരിഞ്ഞിരിക്കും. വല്ലവിധേനയും എല്ലാത്തിനെയും ഒരുമിച്ചു കൂട്ടി ഭീകരരൂപി കൂട്ടിലേക്കു നടന്നു. എനിക്കൊന്നും അറിയാത്തതുകൊണ്ട് എല്ലാം കണ്ടുനില്ക്കുക എന്നൊരു ജോലി മാത്രമേ എനിക്കുണ്ടായിരുന്നുള്ളൂ.

ഞങ്ങൾ ആടുകളെയുംകൊണ്ട് കൂട്ടിലെത്തി. അവിടെ എത്താറായപ്പോൾ അയാൾ ഹിന്ദിയിൽ എന്തോ ചിലത് എന്നോടു പറഞ്ഞു. നീ ആടുകളെയുംകൊണ്ട് മസറിലേക്കു ചെല്ല്. ഞാനിതാ വരുന്നു എന്നാണതെന്ന് ഞാനൂഹിച്ചു. ഹാ. അപ്പോൾ മസറ എന്നാൽ ആട്ടിൻകൂട് എന്നാണർത്ഥം. അപ്പോൾ മായിൻ വെള്ളംതന്നെ എന്നുറപ്പിക്കാം. അങ്ങനെ അറബി വാക്കുകൾ ഓരോന്നായി വരട്ടെ.

ഞാൻ ആടുകളെ കൂട്ടിലെത്തിച്ചു. അയാൾ പോച്ചയുമായി വന്നു. ഞങ്ങൾ ഇരുവരും ചേർന്നു കച്ചിയും വെള്ളവും ഗോതമ്പും മസറയിൽ എത്തിച്ചു. ഞാൻ മസറ എന്നാണ് പറഞ്ഞത് അല്ലേ? എത്ര വേഗം ഞാൻ അറബിവാക്കുകളിലേക്കു മാറുന്നു എന്നു നോക്കൂ.

ഞങ്ങൾ അടുത്ത മസറയിലേക്കു കടന്നു. അവിടത്തെ ആടുകളെയും കൊണ്ട് മരുഭൂമിയിലേക്കു പോയി. അങ്ങനെ രണ്ടുമൂന്നു മസറയിലെ ആടുകളെയും കൊണ്ടുപോയി വന്നപ്പോൾ മാത്രമാണ് എനിക്കൊരു ഏകദേശ രൂപമുണ്ടായത്. ഈ ആടുകളെ എന്തെങ്കിലും തീറ്റിക്കാൻ കൊണ്ടുപോകുന്നതല്ല. അവയെ വെറുതെ നടക്കാൻ കൊണ്ടുപോകുന്നതാണ്. അടച്ച കൂടുകളിൽ കിടന്ന് മുരടിക്കാതെ കൈയും കാലും നിവരാനുള്ള ഒരു പ്രഭാതവ്യായാമം!

സൂര്യൻ ഉച്ചിക്കു മുകളിൽ കൂടുതൽ കത്താൻ തുടങ്ങി. അതിനോടകം ആടുകളെ എല്ലാം നടത്താൻ കൊണ്ടുപോയി തിരികെ വന്നു. എല്ലാത്തിനും വെള്ളവും തീറ്റയും ഇട്ടുകൊടുത്തു. അതിനിടയിലാണ് ഒരു ഭീകരകാര്യം എന്നിൽ സംഭവിക്കുന്നത്. എനിക്കു പ്രാഥമിക കർമ്മത്തിനു മുട്ടിത്തുടങ്ങി. തലേന്നു വിമാനത്തിൽ കയറുന്നതിനു മുൻപ് എപ്പോഴോ ഞാൻ സാധിച്ചതാണ്. തലേന്ന് മുഴുവൻ ഒന്നും കഴിക്കാതെ അങ്ങനെ പോയി. എന്നാൽ കാലത്ത് മൂന്നാല് ഖുബൂസ് അകത്താക്കിയിട്ടുണ്ട്. അതിന്റെ തള്ളലാണ്. പക്ഷേ എവിടെപ്പോയി ഞാനതു സാധിക്കും..? എനിക്കു പോകണമെങ്കിൽ കക്കൂസിന്റെ നാലു ചുവരുകളുടെ മറവ് വേണമെന്നൊന്നുമില്ല.

ആ കണ്ണുകളിലേക്ക് ഞാൻ ഒരുവട്ടം നോക്കിയതേയുള്ളൂ.
സൂര്യനെ നോക്കുന്നതുപോലെ ഞാൻ കണ്ണുകൾ പിൻവലിച്ചുകളഞ്ഞു.
മരുഭൂമിയുടെ ആഴവും പരപ്പും രൂക്ഷതയും വന്യതയും
എല്ലാം ആ കണ്ണുകൾക്കുള്ളിൽ ഉറങ്ങുകിടക്കുന്നതായി എനിക്കു തോന്നി.

ഞാനങ്ങനെ ശീലിച്ചിട്ടുമില്ല. പക്ഷേ നാട്ടിൽ വല്ല ആറ്റിറമ്പിലും കുറ്റിക്കാട്ടിലും കയറി കാര്യം സാധിക്കാം. ഒരു പ്രശ്നവുമില്ല. ആറ്റിലിറങ്ങി ശൗച്യം കഴിക്കുകയും ആവാം. ഇതുപക്ഷേ ഒരു നിവൃത്തിയുമില്ല. ചുറ്റോടു ചുറ്റും മലക്കെ തുറന്ന വെളിമ്പ്രദേശമാണ്. എല്ലാവരും ചെയ്യുന്ന കാര്യമാണെങ്കിലും എല്ലാവർക്കും അറിയാവുന്ന കാര്യമാണെങ്കിലും ചില കാര്യങ്ങൾക്കു നാം മനുഷ്യർ അല്പം ഗോപ്യത ആഗ്രഹിക്കുന്നുണ്ട്. അല്ലേ..? ഇക്കാര്യം നിങ്ങളുമായി പങ്കുവെയ്ക്കണോ എന്ന് ആദ്യം ഞാൻ ചിന്തിച്ചതാണ്. എന്നാൽ വേണമെന്നു ഞാൻ തീരുമാനിക്കുകയായിരുന്നു. കാരണം മനുഷ്യൻ ഏറ്റവും നിസ്സാരമെന്നു കരുതുന്ന ചില കാര്യങ്ങൾപോലും ചില സന്ദർഭങ്ങളിൽ ചിലരെ എങ്ങനെ അലട്ടുന്നു എന്നും വലിയ മാനസിക പ്രശ്നങ്ങളിൽ കൊണ്ടുചെന്നെത്തിക്കുന്നു എന്നും കാണിക്കാനായി മാത്രം. അതൊക്കെയില്ലെങ്കിൽ ഈ കഥപറച്ചിൽ കൊണ്ട് എന്തർത്ഥം...?

കാര്യങ്ങളൊക്കെ ശരി. പക്ഷേ അങ്ങനെവല്ലോം, പിടിച്ചുവച്ചേക്കാവുന്ന കാര്യമാണോ ഇത്. നിമിഷം കഴിയുന്തോറും വയറ്റിൽ വേദന പെരുകുകയാണ്. ഞാൻ പതിയെ മസറയുടെ എതിർവശത്തേക്കു പോയി. എനിക്കും അർബാബിനും ഇടയിൽ എനിക്കും ഭീകരരൂപിക്കും ഇടയിൽ ഇപ്പോൾ ആടുകളുടെ മസറയുടെ ചെറിയ ഒരു മറവുണ്ട്. അത്യാവശ്യത്തിന് അതുമതി. ഞാൻ കണ്ണടച്ചിരുന്ന് കാര്യം സാധിച്ചു. ആശ്വാസമായി. ലോകത്തിൽ കിട്ടാവുന്നതിൽ വെച്ച് ഏറ്റവും വലിയ ആശ്വാസം.

പൂച്ചയെപ്പോലെ മുകളിലേക്ക് ഇത്തിരി കല്ലും മണ്ണും വാരിയിട്ട് എഴുന്നേറ്റു. ഇനി ശൗച്യം കഴിക്കണം. അതു സാരമുള്ള കാര്യമല്ല. ടാങ്കിൽ ഇഷ്ടംപോലെ വെള്ളം കിടപ്പുണ്ട്. ബക്കറ്റിൽ പിടിച്ചു കൊണ്ടുപോയി കച്ചിക്കെട്ടിന്റെയോ പോച്ചക്കെട്ടിന്റെയോ മറവിൽ പോയിരുന്നു സാധിക്കാം. ഞാൻ ചെന്നു ബക്കറ്റെടുത്തു വെള്ളം പിടിച്ചു. പിന്നെ അതുമായി പോച്ചക്കെട്ടുകൾക്കു പിന്നിലേക്കു നടന്നു.

ചന്തിയിൽ ആദ്യത്തെ തുള്ളി വെള്ളം വീഴുന്നതിനു മുൻപ് എന്റെ പുറത്ത് ചാട്ടയുടെ ഒരടി വീണു. അപ്രതീക്ഷിതമായ ആ അടിയിൽ എന്റെ പുറം പുളഞ്ഞുപോയി. ഞാൻ ഞെട്ടിത്തിരിഞ്ഞു നോക്കി. കത്തുന്ന കണ്ണുകളോടെ അർബാബ്! എനിക്കൊന്നും മനസ്സിലായില്ല. അതിനിടയിൽ ഞാനെന്തു തെറ്റുചെയ്തു...? പണിയിൽ വല്ല വീഴ്ചയും വരുത്തിയോ..? അപരാധം വല്ലതും പ്രവർത്തിച്ചോ...?

അർബാബ് ചാടിവന്ന് എന്റെ തൊട്ടിയും വെള്ളവും തട്ടിപ്പറിച്ചെടുത്തു. പിന്നെ ഉച്ചത്തിൽ ശകാരിച്ചു. ബെൽട്ടുകൊണ്ട് അടിച്ചു.

വല്ലവിധേനയും ഞാൻ തടുക്കാൻ ശ്രമിച്ചപ്പോഴൊക്കെ അർബാബ് കൂടുതൽ ശൗര്യത്തോടെ അടിച്ചു. ഞാൻ നിലത്തു വീണുപോയി. അർബാബ് വെള്ളത്തൊട്ടിയുമെടുത്തു കൂടാരത്തിലേക്കു പോയി.

അർബാബിന്റെ വാക്കുകളിൽനിന്ന്, ശകാരത്തിൽനിന്ന്, അടിയിൽനിന്ന് ഞാൻ ഗ്രഹിച്ചെടുത്തത് ഇത്രയുമാണ്. ഈ വെള്ളം നിനക്കു ചന്തി കഴുകാനുള്ളതല്ല. അതെന്റെ ആടുകൾക്കു കൊടുക്കാനുള്ളതാണ്. അതിന്റെ വില എത്രയെന്നു നിനക്കറിയില്ല. മേലിൽ ഇത്തരം അനാവശ്യകാര്യങ്ങൾക്കു വെള്ളം തൊട്ടുപോകരുത്. തൊട്ടാൽ നിന്നെ ഞാൻ കൊന്നുകളയും! തൂറിയിട്ട് ചന്തി കഴുകുന്നത് ഒരു അപരാധം എന്ന ഒന്നാം പാഠം ഞാൻ പഠിക്കുന്നത് അങ്ങനെയാണ്.

ഞാൻ എഴുന്നേറ്റു. എനിക്കു വല്ലാത്ത ഇളിപ്പു തോന്നി. ഇങ്ങനെയൊരു ഗതികേട് ഇന്നുവരെ എന്റെ ജീവിതത്തിൽ ഉണ്ടായിട്ടില്ല. ഞാൻ ആറ്റിൽ ജീവിച്ചവനാണ്. വെള്ളം തൊടാതെ ഒരു കാര്യവും എന്റെ ജീവിതത്തിൽ ഉണ്ടായിട്ടില്ല. ശുചിത്വം എന്റെ ജീവിത നിലപാടായിരുന്നു. സൈനുപോലും രണ്ടുനേരം കുളിച്ചില്ലെങ്കിൽ എനിക്ക് ഈർഷ്യയായിരുന്നു. ഞാനാണെങ്കിൽ സർവ്വനേരവും വെള്ളത്തിലും! എന്നാൽ എന്റെ ജീവിതത്തിലെ സർവ്വചിട്ടകളും തെറ്റുന്നതിന്റെ തുടക്കമായിരുന്നല്ലോ ആ ദിവസങ്ങൾ. അതിൽ ഏറ്റവും കടുപ്പം പിടിച്ചതായിരുന്നു ഈ കഴുകൽ നിഷേധം.

ഞാൻ തിരികെ വന്നു കട്ടിലിനു താഴെ മണലിൽ ഇരുന്നു. ഭീകരരൂപി കട്ടിലിൽ ഇരുന്നു ഖുബ്ബൂസ് തിന്നുന്നുണ്ടായിരുന്നു. അവൻ എനിക്കും രണ്ടുമൂന്ന് ഖുബ്ബൂസ് തന്നു. ശൗച്യം കഴിക്കാതെ തിന്നുന്നതിനെപ്പറ്റി എനിക്കു ചിന്തിക്കാൻപോലും ആകുമായിരുന്നില്ല. ഞാനതു കൈകൊണ്ടു തൊടാതെ മാറ്റിവച്ചു. അപ്പോഴാണ് അങ്ങു ദൂരെ ഞാനൊരു കാഴ്ച കാണുന്നത്. ഒരു നിര ഒട്ടകക്കൂട്ടങ്ങൾ. ഒരു പത്തൻപതെണ്ണം കാണണം. നിരനിരയായി നടന്നു വരുന്നു. അതൊരു നല്ല കാഴ്ച ആയിരുന്നു. ഏറ്റവും വലുത് എറ്റവും മുന്നിൽ, അതിന്റ പിന്നിൽ അതിന്റെ ചെറുത്. പിന്നെ വലിപ്പമനുസരിച്ച് ഓരോന്നായി... അവയെ നയിക്കാനോ തെളിക്കാനോ ആരും ഉണ്ടായിരുന്നില്ല. അവ സ്വയം വഴി തിരഞ്ഞെടുക്കുകയും കണ്ടെത്തുകയും ആയിരുന്നു.

അവ നടന്നു ഞങ്ങളുടെ അടുത്തേക്കു വന്നു. ഞാനാദ്യമായിട്ടായിരുന്നു ഒരു ഒട്ടകത്തെ കാണുന്നത്. ഞാനവയെ അതിശയത്തോടെ നോക്കി. അതിന്റെ കനം മുറ്റിയ പുരികങ്ങൾ മരുഭൂമിയുടെ സകല തീക്ഷ്ണതയും ദ്യോതിപ്പിക്കുന്നതായി എനിക്കു തോന്നി. മീൻചെകിളപോലെ അടയ്ക്കുകയും തുറക്കുകയും ചെയ്യുന്ന മൂക്ക്.

വിസ്താരത്തിൽ കീറിയ വായ, ബലമേറിയ കഴുത്ത്, കുതിരയുടെ കുഞ്ചിരോമങ്ങൾ ഓർമ്മിപ്പിക്കുന്ന രോമങ്ങൾ. കൊമ്പുപോലെ തലയ്ക്കു മുകളിലേക്കു വളർന്നുനില്ക്കുന്ന ചെവികൾ, എല്ലാത്തിലും അധികമായി എന്നെ ആകർഷിച്ചത്, എന്നെ പേടിപ്പിച്ചത്, അതിന്റെ നിസ്സംഗത മുറ്റിയ നോട്ടമാണ്. ആ കണ്ണുകളിലേക്കു ഞാൻ ഒരു വട്ടം നോക്കിയതേയുള്ളൂ. സൂര്യനെ നോക്കുന്നതുപോലെ ഞാൻ കണ്ണുകൾ പിൻവലിച്ചുകളഞ്ഞു. മരുഭൂമിയുടെ ആഴവും പരപ്പും രൂക്ഷതയും വന്യതയും എല്ലാം ആ കണ്ണുകൾക്കുള്ളിൽ ഉറഞ്ഞു കിടക്കുന്നതായി എനിക്കു തോന്നി. അതിനെയൊന്നും ഒരിക്കലും അതിജീവിക്കാനാവില്ലെന്ന അറിവായിരിക്കണം അവിടെ നിസ്സംഗതയായി ഉറഞ്ഞുകിടക്കുന്നത്.

നിസ്സംഗതയുടെ മൂർത്തിമത്ഭാവം എന്ന് ഒട്ടകങ്ങളെ വിളിക്കാൻ ഞാനാഗ്രഹിക്കുന്നു. ആ ഒട്ടകങ്ങൾ എന്റെ കൺമുന്നിലൂടെ നടന്ന് സ്വയം കൂടുകൾക്കുള്ളിലേക്കു പ്രവേശിച്ചു. അത് അവയുടെ സ്വന്തം മസറ ആയിരുന്നു.

പന്ത്രണ്ട്

യാത്ര കഴിഞ്ഞെത്തിയ ഒട്ടകങ്ങൾക്കു വെള്ളവും പോച്ചയും കൊടുക്കാൻ ഞാൻ നിയോഗിക്കപ്പെട്ടു. ഞാനവയുടെ മസറയ്ക്ക് അരുകിലേക്കു ചെന്നു. എനിക്കു പേടി തോന്നി. ഒട്ടകങ്ങൾ മനുഷ്യനെ ഉപദ്രവിക്കുന്ന ജീവിയാണോ...? ഉപദ്രവിക്കുന്നതാണെങ്കിൽ അവ എങ്ങനെയാണ് ശത്രുക്കളെ ആക്രമിക്കുന്നത്..? തൊഴിക്കുകയാണോ, കടിക്കുകയാണോ, കുത്തുകയാണോ, ചവിട്ടുകയാണോ...? ഒന്നും എനിക്കറിയില്ല. പക്ഷേ അവയുടെ മസറയ്ക്കുള്ളിൽ കയറി അതിനു വെള്ളവും പോച്ചയും കൊടുക്കണം. പേടിയാണെന്നു വിചാരിച്ചു പിന്മാറാൻ എനിക്കു സാധ്യത ഒന്നുമില്ലായിരുന്നു. കാരണം ഒട്ടകം എത്രയധികം ഉപദ്രവിക്കുന്ന ജീവിയാണെങ്കിലും അതിനെക്കാൾ ഭീകരനായ ഒരു അർബാബ് കൂർത്ത കണ്ണുകളോടെ എന്റെ പിന്നാലെ ഉണ്ടായിരുന്നു. രണ്ടും കല്പിച്ച് ഞാൻ മസറയ്ക്കുള്ളിലേക്കു കടന്നു. ഒട്ടകങ്ങളുടെ കാലുകൾക്കിടയിലൂടെ നടക്കുമ്പോൾ ഒരു ചവിട്ടോ അതിന്റെ കൺമുന്നിലൂടെ നടക്കുമ്പോൾ ഒരു കടിയോ പ്രതീക്ഷിച്ച് ഞാൻ വല്ലവിധേനയും വെള്ളവും പോച്ചയും കൊടുത്തു. സാഹചര്യം മനുഷ്യന്റെ എല്ലാ പേടികളെയും അസ്ഥാനത്താക്കുന്നു എന്ന് അന്നും പിന്നെ എത്രയോ അവസരങ്ങളിലും നേരിട്ടു പഠിക്കാൻ എനിക്ക് അവസരമുണ്ടായി.

അന്നെന്തായാലും ഒട്ടകം എന്നെ ഒന്നും ചെയ്തില്ല. നാലു തൊട്ടിയിൽ വെള്ളം, നാലു തൊട്ടിയിൽ പോച്ച, രണ്ടു തൊട്ടിയിൽ ഗോതമ്പ്, മൂന്നു തൊട്ടിയിൽ ഇത്രയും കച്ചി മുഴുവൻ ഞാൻ തനിച്ച് ഒട്ടകത്തിനു വിളമ്പേണ്ടി വന്നു. അതു കഴിഞ്ഞപ്പോഴേക്കും എന്റെ നടു ശരിക്കും ഒടിഞ്ഞുപോയിരുന്നു. എന്നെ ഒന്നു സഹായിക്കാൻ നോട്ടംകൊണ്ടും ആംഗ്യംകൊണ്ടും യാചനകൊണ്ടും ഭീകരരൂപിയോട് ഞാൻ അഭ്യർത്ഥിച്ചു. അയാൾ സഹായിക്കാനായി എഴുന്നേറ്റപ്പോഴൊക്കെ അർബാബ് അവനെ തടഞ്ഞു. ഞാൻ ചന്തികഴുകാൻ ഇത്തിരി വെള്ളമെടുത്തതിന്റെ ശിക്ഷയായിരുന്നു അതെന്ന് അപ്പോഴേ എനിക്കു മനസ്സിലായുള്ളൂ.

വർദ്ധിച്ച ക്ഷീണത്തോടെ വീണ്ടും ഞാൻ ഭീകരരൂപിയുടെ കട്ടിലിനടുത്തു പോയിരുന്നു. കിതപ്പും ക്ഷീണവും പതിയെ ഒടുങ്ങിയപ്പോൾ

എനിക്കു വിശക്കാൻ തുടങ്ങി. കുറച്ചു മുൻപ് ഭീകരരൂപി എനിക്കു തന്ന ഖുബൂസ് കട്ടിലിനടിയിൽ ഇരിപ്പുണ്ടായിരുന്നു. പിന്നെ ഞാനൊന്നും ചിന്തിച്ചില്ല. ശൗച്യം ചെയ്യാതിരുന്നതിനെപ്പറ്റി ഞാൻ ആകുലപ്പെട്ടില്ല, വൃത്തിയെപ്പറ്റി ഞാൻ വേവലാതിപ്പെട്ടില്ല. ആ ഇരിപ്പിലിരുന്ന് മുഴുത്ത നാലു ഖുബ്ബൂസുകൾ ഞാൻ വെള്ളം മുക്കിയടിച്ചു. പിന്നെ ആർത്തിയോടെ രണ്ടുമൊന്ത വെള്ളം ഉള്ളിലേക്കു വീത്തി.

തിന്നു കഴിഞ്ഞപ്പോൾ അർബാബ് എന്നെ കൂടാരത്തിനടുത്തേക്കു വിളിച്ച് എന്തൊക്കെയോ ഗുണദോഷിച്ചു. വഴക്കു പറഞ്ഞു. എല്ലാം ഞാൻ തലകുനിച്ചു നിന്ന് കേൾക്കുന്നതായും മനസ്സിലാവുന്നതായും അഭിനയിച്ചു. എനിക്കൊന്നും മനസ്സിലായില്ലെങ്കിലും ചെയ്തുപോയ അപരാധത്തിന്റെ വലിപ്പം എനിക്കു ബോധ്യപ്പെട്ടു.

ഇനി അല്പനേരം വിശ്രമസമയമാണ്. ഇത്തിരി തണലിനുവേണ്ടി ഞാൻ നാലുപാടും പരതി. എങ്ങും തണൽ എന്നൊരു വസ്തുവില്ല. വെയിൽ മാത്രം. കത്തുന്ന ചൂടു മാത്രം. ഇനി ഇത്തിരി തണലുള്ളത് അർബാബിന്റെ കൂടാരത്തിനുള്ളിലാണ്. അയാളതു സുൽത്താന്റെ കൊട്ടാരംപോലെ ആരെയും അകത്തു കടത്താതെ സൂക്ഷിച്ചിരിക്കുകയാണ്. അതിനുള്ളിലേക്കു നൂണു കയറാൻ എനിക്ക് ധൈര്യം പോരായിരുന്നു.

ഭീകരരൂപി വെയിലുണ്ടെന്ന നാട്യമേതുമില്ലാതെ മുഖത്തേക്ക് ഒരു തുണി വലിച്ചിട്ട് കട്ടിലിൽ നീണ്ടുനിവർന്നു കിടന്ന് നല്ല മയക്കമാണ്. അവന്റെ പൂതലിച്ച ശരീരത്തിൽ ആ വെയിലും ചൂടും ഒന്നും ഏശുന്നതേയില്ലെന്നു തോന്നി. തലയിൽ ഒരു തോർത്ത് മടക്കിയിട്ട് ഞാനും ആ കട്ടിലിനരികിൽ ചെന്നിരുന്നു. അല്പനേരം വെയിലുംകൊണ്ടിരുന്നപ്പോഴാണ് കട്ടിലിനടിയിൽ ഒരിത്തിരി തണൽ എന്റെ കണ്ണിൽ പെടുന്നത്. അത് അന്നേരം ലോകത്തിലെ ഏറ്റവും മഹത്തായ കണ്ടുപിടിത്തമായി എനിക്കനുഭവപ്പെട്ടു.

ആവശ്യകതയും സാഹചര്യവുമാണ് ഒരു കണ്ടുപിടിത്തത്തിന്റെ മഹത്ത്വം നിർണ്ണയിക്കുന്നതെങ്കിൽ അതെന്നെ സംബന്ധിച്ചിടത്തോളം മറ്റേതു കണ്ടുപിടിത്തത്തേക്കാളും മഹത്തരംതന്നെയായിരുന്നു. അല്ലെങ്കിൽ എത്ര കാലമായി ആ ഭീകരരൂപി ഈ വെയിലത്തു കിടന്നു പൊള്ളുന്നു. ഇങ്ങനെയൊരു തണലിന്റെ സാധ്യത എന്തുകൊണ്ട് അവൻ കണ്ടെത്തിയില്ല. ആർത്തി നിറഞ്ഞ സന്തോഷത്തോടെ ഞാൻ കട്ടിലിനടിയിലേക്കു നൂണു കയറി. നീണ്ടു നിവർന്നു കിടന്നു. മണ്ണിന് നല്ല ചൂടുണ്ടായിരുന്നെങ്കിലും ആ കിടപ്പിന് അതുവരെ അനുഭവിച്ചിട്ടില്ലാത്തത്ര സുഖമുണ്ടായിരുന്നു.

ഒന്നു മയങ്ങിയെന്നു തോന്നുന്നു. അപ്പോഴേക്കും വിളി വന്നു. വീണ്ടും കാലത്തെ പോലെ ആടുകളെ ഓരോ സെറ്റുകളായി നടക്കാൻ കൊണ്ടു പോയി. അപ്പോഴാണ് ഞാൻ ആടുകളുടെയും മസറയുടെയും ഇനം തിരിവ് കുറേക്കൂടി ശ്രദ്ധിക്കുന്നത്. ഒരു മസറയിൽ മുഴുവൻ കറവയുള്ളവയാണ്. ഇനിയൊന്നിൽ ചനയേല്ക്കാനുള്ളതും മുട്ടനാടുകളും. മറ്റു ചിലതിൽ പല വലിപ്പത്തിലുള്ള, പല പ്രായത്തിലുള്ള കുട്ടിയാടുകൾ. ഇനിയൊന്നിൽ ചെമ്മരിയാടുകൾ. ഏറ്റവും ഒടുവിലത്തേതിൽ ഒട്ടകങ്ങളും.

ആദ്യത്തെ സെറ്റ് ആടുകളെയുംകൊണ്ട് ഞങ്ങൾ പുറത്തുപോകുമ്പോൾ ഒട്ടകങ്ങളുടെ മസറയുടെ വാതിൽ തുറന്നുകൊടുത്തിരുന്നു. അവ സ്വയം അവയുടെ വഴിക്കു പോയി. അവസാനസെറ്റ് ആടുകളെയും കൊണ്ട് മടങ്ങി വന്നപ്പോഴേക്കും ഒട്ടകങ്ങളും സ്വയം മടങ്ങിവന്നു. പിന്നെ ഉച്ചയ്ക്കത്തെ ജോലികൾ ആവർത്തിച്ചു. വെള്ളം, കച്ചി, പോച്ച, ഗോതമ്പ്....

ഭീകരൻ വലിയ ഒരു പാത്രവുമായി വന്നു. കറവയുള്ള ആടുകളുടെ മസറയിൽ കയറി. കൂടെ ഞാനും ചെന്നു. ഓരോന്നിനെയായി കറന്നു. ഞാൻ നോക്കി നിന്നതേയുള്ളൂ. വല്ലാത്ത സ്പീഡായിരുന്നു അവന്. ഒറ്റയിരിപ്പിന് ആ വലിയ തൊട്ടി നിറച്ചു. ഞങ്ങൾ ഇരുവരും ചേർന്ന് അതു പിടിച്ചു പുറത്തുകൊണ്ടുവച്ചു. വിൽക്കാനാണെന്നാണ് ഞാൻ വിചാരിച്ചത്. അതിൽ കുറച്ച് അർബാബ് കോരിക്കുടിച്ചു. രണ്ടു കപ്പ് ഭീകരരൂപിയും. എന്നോടും ആവശ്യത്തിന് കുടിച്ചോളാൻ പറഞ്ഞെങ്കിലും അതിന്റെ മുശടുവാട കാരണം എനിക്കതിൽ തൊടാനേ തോന്നിയില്ല.

ബാക്കി വന്ന പാൽ മുഴുവൻ എടുത്ത് ഏറ്റവും ഇളംപ്രായത്തിലുള്ള ആട്ടിൻകുട്ടികളുടെ മസറയ്ക്കുള്ളിൽ കൊണ്ടുചെന്നുവെച്ചു. കാടി കുടിക്കാൻ കൂടുന്നതുപോലെ അവ തൊട്ടിക്കു ചുറ്റുംകൂടി ഒന്നിച്ചു തലയിട്ടു കുടിച്ചു. അപ്പോഴാണ് അങ്ങനെയൊരു കാര്യം എന്റെ ശ്രദ്ധയിൽ വരുന്നത് - പുതിയ ഓരോ കാര്യങ്ങൾ എന്റെ ബുദ്ധിയിലേക്കും കാഴ്ചയിലേക്കും കയറി വരുന്നതേയുണ്ടായിരുന്നുള്ളൂ - പാൽ കുടിക്കുന്ന ആട്ടിൻകുട്ടികളെപ്പോലും തള്ളയോടൊപ്പമല്ല കൂട്ടിലിടുന്നത്. കുട്ടി വേറെ, തള്ള വേറെ. ഒരാട്ടിൻകുട്ടിയേയും തള്ളയുടെ മുലയിൽനിന്നും നേരിട്ട് കുടിക്കാൻ അനുവദിക്കില്ല. എല്ലാത്തിനും കറന്നുകൊടുക്കുകയാണ്. അതും ഒന്നിച്ച്. ഒരു തൊട്ടിയിൽ. അപ്പോൾ ഏതമ്മയുടെ പാൽ ഏതു കുട്ടി കുടിക്കുന്നു...? മണംകൊണ്ടും രുചികൊണ്ടും സ്പർശനംകൊണ്ടു മല്ലേ ഒരു കുട്ടി അമ്മയെ തിരിച്ചറിയുന്നത്. ആടായാലും പട്ടിയായാലും പശു ആയാലും മനുഷ്യനായാലും അങ്ങനെത്തന്നെയാവണം. അപ്പോൾ ഒരാടിനും അതിന്റെ അമ്മയുമായി അല്ലെങ്കിൽ അതിന്റെ കുട്ടിയുമായി ഒരു ആത്മബന്ധമുണ്ടാകാതിരിക്കലാണോ ഈ കൂട്ടക്കുടിപ്പീരുകൊണ്ട് ഉദ്ദേശിക്കുന്നത്...? ആവോ ആർക്കറിയാം..? അതാണ് അറബികളുടെ

രീതി. അല്ലെങ്കിൽ ഏറ്റവും കുറഞ്ഞത് എന്റെ അർബാബിന്റെ രീതി. അതനുസരിക്കാൻ ഞാൻ വിധിക്കപ്പെട്ടിരിക്കുന്നു. അതിനപ്പുറം എന്തെങ്കിലും ആലോചിക്കാനോ വേവലാതിപ്പെടാനോ എനിക്കെന്തു കാര്യം..?!

നിഴൽ ചാഞ്ഞു. സൂര്യൻ മരുഭൂമിയുടെ മടക്കുകളിലേക്കു താഴ്ന്നു പോയി. സന്ധ്യ വന്നു. ഇരുൾ വന്നു. അപ്പോഴേക്കും രാത്രിയിലത്തെ അർബാബും എത്തി. അർബാബ് വണ്ടിയിൽനിന്ന് തീറ്റസാമാനങ്ങളും വെള്ളവും ഇറക്കി. പകലത്തെ അർബാബ് വണ്ടിയിൽ എന്തൊക്കെയോ പെറുക്കിവച്ച ശേഷം പോയി.

രാത്രി അർബാബ് ഖുബൂസ് കൊണ്ടുവന്നിരുന്നു. കറിയൊന്നുമില്ല. വെറും ഖുബൂസ്. അങ്ങനെ എന്റെ ഇനിയുള്ള കാലത്തെ ഭക്ഷണക്രമം എനിക്ക് വേഗം പിടികിട്ടി. അതികാലത്ത് കറന്നെടുത്ത പാൽ പച്ചയ്ക്ക്. മുലച്ചൂടോടെ. വേണമെങ്കിൽ മാത്രം. പ്രഭാതഭക്ഷണം ഖുബൂസ് പച്ച വെള്ളം. ഉച്ചഭക്ഷണം ഖുബൂസ് പച്ചവെള്ളം. വൈകുന്നേരം കറന്നെടുത്ത പാൽ പച്ചയ്ക്ക്. മുലച്ചൂടോടെ. വേണമെങ്കിൽ മാത്രം. രാത്രി ഭക്ഷണം ഖുബൂസും പച്ചവെള്ളവും. ഇടയ്ക്കിടെ ദാഹിക്കുമ്പോൾ ഇരുമ്പു ടാങ്കിൽക്കിടന്നു പൊള്ളിവാടിയ പച്ച(ചൂടു)വെള്ളം. അതും വളരെ അത്യാവശ്യം തോന്നുന്ന ഘട്ടത്തിൽ മാത്രം.

രാത്രിപ്പണികളെല്ലാം ഒതുക്കി ഭീകരരൂപി വന്നു കട്ടിലിൽ കിടന്നു. ഞാൻ വെറും നിലത്ത് ഒരു പുതപ്പുവിരിച്ചു. അർബാബ് കൂടാരത്തിലും. എന്തൊക്കെയോ ചോദിക്കണം എന്നൊക്കെ ഞാൻ വിചാരിച്ചിരുന്നതാണ്. പക്ഷേ കിടന്നതേയുള്ളൂ. ഒരഞ്ചു മിനിറ്റുകൾക്കകം ഭീകരരൂപിയിൽനിന്നും കൂർക്കംവലി ഉയർന്നു.

ഞാൻ ഒറ്റയ്ക്കായി. എന്റെ ബാഗായിരുന്നു എന്റെ തലയിണ. അതിൽ നിന്നും അച്ചാറിന്റെ ഗന്ധമുയർന്നു. പെട്ടെന്ന് ഞാനെന്റെ വീട്ടിലുള്ള വരെ ഓർമ്മിച്ചു. ഉമ്മയെ ഓർമ്മിച്ചു. സൈനുവിനെ ഓർമ്മിച്ചു. അവളുടെ വയറ്റിൽ വളരുന്ന എന്റെ പൊന്നുമോനെ (മോളെ) ഓർമ്മിച്ചു. ഞാനിവിടെ എത്തിയ വിവരമറിയാതെ അവരിപ്പോൾ വിഷമിച്ചിരിക്കുകയാവാം. അതോർത്തപ്പോൾ എനിക്കു സങ്കടം വന്നു. എന്റെ നെഞ്ച് വിങ്ങിപ്പതയുന്നതുപോലെ തോന്നി. എങ്ങനെ ഞാനവരെ എന്റെ വിവരങ്ങൾ അറിയിക്കും. സുഖമായി എത്തിച്ചേർന്നു. സുഖമായിരിക്കുന്നു (?) എന്നെങ്കിലും.

ഞാൻ ഹക്കീമിനെക്കുറിച്ചോർത്തു. അവനവിടെ എന്തു പണിയാണോ എന്തോ..? ഇന്നു പുറത്തെങ്ങും കണ്ടില്ല. ദൂരെ നിന്നു നോക്കുമ്പോൾ അവിടെയും വലിയ ഒരു മസറ ഉള്ളതുപോലെ. അവന്റെ സ്ഥിതിയും ഏറെയൊന്നും മെച്ചമാവാൻ ഇടയില്ല. കഷ്ടം. എന്തെല്ലാം സ്വപ്നങ്ങളുമായി വിമാനം കയറിവന്നതാണ്. ഈ ചെറുപ്രായത്തിൽത്തന്നെ ഈ

കടുത്ത യാതനകൾ അവനെങ്ങനെ സഹിക്കും...? സാമ്പത്തിക സ്ഥിതി യൊന്നും ഇല്ലാത്തവനല്ല. അവന്റെ ഉപ്പ കുറേക്കാലമായി ദുബായിലാണ്. അങ്ങോട്ടുകൊണ്ടുപോകാൻ ശ്രമിച്ചുകൊണ്ടിരുന്നപ്പോഴാണ് ഈ വിസക്കാര്യം വന്നത്. ശരി, നാട്ടിൽനിന്ന് നശിക്കാതെ നീ കേറിപ്പോ. അവിടത്തെ ജീവിതവും ഭാഷയും പഠിക്ക്. രണ്ടു വർഷം കഴിയുമ്പോ അല്ലെങ്കിൽ തരംകിട്ടിയാൽ അതിനിടയിൽ എപ്പോഴെങ്കിലും ദുബായ്ക്കു കടത്താം. അതായിരുന്നു അവന്റെ ഉപ്പ പറഞ്ഞത്. പാവം എങ്ങനെ സഹി ക്കുന്നു ഈ ജീവിതം? എന്റെ കാര്യം പോട്ട്. മണൽ വാരി കഠിനാധ്വാനം ചെയ്തു ജീവിച്ചവനാണ്. എനിക്കൊന്നും സാരമില്ല. അവൻ നാട്ടിൽ പിള്ളകളോടൊത്തു ചെത്തിപ്പൊളിച്ചു നടന്നവൻ. എന്തായിത്തീരുമോ എന്തോ..? എല്ലാം അള്ളാഹുവിന്റെ ഓരോ നടത്തിപ്പുകൾ. സഹിച്ചേ ആവണം. മറ്റെന്താണ് ഒരു വഴി...? വരും ദിവസങ്ങൾ കൂടുതൽ ദുസ്സഹ മാകാനേ തരമുള്ളൂ. കരുണാമയനായ എന്റെ അള്ളാഹുവേ, ആ യാതന കൾ താണ്ടിപ്പോരാൻ എനിക്കും ഹക്കീമിനും വേണ്ടത്ര ശക്തിയും ബലവും തരേണമേ. പരിചയമില്ലാത്ത കിടപ്പുകാരണമാവണം, അന്നു രാത്രിയും ഏറെ വൈകിയാണ് ഞാനൊന്നു മയങ്ങിയത്.

പതിമ്മൂന്ന്

രണ്ടാം മരുഭൂമിദിനത്തിലേക്കു നേരം പുലർന്നു.

കഴിഞ്ഞ ഒരൊറ്റ ദിവസംകൊണ്ട് ഞാൻ തളർന്നുപോയിരുന്നു. കാലത്ത് എഴുന്നേറ്റപ്പോൾ ദേഹത്തും കാലിനും കൈയിനും ഒക്കെ ഒരു വേദനയും കടച്ചിലും. ദിവസം മുഴുവൻ വെള്ളത്തിൽ മുങ്ങിക്കിടന്നു മണൽ വാരിയാൽ ഇല്ലാത്ത വേദനയായിരുന്നു അത്. വേദനയേക്കാളേറെ പണിക്കുശേഷം ഒന്നു കുളിച്ചു വൃത്തിയാവാൻ കഴിയാത്തതിന്റെ അസ്വസ്ഥതയായിരുന്നു കൂടുതൽ. ദിവസം മുഴുവൻ വെള്ളത്തിൽ കിടക്കുന്നവനായിരുന്നു ഞാൻ. എന്നാലും പണി കഴിഞ്ഞ് ഒന്നു കുളിക്കാതെ ഒരിക്കലും ഞാൻ കരയ്ക്കു കയറിയിട്ടില്ല. ഇതുപക്ഷേ ദിവസം മുഴുവൻ വെയിലത്തു നടന്ന്, വിയർപ്പിറ്റി, ആടുകൾക്കിടയിലൂടെ നടന്നു നാറി, അവയുടെ മൂത്രവും കാട്ടവും പറ്റി അതേ പടുതിയിൽ കിടക്കേണ്ടി വന്നതിന്റെ അസ്വസ്ഥത. കക്ഷവും കാലിനിടയും ഒക്കെ ഒട്ടിപ്പിടിക്കുന്നതുപോലെ. അതിനിടയിൽ അർബാബിന്റെ ഒരു നാറിയ കുപ്പായം കൂടിയായപ്പോൾ പൂർണ്ണമായി. വിയർപ്പിൽ വിങ്ങിക്കുതിർന്ന ഷൂവിന്റെ കാര്യമാണെങ്കിൽ പറയാനുമില്ല.

ആ അസ്വസ്ഥതയിലും വേദനയിലും അങ്ങോട്ട് എഴുന്നേറ്റിരുന്നതേയുള്ളൂ. ഭീകരരൂപി ഒരു അലൂമിനിയം പാത്രം എന്റെ കൈയിൽ വെച്ചുതന്നു. പോയി ആടിനെ കറന്നുകൊണ്ടുവരാൻ കയ്യാംഗ്യത്തിലൂടെ നിർദ്ദേശിച്ചു. ആടിനെ കറക്കാൻ..?! ഈ ഞാനോ..? അപ്പോൾ സത്യത്തിൽ ഞാനനുഭവിച്ച ശൂന്യത. അറിവില്ലായ്മയുടെ ഒരു ഗർത്തത്തിൽ വീണതുപോലെ.

എന്റെ നല്ല ജീവിതത്തിൽ ഞാനൊരു ആടിനെ അടുത്തു കണ്ടിട്ടില്ല. ശരി. നിങ്ങൾ അതിശയിക്കും. ഒരാടിനെ ഇതുവരെ അടുത്തു കണ്ടിട്ടില്ലെന്നോ..? നിങ്ങൾ ഏതു ദേശത്തുനിന്നാണ് വണ്ടി കയറി വന്നിരിക്കുന്നത്..? ഉണ്ട്. ഞാനും നിങ്ങളും കണ്ടിട്ടുണ്ട്. ആട് എന്നാൽ മനുഷ്യൻ സാമൂഹിക ജീവിതം തുടങ്ങിയ കാലം മുതൽ – ബി. സി.

ആറായിരം ഏഴായിരം കാലഘട്ടം മുതൽക്കുതന്നെ - മനുഷ്യനുമായി ഇണങ്ങി ജീവിക്കുന്ന ഒരു ജീവി. നമ്മുടെ അയൽപക്കത്തെ മറിയുമ്മയും ജാനകിയമ്മയും വേലായുധൻ കുട്ടിയും പോറ്റിവളർത്തുന്ന ഒരു സാധുജീവി. ആടുകളെ കാണാൻ നല്ല അഴകാണ്. കുട്ടിയാടുകളെക്കണ്ടാൽ ആർക്കും എടുത്തൊന്നു താലോലിക്കാൻ തോന്നും. അതു നമുക്കു പാല് തരും. കുട്ടികളെ തരും. കാട്ടം തരും. പാല് കുടിക്കാം. കുട്ടികളെ വ്യാഴാഴ്ചച്ചന്തയിൽ കൊണ്ടുപോയി വില്ക്കാം. കാട്ടം വാഴച്ചോട്ടിലിടാം. അതു ചപ്പുതിന്നും, പോച്ച തിന്നും, കാടി കുടിക്കും. ചീനയില തിന്നാൽ കട്ടുപിടിക്കും. പ്ലാവില തിന്നാൽ സന്തോഷിക്കും. അതിനപ്പുറം ആടുകളെക്കുറിച്ച് എനിക്കൊന്നും അറിയില്ല. ഒരുപക്ഷേ നിങ്ങൾക്കും. ആടുകളുടെ ജന്മദേശമേത്..? അതിന്റെ പൂർവ്വികരാര്..? എത്രതരം ആടുകളുണ്ട്. എന്തൊക്കെയാണ് ഓരോ വിഭാഗത്തിന്റെയും ഗുണഗണങ്ങൾ. ഇത്തരം വലിയ കാര്യങ്ങൾ ഒന്നും അറിവില്ലെന്നതുപോട്ടെ. ആടുകളെ സംബന്ധിച്ച ഏറ്റവും പ്രാഥമിക അറിവുകളിൽപ്പോലും ഞാൻ തീർത്തും ശൂന്യനാണ്. ആടിന്റെ അകിടിലെത്ര മുലകളുണ്ട്, ആടിന്റെ കാലിലെത്ര കുളമ്പുകളുണ്ട്, ആടിന്റെ ഗർഭകാലമെത്ര, പ്രസവിച്ചുകഴിഞ്ഞാൽ എത്രകാലം പാൽ തരും? ഒരു തവണ എത്ര പാൽ ചുരത്തും? ഒരാടിനെ ഒരുദിവസം എത്രപ്രാവശ്യം കറക്കണം. ആടിനെ കറക്കുന്നത് എങ്ങനെയാണ്..? എങ്ങനെ പീച്ചിയാലാണ് പാലു വരിക..? പശുക്കളെപ്പോലെ ആടുകളും പിൻകാലുകൾകൊണ്ടാണോ തൊഴിക്കുന്നത്? അതോ കുതിരകളെപ്പോലെ മുൻകാലുകൾകൊണ്ടോ..? അതു തൊഴിച്ചാൽ എങ്ങനെ ഒഴിഞ്ഞുമാറും? ഒന്നും എനിക്കറിഞ്ഞുകൂടായിരുന്നു.

അറിയാൻ ഞാൻ ആരോടും ഒരിക്കലും ആടുകളെപ്പറ്റി അന്വേഷിച്ചിട്ടില്ല. ആരും എന്നോട് പറഞ്ഞിട്ടുമില്ല. ഇതാണ് എനിക്കായി ഇവിടെ ഒരുക്കപ്പെട്ടിരിക്കുന്ന തൊഴിലെന്നു നേരത്തെ അറിഞ്ഞിരുന്നെങ്കിൽ എല്ലാം കണ്ടറിഞ്ഞു മനസ്സിലാക്കാമായിരുന്നു. എന്റെ രണ്ടുവീടപ്പുറത്തെ ജാനകിയമ്മയ്ക്കു മൂന്ന് ആടുകൾ ഉണ്ട്. ഞാനവയെ കണ്ടിട്ടുണ്ട്. വഴിവക്കിലും പറമ്പിലുമൊക്കെ പുല്ലുകടിച്ചു നിൽക്കുന്നത്. അതിന്റെ കുട്ടികൾ അവിടവിടെ തുള്ളിച്ചാടി നടക്കുന്നത്. അതു കറവയുള്ളതായിരിക്കണം. അറിഞ്ഞിരുന്നെങ്കിൽ അവിടെപ്പോയി ആടിനെ കറക്കാൻ പഠിച്ചിട്ടു വരാമായിരുന്നു. പക്ഷേ ഞാനവയെ ഒന്നു ശ്രദ്ധിച്ചിട്ടുപോലുമില്ല. നമുക്കു ചുറ്റും അങ്ങനെ എത്രയെത്ര ജീവികൾ ജീവിച്ചുപോകുന്നു. ഇനി ഇപ്പോ പശുവിനെ വളർത്താനായിരുന്നെങ്കിലും പട്ടിയെ നോക്കാൻ ആയിരുന്നെങ്കിലും കുതിരയെ വളർത്താനായിരുന്നെങ്കിലും സ്ഥിതി ഏറെയൊന്നും മെച്ചമാവാനിടയില്ല.

നാം അവയെ ഒന്നും ശ്രദ്ധിക്കുന്നതുകൂടിയില്ല എന്നതാണ് കാരണം. ഒരാവശ്യം വരുമ്പോൾ മാത്രമാണ് നാം അവയെപ്പറ്റി ആലോചിക്കുന്നത്. നോക്കാമായിരുന്നു, പഠിക്കാമായിരുന്നു, മനസ്സിലാക്കാമായിരുന്നു എന്നൊക്കെ വിചാരിക്കുന്നത്. പ്രകൃതിയിലേക്ക് നിരന്തരം കണ്ണുകൾ തുറന്നുവെയ്ക്കേണ്ടതിന്റെ ആവശ്യം എനിക്കിപ്പോൾ മാത്രമാണ് ബോധ്യപ്പെട്ടത്. പൂർണ്ണമായും ഒരാവശ്യത്തിലേക്കു വീണുകഴിഞ്ഞശേഷം മാത്രം. പിന്നെന്താണ് ചെയ്യുക? എല്ലാവരും ചെയ്യുന്നതും അതുകൊണ്ടുതന്നെ വിജയിക്കാൻ ഏറെ പ്രയാസപ്പെടേണ്ടി വരുന്നതുമായ ആവശ്യത്തിൽനിന്നു കാര്യങ്ങൾ സ്വയം ഗ്രഹിച്ചെടുക്കുക എന്ന നിലയിൽ ഞാൻ എത്തിച്ചേർന്നു. ഞാൻ പാൽപ്പാത്രവുമായി മസറയ്ക്കുള്ളിലേക്കു കയറി. ഒരാടിന്റെ അടുത്തു ചെന്നു. നാട്ടിലാണെങ്കിൽ കറക്കുന്നതിനു മുൻപ് പശുവിന്റെയും മറ്റും അകിട് കഴുകുന്നതു ഞാൻ കണ്ടിട്ടുണ്ട്. ഇവിടെപ്പിന്നെ ആർക്കും കുളിയും നനയും ഒന്നുമില്ലാത്തതുകൊണ്ട് കഴുകൽ വേണ്ട. പതിയെ ഒരാടിന്റെ പിന്നിൽ ചെന്നിരുന്നു പാത്രം അകിടിനോടു ചേർത്തുപിടിച്ചു. പിന്നെ മുലയിൽ പിടിച്ചൊരു വലി. പാൽ ഒരു തുള്ളിപോലും വന്നില്ലെന്നു മാത്രമല്ല, ആട് എന്നെയും പാത്രത്തിനെയും തട്ടിമറിച്ചിട്ടുകൊണ്ട് മറ്റ് ആടുകൾക്കിടയിലൂടെ കുതറി ഓടുകയും ചെയ്തു. വെകിളിപിടിച്ച ആ ഓട്ടം കണ്ടു മറ്റാടുകളും മസറയ്ക്കുള്ളിൽ തലങ്ങനെയും വിലങ്ങനെയും ഓടാൻ തുടങ്ങി. അതിലൊരെണ്ണം വീണുകിടന്ന എന്റെ മുതുകിനു ചവിട്ടിക്കൊണ്ടാണ് ഓടിയത്. അതു ശരിക്കും ഏറ്റു. ഞാൻ പുളഞ്ഞുപോയി. ഞാൻ വല്ലവിധേനയും എഴുന്നേറ്റ് ഓട്ടം നിർത്തിയ മറ്റൊരാടിന്റെ മൂട്ടിൽ ചെന്നിരുന്നു. അതിന്റെ മുലയിൽ തൊട്ടപ്പോഴേക്കും അതു ചാടി ഓടിക്കഴിഞ്ഞിരുന്നു. അടുത്ത ഒന്നിനെ കറക്കാൻ നോക്കി അതും ഓട്ടം തന്നെ. ഇങ്ങനെ ഓടിക്കളിക്കുന്ന ആടിനെ എങ്ങനെ കറക്കാനാണ്, എന്റെ പടച്ചോനേ... ഞാൻ ആ മസറയ്ക്കുള്ളിൽ നിന്നു വിഷമിച്ചുപോയി.

പിന്നെയും ഞാൻ വർദ്ധിച്ച വീര്യത്തോടെ ഒരാടിനെ കറന്നിട്ടു തന്നെ കാര്യം എന്ന വാശിയോടെ അടുത്ത ആടിന്റെ മൂട്ടിൽ ചെന്നിരിക്കും. അത് അതിന്റെ പാട്ടിനു പോകും. പിന്നെയും മറ്റൊരാടിനെ നോക്കും. അത് അതിന്റെ പാട്ടിന് ഓടും. ഏതാണ്ട് അരമണിക്കൂറിനു ശേഷം അർബാബും ഭീകരരൂപിയും കൂടി ഞാൻ കറന്നെടുത്ത പാലിന്റെ അളവുനോക്കാനായി മസറയ്ക്കുള്ളിലേക്കു കയറി വന്നപ്പോഴും എന്റെ പാത്രത്തിൽ ഒരു തുള്ളി പാൽപോലും വീണിട്ടുണ്ടായിരുന്നില്ല എന്നുമാത്രമല്ല, അപ്പോഴും ഞാൻ ആടുകളുടെ മൂട്ടിൽക്കിടന്നു തവളച്ചാട്ടം നടത്തുകയായിരുന്നു.

എന്റെ ആ ചാട്ടവും പടുതിയും കണ്ട് അർബാബ് എന്തോ പുലഭ്യം പറഞ്ഞിട്ട് കൂടാരത്തിലേക്കു പോയി. ഭീകരരൂപി എന്റെ അടുത്തേക്കു വന്ന് എന്റെ കയ്യിൽനിന്നും പാത്രം പിടിച്ചു വാങ്ങി. പിന്നെ എങ്ങനെയാണ് ഒരാടിനെ കറക്കാൻ സമീപിക്കേണ്ടത് എന്നു കാണിച്ചു തന്നു.

ഒരാടിനെ കറക്കാൻ ഒരിക്കലും അതിന്റെ പിന്നിലൂടെ ചെല്ലരുത്. മുന്നിലൂടെ വേണം ചെല്ലാൻ. ചെന്നാലുടൻ കറക്കാൻ തുടങ്ങരുത്. പതിയെ അതിന്റെ കവിളിലും ചെവിയിലും തലയിലും തലോടി ഒരു കുട്ടിയെ എന്നപോലെ ഒന്നു ലാളിക്കണം. പുറത്ത് ഒന്നു തടവണം. മുതുകിന് ഒന്നു തട്ടണം. പിന്നെ പതിയെ അതിന്റെ അടുത്ത് ഏതെങ്കിലും ഒരുവശത്തായി ഇരിക്കണം. അടിവയറ്റിൽ രണ്ടുമൂന്നു തവണ തടവണം. പിന്നെ പതിയെ മുലയിൽ ഒന്നു തൊടണം. ആട് ഒന്നു ഞെളിപിരി കൊള്ളും. മനുഷ്യനു മാത്രമല്ല, ആടുകൾക്കുമുണ്ട് ഇക്കിളി. ഒരു കന്യകയുടേതെന്നപോലെ. പതിയെ അതിന്റെ മുലയിൽ പിടിച്ചു തലോടി അതിന്റെ ഇക്കിളി മാറ്റണം. നാട്ടിലാണെങ്കിൽ ഈ പണികളെല്ലാം അതിന്റെ കുട്ടി ചെയ്തോളും. അമ്മയും കുഞ്ഞും തമ്മിലുള്ള അഗാധമായ സ്നേഹത്തിന്റെ ചേർന്നുരുമ്മലുകളിൽ ഇക്കിളി മാറി ചുരത്തിത്തുടങ്ങുന്ന മുല കറന്നാൽ മാത്രം മതി. ഇവിടെ ഇക്കിളി മാറ്റാനും ചുരത്തൽ തുടങ്ങാനും കുട്ടികളില്ല. അതുകൊണ്ട് ആ പണി കൂടി നാം തന്നെ ചെയ്യണം. ഇക്കിളി മാറി എന്നുറപ്പായാൽ തള്ളവിരലും ചൂണ്ടുവിരലും ചേർത്തുപിടിച്ച് മുകളിൽ നിന്ന് താഴേക്കു മുല പതിയെ പീച്ചണം. അതൊരിക്കലും വേദനിപ്പിക്കുന്ന തരത്തിലാവരുത്. എന്നാൽ പാൽ വരാൻ പാകത്തിൽ മുറുക്കെയും ആയിരിക്കണം. വളരെപ്പതിയെ മാത്രം ശീലിച്ചെടുക്കാവുന്ന ഒരു പാകമാണത്. ആ പാകത്തിന്റെ തിട്ടമാണ് ഒരു കറവക്കാരന്റെ ജോലിമൂല്യം.

പാത്രം ഒരു കയ്യിൽ വെച്ചിട്ട് മറുകൈകൊണ്ട് ഒരിക്കലും കറക്കാൻ ശ്രമിക്കരുത്. നല്ലൊരു ശീലമല്ലത്. പാത്രം നിലത്തു വയ്ക്കണം. ഒരു കൈകൊണ്ടു പീച്ചുമ്പോൾ മറുകൈകൊണ്ടു പതിയെ മുല ഒന്നു തടവിക്കൊടുക്കണം. ഏതു ചാട്ടക്കാരി ആടും അവിടെ നില്ക്കും. നമ്മളെ തൊഴിക്കില്ല, ചാടില്ല, പാത്രം തട്ടിമറിക്കില്ല, ഒന്നുമില്ല. ആ സുന്ദരമായ കാഴ്ച, ഭീകരരൂപി ആടിനെ മെരുക്കിയെടുത്തു കറക്കുന്ന കാഴ്ച ഞാൻ അതിശയത്തോടെ നോക്കിനിന്നുപോയി. അതുവരെ എന്റെ മുന്നിൽ ചാടി മറിഞ്ഞ ആടുകളുടെ മേടൊക്കെ എവിടെപ്പോയെന്നു സത്യമായും ഞാൻ അതിശയപ്പെട്ടുപോയി.

കുറേ ആടുകളെ കറന്നശേഷം ഭീകരരൂപി പാത്രം എന്റെ കയ്യിൽ തന്നു. ഞാൻ പതിയെ അയാൾ ചെയ്തതൊക്കെ അതുപോലെ ചെയ്തു. തീർച്ചയായും ആ പ്രവൃത്തികൾക്ക് അനുകരണത്തിന്റെ വലിയ

ദോഷമുണ്ടായിരുന്നു. ആ ചേഷ്ടകളൊക്കെ ഒരു മൃഗസ്നേഹിയിൽ നിന്നും സ്വാഭാവികമായി ഉരുത്തിരിഞ്ഞു വരേണ്ടതാണെന്നും അതു പോലെ ഗ്രഹിച്ചെടുക്കാൻ മൃഗങ്ങൾക്കു കഴിയുമെന്നും പിന്നീട് എപ്പോഴോ ആണ് ഞാൻ മനസ്സിലാക്കുന്നത്. അതിലൊക്കെ പ്രധാന പ്പെട്ട കാര്യമാണ് ആടുകളുമായുള്ള നിത്യപരിചയം. തന്റെ മുലയിൽ ദിവസേന തൊടുന്ന കൈ മാറിയാൽ അത് ആടിനു തിരിച്ചറിയാ മെന്നാണ് പറയുന്നത്.

എന്നിട്ടും ഒരാടിനെ മെരുക്കി ഞാൻ അതിന്റെ മുലയിൽ കൈ വച്ചു. എന്റെ പാൽപ്പാത്രത്തിലേക്ക് ആദ്യത്തെ തുള്ളി പാൽ ചീറ്റി വീണപ്പോൾ ഞാനനുഭവിച്ച നിർവൃതി അതെത്രയെന്നു പറഞ്ഞറി യിക്ക വയ്യ. എന്തോ ഒരു വലിയ തൊഴിലിനുള്ള പരിശീലനം ഞാൻ കരസ്ഥമാക്കിയതുപോലെ. ഇനി മേലിൽ എന്റെകൂടി സംരക്ഷണയിൽ വളരേണ്ട ആടുകളിൽ ഒന്ന് ഒരു കൈപരിധിക്കുള്ളിൽ വന്നിരിക്കുന്നു. ബാക്കിയുള്ളവ ഇതിന്റെ പിന്നാലെ വന്നുകൊള്ളും.

വല്ലവിധത്തിലും അന്ന് അരപ്പാത്രം പാൽ കറന്നെടുത്തു മസറ യ്ക്ക് പുറത്തിറങ്ങിയപ്പോഴേക്കും ഒരു വലിയ കഠിനാധ്വാനം കഴിഞ്ഞി ട്ടെന്നപോലെ ആ പ്രഭാതത്തിലും ഞാൻ വിയർത്തു കുളിച്ചിരുന്നു.

പതിന്നാല്

ഏറെ വ്യത്യസ്തമല്ലാത്ത മറ്റൊരു പകൽകൂടി അസ്തമിച്ചു. അതിനിടെ ആടുകളെ നടത്താൻ കൊണ്ടുപോകാൻ ഭീകരരൂപി എന്നെ പല രീതിയിൽ പരിശീലിപ്പിച്ചു. ആടുകൾക്കു പിന്നിൽ നിന്നു തെളിക്കാതെ വശങ്ങളിൽ നിന്നു തെളിക്കാനും മുന്നോട്ടു കുതിച്ചോടാൻ ശ്രമിക്കുന്നവയെ അടിച്ചുമെരുക്കാനും അവൻ കാണിച്ചുതന്നു. ഓരോ മസറയിലും ഓരോ പ്രാവശ്യവും ഇടേണ്ട ഗോതമ്പിന്റെയും കച്ചിയുടെയും പോച്ചയുടെയും അളവ് പറഞ്ഞുതന്നു.

പകലിനു കഴിഞ്ഞ ദിവസത്തെക്കാൾ ചൂടുണ്ടായിരുന്നു എന്നു തോന്നുന്നു. പത്തടി നടക്കുമ്പോഴേക്കും തൊണ്ട വരളുന്നതുപോലെ. ഇരുമ്പുടാങ്കിൽക്കിടന്നു തിളച്ചുവാടിയ വെള്ളം കുടിക്കുമ്പോൾ തൊണ്ട കൂടുതൽ കത്തുന്നതുപോലെ. തന്നെയുമല്ല ആ വാട്ടവെള്ളം നിറുത്താതെ കുടിച്ചു എന്റെ വയറ് കേടാവുകയും ചെയ്തു. അന്നേദിവസം പ്രഭാതഭക്ഷണത്തിനുശേഷം എത്ര തവണയാണ് ഞാൻ വെളിക്കിറങ്ങിയതെന്ന് എനിക്കുതന്നെ അറിയില്ല. തലേദിവസത്തെ ജാള്യതയൊക്കെ മാറി ഞാൻ പരസ്യമായി പൊതു ഇടത്തിൽതന്നെ വെളിക്കിരുന്നു. എവിടെ വെച്ച് മുട്ടിയോ അവിടെ. വെള്ളംകൊണ്ടു കഴുകാൻ ശ്രമിച്ച് അർബാബിന്റെ അടികൊള്ളുന്നതിനു പകരം എന്റെ വൃത്തിയാക്കൽ കല്ലുകൊണ്ടായി. ഓരോ ദേശത്തും ഏറ്റവും സുലഭമായ വസ്തുക്കൾകൊണ്ട് അതു സാധിക്കുകയാണ് അതിന്റെയൊരു രീതിയെന്നു ഞാൻ നിരൂപിച്ചു. ഇംഗ്ലീഷുകാർക്ക് ഏറ്റവും എളുപ്പം കിട്ടാവുന്നതു പേപ്പർ കഷണമാണ്. അവരതുകൊണ്ടു വൃത്തിയാക്കുന്നു. നമുക്കു വെള്ളം. അതുകൊണ്ടു മാത്രം നമ്മൾ വെള്ളംകൊണ്ടു വൃത്തിയാക്കുന്നു. എനിക്കിപ്പോൾ സുലഭം കല്ലായിരുന്നു. കല്ലെങ്കിൽ കല്ല്. അതായിരുന്നു അപ്പോഴത്തെ എന്റെ നിലപാട്.

ഉച്ചതിരിഞ്ഞപ്പോൾ വല്ലാത്ത ആവിയായിരുന്നു. ദേഹം മുഴുവൻ പുഴുകുന്നതുപോലെ. തളർച്ചയും കൂടി. വയറിളക്കത്തിന്റെ ക്ഷീണം

കൂടിയായപ്പോൾ പൂർണ്ണമായി. കാര്യങ്ങൾ ഞാൻ അർബാബിനോടും ഭീകരരൂപിയോടും വിവരിച്ചു. പക്ഷേ എന്റെ വേലയ്ക്ക് ഒരു കുറവും സംഭവിച്ചില്ല. ക്ഷീണവും തളർച്ചയും ഒന്നും അർബാബ് ശ്രദ്ധിച്ചതു കൂടിയില്ല. പണിയോടു പണി മാത്രം.

വൈകുന്നേരമായപ്പോഴേക്കും കഞ്ഞിപ്പശ വീണതുപോലെ ദേഹം ഒട്ടുന്നുണ്ടായിരുന്നു. ഒന്നു കുളിക്കാഞ്ഞിട്ട് പറഞ്ഞറിയിക്കാൻ വയ്യാത്ത അസ്വസ്ഥതയും പുകച്ചിലും. ആടുകൾക്കു കുടിക്കാൻ കൊണ്ടു പോയ വെള്ളത്തിൽ ഇത്തിരി അർബാബ് കാണാതെ എടുത്തു ഞാൻ മുഖവും കയ്യും ഒന്നു കഴുകിയെന്നു വരുത്തി. എന്നാലും വെള്ളം തൊടാത്ത ദേഹത്തിന്റെയും കക്ഷത്തിന്റെയും ഗൃഹ്യപ്രദേശത്തിന്റെയും അസ്വസ്ഥത, അസ്വസ്ഥത തന്നെയായിരുന്നു.

എല്ലാം സഹിച്ചാണ് ഞാൻ കിടക്കയിലേക്കു പോയത്. കിടക്ക എന്നു പറയുമ്പോൾ പെട്ടെന്ന് എനിക്കെന്തോ കിടക്ക കിട്ടി എന്നൊന്നും വിചാരിച്ചു കളയല്ലേ. എന്റെ ഇപ്പോഴത്തെ കിടക്ക വെറും നിലത്തു പൂഴിമണ്ണാണ്. ആകെ ഒരു കട്ടിലുള്ളതു ഭീകരരൂപി കൈവശപ്പെടുത്തി യിരിക്കുന്നു. അതിനടിയിൽ എന്റെ ബാഗുണ്ട്. അതിൽനിന്നു ഞാൻ ഒരു പുതപ്പ് വലിച്ചെടുക്കും. നിലത്തു മണ്ണിൽ വിരിക്കും - ഇപ്പോൾ ത്തന്നെ അതു മുഷിഞ്ഞുകഴിഞ്ഞിരിക്കുന്നു. എന്നാലും - നിലത്തു നല്ല പൊടിമണൽ ഉണ്ടെങ്കിലും ഇടയ്ക്കിടെയുള്ള ചെറു കല്ലുകൾ ദേഹത്തു കൊണ്ടുകയറും. സുഖമില്ലാത്ത ഒരു കിടപ്പ്. അല്ലെ ങ്കിൽത്തന്നെ അത്തരമൊരു സാഹചര്യത്തിൽ ഏതെങ്കിലും ചെറുസുഖ മെങ്കിലും പ്രതീക്ഷിക്കുന്ന ഞാൻതന്നെയാണ് മണ്ടൻ.

ഏറെ ക്ഷീണമുണ്ടെങ്കിലും കിടപ്പിന് ഒരു സുഖമില്ലെങ്കിൽ എനിക്ക് ഉറക്കം വരില്ല. ഞാൻ വെറുതെ ചിന്തിച്ചു കിടന്നു. സത്യത്തിൽ ആ ചിന്തയിൽ പെട്ടെന്ന് നാടും വീടും സൈനുവും ഉമ്മയും എന്റെ പിറക്കാൻ പോകുന്ന മകനും/മകളും ഒക്കെ കടന്നുവരേണ്ടതാണ്. സങ്കടങ്ങളും ആധികളും കടന്നുവരേണ്ടതാണ്. ജീവിതവും വിധിയും കടന്നുവരേണ്ടതാണ്. പക്ഷേ എന്തോ, മരിച്ച് മറുലോകത്ത് എത്തി ക്കഴിഞ്ഞവനെപ്പോലെ ആ ചിന്തകൾ ഒക്കെ എനിക്ക് അന്യപ്പെട്ടു പോയിരുന്നു. അത്രയും പെട്ടെന്നോ എന്നു നിങ്ങൾ ആകാംക്ഷ പ്പെട്ടേക്കാം. അതെ എന്നാണ് എന്റെ ഉത്തരം. ബന്ധപ്പെടുവാൻ സാഹചര്യവും അവസരവും ഇല്ലാതായി എന്നു പൂർണ്ണമായും ബോധ്യ പ്പെടാൻ എടുക്കുന്ന കാലതാമസമാണ് നമ്മെ പലപ്പോഴും അതേ ചിന്ത യിൽ തളച്ചിടുവാൻ പ്രേരിപ്പിക്കുന്നത്. എനിക്കത് ഒരു ദിവസംകൊണ്ടു ബോധ്യപ്പെട്ടു എന്നേയുള്ളൂ. ആകുലപ്പെട്ടിട്ടും ആശങ്കപ്പെട്ടിട്ടും ഒരു കാര്യവുമില്ല. ആ ലോകം എനിക്കന്യമായിക്കഴിഞ്ഞിരിക്കുന്നു. ഇനി

എനിക്ക് എന്റെ പുതിയ ലോകം. ഈ ലോകത്തിന്റെ വ്യവസ്ഥകൾക്കു ഞാൻ വിധിക്കപ്പെട്ടിരിക്കുന്നു. അതിന്റെ ആകുലതകളിലേക്കു ഞാൻ ആഴ്ന്നുവീണിരിക്കുന്നു. ഇനി ആ ജീവിതദുരന്തങ്ങളോടു പരമാവധി താദാത്മ്യപ്പെടുക എന്നതാണ് ഏറ്റവും അഭികാമ്യം. അത്രമാത്രമാണ് വല്ല വിധേനയും ജീവിതം തുടരാനുള്ള ഏക മാർഗ്ഗം. ഇല്ലെങ്കിൽ ആകുലതകൾ പെരുകിയോ സങ്കടങ്ങളിൽ മുങ്ങിയോ ഞാൻ എവിടെയെങ്കിലും വീണടിഞ്ഞുപോകുമായിരുന്നു. എന്നെപ്പോലെ ഇവിടെ അകപ്പെട്ടുപോയ ഓരോ മനുഷ്യനും ഇങ്ങനെയൊക്കെയാവാം ജീവിതത്തെ അതിജീവിച്ചത് അല്ലേ..?!

എങ്കിൽപ്പിന്നെ ആ രാത്രി ഞാൻ എന്തിനെപ്പറ്റിയാവും ഓർത്തുകിടന്നതെന്നു നിങ്ങൾക്ക് ഊഹിക്കാനാവുമോ..? പിറ്റേന്നു കാലത്തു മസറയിലെത്തി ആടിനെ കറക്കുന്നതിനെപ്പറ്റി. ഭീകരരൂപി മെരുക്കുന്നതുപോലെ ആടുകളെ മെരുക്കിയെടുത്ത് ഒരു പാത്രം നിറയെ പാലുമായി മസറയിൽനിന്നു പുറത്തുവരുന്നതും അതുകണ്ട് അർബാബിന്റെ മുഖം തെളിയുന്നതും. ഞാൻ ഒറ്റയ്ക്ക് ഒരു മസറയിലെ ആടുകളെ നടത്താൻ കൊണ്ടുപോയി തിരികെ വരുന്നത്. ഈ സ്വപ്നങ്ങളൊക്കെ എങ്ങനെ യാഥാർത്ഥ്യമാക്കാം. അതിനുവേണ്ടി എന്തൊക്കെ മുൻകരുതലുകൾ എടുക്കണം. ഇന്നത്തെ എന്റെ പിഴവുകൾ എന്തൊക്കെയായിരുന്നു? അതെങ്ങനെ തിരുത്താം?

ഞാൻ ഇന്നലെകളെക്കുറിച്ച് വ്യാകുലപ്പെടുകയോ നാളെകളെക്കുറിച്ച് ആകാംക്ഷപ്പെടുകയോ ചെയ്തില്ല. ഇന്നിനെ എങ്ങനെ നേരിടാം എന്നുമാത്രം ചിന്തിച്ചു. എന്റെ മസറജീവിതം മുഴുവൻ അങ്ങനെയായിരുന്നു എന്നുതോന്നുന്നു.

അതേ കിടപ്പിൽ കിടന്നു ഞാൻ അതുവരെ പഠിച്ചെടുത്ത അറബി വാക്കുകളും അവയുടെ അർത്ഥങ്ങളും ഒന്നു വേർതിരിച്ചെടുക്കാൻ ശ്രമിച്ചു. ദിവസം രണ്ടേ ആയിട്ടുള്ളൂ. പക്ഷേ അതിനകം ആവശ്യത്തിലധികം വാക്കുകൾ ഞാൻ പഠിച്ചു കഴിഞ്ഞു എന്ന് എനിക്കു തോന്നി.

ഞാൻ പഠിച്ച അറബിവാക്കുകളും അവയ്ക്കുള്ള അർത്ഥങ്ങളും:

അർബാബ് - രക്ഷകൻ

മസറ - ആടുകളുടെ കിടപ്പാടം

ഖുബൂസ് - എനിക്കവിടെ കിട്ടാവുന്ന ഒരേയൊരു ആഹാരം

മായിൻ - ഏറ്റവും ദുർലഭവും വളരെ സൂക്ഷിച്ച് ഉപയോഗിക്കേണ്ടതുമായ ഒരു ദ്രാവകം. (അതിനെ വെറുതെ വെള്ളം എന്നു വിശേഷിപ്പിച്ച് കേരളീകരിക്കല്ലേ. നമുക്കു വെള്ളത്തിനോടു തോന്നുന്ന നിസ്സാരത്വമല്ല അർബാബിന് മായിനോടുള്ളത്.)

ഗനം - ആട്, ഹലീബ് - പാൽ, തിബിൻ - പോച്ച, ബർസി - കച്ചി, ജമൽ - ഒട്ടകം

ലാ - ഇല്ല, ജീഹാം - ശരി അർബാബ്, യാ അള്ളാ - പോയി തൊലയ്...

എനിക്കറിയാവുന്ന വാക്കുകൾ അത്രയും ഓർത്തുകഴിഞ്ഞപ്പോഴാണ് എനിക്കറിയാത്തതും എന്നാൽ അറിയേണ്ടുന്നതുമായ വാക്കുകളാണല്ലോ കൂടുതൽ എന്നു ഞാനറിയുന്നത്. കേൾക്കുക. ഗോതമ്പ്, പാത്രം, ടാങ്ക്, കാറ്, തോക്ക്, മരുഭൂമി, ഉടുപ്പ്, കുളി, തൂറൽ, വയറിളക്കം, അടി, ദേഷ്യം, ശകാരം, കൂടാരം. പിന്നെ ഒട്ടനവധി ക്രിയാപദങ്ങളും. വന്നു, പോയി, ചെയ്തില്ല, അറിയില്ല എന്നിങ്ങനെ.

ഞാനിവിടെ പറഞ്ഞ അറബിവാക്കുകളുടെ ഒക്കെ ഉച്ചാരണവും അർത്ഥവും ഒക്കെ ഇങ്ങനെത്തന്നെയാണോ എന്നു നിങ്ങളിലെ അറബി വിദഗ്ദ്ധൻ സംശയമുന്നയിച്ചാൽ, സത്യത്തിൽ എനിക്കറിയില്ല എന്നതാണ് എന്റെ ഉത്തരം. ഞാനവയെ അങ്ങനെയാണ് കേട്ടത്. ഞാനവയെ അങ്ങനെയാണ് മനസ്സിലാക്കി പഠിച്ചത്. ആ ശബ്ദങ്ങളിൽനിന്ന് അതിനൊരു അർത്ഥം കല്പിച്ചെടുക്കാൻ എനിക്കു കഴിഞ്ഞു. അതുകൊണ്ട് എന്നെ സംബന്ധിച്ചിടത്തോളം അതാണ് ശരിയായ വാക്ക്. ശരിയായ ഉച്ചാരണം. അല്ലെങ്കിൽത്തന്നെ ഒരു വാക്കിലെന്തിരിക്കുന്നു? മനസ്സിലാക്കലാണ് മുഖ്യം. ഈ വാക്കുകൾകൊണ്ട് അർബാബ് പറയുന്നത് എനിക്കു മനസ്സിലായി. ഞാൻ പറയുന്നത് അർബാബിനും. അതിനപ്പുറം ഭാഷാനിപുണത മറ്റൊരു സഹായവും എനിക്കു ചെയ്തിട്ടില്ല.

ഓർത്തും ചിന്തിച്ചും കിടന്ന് നേരം അങ്ങനെ ഒഴുകിപ്പോയി. ദേഹത്തുനിന്ന് വേദന എവിടേക്കോ അപ്രത്യക്ഷമായി. ക്ഷീണത്തിനൊപ്പം ഉറക്കം ശരീരത്തിനെ വന്നുപൊതിഞ്ഞു. പിന്നെ ഗാഢമായ ഉറക്കം. തീർച്ചയായും അപ്പോൾ ഏതാണ്ടു പാതിരായെങ്കിലും പിന്നിട്ടിരിക്കണം. അതുകഴിഞ്ഞതൊന്നും എനിക്കോർമ്മയില്ല. നേരം നന്നേ വെളുത്തുകഴിഞ്ഞപ്പോഴാണ് ഞാൻ ഉണരുന്നത്. എനിക്കും ഏറെ മുൻപേ സൂര്യൻ കിഴക്ക് കണ്ണുമിഴിച്ചു കഴിഞ്ഞിരുന്നു. ഞാൻ എഴുന്നേറ്റ് കട്ടിലിലേക്കു നോക്കി. അവിടം ശൂന്യമായിരുന്നു. അവൻ കാലത്തുണർന്നു പണികൾ ആരംഭിച്ചിരിക്കുമെന്നു ഞാൻ വിചാരിച്ചു. പാൽ കറന്നുതീരുന്നതിനു മുൻപ് ചെല്ലണം എന്ന ആഗ്രഹത്തോടെ ഞാൻ മസറയിലേക്ക് എഴുന്നേറ്റോടി. അവിടെ പക്ഷേ, ഭീകരരൂപി ഉണ്ടായിരുന്നില്ല.

പതിവിനു വിപരീതമായി ഇന്ന് ആടുകൾക്കു വെള്ളം കൊടുത്തിട്ടില്ല, പുല്ലു കൊടുത്തിട്ടില്ല, തൊട്ടിയിൽ ഗോതമ്പ് നിറച്ചിട്ടില്ല,

ഒന്നുംതന്നെ ചെയ്തിട്ടില്ല. പതിവുകൾ തെറ്റിയതിന്റെ ശുണ്ഠിയിൽ ആടുകൾ മസറയ്ക്കുള്ളിൽ അസ്വസ്ഥമായ ചലനങ്ങൾ ആരംഭിച്ചുകഴിഞ്ഞിരുന്നു. ഭീകരരൂപി മറ്റെന്തെങ്കിലും പണിയുമായി വേറെ മസറയിൽ കാണുമെന്നു ഞാൻ വിചാരിച്ചു. ഞാൻ എല്ലാ മസറയിലും കയറിയിറങ്ങി നോക്കി. എവിടെയും അവനില്ലായിരുന്നു. എനിക്കതിശയമായി. അവനെവിടെ പോകാൻ ഇത്ര കാലത്തെ? ഞാൻ തിരിച്ചു കട്ടിലിൽ വന്നിരുന്നു. എന്തോ ഒരു സംശയത്തിന്റെ നേരിയനീറ്റൽ എന്റെ മനസ്സിനെ ബാധിച്ചു. ഞാൻ കുനിഞ്ഞു കട്ടിലിനടിയിലേക്കു നോക്കി. അവിടെ എന്റെ ബാഗിനൊപ്പം അവന്റേതെന്നു വിശ്വസിക്കാവുന്നതും ഏറെ പഴയതും പൊടിപിടിച്ചതുമായ മറ്റൊരു ബാഗ് കഴിഞ്ഞ ദിവസം കണ്ടിരുന്നു. ഇപ്പോൾ അത് അവിടെ കാണാനില്ല! എന്റെ സംശയത്തിന്റെ നനവ് കൂടുതൽ ബലപ്പെട്ടു.

അന്നേരം അർബാബ് കൂടാരത്തിനുള്ളിൽനിന്നും ഇറങ്ങി എന്റെ അടുത്തേക്കു വന്നു. എന്റെ കയ്യിൽ പാൽപാത്രം തന്നിട്ടു പോയി ആടിനെ കറന്നുകൊണ്ടുവരാൻ പറഞ്ഞു. ഞാൻ സംശയത്തോടെ അർബാബിനെ നോക്കി. ഭീകരരൂപി ഇന്ന് എവിടെപ്പോയി എന്നാണ് ആ നോട്ടത്തിന്റെ അർത്ഥമെന്ന് അർബാബിന് തീർച്ചയായും മനസ്സിലായിക്കാണണം. പിന്നെ അർബാബ് എന്തൊക്കെയോ ഒരുകൂട്ടം കാര്യങ്ങൾ എന്നോടു പറഞ്ഞു. അതിൽ ദേഷ്യമുണ്ടായിരുന്നു, ശപിക്കലുണ്ടായിരുന്നു, സഹതാപമുണ്ടായിരുന്നു, നിർദ്ദാക്ഷിണ്യമുണ്ടായിരുന്നു, പുച്ഛമുണ്ടായിരുന്നു.

ആ വാക്കുകളിൽനിന്ന് ഞാൻ ഗ്രഹിച്ചത് ഇത്രയുമാണ് - അവൻ, എന്റെ ഭീകരരൂപി, ഈ നരകത്തിൽനിന്നും ഓടി രക്ഷപ്പെട്ടിരിക്കുന്നു!!

പതിനഞ്ച്

രണ്ടേരണ്ടു ദിവസത്തെ പരിചയം മാത്രം. അതിനെ പരിചയമെന്നുതന്നെ വിളിക്കാമോ എന്നറിയില്ല. പരസ്പരം സംസാരിച്ചിട്ടുള്ളത് ഇത്തിരി ഇമ്മിണി വാക്കുകൾ മാത്രം. പേരറിയില്ല, ഊരറിയില്ല. ഒന്നും അറിയില്ല. എന്നിട്ടും ആ ഭീകരരൂപി പോയി എന്നു കേട്ടപ്പോൾ എന്റെ ഹൃദയത്തിനുണ്ടായ മുറിവ്. എനിക്കറിയില്ല, ആ വേദനയുടെ കാരണം. ഒരുപക്ഷേ വല്ലാതെ ഒറ്റപ്പെട്ടുപോയതിന്റെ ഖേദത്തിൽനിന്ന് ഉരുവായതാവാം അത്. എന്റെ ശരീരത്തെ ഒരു തളർച്ച ബാധിക്കുന്നതുപോലെ തോന്നി. പെട്ടെന്നൊരു ദിവസം ഉപ്പ മരിച്ചെന്നോ ഉമ്മ മരിച്ചെന്നോ സ്വന്തം മകൻ മരിച്ചുപോയെന്നോ കേൾക്കേണ്ടിവരുമ്പോൾ ഉണ്ടായേക്കാവുന്ന തരത്തിൽ ഒരു തളർച്ചയും മരവിപ്പും. എന്നാൽ അതു പറഞ്ഞിട്ടു തിരിച്ചുപോകുന്ന അർബാബിന് ഒരു ഭാവവ്യത്യാസവുമില്ല. അവൻ പോയി. എന്നാൽ പോയി എന്നു മാത്രം. എങ്ങോട്ടു പോയി എങ്ങനെ പോയി..? ആരുടെ കൂടെപ്പോയി...? വേണ്ട. ഒന്നും അയാൾക്കറിയേണ്ടാത്തതുപോലെ.

പെട്ടെന്ന് അതെനിക്കു പ്രതീക്ഷയുടെ ഒരു പ്രകാശനാളമാണ് സമ്മാനിച്ചത്. നാളെ ഒരിക്കൽ ഞാൻ പോയി എന്നു കേട്ടാലും അർബാബ് ഇങ്ങനെയേ പ്രതികരിക്കൂ. ഭീകരരൂപി പോയാൽ നജീബുണ്ട്. ഇനി നജീബ് പോയാൽ വേറെ ആരെങ്കിലും; അത്രമാത്രം.

ഒന്നാം ദിവസത്തെ അർബാബിന്റെ ഭാവവും പടുതിയും കണ്ടപ്പോൾ എനിക്കങ്ങനെ ഒന്നുമല്ല തോന്നിയത്. തോക്കെടുത്ത് ആകാശത്തേക്കു വെടി വയ്ക്കുന്നു. ബൈനോക്കുലർ നീട്ടി അതിന്റെ ദൂരപരിധി കാണിച്ചുതരുന്നു. ഞങ്ങൾ പുറത്തുപോകുമ്പോഴൊക്കെ വണ്ടിക്കു മുകളിൽ കയറിയിരുന്നു ഞങ്ങളുടെ സഞ്ചാരങ്ങൾ വീക്ഷിക്കുന്നു. ഏറെ ദൂരെപ്പോയി എന്നു തോന്നിയാൽ വണ്ടിയെടുത്തു പിന്നാലെ വന്നു ഞങ്ങൾക്കു ചുറ്റും റോന്തു ചുറ്റുന്നു. ഒരിക്കലും ഈ നരകത്തിൽനിന്നും പുറത്തുപോകാൻ അയാൾ അനുവദിക്കില്ല

എന്നാണ് ഞാനപ്പോഴൊക്കെ കരുതിയത്. ഭീകരരൂപിയുടെ ഓരോ പ്രവൃത്തിയിലും ആ പേടിയും കരുതലും ഞാൻ ശ്രദ്ധിച്ചിരുന്നു. അവൻ എനിക്കു പറഞ്ഞുതന്ന, തരാൻ ശ്രമിച്ച വാക്കുകളിലും ആ ഭീതിയാണ് എനിക്കു കാണാൻ കഴിഞ്ഞത്. എങ്ങും പോകാൻ ശ്രമിക്കരുത്. ശ്രമിച്ചാൽ ഇയാൾ നിന്നെ കൊന്നുകളയും. ദാക്ഷിണ്യമില്ലാത്തവനാണ്, ക്രൂരനാണ്. ദയാരഹിതനാണ്. പക്ഷേ എല്ലാം പറഞ്ഞിട്ട് അവൻ രക്ഷപ്പെട്ടിരിക്കുന്നു. കള്ളൻ! ഞാൻ വരുന്നതു കാത്തിരിക്കുകയായിരുന്നു. എല്ലാം എന്നെ ഏല്പിച്ചിട്ട് രക്ഷപ്പെടാൻ. ഞാൻ ഒരുവിധത്തിലും രക്ഷപ്പെടാൻ ശ്രമിക്കരുത്. അതിനുവേണ്ടിയാണ് ഈ കള്ളങ്ങളെല്ലാം എന്നോടു വിളമ്പിയത്. നോക്ക് അർബാബ് എത്ര ശാന്തൻ. പൊതുവേയുള്ള ദേഷ്യപ്പെടലുകൾ ഒന്നുമില്ല. പോയെങ്കിൽപ്പോട്ടെ എന്നൊരു ഭാവം മാത്രം. എനിക്കു സന്തോഷമായി.

ഒന്ന്, ഭീകരരൂപി ഈ കഷ്ടപ്പാടിൽനിന്നും വല്ലവിധേനയും രക്ഷപ്പെട്ടിരിക്കുന്നു. രണ്ട്, നാളെ ഒരിക്കൽ എനിക്കും ഇതേവിധം രക്ഷപ്പെടാം. മൂന്ന്, അതായിരുന്നു ഏറ്റവും പ്രധാനം. ഇത്ര ദിവസം ഭീകരരൂപി കയ്യടക്കി വച്ചിരുന്ന കട്ടിൽ എന്റെ സ്വന്തമാകാൻ പോകുന്നു. എന്റെ നിലത്തുകിടപ്പ് അവസാനിക്കാൻ പോകുന്നു.

എനിക്കും രക്ഷപ്പെടാം എന്നൊരു തോന്നൽ വന്നതോടെ വല്ലാത്തൊരു ഉന്മേഷം വന്നുനിറഞ്ഞതുപോലെ ഞാൻ പാൽപ്പാത്രവുമായി മസറയിലേക്ക് ഓടി. കുറച്ച് ആടുകളെ കറന്നു. തീർച്ചയായും എന്റെ ശീലമില്ലായ്മ അവിടെ നന്നായി പ്രതിഫലിച്ചു. എന്നാലതു കഴിഞ്ഞ ദിവസത്തേക്കാൾ ഭേദമായിരുന്നു. ആടുകളിൽനിന്ന് അത്രയധികം തൊഴിയൊന്നും കിട്ടിയുമില്ല. കഴിഞ്ഞ ദിവസത്തെ ഒരു തുള്ളി പാൽ പോലും കിട്ടാതിരുന്നതിൽനിന്നും ഞാൻ ഏറെ വളർന്നിരുന്നു. രണ്ടു ദിവസം കൊണ്ട് അതിനെ ഒരു വൻ മുന്നേറ്റമായിത്തന്നെ കാണണം. എന്നാലും അതു ഭീകരരൂപിക്കൊപ്പമെത്തിയെന്നു ധരിക്കരുത്. കറന്നെടുത്തതിൽ കുറച്ചെടുത്തു പതിവുപോലെ അർബാബിനു കുടിക്കാൻ കൊടുത്തു. ബാക്കി കൊണ്ടുപോയി കുട്ടികളുടെ മസറയിൽ വെച്ചുകൊടുത്തു. പിന്നെ പിടിപ്പതു പണിയായിരുന്നു. കഴിഞ്ഞ ദിവസങ്ങളിൽ രണ്ടുപേർ ചെയ്തിരുന്ന പണി എനിക്ക് ഒറ്റയ്ക്കു ചെയ്യേണ്ടി വന്നു. ഒട്ടകങ്ങൾക്കു തീറ്റ കൊടുത്ത് അഴിച്ചുവിട്ടു. മസറയിൽ വേണ്ട പുല്ലും ഗോതമ്പും പോച്ചയും ഇട്ടുകൊടുത്തു. തൊട്ടികളിൽ വെള്ളവും നിറച്ചു. അതിനിടെ വെള്ളവുമായി ടാങ്കർ ലോറി വന്നു. ടാങ്കിൽ വെള്ളം നിറയ്ക്കാൻ അയാളെ സഹായിച്ചു. പോച്ചക്കെട്ടുകളുമായി ട്രയിലർ വന്നു. അതിറക്കാൻ അവരെ സഹായിച്ചു. ഓടിയോടി നടു ഒടിഞ്ഞിട്ടും പണി എങ്ങും എത്തിയില്ല. എന്നും കാലത്ത് ആടുകളെ

നടക്കാൻ കൊണ്ടുപോകുന്ന സമയമായിട്ടും (നിഴൽ നോക്കി സമയം ഗണിക്കാൻ ഞാൻ തുടങ്ങിയിരുന്നു.) പകുതി മസറയിൽപ്പോലും പുല്ലിട്ടു കഴിഞ്ഞിരുന്നില്ല.

കൂടാരത്തിലിരുന്ന് അർബാബ് എന്റെ പണികളെല്ലാം കാണുന്നു ണ്ടായിരുന്നെങ്കിലും സമയമായപ്പോൾ ആടുകളെ പുറത്തു കൊണ്ടു പോകാതിരുന്നതിന് എന്നെ ശാസിച്ചു. എല്ലാംകൂടി ഒറ്റയ്ക്ക് ഇത്രയൊ ക്കെയേ പറ്റൂ എന്നു ഞാൻ മലയാളത്തിൽ ഒരു കാച്ചുകാച്ചി. അർബാബ് സ്വന്തം ബെൽട്ടിന്റെ മടക്കുകൊണ്ടാണ് എനിക്കതിനു മറുപടി തന്നത്. ഭാഷ പ്രശ്നമല്ലാത്ത ഒരു മറുപടി. പുറമടക്കി ഒരടി! ഞാൻ പുളഞ്ഞു പോയി. എനിക്കു തോന്നുന്നത് അടുത്ത ആറുമാസത്തേക്ക് അതിന്റെ നീറ്റലും മുറിവും എന്റെ പുറത്ത് ഉണ്ടായിരുന്നു എന്നാണ്. തിരിഞ്ഞു നടക്കുമ്പോൾ അർബാബ് എന്തോ ഒന്നു പറഞ്ഞു. കഴിഞ്ഞ ദിവസം വരെ ഒരാൾ ഒറ്റയ്ക്കു ചെയ്ത പണികൾ തന്നെ ഇത് എന്നായിരുന്നു അതെന്ന് എനിക്കു നിശ്ചയമായും മനസ്സിലായി. ചില നേരത്ത് ഏത് അപരിചിത ഭാഷയും നമുക്കു നന്നായി മനസ്സിലാവും. നന്നായി വഴങ്ങും. ഞാൻ കരഞ്ഞുകൊണ്ട് ഓടിപ്പോയി ബാക്കിപണികൾ ചെയ്തു. അതിനിടെ അന്നു പ്രഭാതഭക്ഷണം കഴിക്കാൻപോലും നേരം കിട്ടിയില്ല. അർബാബ് എന്നെ അതിനുവേണ്ടി വിളിച്ചതുമില്ല.

രണ്ടു മസറയിലെ ആടുകളെ നടത്താൻ കൊണ്ടുപോയിട്ടു വന്ന തേയുള്ളൂ. അർബാബ് എന്നെ വിളിച്ചു. വളർച്ച മുറ്റിയ ആടുകളെ ചന്തയിലേക്കു കൊണ്ടുപോകാൻ വണ്ടി വന്നിരിക്കുന്നു. മുഴുത്തവയെ നോക്കി പിടിച്ചു വണ്ടിയിൽ കയറ്റണം. വണ്ടിയുമായി വന്നിരിക്കുന്നത് എന്റെ മൂത്ത അർബാബാണ്. സഹായിക്കാനാണെങ്കിൽ മറ്റാരുമില്ല. ഞാൻ ആട്ടിൻകൊറ്റയിലേക്കു കടന്നു. അർബാബുമാർ രണ്ടുംകൂടി പുറത്തുനിന്ന് ഒരാടിനെ നോക്കി ആദി എന്ന് ചൂണ്ടും. ഞാനതിനെ പിടിക്കാൻ നോക്കും. വെള്ളത്തിൽ വരാൽ എന്നപോലെ അതെന്നെ വെട്ടിച്ച് അതിന്റെ പാട്ടിന് ചാടും. ഞാൻ പിന്നാലെ കൂടി വല്ലവിധ ത്തിലും പിടിച്ച് (എങ്ങനെ പിടിക്കാനാണ്! കഴുത്തിൽ കയർ വല്ലതുമു ണ്ടായിരുന്നെങ്കിൽ അതിൽ പിടിക്കാമായിരുന്നു.) വണ്ടിയുടെ അരികിൽ വരെ എത്തിക്കും. പിന്നെ അതിനെ വണ്ടിയിലൊന്നു കയറ്റാനാണ് പാട്. ആടുകളെ ഒറ്റയ്ക്ക് എടുത്തു കയറ്റാനുള്ള കെല്പ് എനിക്കില്ല. ആടുകൾ സ്വയം കയറുകയുമില്ല. ഓരോന്നിനെയും വല്ലവിധത്തിലും ഉന്തിക്കയറ്റും. അതിനുവേണ്ടി ഞാൻ ചെലവാക്കിയ ഊർജ്ജവും സമയവും എത്രയെന്ന് എനിക്കുതന്നെ അറിയില്ല. രണ്ടുമൂന്നെണ്ണ ത്തിനെ വണ്ടിയിലെത്തിച്ചപ്പോഴേക്കും ഞാൻ തളർന്നുപോയിരുന്നു. എന്നാൽ അർബാബുമാർ പിന്നെയും പിന്നെയും എന്നെ മസറയി ലേക്ക് ഓടിച്ചു. അവർ മസറയിലേക്കു ചൂണ്ടി ആദി അബിയദ് എന്നു

പറയും. എനിക്ക് ഏതാണെന്നു മനസ്സിലാവില്ല. ഞാൻ അടുത്തു കാണുന്ന കറുത്ത ആടാണെന്നു കരുതി അതിനെ പിടിക്കാൻ നോക്കും. ഹിമാർ, മാഫി അസ്വദ്, അബിയദ്, അബിയദ്... എന്ന് അർബാബ് ചീറും. അതിനെയല്ല എന്നു കരുതി ഞാൻ മറ്റൊരു തടിയനെ പിടിക്കാൻ നോക്കും. ഹിമാർ, മൂഖ് മാഫി ഇന്തി. ആദി അബിയദ്... അർബാബ് തലയ്ക്കടിക്കും. പിന്നെയും പല തെറ്റുകൾക്കൊടുവിൽ മാത്രമേ, അക്കാണുന്ന വെള്ളമുട്ടനെ പിടിക്കാനാണ് അർബാബ് പറയുന്നതെന്ന് എനിക്കു മനസ്സിലായുള്ളൂ.

അതിനെ വലിച്ചുകൊണ്ടുവന്ന് വല്ലവിധത്തിലും വണ്ടിയിൽ കയറ്റും. പിന്നെയും മസറയിലേക്ക് ഓടും. അർബാബ് അസ്വദ് എന്നു പറയും. ഞാൻ ഏതെങ്കിലും മണ്ടത്തരം കാണിക്കും. ഒടുവിൽ അർബാബ് ഉദ്ദേശിച്ച കറുത്ത ആടിനെ പിടിച്ചുകൊടുക്കും. അങ്ങനെ ഒരു ഇരുപത് ആടിനെ പിടിച്ചു കഴിഞ്ഞപ്പോഴേക്കും ഞാൻ തളർന്നു വീണുകഴിഞ്ഞിരുന്നു. ഞാൻ സ്വയമോ ആരെയെല്ലാമോ ഒക്കെ ശപിച്ചു. കൂടെയുണ്ടായിരുന്ന ഒരുത്തൻ ഓടിപ്പോയതിന് എനിക്കു കിട്ടിയ പ്രതിഫലം! നടു ഒടിക്കുന്ന പണി! ഒരിക്കലും മറക്കാത്ത ഒരടി! ഉച്ചനേരം വരെ മുഴുപ്പട്ടിണിയും!!

പതിനാറ്

ഒറ്റയ്ക്ക് ഒരു ജീവിതത്തെ നേരിടാൻ, ഒറ്റയ്ക്ക് ഒരു തൊഴിലിൽ പരിശീലനം നേടിയെടുക്കാൻ, ഒറ്റയ്ക്ക് ഒരു ജീവിസമൂഹത്തെ പരിരക്ഷിക്കാൻ, ഒറ്റയ്ക്ക് ഒരു സാഹചര്യവുമായി പൊരുത്തപ്പെടാൻ ഞാൻ പഠിക്കുകയായിരുന്നു. അത് എന്തെങ്കിലും ധീരമായ ഒരു തീരുമാനത്തിന്റെ ഭാഗമൊന്നും ആയിരുന്നില്ല. പകരം, തീർത്തും നിവൃത്തികേടുകൊണ്ട്... എല്ലുമുറിയെ പണി ചെയ്താൽ മാത്രമേ ദാഹത്തിന് ഇത്തിരി വെള്ളമെങ്കിലും കിട്ടൂ എന്നുവന്നാൽ എല്ലുമുറിയെ അല്ല, മരണം വരേയും പണിയെടുക്കാൻ ആരും തയ്യാർ!

ആദ്യത്തെ രണ്ടുദിവസം ഭീകരരൂപിയോടൊപ്പം പണികൾ ചെയ്തപ്പോൾ, ആവർത്തിക്കുന്ന വേലകൾ, വെല്ലുവിളിക്ക് ഒന്നുമില്ല, വേഗം സ്വായത്തമാക്കാം എന്നൊരു ആത്മവിശ്വാസമായിരുന്നു എന്റെ മനസ്സുനിറയെ. ആടിനെ കറക്കുന്നതും നടത്താൻ കൊണ്ടുപോകുന്നതും മാത്രമായിരുന്നു ഇത്തിരിയെങ്കിലും പരിശീലനം വേണ്ട രണ്ടു വേലകൾ. ബാക്കിയെല്ലാം ഏതു കണ്ണുപൊട്ടനും ചെയ്യാവുന്നത്. വേണ്ടത് ഇത്തിരി ആരോഗ്യം മാത്രം. അതായിരുന്നു എന്റെ കാഴ്ചപ്പാട്. എന്നാൽ ദിവസങ്ങൾ പിന്നിടുന്തോറും ആടുകളുടെ ജീവിതവുമായി ബന്ധപ്പെട്ട്, ആടുവളർത്തലുമായി ബന്ധപ്പെട്ട്, ഒട്ടകങ്ങളുടെ ദിനചര്യകളുമായി ബന്ധപ്പെട്ട് എനിക്കു പുതിയ പുതിയ നിരവധി കാര്യങ്ങൾ സ്വയം പഠിക്കേണ്ടി വന്നു. സാഹചര്യമാണ് മനുഷ്യനെ എന്തിനും പ്രാപ്തനാക്കുന്നത്.

ഒരു ദിവസം പതിവുപോലെ ആടുകളെയുംകൊണ്ടു നടക്കാൻ ഇറങ്ങിയതാണ്. ഞാൻ എത്തിയിട്ട് അപ്പോൾ ഏകദേശം ഒരാഴ്ച ആയിക്കാണും. അത്രയേ ആയിട്ടുള്ളൂ. അതിൽ ഒരാട് ഗർഭിണി ആയിരുന്നു. നടക്കാൻ ഇറങ്ങിയപ്പോൾ മുതൽ അതിനൊരു മന്ദതയും ക്ഷീണവും ഞാൻ ശ്രദ്ധിച്ചിരുന്നു. സൈനുവിനെപ്പോലെ ഗർഭാലസ്യം എന്നേ ഞാൻ വിചാരിച്ചുള്ളൂ. അതിനെ കൊണ്ടുപോകണോ എന്ന്

അർബാബിനോട് ചോദിച്ചു. കൊണ്ടുപോയ്ക്കൊള്ളാൻ അർബാബ് തലയുമാട്ടി. ഏതാണ്ടു പാതിവഴിയിലെത്തിക്കാണും. ആട് വഴിയിൽ ഒരിടത്തേക്കു മാറി കിടപ്പായി. ഞാൻ അങ്കലാപ്പോടെ അതിന്റെ അരികിൽ നിന്നു. ഇത്തിരി കഴിഞ്ഞപ്പോൾ അത് അലയ്ക്കാനും പുളയ്ക്കാനും തുടങ്ങി. അപ്പോൾ മാത്രമേ അതിനു പ്രസവവേദന ആയിരിക്കും എന്ന് എനിക്കൂഹിക്കാൻ കഴിഞ്ഞുള്ളൂ. വല്ലവിധത്തിലും അതിനെ നടത്തി മസറയിൽ എത്തിക്കാൻ ഞാനൊരു ശ്രമം നടത്തിനോക്കിയെങ്കിലും രണ്ടോ നാലോ ചുവട് നടന്നശേഷം അത് ആ മരുഭൂമിക്കു നടുവിൽ വീണു കിടന്നു. അതിനിടെ ബാക്കി ആടുകൾ ഏറെ മുന്നിലേക്ക് ഓടി അലഞ്ഞുതിരിയാൻ തുടങ്ങിയിരുന്നു. കൂട്ടം ചേർന്നു നടക്കുന്ന അത്രയും നേരം ആടുകൾ അതിന്റെ ഒരു അടക്കം കാണിക്കും. എങ്ങനെയെങ്കിലും ഒന്നു വരിതെറ്റിപ്പോയാൽ, കൂട്ടം ശിഥിലമായിപ്പോയാൽ തീർന്നു. പിന്നെ അവയ്ക്ക് അതിന്റെ ജന്മവാസന ഇളകും. പത്താറായിരം വർഷങ്ങളായി മനുഷ്യനോടിണങ്ങി ജീവിക്കുന്ന ജീവിയാണെങ്കിലും തരംകിട്ടിയാൽ തന്റെ വന്യസ്വഭാവത്തിലേക്കു മടങ്ങിപ്പോകുന്ന ഒരേയൊരു വളർത്തുമൃഗമാണ് കോലാടുകൾ! അതുകൊണ്ടുതന്നെ ഒരിക്കലും ഇവറ്റകളെ കൂട്ടംവിടാതെയും വരിതെറ്റാതെയും നോക്കിക്കൊള്ളണമെന്നാണ് എന്റെ ഭീകരരൂപി എനിക്ക് ആദ്യദിവസം തന്ന കർശനനിർദ്ദേശങ്ങളിൽ ഒന്ന്.

ഇപ്പോൾ നോക്കുമ്പോൾ അൻപത് ആടുകൾ ഉള്ളത് അൻപതു വഴിക്കായി ക്കഴിഞ്ഞു. ഒരെണ്ണം വഴിയിൽ പ്രസവിക്കാനും കിടക്കുന്നു. ഞാനന്നേരം അനുഭവിച്ച ഒരു മാനസിക വ്യഥ. അതിനെ അവിടെ വിട്ടേച്ച് ബാക്കിയുള്ളവയുടെ പിന്നാലെ പോകണമോ ബാക്കിയുള്ളവ എവിടെയെങ്കിലും ചുറ്റിക്കറങ്ങട്ടെ എന്നു കരുതി പ്രസവിക്കാൻ കിടക്കുന്നതിന്റെ കൂടെ നില്ക്കണമോ..? ഒടുവിൽ തൊണ്ണൂറ്റൊൻപതിനെയും വിട്ട് ഒന്നിനെ അന്വേഷിച്ചു പുറപ്പെടുന്ന ഇടയന്റെ ഉപമ ഓർത്തുകൊണ്ട് പ്രസവിക്കാനായി കാത്തുകിടക്കുന്ന ആടിന്റെ അടുത്തു നിൽക്കാൻ ഞാൻ തീരുമാനിച്ചു.

ഒരാടിന്റെ എന്നല്ല ഒരു മൃഗത്തിന്റെയും പ്രസവം ഞാൻ കണ്ടിട്ടില്ല. അതിന്റെ രീതികൾ എനിക്കറിയില്ല. പ്രസവിക്കുമ്പോൾ എന്തു സഹായമാണ് ഒരു മൃഗത്തിനു വേണ്ടതെന്ന് എനിക്കറിയില്ല. എന്റെ വീട്ടിൽ പശു, ആട്, പട്ടി, പൂച്ച എന്നിങ്ങനെ വളർത്തുമൃഗങ്ങൾ ഒന്നുമില്ല. അയൽവക്കങ്ങളിൽ ഒന്നും നോക്കാൻ പോയിട്ടുമില്ല. അതുകൊണ്ടുതന്നെ വെറുതെയൊരു കാഴ്ചക്കാരനെപ്പോലെ നോക്കി നിൽക്കുകയായിരുന്നു അപ്പോഴത്തെ എന്റെ നിയോഗം. അല്പനേരം

കഴിഞ്ഞപ്പോൾ ഒരാടിന്റെ തല എനിക്കു കാണായി വന്നു. ഞാൻ പേടിയോടെയാണ് ആ വരവ് നോക്കിനിന്നത്. പതിയെ പതിയെ വേദനയുടെ സർവ്വതീയും വിഴുങ്ങി ആ കുട്ടി പുറത്തേക്കു വീഴുമെന്നായപ്പോൾ ഞാനറിയാതെ ഓടി മുന്നോട്ടു ചെന്ന് അതിനെ താങ്ങിപ്പിടിച്ചു. പക്ഷേ അതിന്റെ ദേഹത്തെ വഴുവഴുപ്പിൽ എനിക്കൊന്നും ചെയ്യാൻ കഴിഞ്ഞില്ല. എന്റെ കയ്യിൽനിന്നും തെറിച്ച് അതു താഴേക്കുതന്നെ വീണു. എവിടെ നിന്നോ ഒരു പഴയ അറിവ് എന്റെയുള്ളിൽ പെട്ടെന്നു മിന്നി. മാച്ച് നീക്കണം. ഞാൻ ആ ആട്ടിൻകുട്ടിയുടെ ദേഹത്തെയും മുഖത്തെയും മാച്ച് പതിയെ കൈകൊണ്ടു തുടച്ചു കളഞ്ഞു. എന്നെക്കാൾ ബോധവതിയായിരുന്നു അതിന്റെ അമ്മ. നിമിഷനേരംകൊണ്ട് തള്ളയാട് അതിനെ നക്കിക്കുളിപ്പിച്ച് ഒരുക്കി. ആടിന്റെ വളർച്ച എത്ര പെട്ടെന്നാണ്. അടുത്ത നിമിഷം ആ ആട്ടിൻകുട്ടി എഴുന്നേറ്റുനില്ക്കാൻ ശ്രമമാരംഭിക്കുകയും അത് അതിൽ വിജയിക്കുകയും ചെയ്തു. അതു പതിയെ അതിന്റെ അമ്മയുടെ മുലയിലേക്കു നീങ്ങി. അതൊരു ആണാടായിരുന്നു എന്നു ഞാൻ കണ്ടു!

ആ നിമിഷം, അതുവരെയുണ്ടായിരുന്ന എല്ലാ കെട്ടുകളെയും പൊട്ടിച്ച് മനസ്സ് നാട്ടിലേക്കു കുതറിയോടി. അതിന്റെ വേഗം പറഞ്ഞറിയിക്ക വയ്യ. അത്രയും ദിവസം ഞാൻ മറന്നുകിടന്നതൊക്കെ എന്റെ മനസ്സിലേക്ക് ഓടിയിരമ്പിയാർത്തുവന്നു. എന്റെ സൈനു ഗർഭിണിയാണ്. അവൾ ഏതുനിമിഷവും പ്രസവിക്കാം എന്ന അവസ്ഥയിലാണ് ഞാൻ നാടുവിട്ടു പോരുന്നത്. അവളെപ്പറ്റി പിന്നെ ഒന്നും ഞാൻ അറിഞ്ഞില്ല. ഇതൊരുപക്ഷേ ഒരു ശുഭസൂചനയാവാം. അള്ളാഹു എനിക്കു നേരിട്ടു തന്നത്. എന്റെ സൈനു, എന്റെ ഭാര്യ അവൾ പ്രസവിച്ചിരിക്കുന്നു. ഞാൻ കൊതിച്ചതുപോലെ ഒരാൺകുട്ടി! ആ വിശ്വാസത്തിൽ അപ്പോൾ പിറന്ന ആ ആട്ടിൻകുട്ടിക്ക് ഞാനൊരു പേരിട്ടു. എനിക്കൊരു മകൻ ജനിക്കുമ്പോൾ ഇടാനായി കാത്തുവച്ചിരുന്ന പേര് – നബീൽ!

എന്റെ കയ്യും കുപ്പായവും എല്ലാം മാച്ചിന്റെ വെള്ളവും ചോരയും കൊണ്ട് നനഞ്ഞു കുതിർന്നിരുന്നു. എവിടെയാണ് ഒന്നു കഴുകുക..? ആടുകളില്ലാതെ മസറയിലേക്കു ചെന്നാൽ അർബാബിന്റെ ചീത്തവിളി ഉറപ്പാണ്. പിന്നെ ഞാൻ ഒന്നും നോക്കിയില്ല. എന്റെ കുപ്പായത്തിൽ തന്നെ ഞാൻ ആ അഴുക്കുകൾ തുടച്ചു. എന്നിട്ട് വേച്ചുവേച്ച് അമ്മയുടെ മുലതേടി നീങ്ങുന്ന ആ സുന്ദരൻ കുട്ടിയെ ഞാൻ എന്റെ കയ്യിലെടുത്ത് ഉമ്മ വച്ചു. എനിക്ക് അള്ളാഹു തന്ന സമ്മാനമാണ് നീ! എന്റെ പൊന്നു മോനേ, നീ സുഖമായിരിക്കുക!

നബീലിനെ ഞാൻ പിടിച്ചു അതിന്റെ അമ്മയുടെ അരികിലെത്തിച്ചു. പിന്നെ പതിയെ അതിന്റെ മുഖം പിടിച്ച് അമ്മയുടെ അകിടിലേക്കു വച്ചുകൊടുത്തു. പെട്ടെന്ന് എന്തോ ഒരാഘാതത്തിൽ ഞാൻ ദൂരേക്കു തെറിച്ചു വീണു! പ്രജ്ഞ ഉറഞ്ഞുപോയ ആദ്യത്തെ കുറച്ചു നിമിഷത്തിനുശേഷം സ്വബോധത്തിലേക്കു തിരിച്ചുവന്നപ്പോഴാണ് അർബാബിന്റെ കടുത്ത ഒരു ചവിട്ടായിരുന്നു ആ ആഘാതമെന്ന് എനിക്കു ബോധ്യപ്പെട്ടത്. കത്തുന്ന കണ്ണുകളോടെ അയാൾ എന്നെ നോക്കി നിൽക്കുന്നു. അയാൾ ദൂരേക്കു ചൂണ്ടി എന്തൊക്കെയോ അലറി. അർബാബ് കൈ ചൂണ്ടിയിടത്തേക്കു ഞാൻ നോക്കി. ബാക്കി ആടുകൾ അവിടെ ചിന്നിച്ചിതറി അലഞ്ഞു നടക്കുകയായിരുന്നു. ഞാൻ ആട്, പ്രസവം, കുട്ടി, മാച്ച്... എന്നിങ്ങനെ ചില വാക്കുകൾ പുലമ്പി. പക്ഷേ അർബാബ് അതൊന്നും കേൾക്കാനുള്ള സൗമനസ്യത്തിലായിരുന്നില്ല. അർബാബ് ദേഷ്യത്തോടെ മുന്നോട്ടു വന്ന് എന്റെ നബീലിനെ അവന്റെ അമ്മയുടെ മുലയിൽനിന്നും പിടിച്ചുമാറ്റി. പിന്നെ എന്റെ നിസ്സഹായാവസ്ഥയെയും ആ തള്ളയാടിന്റെ ദയനീയത മുറ്റിയ നോട്ടത്തെയും നിർദ്ദാക്ഷിണ്യം ഉപേക്ഷിച്ച് നബീലിനെ തോളത്തിട്ടു മസറയിലേക്കു മടങ്ങി.

ഞാൻ തള്ളയാടിനെ അവിടെ ഉപേക്ഷിച്ച് ബാക്കി ആടുകൾക്കു പിന്നാലെ ഓടി. ഏറെ കഷ്ടപ്പെട്ടശേഷം മാത്രമാണ് എനിക്കവയെ വല്ലവിധത്തിലും ഒന്ന് തടുത്തുകൂട്ടാൻ കഴിഞ്ഞത്. ഞാൻ അവറ്റകളെയുംകൊണ്ട് മസറയിലേക്കു മടങ്ങുമ്പോൾ തള്ളയാടും നിസ്സഹായതയോടെ ഞങ്ങളെ അനുഗമിച്ചു.

എനിക്കുള്ള ബാക്കി അർബാബ് അവിടെ ഒരുക്കി വെച്ചിട്ടുണ്ടായിരുന്നു. പൊതിരെ തല്ലും കണക്കിന് ചീത്തവിളിയും കിട്ടി. അന്നത്തെ കുറ്റപത്രത്തിൽ നാല് അപരാധങ്ങളായിരുന്നു അർബാബ് എനിക്കെതിരെ സമർപ്പിച്ചത്. ഒന്ന്, ഞാൻ കയ്യിലെയും കുപ്പായത്തിലെയും ചോരയും മാച്ചും കഴുകിക്കളയാൻ ഇത്തിരി വെള്ളമെടുക്കാൻ ശ്രമിച്ചു. രണ്ട്, ആടുകളെയും കൊണ്ട് തിരികെ വരാൻ വൈകി. മൂന്ന്, ഒരാട് പ്രസവിക്കുന്നതു നോക്കി നിന്നു സമയം കളഞ്ഞു. അതിന്റെ ആവശ്യം ഒട്ടുമേയില്ല. ആടിനു സമയമാകുമ്പോൾ സ്വയം പ്രസവിക്കാൻ അറിയാം. അതിനു മനുഷ്യസഹായം ആവശ്യമില്ല. നാല്, അതായിരുന്നു ഏറ്റവും കടുത്ത അപരാധം - പിറന്നുവീണ ഒരാട്ടിൻകുട്ടിയെ അതിന്റെ അമ്മയുടെ മുല കുടിപ്പിക്കാൻ ശ്രമിച്ചു.

ഇവിടെ ആട്ടിൻകുട്ടികൾക്കു പാല് കറന്നാണ് കൊടുക്കുന്നത് എന്ന് എനിക്കറിയാമായിരുന്നു. പക്ഷേ ജനിച്ചു വീണ അന്നേരം

പോലും മുലപ്പാൽ നേരിട്ടു കൊടുക്കാൻ പാടില്ലായിരുന്നു എന്ന് എനിക്കറിയില്ലായിരുന്നു.

പൊതിരെ ചീത്തവിളി, ഒരു ചവിട്ട്, രണ്ടുമൂന്ന് ബെൽട്ടടി, നിറയെ തുപ്പൽ, ഉച്ചയ്ക്കു പട്ടിണി എന്നിവയായിരുന്നു, അത്രയും കഷ്ടപ്പെട്ട് ആദ്യമായി ഒരാടിന്റെ പ്രസവം എടുത്തതിന് എനിക്കു കിട്ടിയ സമ്മാനം.

എന്നാലും എനിക്കു തെല്ലും വിഷമം തോന്നിയില്ല. സങ്കടവും! എനിക്കുള്ള ശരിയായ പ്രതിഫലം അള്ളാഹു നാട്ടിൽ സൈനുവിനും മകനുമായി സമ്മാനിക്കുമെന്ന് എനിക്കുറപ്പായിരുന്നു. അല്ലെങ്കിൽ അങ്ങനെ വിശ്വസിക്കാൻ ഞാൻ ശ്രമിച്ചു. അത്തരമൊരു വിശ്വാസംകൂടി എനിക്കിപ്പോൾ ഇല്ലായിരുന്നെങ്കിൽ...

പതിനേഴ്

മസറയിലെ മറ്റേത് ആടിനു കൊടുക്കുന്നതിലും കൂടുതൽ പരിചരണവും സ്നേഹവും ഞാൻ എന്റെ നബീലിനു കൊടുത്തു. അവന് അതിന്റെ ആവശ്യമില്ലായിരിക്കാം. മറ്റെല്ലാ ആടുകൾക്കുമൊപ്പം അവനും ജീവിച്ചു പൊയ്ക്കൊള്ളും. പക്ഷേ അവനെ അങ്ങനെ കയ്യൊഴിയാൻ എനിക്കാവുമായിരുന്നില്ല. എന്റെ കൈകളിലേക്കു പിറന്നുവീണവൻ. സ്വന്തം മകനു പകരം അള്ളാഹു എനിക്കു തന്ന സമ്മാനം. പലപ്പോഴും അർബാബ് കാണാതെ ഞാനവനെ അവന്റെ അമ്മയുടെ മുല കുടിപ്പിക്കുമായിരുന്നു. ആ മസറയിലെ മറ്റൊരു ആട്ടിൻകുട്ടിക്കും കിട്ടാത്ത സൗഭാഗ്യം. സ്വന്തം അമ്മയുടെ മുല കുടിക്കാൻ കഴിയുക എന്നൊരു സൗഭാഗ്യത്തിനപ്പുറം മറ്റെന്താണ് എനിക്കവന് കൊടുക്കാനാവുക..? കറന്നെടുക്കുകയാണെങ്കിൽ ഞാനവനെ പ്രത്യേകം കുടിപ്പിക്കും. അവന് പോച്ചയുടെ തളിരുകൾ കൊടുക്കും, നടക്കാൻ പോകുമ്പോൾ അവനെ എന്നോടു ചേർത്തു നടത്തും. അവൻ ഒരു കുസൃതിക്കാരൻ പയ്യനെപ്പോലെ എന്റെ കണ്ണുവെട്ടിച്ച് തുള്ളിച്ചാടി മുന്നോട്ട് ഓടും. അല്പം മുന്നിൽച്ചെന്ന് എന്നെ ഒന്നു തിരിഞ്ഞു നോക്കും. ഞാനവനെ പിടിക്കാനായി മുന്നോട്ട് ഓടിച്ചെല്ലും. അവനെന്നെ വെട്ടിച്ച് ആടുകൾക്കിടയിലൂടെ ഓടി മറയും. ഓടിച്ചിട്ടു പിടിച്ച് ഞാനവന് ഉമ്മ കൊടുക്കും. നബീൽ എനിക്കു മസറയിലെ നൂറുകണക്കിന് ആട്ടിൻകുട്ടികൾക്കിടയിൽ ഒരുവൻ ആയിരുന്നില്ല - എന്റെ സ്വന്തം പുത്രനായിരുന്നു!

വളരെച്ചെറുപ്പം മുതലേ അവൻ വലിയ കുസൃതിക്കാരനായി. അവനെക്കാൾ മുതിർന്ന മുട്ടന്മാരോടുപോലും കൊമ്പുകോർക്കുക അവന്റെ പതിവായിരുന്നു. അവന്റെ ആ ചെറുകുസൃതികൾ ചില ആടുകളൊക്കെ വാത്സല്യത്തോടെ സമ്മതിച്ചുകൊടുക്കും. എന്നാൽ മറ്റു ചിലവയാവട്ടെ ദേഷ്യത്തോടെ നല്ല കുത്തുവച്ചുകൊടുക്കും. കുത്തുകൊണ്ട് ചോര ഒലിക്കുന്ന ശരീരത്തോടെ എത്രവട്ടം അവനെന്റെ അരികിൽ വന്നിട്ടുണ്ടെന്നോ.. അർബാബ് കാണാതെ ഞാൻ

തൊട്ടിയിൽ വെള്ളമെടുത്ത് അവന്റെ മുറിവ് കഴുകിക്കൊടുക്കും. മുറിവുണങ്ങാൻ അർബാബിന്റെ കയ്യിൽ ഒരു സ്പ്രേയുണ്ട്. അതുവാങ്ങി അടിച്ചുകൊടുക്കും. ഞാനവനു കൊടുക്കുന്ന പരിഗണനയും സ്നേഹവും അവനും തിരിച്ചറിയാമായിരുന്നു.

ഒരുദിവസം കാലത്ത് ഖുബൂസ് കഴിച്ചുകഴിഞ്ഞ് ആടുകളെയും കൊണ്ട് നടക്കാൻ ഇറങ്ങിയപ്പോൾ അർബാബ് എന്നെ തിരിച്ചു വിളിച്ചു. വേണ്ട. ഇന്നിത്തിരി വേറെ പണിയുണ്ട്. ഞാൻ ആടുകളെയുംകൊണ്ട് തിരിച്ചു കയറി.

ഇത്തിരി കഴിഞ്ഞപ്പോൾ തേച്ചുമിനുക്കിയ ഒരു നീളൻ കത്തിയുമായി അർബാബ് കൂടാരത്തിനു പുറത്തേക്കു വന്നു. എന്റെ ഉള്ളൊന്ന് ആളിക്കത്തി. എന്റെ പടച്ചോനേ, വല്ല ആടുകളെയും ഇവിടെ വച്ചു തന്നെ കൊന്നു ശാപ്പിടാനാണോ ഇയാളുടെ പരിപാടി..?!

അർബാബിനോട് ഒന്നും അങ്ങോട്ടു ചോദിക്കാൻ പാടില്ല. പറയുന്നതു കേട്ടുകൊള്ളണം. മനസ്സിലായാലും മനസ്സിലായില്ലെങ്കിലും അനുസരിച്ചുകൊള്ളണം. അതാണ് അതുവരെയുള്ള ശീലം. അതുകൊണ്ടുതന്നെ എന്തെങ്കിലും ചോദിക്കാൻ എനിക്കു ഭയമായിരുന്നു. ഞാൻ അർബാബിന്റെ പിന്നാലെ ചെന്നു.

അർബാബ് പോയതു തീരെ ചെറിയ ആടുകളെ ഇട്ടിരിക്കുന്ന മസറയ്ക്ക് അരികിലേക്കാണ്. അതിൽ മുട്ടനാടുകളിൽ ഒന്നിനെ നോക്കി അതിനെ പിടിക്കാൻ എനിക്കു നിർദ്ദേശം തന്നു. ഇതു കൊല്ലാൻ തന്നെ, ഞാൻ ഉറപ്പിച്ചു. കാപാലികൻ! പക്ഷേ മറുത്തു പറയാൻ എനിക്കു ധൈര്യം പോരാ. മനസ്സില്ലാമനസ്സോടെ ഞാൻ മസറയ്ക്കുള്ളിൽ കയറി പറഞ്ഞ മുട്ടനെ പിടിച്ചു പുറത്തേക്കു കൊണ്ടുവന്നു. അതിന്റെ ശരീരം എന്റെ തുടകൾക്കിടയിൽ വരത്തക്കവണ്ണം പിന്നിലേക്കു തിരിച്ചു നിർത്തിയിട്ട് പിൻകാലുകൾ ഉയർത്തിപ്പിടിക്കുവാൻ പറഞ്ഞു. എന്തിനെന്ന് എനിക്കപ്പോഴും ഒരൂഹവും കിട്ടിയില്ല. ആട്ടിൻകുട്ടി ഇപ്പോൾ മുൻകാലുകൾ മാത്രം നിലത്തു കുത്തിയാണ് നില്ക്കുന്നത്.

ശരീരം എന്റെ തുടകൾക്കിടയിൽ പിൻകാലുകൾ എന്റെ കയ്യിൽ. മുന്നിൽ നിന്നു വരുന്ന അർബാബിന് ആട്ടിൻകുട്ടിയുടെ ശരീരത്തിന്റെ അടിഭാഗം ഇപ്പോൾ വ്യക്തമായും കാണാം. പേടിച്ചു വിറച്ചു നിൽക്കുന്ന ആട്. അതിലും പേടിച്ചു വിറച്ചു നില്ക്കുന്ന ഞാൻ. പിച്ചാത്തിയുടെ മൂർച്ച ഒരിക്കൽക്കൂടി ഉറപ്പുവരുത്തിക്കൊണ്ടു മുന്നോട്ടു വരുന്ന അർബാബ്. അത്രയുമേ എനിക്കിപ്പോൾ ഓർമ്മയുള്ളൂ. പിന്നെ ഒരിക്കലും കേട്ടിട്ടില്ലാത്തതരം വന്യമായ ഒരു കരച്ചിലാണ് ഞാൻ കേൾക്കുന്നത്. പൂക്കുറ്റിയിൽനിന്നെന്നപോലെ ചീറ്റിത്തെറിക്കുന്ന ചോരയാണ്

ഇത്തിരി കഴിഞ്ഞപ്പോൾ തേച്ചുമിനുക്കിയ
ഒരു നീളൻ കത്തിയുമായി
അർബാബ് കൂടാരത്തിനു പുറത്തേക്കു വന്നു.
എന്റെ ഉള്ളൊന്ന് ആളിക്കത്തി.

ഞാൻ കാണുന്നത്. എന്റെ കൈകളിൽ കിടന്ന് ആട്ടിൻകുട്ടി അതിന്റെ സർവ്വകരുത്തുമെടുത്തു പിടയുകയായിരുന്നു. ഒരു നിമിഷം എന്റെ പിടി വിട്ടുപോകുമോ എന്നു പോലും ഞാൻ സംശയിച്ചു. 'വിടരുത്..!' അർബാബ് അലറി. അർബാബിനെ പേടിച്ച് എന്റെ കരുത്ത് ആടിന്റെ കരുത്തിനെ തോല്പിച്ചു. അടുത്തനിമിഷം അർബാബ് പോക്കറ്റിൽ നിന്നും ഒരു സ്പ്രേ എടുത്ത് ആടിന്റെ മുറിവിലേക്കു ചീറ്റിച്ചു. അന്നേരവും ആട്ടിൻകുട്ടി അതിന്റെ പ്രാണനിളക്കി കരഞ്ഞു. എന്നാൽ പിടിച്ചു കെട്ടിയതുപോലെ ചോര നിന്നു. അല്പനേരം കഴിഞ്ഞപ്പോൾ ആടിന്റെ പിടച്ചിലും പതിയെ കുറഞ്ഞു വന്നു. ആടിനെ മസറയിലേക്കു തിരിച്ചു കേറ്റി വിട്ടേക്കാൻ അർബാബ് കൈകാണിച്ചു. ഞാനതിനെ മസറയുടെ വാതിൽ വരെ എത്തിച്ചു കൈവിട്ടു. വെടികൊണ്ട പന്നിയെപ്പോലെ അത് ആട്ടിൻകുട്ടികൾക്കിടയിലൂടെ ചീറിയോടിക്കളഞ്ഞു.

കഷ്ടം! ഒരു മുട്ടനാടിന് അവന്റെ മുട്ടത്തം നഷ്ടപ്പെട്ടിരിക്കുന്നു! അവന്റെ മുട്ടത്തം ഒരിത്തിരി ഇറച്ചിക്കഷണമായും ഇത്തിരി ചോരയായും അർബാബിനു മുന്നിൽ വീണുകിടക്കുന്നു. എല്ലാ മുട്ടന്മാരെയും അതിന്റെ പൂർണ്ണ ആണത്തത്തോടെ - ആൺചൂരോടെ ജീവിക്കാൻ അനുവദിക്കില്ലെന്നു ഞാൻ നേരത്തേ ശ്രദ്ധിച്ചിരുന്നു. അതിനായി തിരഞ്ഞെടുത്ത ആടുകളുണ്ട്. ഒരു പ്രായം തികഞ്ഞാൽപ്പിന്നെ അവയുടെ വാസം തന്നെ പെണ്ണാടുകൾക്കൊപ്പമാണ്. അവയ്ക്ക് ഇഷ്ടംപോലെ ഇണ ചേരാം. പുരുഷത്വത്തിന്റെ സർവ്വചൂരോടെയും മദിച്ചു നടക്കാം. ബാക്കിയുള്ള ആണാടുകൾ എല്ലാം വെറും ഷണ്ഡന്മാരാണ്. അവയുടെ പുരുഷത്വം നശിപ്പിച്ചു കളഞ്ഞിരിക്കുന്നു. അവ അറവുശാലകളിലേക്ക് നയിക്കപ്പെടാനുള്ളവയാണ്. ഷണ്ഡന്മാരാക്കപ്പെട്ട ആടുകളുടെ വളർച്ച വളരെ വേഗത്തിലാണെന്ന് എനിക്കു മനസ്സിലായിട്ടുണ്ട്. അതു പക്ഷേ ഇത്ര നിഷ്ഠുരമായാണ് നിർവ്വഹിക്കപ്പെടുന്നതെന്ന് എനിക്കറിയില്ലായിരുന്നു!

അടുത്ത ഒരെണ്ണത്തെച്ചൂണ്ടി പിടിച്ചുകൊണ്ടുവരാൻ അർബാബ് കല്പിച്ചു. ഞാൻ മസറയ്ക്കുള്ളിൽ കയറി അതിനെ പിടികൂടി. ഓരോന്നിന്റെയും പ്രായവും വളർച്ചയും അർബാബിനറിയാം. ഏതു സമയത്ത് അതിന്റെ പുരുഷത്വം നശിപ്പിച്ചു കളയണമെന്നും. ചിലവയെ ഒരു മാസമാകുമ്പോൾ ചിലതിനെ രണ്ടു മാസം തികയുമ്പോൾ. ഇവൻ വളരുമ്പോൾ നല്ല ഉശിരുള്ള കരുത്തുള്ള കുഞ്ഞുങ്ങളെ തരാൻ കെല്പുള്ളവനാണോ..? നല്ല പാൽ ചുരത്തുന്ന പെണ്ണാടുകളെ നല്കാൻ പ്രാപ്തനാണോ..? പ്രസവിക്കാൻ കഴിയുന്ന ആടുകളെ തരാൻ കഴിവുള്ളവനാണോ..? എന്നൊക്കെ അതിന്റെ പുരുഷത്തികവ് നോക്കി മനസ്സിലാക്കാൻ അർബാബിനറിയാം. അതനുസരിച്ചാണ് ആ മുട്ടനെ ആണാകാൻ വിടണോ ഷണ്ഡനാക്കണോ എന്നു തീരുമാനിക്കുന്നത്.

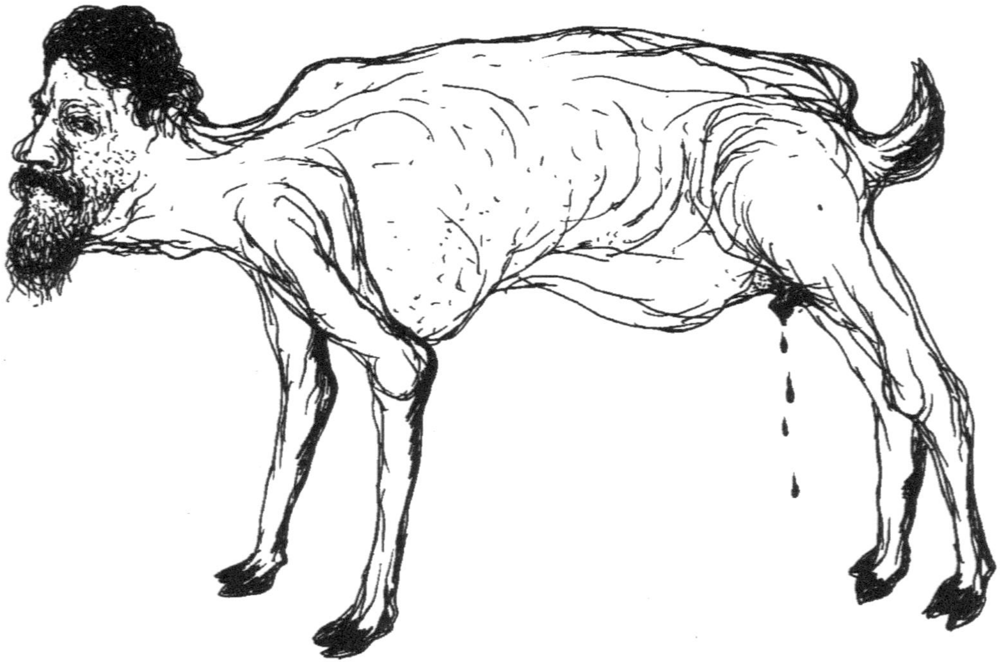

നബീലിന് പുരുഷത്വം നഷ്ടപ്പെട്ട അന്ന് എനിക്കും എന്റെ ഉണർച്ചകൾ നഷ്ടമായി!
ആ താദാത്മ്യപ്പെടലിന്റെ രഹസ്യം എനിക്കിന്നും മനസ്സിലായിട്ടില്ല.
ഒരാടിനൊപ്പം എങ്ങനെയാണ് എന്റെ പുരുഷത്വവും ഒലിച്ചുപോയതെന്ന്..!!

അർബാബ് ചൂണ്ടുന്ന ഓരോന്നിനെയായി ഞാൻ പിടിച്ചു കൊടുത്തുകൊണ്ടിരുന്നു. അർബാബ് നഖം വെട്ടുന്ന ലാഘവത്തോടെ അവറ്റകളുടെ പുരുഷത്വം ചെത്തിമാറ്റിക്കൊണ്ടിരുന്നു. അഞ്ചാറാടുകൾ കഴിഞ്ഞ്, അർബാബിന്റെ അടുത്ത കൈചൂണ്ടൽ കണ്ട് എന്റെ ഉള്ളം കലങ്ങിപ്പോയി. ആ കൈ നീണ്ടത് എന്റെ നബീലിന്റെ നേർക്കായിരുന്നു! ഞാൻ നടുങ്ങിപ്പോയി! എന്റെ നബീൽ..?! ഒരാണിന്റെ സർവ്വ ചൂരോടെയും മദിച്ചുനടക്കേണ്ട നീ..?! എന്റെ പുത്രൻ...?! ഇല്ല നിന്നെ ഞാൻ അയാളുടെ കത്തിക്കു വിട്ടുകൊടുക്കില്ല. എനിക്കതിനാവില്ല. അർബാബ് അവനെയല്ല ചൂണ്ടിയതെന്ന മട്ടിൽ ഞാനവനെ ആടുകളുടെ ഇടയിലേക്കു തള്ളിവിട്ടിട്ട് മറ്റൊരെണ്ണത്തിനെ പിടികൂടി. പക്ഷേ അർബാബിന്റെ കണ്ണുകൾ കഴുകന്റേതുപോലെയാണ്. കൂടാരത്തിനുള്ളിൽ അലസമായിരിക്കുകയാണെങ്കിലും ഓരോ ആടിനെപ്പറ്റിയും സ്വന്തം കൈവെള്ളയിലെ രേഖകൾപോലെ അയാൾക്കറിയാം. അതിനെയല്ല - ദാ അതിനെ.. അർബാബിന്റെ കൈ വീണ്ടും നബീലിന്റെ നേർക്കു നീണ്ടു. അവനെ പിടിക്കാൻ എനിക്കാവില്ല. അവനോട് ഇത്തരമൊരു ദ്രോഹം പ്രവർത്തിക്കാൻ എനിക്കാവില്ല. വീണ്ടും അടുത്തു നിന്ന മറ്റൊരെണ്ണത്തിന്റെ കാലിൽ ഞാൻ പിടിത്തമിട്ടു.

ഹിമാർ!! അർബാബ് അലറി. അത് അർബാബിന്റെ സഹനത്തിന്റെ അന്ത്യരേഖയാണ്. അടുത്ത ഘട്ടം എന്റെ പുറത്തുവീഴുന്ന കനത്ത അടിയാണ്. എനിക്കറിയാം. എന്നിട്ടും ഞാൻ മൂന്നാമതും പിടിച്ചതു വേറൊരെണ്ണത്തെയാണ്. അർബാബ് ചാടിവന്ന് എന്റെ മുതുകിനു ചവിട്ടി. ഞാൻ തെറിച്ചു ദൂരേക്കു വീണു. അർബാബ് ആ ദേഷ്യത്തോടെ തന്നെ ചാടിച്ചെന്ന് നബീലിന്റെ കാലിനു പിടിത്തമിട്ടു. അവനെ ശൗര്യത്തോടെ പുറത്തേക്കു വലിച്ചിഴയ്ക്കുമ്പോൾ ഞാൻ എഴുന്നേറ്റു ചെന്ന് അർബാബിന്റെ കാലിൽ തൊട്ടു. അർബാബ് - നമുക്കിവനെ ആണാകാൻ വിട്ടേക്കാം. ഇവനെ എനിക്കു വേണം. ഇവനെ അറവുശാലയിലേക്കു വിടാൻ ഞാനിഷ്ടപ്പെടുന്നില്ല. ഇവൻ എന്നോടൊപ്പം ഇവിടെ ജീവിച്ചോട്ടെ - ഞാൻ എനിക്കറിയാവുന്ന ഭാഷയിലെല്ലാം അർബാബിനോടു കെഞ്ചി.

ഹിമാർ! അർബാബ് എന്റെ തലയ്ക്കടിച്ചു. ഒത്ത മുട്ടന്മാരെക്കണ്ടാൽ എനിക്കറിയാം. അവരിൽനിന്നു പിറക്കുന്ന കുഞ്ഞുങ്ങൾക്കേ കരുത്തുണ്ടാകൂ. അവരേ ആർത്തിയോടെ വളർന്നു വരൂ. നിനക്കെന്തറിയാം ഇന്തി. ഹിമാർ! ഇവൻ അധികം താമസിയാതെ അറവുശാലയിലേക്കു പോകേണ്ടവൻ. അർബാബ് നിർദ്ദാക്ഷിണ്യം അവനെ പുറത്തേക്കു വലിച്ചിഴച്ചു. അവന്റെ കാലുകൾ പൊക്കിപ്പിടിക്കാൻ അർബാബ് കല്പിച്ചു. പിന്നെ രണ്ടേരണ്ടു നിമിഷം! എന്റെ നബീലിന്റെ ആണത്തവും മറ്റ്

നിരവധി ആടുകളുടെ ആണത്തത്തിനൊപ്പം കുഴഞ്ഞ ചോരയിൽ നിലത്തു വീണു കിടന്നു.

അത് അറുത്തുമാറ്റുമ്പോൾ എന്റെ നബീലിൽനിന്നുയർന്ന നിലവിളി. അതിന്നും ഈ നിമിഷവും എന്റെ ഹൃദയത്തിൽനിന്നും മാഞ്ഞുപോയിട്ടില്ല. ആ കരച്ചിൽ ഒരു കരിങ്കൽച്ചീളുകൊണ്ട് എന്റെ ഹൃദയത്തെ പോറുന്നതുപോലെയാണ് എനിക്കു തോന്നിയത്. നബീൽ കരഞ്ഞുകൊണ്ട് മസറയിലേക്ക് ഓടുന്നതുമാത്രം എനിക്കോർമ്മയുണ്ട്. പിന്നെ ഉണരുമ്പോൾ ഞാൻ ഒരു കച്ചിക്കെട്ടിന്റെ മുകളിൽ കിടക്കുകയായിരുന്നു. നേരം ഉച്ചിയിലെത്തിക്കഴിഞ്ഞിരുന്നു. ഉണർന്നെഴുന്നേറ്റപ്പോൾ അർബാബ് എനിക്കിത്തിരി വെള്ളം കുടിക്കാൻ തന്നു. പിന്നെ പതിവു പണികളിലേക്കു പറഞ്ഞു വിട്ടു. നബീലിനു പുരുഷത്വം നഷ്ടപ്പെട്ട അന്ന് എനിക്കും എന്റെ ഉണർച്ചകൾ നഷ്ടമായി! ആ താദാത്മ്യപ്പെടലിന്റെ രഹസ്യം എനിക്കിന്നും മനസ്സിലായിട്ടില്ല. ഒരാടിനൊപ്പം എങ്ങനെയാണ് എന്റെ പുരുഷത്വവും ഒലിച്ചുപോയതെന്ന്..!!

പതിനെട്ട്

ചെമ്മരിയാടുകളെ നടത്താൻ കൊണ്ടുപോകാൻ പ്രയാസമില്ല. നിങ്ങൾ സിനിമകളിൽ ഒക്കെ കണ്ടിട്ടുണ്ടാകും അവ ഒന്നിനോടൊന്നു ചേർന്ന ങ്ങനെ കൂട്ടംകൂടി പോകുന്നത്. അവയെ നയിക്കാൻ എപ്പോഴും ഒരു 'തലയാട്' കാണും. അതു പോകുന്നവഴിയേ അടുത്തതും അതിന്റെ വഴിയെ അതിന്റടുത്തതും പൊയ്ക്കൊള്ളും. നമ്മൾ ഒരു വശത്തു നിന്ന് പതിയെ ഒന്നു നയിച്ചുകൊടുത്താൽ മാത്രം മതി. നമ്മളോട് ഏറെ ഇണങ്ങിയ ഒരാടിനെയാവും നമ്മൾ തലയാടായി നിയോഗിക്കുക. പുതുതായി വന്ന ആടുകളെയും ആട്ടിൻകുട്ടികളെയും നയിച്ചുകൊണ്ടു പോകുക അതിന്റെ ഉത്തരവാദിത്വമാണ്. എന്റെ മസറയിൽ ഉണ്ടായി രുന്ന മൂന്നു തലയാടുകൾക്കു ലളിത, പത്മിനി, രാഗിണി എന്നിങ്ങനെ യാണ് ഞാൻ പേരു കൊടുത്തിരുന്നത്.

എന്നാൽ കോലാടുകളെയാണ് നിയന്ത്രിക്കാൻ തീരെ വയ്യാത്തത്. ഒരുമാതിരി വെകിളി പിടിച്ച മാതിരിയാണ് അതിന്റെ നടപ്പും ഓട്ടവും എല്ലാം. ഒന്ന് ഇടത്തോട്ടു നടന്നാൽ മറ്റേതു വലത്തോട്ടു പോകും. ഒരേ സമയത്ത് അൻപതു മുതൽ നൂറുവരെ ആടുകളുമായാണ് എനിക്കു പുറത്തു പോകേണ്ടിവരുന്നത്. അള്ളാ, അതത്രയും ഈ പ്രാന്തു പിടിച്ചു കോലാടുകൾ ആയിരിക്കുന്നത് ഒന്നോർത്തു നോക്കിക്കേ. ഞാൻ നേരത്തെ എപ്പഴോ പറഞ്ഞെന്നു തോന്നുന്നു. അവയുടെ രീതികളെ പ്പറ്റി. ചെമ്മരിയാടുകളെപ്പോലെത്തന്നെ പത്താറായിരം വർഷങ്ങളായി മനുഷ്യനോടൊപ്പം ജീവിക്കുന്നെങ്കിലും തരം കിട്ടിയാൽ അതിന്റെ കാട്ടുസ്വഭാവം കാണിക്കുന്ന മറ്റൊരു ജീവിയേയും മനുഷ്യനു വളർത്തേണ്ടിവന്നിട്ടില്ല. അതിൽ മുട്ടനാടുകളെയാണ് തീരെ നിയന്ത്രി ക്കാൻ കഴിയാത്തത്. എന്റെ അത്ര വലിപ്പമുണ്ടാകും വളർച്ച മുറ്റിയ ഒരെണ്ണത്തിന്. ഇണ ചേരാൻ പെൺകൂട്ടത്തിൽ വിട്ടിരിക്കുന്നവയാ ണെങ്കിൽ പറയുകയും വേണ്ട. തിന്നു മദിച്ച് രതിച്ചു നടക്കുന്ന അവ യ്ക്കെങ്ങാനും ദേഷ്യം വന്നുപോയാൽ അതിന്റെ ഉശിരൊന്നു കാണേ ണ്ടതുതന്നെ.

ഒരു ദിവസം നടത്താൻ കൊണ്ടുപോകുമ്പോൾ ഞാൻ ഒരെണ്ണത്തിനെ ഒന്നു പിന്നിൽ നിന്ന് അടിച്ചു. ശരിക്കും ആന ഇടയുന്നതുപോലെ അതൊന്നു തിരിഞ്ഞു നിന്നു. പിന്നെ സർവ്വശക്തിയുമെടുത്ത് മൂക്കു ചീറ്റി. മൂക്കിൽ നിന്നും ആവി പറക്കുന്നതു ഞാൻ കണ്ടു. തൊട്ടടുത്ത നിമിഷം, ചാടി മാറാൻ എനിക്കൊരു അവസരവും തരാതെ, കിതച്ചുവന്ന് എന്റെ നെഞ്ചിനിട്ട് ഒരിടിയായിരുന്നു. ആയിരം കിലോ തൂക്കമുള്ള ഒരു ഇരുമ്പുകൂടം വന്ന് നെഞ്ചിൽ കൊള്ളുന്നപോലെയാണ് എനിക്കു തോന്നിയത്. ഹിന്ദി സിനിമയിലെ നായകന്റെ ഇടികൊണ്ടു വില്ലൻ തെറിച്ചുവീഴുന്നതുപോലെ ഒരു പത്തുമീറ്റർ അകലേക്കു പറന്നുവീണതു മാത്രം എനിക്കോർമ്മയുണ്ട്. അന്നേരംതന്നെ എനിക്കെന്റെ ബോധം നഷ്ടപ്പെട്ടു. പിന്നെ എത്രനേരം ഞാനവിടെ കിടന്നു എന്ന് എനിക്കറിയില്ല. പിന്നെ കണ്ണുതുറക്കുമ്പോൾ അർബാബ് എന്റെ മുന്നിലിരിപ്പുണ്ട്. ഞാൻ കണ്ണുതുറന്നതും കുറച്ചു ചൂടുവെള്ളം എന്റെ മുഖത്തേക്ക് ഒഴിക്കുകയാണ് അർബാബ് ചെയ്തത്. പിന്നെ 'ഹിമാർ' എന്നു വിളിച്ചുകൊണ്ട് എന്തൊക്കെയോ അലറി.

ഞാൻ നോക്കുമ്പോൾ ആടുകൾ ഒരു അഞ്ചുകിലോമീറ്റർ ചുറ്റളവിലേക്കു ചിതറി നടക്കുന്നതാണ് കാണുന്നത്. വല്ലവിധേനയും ഞാൻ എഴുന്നേറ്റു. എന്റെ ഇടതു കൈയ്ക്ക് വലിയ വേദന അനുഭവപ്പെടുന്നുണ്ടായിരുന്നു. വലിയ വേദന എന്നു പറഞ്ഞാൽ സഹിക്കാൻ പറ്റാത്ത വേദന. നല്ല നീരും ഉണ്ടായിരുന്നു. എന്റെ കൈ ഒടിഞ്ഞെന്നു തോന്നുന്നു എന്നു ഞാൻ അർബാബിനോടു പറഞ്ഞു. അയാൾ എന്നെ ബെൽട്ടൂരി അടിച്ചു. വേഗം ഓടി ആടുകളെ എല്ലാം പിടിച്ചുകൊണ്ടു വരാൻ അലറി. ഒന്നിനെയെങ്കിലും നഷ്ടപ്പെട്ടാൽ ഇന്നു നിന്റെ അന്ത്യമായിരിക്കുമെന്ന് അർബാബ് എനിക്കു താക്കീതു തന്നു.

വേദന വിങ്ങുന്ന കയ്യും താങ്ങി ഞാൻ മരുഭൂമിയിലൂടെ ഓടി. ആടുകൾ അവയ്ക്കു നിനച്ചിരിക്കാതെ കിട്ടിയ സ്വാതന്ത്ര്യം ആവോളം ആസ്വദിക്കുകയായിരുന്നു. ആടുകൾ അതിന്റെ വന്യമായ എല്ലാ സ്വഭാവങ്ങളും പുറത്തെടുത്തു കഴിഞ്ഞിരുന്നു. അസ്വാതന്ത്ര്യത്തിൽ കിടക്കുന്ന ഒരു ജനത പെട്ടെന്നു കലഹത്തിലേക്ക് ഉണരുന്നതുപോലെയാണ് അതും. പിന്നെ പിടിച്ചാൽ പിടികിട്ടില്ല. ഒരെണ്ണത്തെ തെളിച്ച് ഒരു ഭാഗത്തേക്കു ചെല്ലുമ്പോൾ അവിടെ നില്ക്കുന്നതു മറുഭാഗത്തേക്ക് ഓടിക്കഴിഞ്ഞിരിക്കും. അതിനെ പിടികൂടാനായി അതിന്റെ പിന്നാലെ ഓടുമ്പോഴേക്കും ആദ്യത്തേത് അതിന്റെ വഴിക്കു പോയിക്കഴിഞ്ഞിരിക്കും. എല്ലാത്തിനെയും ഒന്നിച്ചുകൂട്ടി മസറയിലെത്തിക്കുക സാധ്യമല്ലെന്ന് ആദ്യത്തെ കുറച്ചു ശ്രമങ്ങൾക്കുശേഷം എനിക്കു മനസ്സിലായി. പിന്നെ കയ്യിൽ കിട്ടുന്ന കുറച്ചെണ്ണത്തിനെയുംകൊണ്ട് ഞാൻ മസറയിലേക്ക് ഓടും. അവയെ അവിടെ പൂട്ടിയിട്ടിട്ട് വീണ്ടും മരുഭൂമിയിലേക്കു

തിരിച്ചോടും. പിന്നെക്കിട്ടുന്ന അഞ്ചോ പത്തോ എണ്ണത്തിനെയും കൊണ്ട് വീണ്ടും മസറയിലേക്കു വരും. തിരിച്ചോടും. മസറയിൽനിന്ന് ഏതാണ്ട് ഒരു രണ്ടുകിലോമീറ്ററെങ്കിലും അകലെയാവും ആദ്യത്തെ ആടു നിൽക്കുക. അവിടുന്നങ്ങോട്ട് ഒരു അഞ്ചുകിലോമീറ്ററിലേക്ക് അവ ഇങ്ങനെ ചിതറി നടക്കുകയാണ്. ഈ ദൂരമായ ദൂരമെല്ലാം എനിക്ക് എത്രതവണ ഓടേണ്ടിവന്നു എന്നു നിശ്ചയമില്ല. മരിച്ചു പോകും പോലെ ഞാൻ തളർന്നിരുന്നു എന്നു മാത്രം എനിക്കോർമ്മ യുണ്ട്. ഇടയ്ക്കെപ്പോഴോ ഇത്തിരി വെള്ളം കുടിക്കാനായി ഞാൻ നിന്നതിന് അർബാബ് എന്നെ പൊതിരെത്തല്ലി. വെള്ളക്കപ്പ് തട്ടിപ്പറിച്ചു ദൂരെക്കളഞ്ഞു. ദാഹം വിങ്ങുന്ന വരണ്ട നാവോടെ ഞാൻ പിന്നെയും കിതച്ചോടി.

ആ ഓട്ടത്തിനിടയിലെല്ലാം ഞാൻ ആകാശങ്ങളിലേക്കു സങ്കട ത്തോടെ നോക്കി. അള്ളാ... അള്ളാ... എന്ന് നിലവിളിച്ചുകൊണ്ടിരുന്നു. അങ്ങ് അകലെ ആടുകൾ ചിതറി നടക്കുന്നത് എനിക്കു കാണാം. പക്ഷേ അവിടെ വരെ എത്തിപ്പെടാൻ എനിക്കു സാധിക്കണ്ടേ... തൊണ്ട പൊട്ടുന്ന ദാഹം, ഉള്ള് കത്തുന്ന ചൂട്, തളർച്ചകൊണ്ട് മന്ത് ബാധിച്ച പോലുള്ള കാലുകൾ, വേദന കുത്തിക്കയറുന്ന കയ്യ്... അലറിയലറി നിലവിളിച്ചുകൊണ്ട് ഞാൻ ആടുകൾക്ക് പിന്നാലെ ഓടി. പക്ഷേ കത്തുന്ന സൂര്യന്റെ തീക്ഷ്ണതയല്ലാതെ മറ്റെല്ലാം ആകാശങ്ങളിൽ നിശ്ചലമായിരുന്നു.

ഏതാണ്ട് ഉച്ചതിരിഞ്ഞപ്പോഴാണ് എല്ലാ ആടുകളെയും ഞാൻ മസറയിൽ എത്തിച്ചത്. ഒരു തുള്ളി വെള്ളം കുടിക്കാതെ, ഒരിത്തിരി വിശ്രമിക്കാതെ ആ കത്തുന്ന ചൂടിൽ ഒരു മനുഷ്യന് എങ്ങനെ അത്രയും നേരം പിടിച്ചു നില്ക്കാനായെന്ന് എനിക്കു പിന്നെ പലവട്ടം അതിശയം തോന്നിയിട്ടുണ്ട്. ഏതു കഷ്ടപ്പാടിലും ജീവിക്കാനുള്ള അദമ്യമായ ആഗ്രഹം, അള്ളാഹുവിലുള്ള അനന്തമായ വിശ്വാസം ഇതുരണ്ടുമാണ് എന്നെ അപ്പോൾ ജീവിപ്പിച്ചത്. അവസാനത്തെ ആടിനെയും മസറയിൽ എത്തിച്ച് ഞാൻ കട്ടിലിലേക്കു തളർന്നുവീഴുകയായിരുന്നു.

അർബാബ് അടുത്തുവന്നിരുന്നു കുറച്ചു വെള്ളം എന്റെ വായി ലേക്ക് ഇറ്റിച്ചു. ഞാൻ പിന്നെയും വെള്ളം വെള്ളം എന്നു പുലമ്പി. നീയൊക്കെ വല്ലാത്ത ധാരാളികളാണ്. വെള്ളം എങ്ങനെ സൂക്ഷിച്ചു പയോഗിക്കണം എന്നറിയാത്ത ധാരാളികൾ.. എന്ന് അർബാബ് പറയു ന്നതു ഞാൻ ആ അർദ്ധമയക്കത്തിലും കേട്ടു. പിന്നെ എനിക്കു ബോധം നഷ്ടപ്പെട്ടു. രാത്രി പിന്നെ എപ്പോഴോ ആണ് ഞാൻ കണ്ണുതുറക്കുന്നത്. എന്റെ കൈ നീരു വന്ന് വല്ലാതെ വീർത്തിരുന്നു. വേദനയാണെങ്കിൽ അസഹനീയവും. എന്റെ കൈ ശരിക്കും ഒടിഞ്ഞിട്ടുണ്ടെന്ന് എനിക്കു റപ്പായി. ആടിന്റെ ഇടികൊണ്ട് നെഞ്ചിൻകൂട് കലങ്ങിപ്പോയതുപോലെ വേദനിക്കുന്നുണ്ടായിരുന്നു.

തൊണ്ട പൊട്ടുന്ന ദാഹമുണ്ടായിരുന്നു. ഞാൻ പ്രാഞ്ചിപ്രാഞ്ചി എഴുന്നേറ്റു ചെന്ന് ഇത്തിരി വെള്ളമെടുത്തു കുടിച്ചു. വേദന സഹിക്കാനാവാതെ ഞാൻ അർബാബിന്റെ കൂടാരത്തിനടുത്തേക്കു ചെന്നു. ഇത്ര നേരം സുഖിച്ചു കിടന്നുറങ്ങി എന്നു ശാസിച്ചുകൊണ്ട് അർബാബ് എനിക്കു രണ്ടുമൂന്ന് ഖുബൂസ് എറിഞ്ഞുതന്നു. എനിക്കു വിശപ്പും ഒട്ടും സഹിക്കുന്നുണ്ടായിരുന്നില്ല. പച്ചവെള്ളത്തിൽ മുക്കി ഞാൻ ഖുബൂസ് ആർത്തിയോടെ തിന്നു തീർത്തു. സഹിക്കാൻ പറ്റാത്ത വേദന കാരണം ആ രാത്രി മുഴുവൻ എനിക്ക് ഉറങ്ങാനേ കഴിഞ്ഞില്ല. അതിനിടെ പല വട്ടം ഞാൻ അർബാബിന്റെ കൂടാരത്തിനു മുന്നിൽ ചെന്നു കരഞ്ഞു. എന്നെ ഏതെങ്കിലും ആശുപത്രിയിൽ കൊണ്ടുപോകൂ. എന്റെ കൈ ഒടിഞ്ഞിരിക്കുന്നു എന്നു കെഞ്ചിപ്പറഞ്ഞു. എന്നാൽ അർബാബ് അതു കേട്ടതായിപ്പോലും ഭാവിച്ചില്ല. നേരം വെളുപ്പായപ്പോൾ അർബാബ് ഒരു പാൽപ്പാത്രവുമായി എന്റെ കട്ടിലിനരികിൽ വന്ന് എന്നെ തട്ടിവിളിച്ചു. വേഗം എഴുന്നേറ്റുപോയി ആടിനെ കറക്കാൻ പറഞ്ഞു. ഞാൻ എന്റെ കൈ കാണിച്ചു. അതിനു മറുപടിയായി തലയ്ക്കിട്ട് ഒരു കിഴുക്കാണ് അർബാബ് തന്നത്.

നെഞ്ചിലെ വേദന ഒട്ടും കുറവില്ലായിരുന്നു. കയ്യാണെങ്കിൽ അപ്പോഴേക്കും മന്തുവന്നതുപോലെ വീർത്തിരുന്നു. നെഞ്ചിലും നീരുണ്ടായിരുന്നു. വേദനയാണെങ്കിൽ സഹിക്കാൻ പറ്റാത്തതും. വയ്യാത്ത കയ്യുമായി ഞാൻ മുടന്തി മസറയിലേക്കു നീങ്ങി. ഒരു കൈകൊണ്ട് ഞാനെങ്ങനെ ആടിനെ കറക്കാനാണ്..? അത്ര ചാട്ടക്കാരിയല്ലാത്ത ആടുകളാണെങ്കിൽ പാത്രം താഴെവച്ച് രണ്ടുകൈകൊണ്ടും വേഗം കറക്കുകയാണ് എന്റെ പതിവ്. വലിയ ചാട്ടക്കാരാണെങ്കിൽ ഒരു കൈകൊണ്ടു മുതുകു തടവിക്കൊടുക്കണം. ഈ വയ്യാത്ത കയ്യും വച്ച് ഞാൻ എന്തു ചെയ്യാൻ..? വല്ലവിധത്തിലും ഒന്നു ചാടിയാൽ അതു വരെ ഒറ്റക്കൈകൊണ്ടു കറന്നതത്രയും തട്ടിമറിച്ചതുതന്നെ. രണ്ടും കല്പിച്ച് അള്ളാവിനോടു പ്രാർത്ഥിച്ച് ഞാൻ മസറയിലേക്കു കയറി. ആദ്യം എന്റെ കണ്ണിൽപ്പെട്ടതു പോച്ചക്കാരി രമണി എന്നു ഞാൻ പേരിട്ടിരിക്കുന്ന ഒരു ആടാണ്. ആ ആടിന് എങ്ങനെ ആ പേരിടാൻ കാരണമായി എന്നത് ഒരു കഥയാണ്. പിന്നെ ഒരിക്കൽ ഞാൻ ആ കഥ നിങ്ങളോടു പറയാം.

ഞാൻ പോച്ചക്കാരി രമണിയുടെ കണ്ണിൽ നോക്കി പറഞ്ഞു രമണി എനിക്കെന്റെ കൈ തീരെ അനക്കാൻ വയ്യ. നിന്റെ ഒരുശേഷക്കാരൻ ഒപ്പിച്ച പണിയാണ്. പക്ഷേ അർബാബിന് കാലത്തു പാലുകുടിക്കാതെ വയ്യ. എന്റെ കൈ ഒടിഞ്ഞോ എന്റെ തലയിൽ ആകാശമിടിഞ്ഞു വീണോ എന്നതൊന്നും അർബാബിനെ അലട്ടുന്ന പ്രശ്നമല്ല. അങ്ങേർക്കു കാലത്തു പാലു കുടിക്കണം. അതു ഞാൻ കറന്നു

കൊടുക്കണം. നീ സഹകരിച്ചാൽ ഇന്നു ഞാൻ അർബാബിന്റെ ബാക്കി അടിയിൽനിന്ന് രക്ഷപ്പെടും. എന്റെ ഇന്നത്തെ വിധി നിന്റെ കയ്യിലാണ്.

സത്യം പറഞ്ഞാൽ ചില നേരത്ത് ആടുകൾക്കു മനുഷ്യരേക്കാൾ കാര്യം മനസ്സിലാവും എന്ന് എനിക്കു തോന്നിയിട്ടുണ്ട്. അന്നെന്താ യാലും രമണി എനിക്കുവേണ്ടി അനങ്ങാതെ. ചാടാതെ നിന്നു. വല്ല വിധേനയും ഞാനന്ന് അർബാബിന് ആവശ്യമായത്ര പാൽ കറന്നെ ടുത്തു കൂടാരത്തിന്റെ മുന്നിൽ കൊണ്ടുവച്ചുകൊടുത്തു. കുടിയെടാ പന്നീ കൊതിതീരെ കുടി.. ഞാൻ മനസ്സിൽ ആർത്തുശപിച്ചു.

പാൽ മോന്തിയശേഷം അർബാബ് വീണ്ടും എന്റെ അരുകിൽ വന്നു. വേഗം പോയി കുട്ടികൾക്കുള്ള പാൽ കറന്നെടുക്കാൻ പറഞ്ഞു. എനിക്കാവതില്ലായിരുന്നു. അതു ഞാൻ അർബാബിനോട് തുറന്നു പറഞ്ഞു. എനിക്കു പറ്റില്ല, പറ്റില്ല, പറ്റില്ല!! ഞാൻ അലറുകയായിരുന്നു എന്നിപ്പോൾ തോന്നുന്നു. എന്റെ ആ ഭാവമാറ്റം അർബാബ് ആദ്യമായി കാണുകയായിരുന്നു. അയാൾ ശരിക്കും പകച്ചുപോയി. പുറത്തു വീഴുന്ന ബെൽറ്റടി പ്രതീക്ഷിച്ച് ഞാൻ കട്ടിലിൽച്ചെന്നു കമഴ്ന്നു കിടന്നു. അർബാബ് എന്നെ കൊല്ലുമായിരിക്കും. കൊല്ലട്ടെ. കൊന്നു തിന്നട്ടെ. അതോടെ തീരുമല്ലോ ഈ കഷ്ടപ്പാട്. മരണത്തെ സ്വീകരി ക്കാൻ തയ്യാറായിക്കഴിഞ്ഞവന് പിന്നെ എന്തു ഭയം. അള്ളാ, ഞാനൊ രിക്കലും സ്വയം മരിക്കുകയില്ലെന്നു നിന്നോടും നിന്റെ നിയമത്തോടും സത്യം ചെയ്തിരുന്നു. പക്ഷേ അർബാബിന് എന്നെ കൊല്ലാൻ വിട്ടുകൊടുക്കുന്നതിൽ നിനക്കു വിരോധമില്ലല്ലോ. എന്റെ പുത്രനെ കാണാൻ എനിക്കു വിധിയില്ല. സാരമില്ല, എനിക്കു സങ്കടമില്ല. അർബാബിന്റെ കൈ കൊണ്ടു മരിക്കാൻ നീ എന്നെ അനുവദിക്കുക. ഇനിയും ഈ വേദനയിൽ തുടരാൻ എനിക്കു വയ്യ..

പക്ഷേ ഞാൻ വിചാരിച്ചപോലെ അർബാബ് പിന്നെ എന്റെ അരികിൽ വന്നതേയില്ല. മസറയിൽ പതിവുതെറ്റിയതിന്റെ ഒരു അങ്ക ലാപ്പും ബഹളവും ആടുകൾ തുടങ്ങിക്കഴിഞ്ഞിരുന്നു. അവറ്റകൾ അങ്ങനെയാണ്. ചിട്ടപ്പടിയിൽ ജീവിക്കുന്നവ. എന്തെങ്കിലുമൊന്നു ക്രമം തെറ്റിയാൽ എല്ലാം കുഴഞ്ഞു മറിയും. എല്ലാം പോയി തുലയട്ടെ. എനിക്കെന്തു വേണം. ഞാൻ അനങ്ങാൻ പോയില്ല.

കുറച്ചുനേരം കഴിഞ്ഞപ്പോൾ മൂത്ത അർബാബ് വണ്ടിയിൽ വന്നതു ഞാൻ അറിഞ്ഞു. ഞാൻ ഗൗനിക്കാൻ പോയില്ല. അവർ തമ്മിൽ എന്തൊക്കെയോ സംസാരിച്ചു. അതിനുശേഷം അർബാബ് എന്റെ അരികിലേക്കു വന്നു. എന്റെ കൈ എടുത്തു പരിശോധിച്ചു. നീരിലൂടെ തടവി നോക്കി. കത്തുന്ന വേദന കൊണ്ട് ഞാൻ അലറി ക്കരഞ്ഞു. എന്നെ ആശുപത്രിയിൽ കൊണ്ടുപോകാൻ ഞാൻ അർബാ ബിനോടു കെഞ്ചി. എന്നാൽ അർബാബ് കേട്ട ഭാവം നടിക്കാതെ

വണ്ടിയിൽ കയറി എങ്ങോട്ടോ പോയി. ഞാൻ കട്ടിലിൽതന്നെ കിടന്നു. കുറച്ചുകഴിഞ്ഞപ്പോൾ മടങ്ങി വന്നു. കയ്യിൽ എന്തൊക്കെയോ ചില പച്ചമരുന്നുകൾ ഉണ്ടായിരുന്നു. അത് ഒരു പാത്രത്തിലിട്ടു ചതച്ച് എന്റെ കൈയിൽ നീരുള്ളിടത്തൊക്കെ തേച്ചുപിടിപ്പിച്ചു. പിന്നെ ആദിവാസികളൊക്കെ ചെയ്യുന്നതുപോലെ കുറേ തുണിയും കമ്പുമെടുത്ത് കയ്യോട് ചേർത്തു വരിഞ്ഞുമുറുക്കിക്കെട്ടി. എന്റെ നെഞ്ചിലെ നീരും ഞാൻ അർബാബിനെ കാണിച്ചു. അർബാബ് അവിടെയും എനിക്കു മരുന്നു പുരട്ടിത്തന്നു. എന്നെ ആശുപത്രിയിൽ കൊണ്ടുപോകാമോ എന്നു ഞാനപ്പോഴൊക്കെ അർബാബിനോട് കരഞ്ഞുകൊണ്ടിരുന്നു. സാരമില്ല, വേഗം പൊറുത്തോളും എന്നായിരുന്നു അപ്പോഴൊക്കെ അർബാബിന്റെ മറുപടി. എനിക്കൊരു വിശ്വാസവും തോന്നിയില്ല. എന്റെ കൈ കൂടുതൽ നീരുവന്നു വീർത്തു പഴുത്ത് ഒടുവിൽ മുറിച്ചു കളയേണ്ടി വരുമെന്നുതന്നെ ഞാൻ പേടിച്ചു.

അർബാബ് എനിക്കു രണ്ടുമൂന്നു ഖുബൂസ് കൊണ്ടുതന്നു. ആർത്തിയോടെ ഞാനത് വെള്ളം മുക്കി തിന്നുതീർത്തു. ഇപ്പോൾത്തന്നെ വല്ലാതെ വൈകി വേഗം ആടുകളെ നടത്താൻ കൊണ്ടുപോകാൻ അർബാബ് കല്പിച്ചു. പിന്നെ എതിർത്തൊന്നും പറയാൻ എനിക്കു തോന്നിയില്ല. ഒറ്റക്കയ്യും താങ്ങി ഞാൻ മസറയിലേക്ക് ഓടി.

ഉച്ചയായപ്പോഴേക്കും കയ്യിന്റെ വേദന പതിയെ അഴിഞ്ഞില്ലാതാവുന്നത് ഞാൻ അറിഞ്ഞു. രാത്രി ആയപ്പോൾ വേദന ഏതാണ്ടു പൂർണ്ണമായും കുറഞ്ഞു. പിന്നെ വെറും രണ്ടു ദിവസം കൊണ്ട് നെഞ്ചിലെയും കയ്യിലെയും നീര് വറ്റി. പിന്നെ ഏതാണ്ടു പത്തു ദിവസം കഴിഞ്ഞപ്പോഴേക്കും എന്റെ കയ്യിലെ തടിക്കെട്ട് അഴിച്ചു കളയുകയും ചെയ്തു. അത്രയും ദിവസം ഞാൻ ഒറ്റക്കയ്യും താങ്ങിയാണ് ആടുകളെ കറക്കാനും നടത്താനും കൊണ്ടുപോയത്. അക്കാലയളവിൽ ഒരു ദിവസം പോലും ആടുകൾ എന്നെ തൊഴിക്കുകയോ എന്നെ കുത്താൻ വരികയോ പാൽപ്പാത്രം തട്ടി മാറ്റുകയോ ചെയ്തിട്ടില്ലെന്നു ഞാൻ അതിശയത്തോടെ ഓർക്കുന്നു.

പലപ്പോഴും അർബാബിനെക്കാൾ എന്നെ നന്നായി മനസ്സിലാക്കിയിട്ടുള്ളത് ആടുകൾതന്നെയാണ്. അവ എന്നെ എത്ര ഉപദ്രവിച്ചാലും ഞാൻ അവയെ തിരിച്ചൊന്നും ചെയ്യില്ലെന്ന് അവയ്ക്കു ബോധ്യം വന്നു കാണണം. എന്നാലും മുട്ടനാടുകളിൽനിന്ന് പിന്നെ എന്നും ഒരകലം പാലിച്ചുമാത്രമേ ഞാൻ നടന്നിട്ടുള്ളൂ. ചാടി ഇടിക്കാൻ വന്നാൽ ഞാൻ ചാടി മാറും. അല്ലെങ്കിൽ എന്റെ വടികൊണ്ട് ശക്തമായി പ്രഹരിക്കും. പിന്നെ ഒരിക്കലും എനിക്ക് ആടിന്റെ ഇടികൊണ്ടു വീഴേണ്ടിവന്നിട്ടില്ല.

ഇക്കഥ പറച്ചിലിൽ ഇതുവരെയും പറയാതിരുന്ന ഒരു കാര്യം ഞാൻ പറഞ്ഞുകൊള്ളട്ടെ. ചെറുതായിരുന്നപ്പോൾ എന്റെ ജീവിതത്തിലെ

ഏറ്റവും വലിയ ആഗ്രഹം ഒരു ആട്ടിടയൻ ആവുക എന്നതായിരുന്നു എന്നു പറഞ്ഞാൽ നിങ്ങൾ വിശ്വസിക്കുമോ..? ഒരുപക്ഷേ നമ്മുടെ രമണനൊക്കെ പാടിക്കേട്ടിട്ടുള്ള അനുഭവത്തിൽനിന്ന് ഉണ്ടായ ഒരു മോഹമാകാം. എന്റെ ഉമ്മയ്ക്ക് രമണൻ വലിയ ഇഷ്ടമായിരുന്നു. നാടുകളിൽ നിന്ന് നാടുകൾ വിട്ട് നാടുകളിലേക്ക് അലയുക. പുൽമേടുകളിലും കുന്നിൻചെരുവുകളിലും ആട്ടിൻപറ്റങ്ങളുമായി വെറുതെ നടന്നുപോകുക. ഓരോ ദിവസവും ഓരോ ഇടങ്ങളിൽ കൂടാരമടിക്കുക. മഞ്ഞുപുതച്ച രാത്രികളിൽ തീകൂട്ടി ആടുകൾക്കു കാവലിരിക്കുക. കഥകളിൽ പറഞ്ഞുകേട്ട സ്വപ്നതുല്യമായ ഏതോ ഒരു അനുഭവമായിരുന്നു എനിക്ക് ആടുമേയ്ക്കൽ.

എന്നാൽ ഇടയജീവിതം എന്റെ ജീവിതത്തിൽ ഒരു സത്യമായി ഭവിച്ചപ്പോൾ എന്റെ സ്വപ്നങ്ങളിൽനിന്ന് അതെത്ര അകലെയാണെന്നു ഞാൻ വേദനയോടെ ഓർക്കുന്നു. അറിവില്ലാത്ത കാര്യങ്ങളെക്കുറിച്ചും അകലെ നടക്കുന്ന കാര്യങ്ങളെക്കുറിച്ചും ഒരിക്കലും നാം വെറുതെ പോലും സ്വപ്നങ്ങൾ കാണാൻ പാടില്ല എന്നാണ് ഞാൻ പറയുന്നത്. അവ എന്നെങ്കിലും ഒരിക്കൽ നിങ്ങളുടെ ജീവിതത്തിൽ യാഥാർത്ഥ്യമായാൽ നേർക്കുനേരെ നിന്ന് നോക്കാൻപോലും ആകാനാവാത്തവിധം ഭീകരമായിരിക്കും അത് എന്നു ഞാൻ നിങ്ങൾക്കു മുന്നറിയിപ്പു തരുന്നു.

പത്തൊമ്പത്

ഞാനും ഒരു അർബാബും കുറെ ആടുകളും മാത്രമുള്ള ഒരു അന്യഗ്രഹത്തിലാണ് എന്റെ താമസം എന്ന എന്റെ വാചകത്തെ വല്ലപ്പോഴുമെങ്കിലും മുറിച്ചുകളയുന്നത് ആഴ്ചയിൽ രണ്ടുപ്രാവശ്യം വരുന്ന വെള്ളംവണ്ടിയും ആഴ്ചയിൽ ഒരിക്കൽ വരുന്ന പോച്ചക്കച്ചി ടെയിലറും മാസത്തിലൊരിക്കൽ വരുന്ന ഗോതമ്പുലോറിയുമാണ്. ഞാൻ വസിക്കുന്ന ലോകത്തിനെ പ്രപഞ്ചത്തിന്റെ ഇതരഭാഗങ്ങളുമായി ബന്ധിപ്പിക്കാനുള്ള ഏകവഴിയാണ് ഈ വണ്ടികൾ. അതിൽ വരുന്നതു മുഴുവൻ പാകിസ്താനി പട്ടാണികളാണ്. അവരുമായി ബന്ധം സ്ഥാപിച്ചാൽ എനിക്കു പുറം ലോകവുമായി ബന്ധപ്പെടാം. ഞാൻ ഇവിടെ ഒരിടത്തു ജീവിച്ചിരിക്കുന്നു എന്നെങ്കിലും അവരെ അറിയിക്കാം. അവർ വഴിയാണ് എനിക്ക് എന്നെങ്കിലും ഒരിക്കൽ രക്ഷപ്പെടാനുള്ള മാർഗ്ഗവും. അങ്ങനെ എന്തെങ്കിലും ഒരു സാധ്യത എന്നെങ്കിലും ഒരു ദിവസം വീണുകിട്ടും എന്ന പ്രതീക്ഷ എന്റെ ഉള്ളിലെവിടെയോ മയങ്ങിക്കിടപ്പുണ്ട്. പക്ഷേ എന്റെ എല്ലാ സാധ്യതകളെയും അവസാനിപ്പിച്ചുകൊണ്ട് അവർ വരുന്ന ദിവസം അർബാബ് എന്നെ നേരത്തേ മരുഭൂമിയിലേക്കു പറഞ്ഞുവിടും. അവർ മടങ്ങിപ്പോയിക്കഴിഞ്ഞേ ആടുകളുമായി മടങ്ങാൻ പാടുള്ളൂ. അവർ വണ്ടിയിൽ വന്നു ടാങ്കിൽ വെള്ളം നിറയ്ക്കുന്നതിനു കച്ചിയും പോച്ചയും ഗോതമ്പും ഒക്കെ അട്ടിയിറക്കുന്നതിനും സഹായിക്കാൻ മാത്രമേ എനിക്കു വിധിയുള്ളൂ. എന്നാലും ആ വണ്ടികൾ മസറയോടടുക്കുമ്പോൾ എന്റെ മനസ്സ് എന്തെന്നില്ലാത്ത ഒരു സന്തോഷംകൊണ്ടു പിടയും. എന്റെ ആരോ പ്രിയപ്പെട്ടവർ എന്റെ വീട്ടിൽ വിരുന്നിനു വന്നതുപോലെ എനിക്കന്നേരം ഒരു സന്തോഷമാണ്. ഞാൻ ആടുകളോടു പതിവിലധികം സല്ലപിക്കുകയും അവകളോട് ഉച്ചത്തിൽ വർത്തമാനം പറയുകയും ചെയ്യും. പക്ഷേ എന്നെ അകലത്താക്കി ആ വണ്ടികൾ പൊടിപറത്തി ദൂരേക്ക് ഓടിമറയുമ്പോൾ എന്നിൽനിന്ന് ഒരു ലോകം തന്നെ ഓടി മറയുന്നതായിട്ടാണ് എനിക്കു തോന്നുക. അന്നേരം ഹൃദയം വാർന്നൊഴുകിപ്പോയതുപോലെ ഒരു തളർച്ച എന്നെ ബാധിക്കും.

യാദൃച്ഛികമായി ഒരു ദിവസം ചുമടിറക്കാൻ ആളില്ലാതെയാണ് ഒരു ട്രയിലർ വന്നത്. നിവൃത്തിയില്ലാതെ അർബാബ് എന്നെ മരുഭൂമിയിൽ നിന്നും തിരിച്ചുവിളിച്ചു. അതിന്റെ ഡ്രൈവറും ഒരു പാക്കിസ്താനിയായിരുന്നു. എത്രയോ കാലത്തിനുശേഷം മൂന്നാമത് ഒരു മനുഷ്യനെ ഞാൻ അത്രയും അടുത്തുകാണുകയായിരുന്നു. അയാളുടെ വിയർപ്പിനുപോലും ഒരു മണമുണ്ടെന്ന് എനിക്കു തോന്നിപ്പോയി. ഞാൻ താമസിക്കുന്നത് ഏതുതരം ദുർഗന്ധത്തിനുള്ളിലാണെന്ന് നേർത്ത ഒരു തോന്നൽ അപ്പോൾ മാത്രം എനിക്കുണ്ടായി. ഒരു മനുഷ്യനെ കണ്ട സന്തോഷത്തിൽ ഞാനയാളെ ഒന്നു തൊടുകപോലും ഉണ്ടായി. അപ്പോൾ എന്റെ ഉള്ളിലൂടെ ആത്മനിർവൃതിയുടെ ഒരു കുളിർരേഖ കടന്നുപോകുന്നതു ഞാൻ വ്യക്തമായും അനുഭവിച്ചു.

ചുമടിറക്കുന്നതിനിടെ എനിക്കറിയാവുന്ന എല്ലാ ഭാഷയിലും എന്റെയുള്ളിലെ എല്ലാ സങ്കടവും നിറച്ച് ഞാനയാളോട് എന്നെ ഈ നരകത്തിൽനിന്നും എങ്ങനെയെങ്കിലും രക്ഷിക്കണം എന്നു കെഞ്ചിപ്പറഞ്ഞു. പക്ഷേ അയാളുടെ മുഖത്ത് ആകെ നിറഞ്ഞുനിന്നതു കനത്ത നിർവ്വികാരത മാത്രമായിരുന്നു. അയാൾ എന്നെ ഒന്നു ഗൗനിക്കുകകൂടി ചെയ്തില്ല. എനിക്കപ്പോൾ ഉണ്ടായ സങ്കടം. ട്രയിലറിനടുത്തേക്ക് അർബാബ് എന്നെ കയ്യാട്ടി വിളിച്ചപ്പോൾ സർവ്വ ആടുകളേയും ഉപേക്ഷിച്ചു ഞാൻ ഓടിയ ഒരു ഓട്ടമുണ്ട്. ജീവിതത്തിന്റെ പ്രതീക്ഷയിലേക്കും വെളിച്ചത്തിലേക്കുമുള്ള പ്രത്യാശ നിറച്ച ഒരോട്ടമായിരുന്നു അത്. ഇതാ ആ നിമിഷം വന്നിരിക്കുന്നു എന്നായിരുന്നു അപ്പോഴത്തെ വിചാരം. പക്ഷേ അയാളുടെ ഒരൊറ്റ നിസ്സംഗനോട്ടം കൊണ്ട് ആ പ്രതീക്ഷയെല്ലാം എന്നിൽനിന്ന് അപ്പാടെ വാർന്നൊഴുകിപ്പോയി. കച്ചിയുടെയും പോച്ചയുടെയും കെട്ടുകൾ തലയിൽ താങ്ങി ഇറക്കുമ്പോൾ ദയാപൂർവ്വം ഞാൻ അയാളെ നോക്കും. എന്തെങ്കിലും ഒരു അംഗവിക്ഷേപത്തിലൂടെ അയാളുടെ ശ്രദ്ധ ആകർഷിക്കാൻ ശ്രമിക്കും. വളരെ യാദൃച്ഛികമെന്നോണം അയാളുടെ അരികിലൂടെ നടന്ന് എന്നെ ഇവിടുന്നു രക്ഷിക്കണം എന്നു പറയും. ഇടയ്ക്കൊരു വട്ടം യാദൃച്ഛികമെന്നോണം ഒരു കച്ചിക്കെട്ട് താഴെയിടുകയും അതെടുക്കാനെന്ന മട്ടിൽ കുനിഞ്ഞ് അയാളുടെ കാലിൽ ഞാൻ പിടിക്കുകയും ചെയ്തു. അപ്പോൾപോലും അയാളെന്റെ കണ്ണിൽ ഒന്നു നോക്കുകകൂടി ചെയ്തില്ല. കഷ്ടം! എന്റെ നെഞ്ച് തകർന്നുപോയ വിധം...

സാധനമിറക്കി എന്നോടൊന്നു പുഞ്ചിരിക്കുകപോലും ചെയ്യാതെ അയാൾ വണ്ടിയോടിച്ചു പോയി. എന്നിലെ പ്രതീക്ഷ അന്ധകാരത്തിലേക്കു വീണടിയുകയായിരുന്നു. ഞാനപ്പോൾ അയാളെ ശപിച്ച വിധം! ഇപ്പോഴെനിക്കത് ആലോചിക്കുക കൂടി വയ്യ.

ലോകത്തൊരാളും ഒരപരിചിതനെ ഇത്രയധികം ശപിച്ചുകാണില്ല. ദ്വേഷിച്ചു കാണില്ല. ആടുകളെ തടുത്തുകൂട്ടാൻ മരുഭൂമിയിലേക്കു തിരിച്ചു നടക്കുമ്പോൾ എന്റെ നെഞ്ചിൽ ആഞ്ഞ് രണ്ടിടി ഇടിച്ചാണ് ഞാൻ ആ ദേഷ്യം കുറെയെങ്കിലും കലക്കിക്കളഞ്ഞത്.

വർഷങ്ങളായി എന്റെ അർബാബിനെ അടുത്തറിയാവുന്ന അയാളുടെ അപ്പോഴത്തെ നിസ്സഹായാവസ്ഥ എനിക്കിപ്പോൾ ഊഹിക്കാൻ കഴിയും. അയാൾ എന്നോടു സംസാരിക്കാൻ മുതിർന്നിരുന്നെങ്കിൽ അർബാബ് എന്താണ് അയാളോടു ചെയ്യുക എന്നു പറയാനാവില്ല. പിന്നെ ഒരിക്കൽ ഗോതമ്പിറക്കാൻ വന്ന ഒരു വണ്ടിക്കാരൻ എന്നോടെന്തോ സംസാരിക്കാൻ ശ്രമിച്ചതും അർബാബ് തോക്കുമായി ചാടി വന്നതും ഒന്നിച്ചായിരുന്നു. അതുപോലെതന്നെ ഒരു വെള്ളം വണ്ടിക്കാരൻ എന്നോടു സംസാരിച്ചതിന് അർബാബ് അയാളെ തോക്കിന്റെ പാത്തികൊണ്ട് അടിച്ചു നിലത്തിട്ടതും എനിക്കോർമ്മയുണ്ട്. എനിക്കു മുൻപേ എന്നെപ്പോലെ എത്ര 'ആടുകൾ' ഈ മസറയിൽ പെട്ടുപോയിട്ടുണ്ടാവണം. ഒരുപക്ഷേ അവരിൽ ചിലരെയെങ്കിലും രക്ഷപ്പെടുത്താൻ ശ്രമിച്ചതിന്റെ തിക്തഫലം പാക്കിസ്താനിയുടെ മനസ്സിൽ തികട്ടുന്നുണ്ടായിരിക്കണം. ഒരുപക്ഷേ എന്നെ അങ്ങനെ നിഷ്കരുണം ഉപേക്ഷിച്ചതിന്റെ വേദനയിൽ അയാൾ വണ്ടിയിലിരുന്നു നെഞ്ചു പൊട്ടി കരഞ്ഞു കാണില്ലെന്ന് ആരറിഞ്ഞു. അല്ലെങ്കിലും അയാൾ എന്നെ ഉപേക്ഷിക്കുകയായിരുന്നില്ല എന്നു വിശ്വസിക്കാനാണ് എനിക്കിഷ്ടം. അന്നുതന്നെ ഏറെ വൈകിയതിനു മുൻപേ ഞാൻ അങ്ങനെ എന്റെ മനസ്സിനെ പറഞ്ഞു പഠിപ്പിച്ചു. ഞാൻ എന്റെ പല വേദനകളെയും നീന്തിപ്പോന്നത് അങ്ങനെയാണ്. കരുണാമയനായ അള്ളാഹുവേ, നീ എനിക്കു തന്ന കഠിന ദിവസങ്ങളിലൂടെ നടന്നുപോകേണ്ടത് എന്റെ മാത്രം വിധിയായിരുന്നു. അതിന്റെ പേരിൽ നിരപരാധിയായ ഒരു മനുഷ്യനോട് ദ്വേഷിക്കുകയും മനസ്സിൽ ശപിക്കുകയും ചെയ്തതിനു നീ എന്നോടു പൊറുക്കേണമേ..

ആദ്യം എല്ലാത്തിനും മസറയിൽ ഒരു മുശടു വാടയായിരുന്നു. ഛർദ്ദിക്കാൻ തോന്നുന്ന തരം വാട. ആടുകളുടെ മൂത്രത്തിന്റെ ചൂരും കാഷ്ഠത്തിന്റെ ചൂരും മൂത്രം വീണുനനഞ്ഞ പോച്ചയുടെയും കച്ചിയുടെയും വാടയും എല്ലാം ചേർന്ന ഒരു അസഹ്യ ഗന്ധം. അതിന് ഏകദേശം സമാനമായ ഒരു ഗന്ധം ഞാൻ എന്നെങ്കിലും അനുഭവിച്ചിട്ടുണ്ടെങ്കിൽ അതു സർക്കസ് കൂടാരത്തിന്റെ ഗന്ധമാണ്.

ആടിന്റെ പാലിനുപോലും ഉണ്ടായിരുന്നു ആ വാട. ഖുബ്ബൂസിന്റെ ഓരോ കഷണം പാലിൽ മുക്കുമ്പോഴും ഈ വാടകൾ എല്ലാം എന്റെ മൂക്കിലേക്ക് അടിച്ചു കയറും. ആദ്യത്തെ ദിവസങ്ങളിൽ അങ്ങനെ

എത്രവട്ടം ഞാൻ ഛർദ്ദിച്ചു പോയിരിക്കുന്നു. എന്നാൽ പതിയെ പതിയെ ആ വാട എന്നിൽ നിന്ന് അകന്നുപോയി. അല്ലെങ്കിൽ അങ്ങനെ ഒരു വാടയെപ്പറ്റി മറന്നുപോയി. പിന്നെ പലവട്ടം ആഗ്ര ഹിച്ചുനോക്കിയിട്ടും എനിക്കത് അനുഭവിക്കാൻ പറ്റിയിട്ടേയില്ല. അങ്ങനെ ഒരു വാട നിലനിന്നിരുന്നു എന്നു വിശ്വസിക്കാൻപോലും കഴിയാനാവാത്തവിധം അതെന്നിൽ ലയിച്ചുകഴിഞ്ഞിരുന്നു. എന്നു മാത്രമല്ല ആടുകളുടെ ഗന്ധവൈജാത്യങ്ങൾ തിരിച്ചറിയാൻ ഞാൻ പ്രാപ്തനാവുകയും ചെയ്തു. അതായത്, മുട്ടനാടുകൾക്ക് ഒരു പ്രത്യേക മണം, ചെമ്മരിയാടുകൾക്കു വേറൊരു മണം. ചെമ്മരിയാടു കൾ തന്നെ ഒരു നൂറു വിധമുണ്ട്. അതിനെല്ലാം വേറെവേറെ മണം. ഗർഭിണിയായ ആടുകൾക്ക് ഒരു മണം. പ്രസവിക്കാറായ ആടുകൾക്ക് അതിലും വ്യത്യസ്തമായ മണം. ആ മണം അറിഞ്ഞ് ആടു പ്രസവി ക്കുന്ന ദിവസം കണക്കുകൂട്ടാൻപോലും എനിക്കു കഴിയുമായിരുന്നു. ഇനി പ്രസവിച്ചുവീണ കുട്ടിക്ക് ഒരു മണം. മുതിർന്ന കുട്ടിക്കു വേറൊരു മണം. വാവുകാലമായ ആടുകൾക്ക് ഒരു മണം. ഇതിൽനിന്നെല്ലാം വ്യത്യസ്തമാണ് ഒട്ടകങ്ങളുടെ മണം. ഒട്ടകങ്ങൾതന്നെ രണ്ടുവിധ മുണ്ട്. ഒരു പൂഞ്ഞയുള്ളതും ഇരു പൂഞ്ഞയുള്ളതും. അതിനു രണ്ടിനും വ്യത്യസ്ത മണങ്ങളാണ് ഉള്ളത്. ഒരു മണവും ഇല്ലാതെ ഒരു ജീവിയേ മസറയിൽ ഉണ്ടായിരുന്നുള്ളൂ. അതു ഞാൻ എന്ന മൃഗമാകുന്നു..!

ഒരു ദിവസം എനിക്കു പെട്ടെന്നൊരു മോഹമുദിച്ചു. സൈനുവിന് ഒരു കത്തെഴുതണം. എങ്ങനെ അത് അവളുടെ കൈവശം എത്തും എന്നൊന്നും എനിക്കപ്പോൾ ആലോചനയില്ല. എഴുതണം. എഴുതണം. ഉച്ച ഖുബ്ബൂസിനും പച്ചവെള്ളത്തിനും ശേഷം കിട്ടിയ ഇത്തിരി ഇടവേള യിൽ ഞാൻ കട്ടിലിനടിയിൽനിന്നും എന്റെ ബാഗ് വലിച്ചെടുത്തു. അതിനുള്ളിൽ ബോംബെയിൽനിന്നു വാങ്ങിയ ഒരു ലെറ്റർപാഡും പേനയും ഉണ്ടായിരുന്നു. ഞാനതു കയ്യിലെടുത്തു. ഒത്തിരി കുത്തി വരച്ചശേഷമാണ് പേന ഇത്തിരി തെളിഞ്ഞത്. ഞാൻ ആദ്യമായി ട്ടാണ് ഒരു കത്തെഴുതുന്നത്. എങ്ങനെ എഴുതണം എന്നൊരു പിടിയും ഇല്ലായിരുന്നു. എങ്കിലും മനസ്സിലെ വിചാരങ്ങൾ സ്വരുക്കൂട്ടി ഞാൻ എഴുതിത്തുടങ്ങി.

എന്റെ എത്രയും പ്രിയപ്പെട്ട സൈനു,

ഞാനിവിടെ സുഖമായി എത്തിച്ചേർന്നിരുന്നു. എന്നാൽ ജോലി ത്തിരക്കുകാരണം എനിക്ക് ഒരു കത്തെഴുതാൻപോലും പറ്റിയില്ല. നീ അവിടെ സങ്കടപ്പെട്ടിരിക്കുകയാണെന്ന് എനിക്കറിയാം. വിഷമി ക്കണ്ട. നിന്റെ ഇക്ക ഇവിടെ സുഖമായിരിക്കുന്നു. പാലും കമ്പിളിയും ഉണ്ടാക്കുന്ന ഒരു വലിയ കമ്പനിയിലാണ് എനിക്കു ജോലി. നല്ല ജോലിയാണ്. നമ്മളൊന്നും ചെയ്യണ്ട. എല്ലാം മിഷ്യൻ ചെയ്തോളും.

എനിക്കാണ് കമ്പനിയുടെ മേൽനോട്ടം. എന്റെ അർബാബിന് എന്നെ വലിയ ഇഷ്ടമായി. എന്റെ ജോലി ഇഷ്ടമായി. എനിക്ക് ഇടയ്ക്കിടെ നല്ല സമ്മാനങ്ങൾ തരാറുണ്ട്. ഇവിടെ വിശാലമായ ഒരു സ്ഥലത്താണ് എന്റെ മുറിയും താമസവും. എന്റെ കട്ടിലിൽ ഇരുന്നാൽ എനിക്ക് അടുത്ത പ്രദേശങ്ങൾ മുഴുവൻ കാണാം. അത്ര സുന്ദരമായ സ്ഥല മാണ്. പിന്നെ ആഹാരം. ഞാനിതുവരെ കഴിച്ചിട്ടില്ലാത്ത എന്തൊക്കെ ആഹാരങ്ങളാണെന്നോ അർബാബ് എനിക്കു കൊണ്ടുതരുന്നത്. ഇപ്പോത്തന്നെ ഖുബൂസും ചിക്കൻ കറിയും മട്ടൻ മസാലയും കഴിച്ച് ഒരു ഗ്ലാസ് കട്ടിപ്പാലും കുടിച്ചശേഷമാണ് ഈ കത്തെഴുതാൻ ഇരി ക്കുന്നത്. ഇത്ര ദിവസംകൊണ്ടു തന്നെ എനിക്കു വല്ലാതെ തടിവച്ചോ എന്നൊരു സംശയം. ഇപ്പോ ഉച്ചയ്ക്കത്തെ വിശ്രമസമയമാണ്. ഇനി കുറച്ചുകഴിഞ്ഞ് എനിക്കു ജോലിയിൽ പ്രവേശിച്ചാൽ മതി. അതുവരെ സുഖമുള്ള കാറ്റേറ്റ് കിടന്നുറങ്ങാം.

നമ്മുടെ നാട്ടുകാരായ കുറച്ചുപേരൊക്കെ എനിക്കൊപ്പം ഇവിടെ യുണ്ട്. റാവുത്തർ, രാഘവൻ, വിജയൻ, പോക്കർ എന്നിങ്ങനെ കുറച്ചു പേർ. എനിക്കവരുമായി അധികം സഹവാസവും മിണ്ടാട്ടവും ഒന്നുമില്ല. അർബാബിന് അതിഷ്ടമല്ല. അർബാബിന് ഹൂറിയായ ഒരു മകളുണ്ട്. വൈകുന്നേരത്ത് ഞാൻ അവളോടൊപ്പം നടക്കാൻ പോകും. ഞാൻ തന്നെ ചെല്ലണമെന്ന് അവൾക്കു നല്ല നിർബന്ധമാണ്. മേരിമൈമുന എന്നാണ് അവളുടെ പേര്.

ഇത്രയൊക്കെയാണ് എന്റെ വിശേഷങ്ങൾ. അവിടെ നിനക്കും ഉമ്മയ്ക്കും സുഖമെന്നു വിചാരിക്കുന്നു.

ഇനിയും സമയം കിട്ടുമ്പോൾ എഴുതാം.

എന്നു നിന്റെ സ്വന്തം ഇക്ക നജീബ്.

ഞാൻ പേപ്പർ മടക്കി. പിന്നെ കണ്ണടച്ചിരുന്നു കുറെ കരഞ്ഞു. ആ കത്തല്ല, ആ കരച്ചിലായിരുന്നു എന്റെ സത്യം. ആരും വായിക്കാത്ത സത്യം.

ഇരുപത്

ഒരു ദിവസം വൈകീട്ട് ആടുകളെയുംകൊണ്ടു നടക്കുമ്പോൾ ആകാശത്തിന്റെ കിഴക്കേക്കോണ് കറുത്തിരുളുന്നതു ഞാൻ കണ്ടു. മരുഭൂമിയെ ഞാൻ ശ്രദ്ധിച്ചിട്ടുണ്ട്. സാധാരണ ഋതുസംക്രമണങ്ങൾ സംഭവിക്കുക ഒരു പൊടിക്കാറ്റിന്റെ അകമ്പടിയോടെ ആയിരിക്കും. ഒരു പൊടിക്കാറ്റ് വന്നു മാഞ്ഞുപോകുമ്പോഴേക്കും കാലാവസ്ഥയും മാറിക്കഴിഞ്ഞിരിക്കും. അവിടത്തെ ഓരോ മാറ്റവും പെട്ടെന്നാണ്. പതിയെ എന്നൊന്ന് അവിടെയില്ല. തലേന്നുവരെ നല്ല ചൂടായിരിക്കും. പിറ്റേന്നു നേരം പുലരുന്നതു നല്ല തണുപ്പിലേക്കായിരിക്കും. തലേന്നു വരെ കമ്പിളി പുതച്ചു കിടക്കേണ്ട തണുപ്പായിരിക്കും. പിറ്റേന്ന് ഉച്ച കത്തുകയായിരിക്കും. കഴിഞ്ഞ നിമിഷംവരെ അന്തരീക്ഷം പൊടിയുടെ ഒരംശം പോലുമില്ലാതെ ശുഭ്രമായിരിക്കും. അടുത്ത നിമിഷം എവിടെനിന്നെന്നറിയാതെ ഒരു പൊടിക്കാറ്റ് വന്ന് ആ ശുഭ്രതയെ കലക്കിക്കളയും. അതിന്റെ വരവും അങ്ങനെത്തന്നെ ആയിരുന്നു. പകൽ മുഴുവൻ യാതൊരു സൂചനയുമില്ലാതെ ചുട്ടുപഴുത്തു കിടക്കുകയായിരുന്നു. പെട്ടെന്ന് ആകാശത്തിന്റെ അങ്ങേച്ചെരുവിൽ ഒരു കരിമേഘപടലം പ്രത്യക്ഷമായി. നിമിഷങ്ങൾക്കകം അത് ആകാശം മുഴുവൻ പടർന്നൊലിക്കുകയും മരുഭൂമിയെ ഒരു കരിമ്പുതപ്പിനുള്ളിലെന്നപോലെ ഇരുട്ടിലാക്കിക്കളയുകയും ചെയ്തു. തണുത്ത കാറ്റ് എന്റെ ശരീരത്തിനെയും മനസ്സിനെയും കീറിമുറിച്ചുകൊണ്ട് വീശിയടിച്ചു. മരുഭൂമിയിൽനിന്നും ധ്രുവപ്രദേശത്തേക്ക് എടുത്തെറിയപ്പെട്ട പ്രതീതിയായിരുന്നു എനിക്ക്. ഉന്മാദത്തിൽ പെട്ടതുപോലെ ആടുകൾ ലക്ഷ്യമില്ലാതെ ഓടുവാൻ തുടങ്ങി. പ്രകൃതിയിലുണ്ടായ മാറ്റം ആടുകൾക്കെന്നപോലെ എന്നിലും ഉന്മാദസന്തോഷം നിറച്ചു. ആടുകളെ അലയാൻ വിട്ട് ഞാൻ ആ തണുപ്പിലൂടെ കൈവിരിച്ചു നടന്നു.

അർബാബ് വണ്ടിയുമായി പിന്നാലെ വന്ന് എന്നെ ശകാരിച്ചപ്പോഴാണ് ഞാൻ ആടുകളെയും തടുത്തുകൂട്ടി മസറയിലേക്കു മടങ്ങിയത്. ഞാൻ മസറയിൽ എത്തിയപ്പോഴേക്കും മഴ പൊടിഞ്ഞു കഴിഞ്ഞിരുന്നു.

ആദ്യത്തെ തുള്ളി ദേഹത്തുവീണതും ഞാൻ ഒരു കഠാരക്കുത്തേറ്റതുപോലെ പിടഞ്ഞുപോയി. കണക്കുകൂട്ടൽ ശരിയാണെങ്കിൽ എട്ടോ പത്തോ മാസങ്ങൾക്കുള്ളിൽ ആദ്യമായിട്ടാണ് എന്റെ ദേഹത്ത് ഒരു തുള്ളി വെള്ളം സ്പർശിക്കുന്നത്. അതിന്റെ വേദന കഠിനമായിരുന്നു. അല്പം കഴിഞ്ഞപ്പോൾ മഴ വീശിപ്പെയ്യാൻ തുടങ്ങി. ഓരോ തുള്ളി പതിക്കുമ്പോഴും ദേഹത്ത് ഒരു തുള വീഴുന്നതുപോലെയാണ് എനിക്കനുഭവപ്പെട്ടത്. ആ വേദന സഹിക്കാനാവാതെ ഞാനോടിപ്പോയി കമ്പിളിയെടുത്തു മൂടിപ്പുതച്ചു. എനിക്കു മാത്രമല്ല, ആടുകൾക്കും ആ വേദന അസഹനീയമായി തോന്നിയിരിക്കണം. അവ അപരിചിതമായ ശബ്ദത്തിൽ അലറിക്കരയുവാൻ തുടങ്ങി. പൊതുവേ ശാന്തരായ ഒട്ടകങ്ങൾ എവിടെയൊക്കെയോ അലഞ്ഞുതിരിഞ്ഞു മഴപ്പാതിയിലാണ് കയറിവന്നത്. അവയും മഴസൂചിക്കുത്തേറ്റതിന്റെ വേദനയിലും അസ്വസ്ഥതയിലും ആയിരുന്നു.

മഴയോടൊപ്പം ഇടിയും മിന്നലും വന്നു. മിന്നൽപ്പാളികൾ ആകാശത്തുനിന്നും ഇറങ്ങിവന്ന് ഞങ്ങളുടെ മസറയാകെ കത്തിച്ചുകളയുമോ എന്നുപോലും ഞാൻ പേടിച്ചു.

ഓരോ മഴത്തുള്ളി എന്റെ തലയിൽ പതിക്കുമ്പോഴും ഓരോ രോമകൂപവും വേദനകൊണ്ടു വിറച്ചെഴുന്നേറ്റു. എന്റെ ദേഹം പൊള്ളുകയും നീറുകയും വിറയ്ക്കുകയും ചെയ്തു. മഴകൊള്ളാനും നനയാനും കുളിക്കാനും എനിക്കാഗ്രഹമുണ്ടായിരുന്നു. പക്ഷേ അതു സഹിക്കാൻ എനിക്കാവില്ലായിരുന്നു. അതു സഹനീയതയുടെ സർവ്വപരിധിയും വിട്ടുകഴിഞ്ഞപ്പോൾ ഞാൻ ഓടി അർബാബിന്റെ കൂടാരത്തിലേക്കു ചെന്നു. അവിടെ കണ്ട കാഴ്ച! അർബാബ് കൂടാരത്തിന്റെ മൂലയ്ക്ക് ഒരു ഭീരുവിനെപ്പോലെ കൂനിപ്പിടിച്ചിരിപ്പുണ്ട്. ലോകത്തിൽ മറ്റെന്തിനെക്കാളും അധികമായി അർബാബ് മഴയെയും വെള്ളത്തിനെയും പേടിക്കുന്നതായി എനിക്കു തോന്നി. അത്രയും പേടിച്ച ഒരു മനുഷ്യനെ ഞാൻ ജീവിതത്തിൽ എവിടെയും കണ്ടുമുട്ടിയിട്ടില്ല. ഒരു തുള്ളി വെള്ളമെങ്കിലും ആ ദേഹത്തു വീഴുന്നത് ഒരു ജിന്നിനെ തൊടുന്നതുപോലെ അർബാബ് ഭയപ്പെട്ടു. മഴയുടെ എറിച്ചിൽത്തുള്ളികൾ കൂടാരത്തിലേക്ക് അടിച്ചു കയറുമ്പോൾ അർബാബ് കുറെക്കൂടി മൂലയിലേക്കു ചേർന്നിരുന്നു. ജനിച്ചിട്ട് ഇതുവരേയും അർബാബ് ഒരിക്കൽപ്പോലും കുളിച്ചിട്ടുണ്ടാവില്ലെന്ന് എനിക്കപ്പോൾ തോന്നി.

ഒരിക്കലും സംഭവിക്കാത്തതുപോലെ അർബാബ് എന്നെ കൂടാരത്തിലേക്കു വിളിച്ചു കയറ്റി. ഞാൻ താഴെ ഇരിക്കാൻ ശ്രമിച്ചപ്പോൾ എന്നെ കട്ടിലിൽ പിടിച്ചിരുത്തി. അർബാബ് പേടിച്ച ഒരു കുട്ടിയെപ്പോലെ എന്റെ കൈ കവർന്നെടുത്തു. പിന്നെ ഒരു പുതപ്പിനുള്ളിലേക്കു നൂണുകയറി മഴ കാണാതെയിരുന്നു. ആ ഇരുപ്പിനിടയിൽ എപ്പഴോ എന്റെ കൈ തലയിണയ്ക്കിടയിൽ എന്തിലോ ഒന്നു തട്ടി. ഞാൻ

സംശയത്തോടെ അവിടെ ഒന്നുകൂടി കൈവച്ചു. അത് അർബാബിന്റെ തോക്കായിരുന്നു! ഞാൻ പതിയെ കൈ വച്ച് അതു വലിച്ചെടുത്തു. അർബാബ് അതൊന്നും ശ്രദ്ധിക്കുന്നതേ ഉണ്ടായിരുന്നില്ല. അള്ളാ... അള്ളാ... എന്നു കരഞ്ഞുവിളിച്ച് മഴ നില്ക്കാൻ പ്രാർത്ഥിക്കുകയായി രുന്നു അർബാബ്. എന്റെയുള്ളിൽ പെട്ടെന്ന് ഒരു വന്യത പടർന്നു. ഇത് ഉന്നം പിടിച്ച് കാഞ്ചി ഒന്നു വലിച്ചാൽ മാത്രം മതി. ഞാൻ രക്ഷ പ്പെട്ടു. പുറത്തു വണ്ടി കിടപ്പുണ്ട്. താക്കോൽ അതിൽത്തന്നെ കാണും. എങ്ങനെയെങ്കിലും വഴി കണ്ടുപിടിച്ചു രക്ഷപ്പെടാൻ കഴിയും. ഇതു തന്നെ അവസരം. എനിക്കു രക്ഷപ്പെടുവാനായി പരമകാരുണികനായ അള്ളാഹു കൊണ്ടുത്തന്ന നിമിഷം. ഈ നിമിഷം നീ ഉപയോഗിച്ചില്ലെ ങ്കിൽ ഇനി ഒരിക്കലും നിനക്ക് ഇതുപോലെ ഒരവസരം കിട്ടിയില്ലെന്നു വരും. അവസരങ്ങൾ ആവർത്തിക്കില്ലെന്നു നിനക്കറിയാമല്ലോ. ചെയ്യൂ. ഇപ്പോൾത്തന്നെ ഈ നാശത്തിൽനിന്ന് എങ്ങനെയെയെങ്കിലും രക്ഷ പ്പെടൂ. എന്റെ കൈ ശരിക്കും തോക്കിന്റെ കാഞ്ചിയിലേക്കു നീങ്ങിയ താണ്. പെട്ടെന്ന് അർബാബ് എന്റെ അള്ളാഹുവേ.. നീ കാത്തു. ഈ നജീബില്ലായിരുന്നുവെങ്കിൽ ഞാനിപ്പോൾ പേടിച്ചു മരിക്കുമായി രുന്നല്ലോ എന്ന് ഉച്ചത്തിൽ വിളിച്ചു പ്രാർത്ഥിക്കുവാൻ തുടങ്ങി. അർബാബ് ആദ്യമായിട്ടായിരുന്നു എന്റെ പേര് ഉച്ചരിക്കുന്നത്. അർബാ ബിന് എന്റെ പേര് അറിയാമോ എന്നുപോലും എനിക്കു സംശയമാ യിരുന്നു. അതിനു മുൻപ് ഹിമാർ എന്നും ഇന്തി എന്നും മാത്രമേ അർബാബ് എന്നെ വിളിച്ചിട്ടുള്ളൂ. ആ വിളിയിലും പ്രാർത്ഥനയിലും എന്റെ മനം അലിഞ്ഞുപോയി. എന്റെ സഹായം അഭ്യർത്ഥിച്ചു കര യുന്ന ഒരു ഭീരുവിനെ കൊന്നിട്ട് രക്ഷപ്പെടാൻ എനിക്കു തോന്നിയില്ല. ഞാൻ ആ തോക്ക് യഥാസ്ഥാനത്തുതന്നെ മടക്കിവച്ചു.

എനിക്കെന്തോ ദേഹത്തിനൊരു ഉഷ്ണം തോന്നി. ഞാൻ എന്റെ നനഞ്ഞ പുതപ്പു വലിച്ചുകളഞ്ഞു. അർബാബിന്റെ കൈ വിടുവി ച്ചു. വസ്ത്രങ്ങൾ ഊരിയെറിഞ്ഞു. ഞാൻ പൂർണ്ണനഗ്നനായി മഴയി ലേക്ക് ധൈര്യപൂർവ്വം ഇറങ്ങിച്ചെന്നു. ആദ്യം കുറേ നേരത്തേക്ക് ശരീരം വേദനകൊണ്ടു വിങ്ങുന്നുണ്ടായിരുന്നു. ആ മഴ ഞാൻ സഹിച്ചു. പതിയെ പതിയെ എന്റെ ദേഹത്തുനിന്നും ശരംകുത്തൽ ഒഴിഞ്ഞുപോകു ന്നതു ഞാൻ അറിഞ്ഞു. ഓരോ മഴത്തുള്ളിയും ദേഹത്ത് തണുപ്പും നിർവൃ തിയും പടർത്തി. ഞാൻ ആ മഴ ആസ്വദിച്ചു. മഴക്കാറുകൾ കണ്ട ആട്ടിൻകുട്ടികളെപ്പോലെ ഞാൻ ആ മഴയത്ത് തുള്ളിച്ചാടി. അങ്ങനെ ഒരു നീണ്ട കാലയളവിനുശേഷം മഴ എന്നെ കുളിപ്പിച്ചു. എന്റെ ദേഹത്തു നിന്നും അഴുക്ക് പതിയെ ഉരുകിയൊലിച്ചുപോയി!

രാത്രി എപ്പഴോ മഴ ഒന്നു തോർന്നപ്പോൾ അർബാബ് കൂടാരത്തിൽ നിന്നും ഓടിയിറങ്ങി വണ്ടിയിൽ കയറി ഓടിച്ചുപോയി. അന്നു പിന്നെ രാത്രി അർബാബ് വന്നതുമില്ല. ഇത്തിരി കഴിഞ്ഞപ്പോൾ മഴ പിന്നെയും കനത്തു. ആ രാത്രി മുഴുവൻ ആരുടെയും ഭീഷണിയും വിലക്കും

ഇല്ലാതെ ഞാൻ സ്വതന്ത്രനായിരുന്നു. എങ്ങോട്ടെങ്കിലും എനിക്ക് ഓടിപ്പോകാമായിരുന്ന രാത്രി. പക്ഷേ ഞാൻ എങ്ങും പോയില്ല. എന്നത്തെയുംപോലെ എവിടേക്കു സഞ്ചരിച്ചാൽ ഒരു രക്ഷാസ്ഥാനത്ത് എത്തുമെന്ന് എനിക്കറിയില്ലായിരുന്നു. അങ്ങനെ രക്ഷപ്പെടുക എന്ന മോഹം അതിന്റെ ഏറ്റവും സുവർണ്ണനിമിഷത്തിൽ വെച്ച് ഞാൻ സ്വയം ഉപേക്ഷിച്ചു. അങ്ങനെ എത്ര അവസരങ്ങൾ നാം ഓരോരുത്തരും സ്വയം വേണ്ടെന്നു വെയ്ക്കുന്നു അല്ലേ..? കൊതിച്ചുകൊതിച്ചിരുന്ന സുവർണ്ണപാത്രം കൈയിൽ കിട്ടിക്കഴിയുമ്പോൾ അനാഥമായി വലിച്ചെറിയുന്നവർ. അതപ്പോൾ ഉപയോഗിക്കാതിരിക്കുക എന്നതും നമ്മുടെ ജീവിതത്തിന്റെ ഒരു നിയോഗം.

പക്ഷേ അർബാബിന്റെ തടവില്ലാത്ത ഈ രാത്രി എന്തെങ്കിലും ചെയ്തേ ആവണം എന്ന് എനിക്കു തോന്നി. ആ തടവിനെ ഭേദിക്കുന്ന എന്തെങ്കിലും. അർബാബിനെ ചൊടിപ്പിക്കുന്ന എന്തെങ്കിലും. അല്ലെങ്കിൽ ഞാൻ എനിക്കുകിട്ടിയ സ്വാതന്ത്ര്യത്തിന്റെ ഈ നിമിഷങ്ങളെ പാഴാക്കിക്കളയുകയായിരിക്കും. പെട്ടെന്നാണ് ആ ആഗ്രഹം മുളപൊട്ടി വന്നത്. തൊട്ടപ്പുറത്തെ മസറ വരെ ഒന്നു പോകണം. എന്റെ ഹക്കീമിനെ ഒന്നു കാണണം. വന്ന രാത്രി അവനെ അവിടെ ഇറക്കിയതാണ്. പിന്നെ ഇന്നോളം ഞാൻ അവനെ കണ്ടിട്ടില്ല. അവൻ ജീവിച്ചിരിക്കുന്നോ മരിച്ചോ രക്ഷപ്പെട്ടോ ഒന്നും എനിക്കറിഞ്ഞുകൂടാ. അത്ര അടുത്തായിട്ടും അത്ര അകലത്തായിപ്പോയ ഒരു പാവം പയ്യൻ. അപ്പോഴാണ് ശരിക്കും എന്റെ തടവറ ഇത്ര ഇടുങ്ങിയതാണെന്ന് ഞാൻ ഓർക്കുന്നത്. ഒന്നുരണ്ടുതവണ ഞാൻ അവനെപ്പറ്റി അർബാബിനോടു ചോദിച്ചിരുന്നു. അർബാബ് എന്റെ ചോദ്യം കേട്ടില്ലെന്ന മട്ടിൽ അവഗണിച്ചു കളയുകയായിരുന്നു. ആ രാത്രി കൊടുംമഴയത്ത് ഹക്കീമിന്റെ മസറയിലേക്കു ഞാൻ ഇറങ്ങി നടന്നു. ഇരുമ്പുതാഴിട്ടു പൂട്ടിയ ഗേറ്റിൽ ഞാൻ ആശങ്കയോടെ തട്ടിവിളിച്ചു. അവിടെ വല്ല അർബാബുമാരും ഉണ്ടെങ്കിൽ എന്റെ കാര്യം പോയതുതന്നെ എന്ന പേടി എനിക്കുണ്ടായിരുന്നു. എന്നിട്ടും ഞാൻ വിളിച്ചു.

ഹക്കീം... ഹക്കീം.. നിനക്കെന്നെ കേൾക്കാമോ? ഇതു ഞാനാണ് നജീബ്... നിന്നോടൊപ്പം ഗൾഫിനു വന്ന നജീബ്... നീയവിടെയുണ്ടോ?

ഏറെ നേരം തട്ടിയിട്ടും മറുപടിയൊന്നുമില്ലാതെ, നിരാശനായി ഞാൻ തിരിഞ്ഞുനടക്കാൻ ഒരുങ്ങുമ്പോൾ അങ്ങുനിന്ന് എന്തോ നിഴലനക്കം ഞാൻ കണ്ടു. ഹക്കീം... ഇതു നീയാണോ..? ഞാൻ നജീബാണ്. ഞാൻ ഉറക്കെയുറക്കെ വിളിച്ചു ചോദിച്ചു. മഴയുടെ സർപ്പസീൽക്കാരങ്ങൾ എന്റെ ശബ്ദത്തെ മുക്കിക്കളയുമോ എന്ന സംശയം എനിക്കുണ്ടായിരുന്നു.

എന്നാൽ ആ നിഴലനക്കം പതിയെ എന്റെ അടുത്തേക്കു നീങ്ങിവരുന്നതു ഞാൻ കണ്ടു.

ഹക്കീം... നീയാണോ ഇത്? എന്റെ അടുത്തേക്കു വാ... ഞാനാണ് നജീബ്...

ആ രൂപം വളരെ അടുത്തുവന്നപ്പോൾ ഞാൻ സൂക്ഷിച്ചുനോക്കി. കറുത്ത, മെലിഞ്ഞ, മുടിനീട്ടിയിട്ട മറ്റൊരു വികൃതരൂപം. മറ്റൊരു ഭീകര രൂപി. ഇതെന്റെ ഹക്കീമല്ല, അവന്റെ രൂപം ഇങ്ങനെ ആയിരുന്നില്ല. അവൻ നല്ല ചുള്ളനായിരുന്നു. നല്ലപോലെ വെളുത്തവൻ. കാണാൻ അഴകുണ്ടായിരുന്നവൻ. പ്രായത്തിനൊത്ത ആരോഗ്യമുണ്ടായിരുന്നവൻ. ബോംബെയിൽ വെച്ച് നീ ഇവിടെക്കൂടിക്കോടാ. നിനക്കു വല്ല ഹിന്ദിസിനിമേലും കേറിക്കൂടാം എന്നു ഞാൻ പുകഴ്ത്തിയവൻ.

‘‘ഹക്കീം എന്നുപേരുള്ള ഒരാൾ ഇവിടെയുണ്ടോ..? ഞാൻ അവന്റെ ഒരു സ്നേഹിതനാണ്. എനിക്കൊപ്പമാണ് അവൻ ഇവിടെ എത്തിപ്പെട്ടത്. അന്നത്തേതിൽ പിന്നെ ഒരിക്കലും ഞാൻ അവനെ കണ്ടിട്ടില്ല. നിങ്ങൾക്കറിയാമോ അവനെ. അവനെവിടെയാണെന്ന്?’’ എന്റെ അടുത്തേക്കു നടന്നുവന്ന ഭീകരരൂപിയോടു ഞാൻ ഒറ്റശ്വാസത്തിൽ ചോദിച്ചു.

അപരിചിതമായ ഏതോ ഭാഷ കേൾക്കുന്നതുപോലെ ആ വികൃതരൂപി ഗേറ്റിനപ്പുറത്ത് എന്റെ മുന്നിൽ വന്ന് ഏറെനേരം മിഴിച്ചുനിന്നു. പിന്നെ പ്രതീക്ഷിച്ചിരിക്കാത്ത ഒരു നിമിഷത്തിൽ ഗേറ്റിൽ തലയിടിച്ച് അവൻ അലറിക്കരയാൻ തുടങ്ങി. ഞാൻ പേടിച്ചുപോയി. ആ കരച്ചിലിനിടയിലെപ്പോഴോ അവൻ ‘എന്റെ നജീബിക്കാ’ എന്നു നെഞ്ചു കലങ്ങുന്ന ഒരു വിളി വിളിച്ചു. അപ്പോൾ മാത്രം, അപ്പോൾ മാത്രമേ അതു ഹക്കീം തന്നെയാണെന്ന് സത്യമായും ഞാൻ തിരിച്ചറിഞ്ഞുള്ളൂ. ഒരിക്കലും തിരിച്ചറിയാനാവാത്തവിധം ഒരു മനുഷ്യന്റെ ശരീരഭൂപടം മാറ്റിവരയ്ക്കുവാൻ സാഹചര്യങ്ങൾക്കു കഴിയുമെന്നു ഞാൻ അപ്പോൾ ഭീതിയോടെ മനസ്സിലാക്കി. അതേ സാഹചര്യം എന്നെ ഇപ്പോൾ എത്ര മാറ്റിവരച്ചിട്ടുണ്ടാകുമെന്ന് എനിക്ക് ഊഹിക്കാൻ കഴിഞ്ഞു. കഴിഞ്ഞ മരുഭൂദിനങ്ങളിലൊന്നും ഞാൻ ഒരു കണ്ണാടി നോക്കിയിട്ടില്ലായിരുന്നു. നോക്കിയിരുന്നെങ്കിൽ തീർച്ചയായും എനിക്ക് എന്നെയും തിരിച്ചറിയാൻ കഴിയുമായിരിക്കില്ല.

അവൻ അവന്റെ ഉമ്മയേയും ഉപ്പയേയും വീട്ടുകാരേയും അള്ളാവിനേയും വിളിച്ച് ഒത്തിരി കരഞ്ഞു. എനിക്കൊന്നും മറുപടി കൊടുക്കാൻ ഇല്ലായിരുന്നു. കമ്പി അഴിക്കിടയിലൂടെ അവന്റെ കൈ എന്റെ നെഞ്ചിലേക്കു ചേർത്തുപിടിച്ച് കൂടെ കരയുവാൻ മാത്രമേ എനിക്കു ത്രാണിയുണ്ടായിരുന്നുള്ളൂ. ആ രാത്രി അങ്ങനെ കണ്ണീരിൽ ഒലിച്ചുപോയി.

ഇരുപത്തിയൊന്ന്

രണ്ടുദിവസം കൂടി മഴ പെയ്തു. പിന്നെ മരുഭൂമിയുടെ ആകാശവാതായനങ്ങൾ തണുപ്പിനുവേണ്ടി തുറന്നുകൊടുത്തു. രാത്രിയിലെ കടുത്ത തണുപ്പിനു ചേരുംവിധം അതികാലത്ത് മൂടൽമഞ്ഞ് ശക്തമായിരിക്കും. നേരം വെളുത്ത് എഴുന്നേറ്റു നോക്കുമ്പോൾ ചുറ്റും തണുപ്പിന്റെ ഒരു വെള്ളപ്പാട മാത്രം. ആ പാടയ്ക്കുള്ളിൽ മസറയും ആടുകളും അർബാബും കൂടാരവും എല്ലാം അപ്രത്യക്ഷമാകും. മഞ്ഞുമാറി കാഴ്ച തെളിയണമെങ്കിൽ കാലത്ത് ഒരു ഒൻപതു മണിയെങ്കിലും ആകണം. (എന്റെ എല്ലാ സമയങ്ങളും ഓരോ ഊഹങ്ങളാണ്. ഒരു ഏകാന്തജീവിയെ സംബന്ധിച്ചിടത്തോളം സമയം കാലം എന്നിവയൊക്കെ വെറും സങ്കല്പങ്ങൾ മാത്രം) അതുകൊണ്ട് ആ ദിവസങ്ങളിൽ പതിവുകളെല്ലാം അല്പം വൈകിയാണ്. ചൂടുകാലത്ത് പകലിന് എന്തൊരു നീളമാണെന്നോ. അതികാലത്ത് ഒരു മൂന്നുമണിക്കേ സൂര്യനുദിക്കും. രാത്രി എട്ടാവാതെ തീരെ വെട്ടം മങ്ങില്ല. എന്നാൽ തണുപ്പത്ത് ഒൻപതായാലും തെളിയാത്ത സൂര്യൻ ഉച്ചയാഹാരം കഴിയുമ്പോഴേക്കും മങ്ങിത്തുടങ്ങും. നാലിനെങ്കിലും പൂർണ്ണമായും ഇരുട്ടുവീണു കഴിഞ്ഞിരിക്കും. അതുകൊണ്ട് പണി ചെയ്യാൻ കിട്ടുന്ന സമയം വളരെക്കുറവാണ്. ചൂടുകാലത്ത് ഒരു പത്തുപതിനഞ്ച് മണിക്കൂറുകൾകൊണ്ടു ചെയ്തു തീർക്കുന്ന ജോലി തണുപ്പത്ത് ആറോ ഏഴോ മണിക്കൂറുകൾകൊണ്ടു തീർക്കണം. തണുപ്പുകാരണം ഒന്നും തൊടാൻ പറ്റാത്ത അവസ്ഥയും. നട്ടുച്ചയ്ക്കുപോലും നട്ടെല്ലു തുളയ്ക്കുന്ന തണുപ്പാണ്. വെള്ളത്തിൽ കൈ തൊടാനെ പറ്റില്ല. തണുപ്പെന്നു പറഞ്ഞാൽ എന്തൊരു തണുപ്പാണപ്പാ. ഇത്തിരി നേരം വെള്ളത്തിലെങ്ങാനും കൈ മുക്കിയിരിക്കേണ്ടി വന്നാൽ ആ കയ്യിന്റെ പണി തീർന്നതുതന്നെ. തണുത്ത വെള്ളം വീണും നമ്മുടെ ദേഹം പൊള്ളുമെന്ന് എനിക്ക് മനസ്സിലായത് അക്കാലത്താണ്. ഒരു ദിവസം ഇത്തിരിയേറെ നേരം തണുത്ത വെള്ളത്തിൽ മുങ്ങിയിരുന്ന എന്റെ ഇടതുകൈപ്പത്തി മുഴുവൻ പൊള്ളിയടർന്നു. ശരിക്കും ചൂടുവെള്ളം വീണു പൊള്ളിയതുപോലെ. ധ്രുവപ്രദേശത്തൊക്കെ തണുപ്പുണ്ടെന്നു കേട്ടിട്ടുണ്ട്. എന്നാൽ ഈ മരുഭൂമിയിൽ എവിടെനിന്നാണ്

ഇത്ര തണുപ്പു വരുന്നതെന്ന് ഇനിയും എനിക്കറിയില്ല. അതിനെ ചെറുക്കാൻ എന്റെ കൈവശം പ്രത്യേക വസ്ത്രങ്ങൾ ഒന്നുമില്ല. ആദ്യദിവസം അർബാബ് തന്ന, ഒരിക്കൽപ്പോലും എന്റെ ദേഹത്തുനിന്നും മാറ്റിയിട്ടില്ലാത്ത, ഒരിക്കൽപ്പോലും കഴുകിയിട്ടില്ലാത്ത ആ പഴയ അബായ എന്ന നീളനുടുപ്പുമാത്രമേ എനിക്കപ്പോഴും ഉള്ളൂ.

മറ്റൊന്നുള്ളത് ഒരു കമ്പിളിപ്പുതപ്പാണ്. ഭീകരരൂപി പോയപ്പോൾ ഉപേക്ഷിച്ചുപോയ ഒന്ന്. തണുപ്പിന്റെ ആദ്യ ദിനങ്ങളിൽ ഞാൻ അതു പുതച്ചു നടക്കുമായിരുന്നു. പക്ഷേ അസൗകര്യമാണ്. അതുംചുറ്റി ആടുകൾക്കു പുറകേ ഓടാനും മസറയിൽ കയറി കച്ചിയും പോച്ചയും ഇടാനുമൊക്കെ എത്ര സാധിക്കും..? ഞാനത് ഉപേക്ഷിച്ചു. തണുപ്പിൽ ഒറ്റവസ്ത്രത്തിൽ നടക്കുക എന്റെ ശീലമായി.

ഈ തണുപ്പിന്റെ മൂർദ്ധന്യാവസ്ഥയിലും ചൂടുള്ള ഒരു വസ്തു എന്റെ അരികിലുണ്ടായിരുന്നു. അല്പം വൈകിയാണ് ഞാനതു കണ്ടെത്തിയത്. ചെമ്മരിയാടുകൾ..!! അതിനോടു ചേർന്നുനടന്നാൽ എന്തൊരു സുഖമാണെന്നോ. ചൂളംകുത്തി തണുത്ത കാറ്റ് ഇരമ്പിയെത്തുമ്പോൾ ഞാൻ ചെമ്മരിയാടുകളെ ചേർത്തുപിടിച്ചു നിൽക്കും. രാത്രി തണുപ്പിന്റെ കാഠിന്യം കമ്പിളിപ്പുതപ്പിന്റെ നാരിഴകൾ കീറി എന്റെ ശരീരത്തെ കുത്തിമാന്തുമ്പോൾ ഞാൻ മസറയിലേക്ക് ഇറങ്ങിച്ചെന്ന് ചെമ്മരിയാടുകളെ കെട്ടിപ്പിടിച്ചു കിടക്കും. ആടുകൾക്കിടയിൽ മറ്റൊരു ആടായി ഞാൻ ആ തണുപ്പുകാലം കഴിച്ചുകൂട്ടി.

വേണമെങ്കിൽ ഈ ദിവസങ്ങളിലൊന്നിൽ എനിക്കു ഹക്കീമിനെയും വിളിച്ച് കട്ടിപിടിച്ച കോടമഞ്ഞിന്റെ മറവുപറ്റി എങ്ങോട്ടെങ്കിലും ഓടി രക്ഷപ്പെടാമായിരുന്നു. പക്ഷേ മഴരാത്രിയിലെ അതേ സന്ദേഹം എന്നെ എവിടെയും പോകാനാവാതെ അവിടെത്തന്നെ തളച്ചിട്ടു. എങ്ങോട്ടു പോകും എന്ന വലിയ ചോദ്യം. ഈ രാജ്യത്തെ സംബന്ധിച്ച് എനിക്കൊന്നും അറിഞ്ഞുകൂടാ. ഞാനെവിടെയാണ് ഇപ്പോൾ ഉള്ളതെന്നുപോലും. എങ്ങോട്ട് - കിഴക്കോട്ടോ തെക്കോട്ടോ പടിഞ്ഞാറോട്ടോ വടക്കോട്ടോ - ഓടിയാലാണ് എനിക്കു രക്ഷപ്പെടാനുള്ള വഴി കണ്ടെത്താനാവുക..? ഇവിടെനിക്ക് ആഹാരമില്ല. വെള്ളമില്ല. വസ്ത്രമില്ല. കിടക്കാനൊരിടമില്ല. കൂലിയില്ല. ജീവിതമില്ല. സ്വപ്നങ്ങളില്ല. മോഹങ്ങളില്ല. എന്നാൽ ഒന്നു ബാക്കിയുണ്ട് - ജീവൻ! തത്കാലം അതു നിലനിർത്താൻ എനിക്കെങ്ങനെയൊക്കെയോ കഴിയുന്നുണ്ട്. എന്നാൽ, ഇവിടെനിന്നോടി അപരിചിതമായ മരുസ്ഥലികളിൽ എത്തിപ്പെട്ട് എനിക്കതുകൂടി നഷ്ടപ്പെട്ടാലോ..? പിന്നെ ആ ഓട്ടത്തിന് എന്തർത്ഥം..?

എല്ലാ തടവറകൾക്കും മതിലുകൾക്കും എന്തൊക്കെയോ സുരക്ഷിതത്വത്തിന്റെ ഒരു വലയമുണ്ട്. ആ വലയം മുറിച്ചെറിയാൻ തത്കാലം എനിക്കു മനസ്സ് തോന്നിയില്ല. അനുയോജ്യമായ അവസരം വരുന്നതുവരെ, സുരക്ഷിതമായ ലക്ഷ്യത്തിൽ എത്തിപ്പെടും എന്ന് ഉറപ്പുവരും

വരെ കാത്തിരിക്കുവാൻ ഞാൻ തീരുമാനിച്ചു. എന്റെ ആ തീരുമാനം ശരിയായിരുന്നോ..? അറിയില്ല. അതു തീരുമാനിക്കേണ്ടതു ഞാനല്ല. സ്വന്തം വിധിയെപ്പറ്റി നിർവ്വചനങ്ങൾ നടത്തുവാൻ ആർക്കും കഴിയും?!

തണുപ്പുകാലമായതോടുകൂടി കൂടുതൽ ചെമ്മരിയാടുകളെ ട്രക്കുകളിൽ മസറയിൽ കൊണ്ടുവന്നിറക്കി. ഇനി ചൂടു വരുംവരെയുള്ള ആറുമാസക്കാലത്തേക്ക് അവയുടെ കാലമാണ്. ശരിക്കും ഉയർന്ന മലമടക്കുകളിലെ തണുപ്പുനിറഞ്ഞ കാലാവസ്ഥയിൽ ജീവിക്കാനായാണ് അവയെ സൃഷ്ടിച്ചിരിക്കുന്നതുതന്നെ. അവയെ ഈ മരുഭൂമിയിൽ കൊണ്ടുതള്ളുന്നതുതന്നെ അവയോടു ചെയ്യുന്ന പാതകമാണ്. ചൂടുകാലമാവുമ്പോഴേക്കും ഒട്ടുമുക്കാലുമെണ്ണത്തിനെയും വിറ്റുതീർക്കുമെങ്കിലും അവശേഷിക്കുന്നവയുടെ കാര്യം കഷ്ടം തന്നെ. ചൂട് ഏറുമ്പോൾ സ്വന്തം ശരീരത്തിലെ ചെമ്മരിപ്പുതപ്പിനുള്ളിൽ കിടന്ന് അവിഞ്ഞ് അവ പൊള്ളിച്ചാവും. അങ്ങനെ എത്രയെണ്ണത്തിനെ ഞാൻ കണ്ടിരിക്കുന്നു. ഒന്നിനെയും അർബാബ് കളയില്ല. വലിച്ചുകൊണ്ട് വണ്ടിയിൽ കയറ്റിക്കൊണ്ടുപോകും. പിന്നെ അതു ചൂടുള്ള ആടുകറിയായി വല്ല കടകളിലും വിളമ്പുന്നുണ്ടാവും.

ശരിക്കും കോലാടുകളാണ് മരുഭൂമിക്കു പറ്റിയത്. ഏതു ചൂടും സഹിക്കാൻ അവയ്ക്കു ത്രാണിയുണ്ട്. ചെമ്മരി മുറിച്ചുവില്ക്കുന്നതിലൂടെ കിട്ടുന്ന വലിയ ലാഭം പ്രതീക്ഷിച്ചാവണം അർബാബ് ഈ ആടുകളെ ഇവിടെ കൊണ്ടുവരുന്നത്.

മഴ കഴിഞ്ഞതോടെ മസറ മുഴവൻ അളിഞ്ഞു പുളിഞ്ഞു. അതുവരെ കെട്ടിക്കിടന്ന ആട്ടിൻകാട്ടവും മൂത്രവും കച്ചിയും പോച്ചയും എല്ലാംകൂടി അളിഞ്ഞ ഒരു കെട്ട ഗന്ധം. അതെല്ലാം വലിച്ചു മാറ്റി മസറ വൃത്തിയാക്കുക എന്നതു എന്റെ മൂന്നാലു ദിവസത്തെ നടുഒടിക്കുന്ന പണിയായിരുന്നു. തണുപ്പുതുടങ്ങിയതോടെ മസറയിൽ വിളിക്കാതെ വന്നെത്തിയ അതിഥികളാണ് ഈച്ചകൾ! ചുറ്റോടുചുറ്റും ഈച്ചകൾ. ഖുബ്ബൂസ് കഴിക്കാനിരുന്നാൽ അതിൽ വന്നിരിക്കും ഒരായിരം ഈച്ചകൾ. അതിനെ ആട്ടിയോടിക്കാനായി മാത്രം ഒരു കൈ വിശറിപോലെ മാറ്റിവെയ്ക്കണം. മസറയിലേക്കു ചെന്നാൽ കടന്നൽകൂട്ടിൽ കയറിയതുപോലെ ഈച്ചകളുടെ ഇരമ്പൽ കേൾക്കാം. ഹോ! എന്തൊരു കഷ്ടമാണിത് എന്നു ഞാനാലോചിക്കും. പിന്നെ ങാ, അതിനും ജീവിക്കേണ്ടെ. അതിനിഷ്ടപ്പെട്ട സ്ഥലം മസറ ആയിരിക്കും. ജീവിക്കട്ടെ എന്നു സമാധാനിക്കും.

തണുപ്പുകാലം അവസാനിക്കാറായപ്പോഴേക്കും ഒരു ദിവസം ചെമ്മരിയാടുകളുടെ വളർച്ച മുറ്റിയ രോമം കത്രിക്കാൻ ആളുകൾ വന്നു. അവർ രണ്ടുപേരുണ്ടായിരുന്നു. രണ്ടു സുഡാനികൾ. മുഖം നിറച്ചു പുഞ്ചിരിയുള്ള രണ്ടുപേർ. ഏറെക്കാലത്തിനുശേഷം രണ്ടു മനുഷ്യരെ കണ്ട സന്തോഷത്തിൽ ഞാൻ അവർക്കു ചുറ്റും നായ

ക്കുട്ടിയെപ്പോലെ പറ്റിക്കൂടി. പക്ഷേ അവർക്ക് ഞാൻ പറയുന്നത് അധികമൊന്നും മനസ്സിലായില്ല. അവർ പറയുന്നത് എനിക്കും. ഞാൻ ഓരോന്നു പറയുമ്പോഴും ഉണ്ടായ മനസ്സിലാകായ്മയെ അവർ വലിയ ചിരികൊണ്ട് നേരിട്ടു.

രോമം കത്രിക്കാനുള്ള ഒരു ഇലക്ട്രിക് മിഷ്യനും അതു പ്രവർത്തിപ്പിക്കാൻ ഒരു ജനറേറ്ററുമായാണ് അപ്രാവശ്യം അവർ വന്നത്. അത്രയും കാലം കൈ കത്രികയായിരുന്നത്രേ അവർ ഉപയോഗിച്ചിരുന്നത്. ജനറേറ്ററും മിഷ്യനും പ്രവർത്തിപ്പിക്കാൻ തുടങ്ങിയതോടെ അർബാബ് ജിന്നിനെക്കണ്ടതുപോലെ തുള്ളാൻ തുടങ്ങി. ആ മിഷ്യന്റെ കറന്റടിച്ച് എന്റെ ആടുകൾ ചാവുമെന്നായിരുന്നു അർബാബിന്റെ ആദ്യത്തെ പേടി. അങ്ങനെയൊന്നും കറന്റടിക്കുന്ന മിഷ്യനല്ല അതെന്നു പറഞ്ഞു മനസ്സിലാക്കിക്കൊടുക്കാൻ ആ പാവങ്ങൾക്ക് ഏറെ പണിപ്പെടേണ്ടിവന്നു.

ആ മിഷ്യൻ എടുക്കാവുന്നതിലധികം രോമം കത്രിച്ചെടുക്കുമെന്നും അങ്ങനെ തന്റെ ആടുകൾ വരാൻ പോകുന്ന ചൂടുകാലത്തു പൊള്ളിച്ചാവുമെന്നും അങ്ങനെ കത്രിച്ച ആടുകളെ ആരും ചന്തയിൽ വാങ്ങില്ലെന്നുമായിരുന്നു അർബാബിന്റെ രണ്ടാമത്തെ പേടി. എന്നാൽ ഒരു ക്രമത്തിലധികം രോമങ്ങൾ കത്രിച്ചുപോകാത്ത വിധത്തിലാണ് ആ മിഷ്യൻ സജ്ജീകരിച്ചിരിക്കുന്നതെന്ന് അവർ ഒരാടിൽ പരീക്ഷണം നടത്തിക്കാണിച്ചശേഷമാണ് അർബാബ്, അർദ്ധമനസ്സോടെയെങ്കിലും പണി തുടരാൻ സമ്മതിച്ചത്. എന്നിട്ടും അവർ പോകുന്നതുവരെയും അർബാബ് ഓരോരോ പരാതികൾ പറഞ്ഞുകൂട്ടി, അങ്ങനെ ഒരു മിഷ്യൻ ഉപയോഗിക്കുന്നതിലുള്ള അതൃപ്തി പ്രകടമാക്കിക്കൊണ്ടേയിരുന്നു.

രോമം കത്രിക്കാൻ പാകത്തിൽ ആടുകളെ പിടിച്ചുകൊടുക്കുക എന്റെ പണിയായിരുന്നു. ബാക്കിയെല്ലാം ചെയ്തുതീർത്തിട്ടുവേണമായിരുന്നു അതിനു ചെല്ലാൻ. വരിമുറിക്കാൻ മുട്ടൻകുട്ടികളെ പിടിക്കുന്നപോലെ ആടുകളുടെ കഴുത്ത് മുട്ടിനിടയിലാക്കി നിർത്തിക്കൊടുക്കണം. അവർ കത്രിക്കും. ഒന്നോരണ്ടോ മിനിറ്റേ വേണ്ടൂ ഒരെണ്ണത്തിനെ കത്രിച്ചുതീരാൻ. പക്ഷേ രണ്ടുദിവസം കൊണ്ട് പത്തറുനൂറെണ്ണത്തിനെ കത്രിക്കാൻ പിടിച്ചുകൊടുക്കുക എന്നത് എന്റെ നടു ഒടിക്കുന്ന പണിയായിരുന്നു. വാലിന്റെ അറ്റത്തുമാത്രം ഇത്തിരി രോമം വച്ചിട്ട് ബാക്കിയെല്ലാം മിഷ്യൻ കോതിയെടുക്കും. ഇതാണ് ഞങ്ങളുടെ നാട്ടിലെ രോമം കത്രിക്കൽ രീതി, ആ വാലിലെ രോമം ഈച്ചകളെ ഓടിക്കാൻ ഞങ്ങൾ ആടുകൾക്കു കൊടുക്കുന്ന സൗജന്യമാണ് - വെളുത്ത ചിരിയോടെ സുഡാനി പറഞ്ഞു.

രണ്ടാം ദിവസം ഉച്ചതിരിഞ്ഞതോടെ ആടുകളെല്ലാം മുടിവെട്ടി കുട്ടപ്പന്മാരും കുട്ടപ്പികളുമായി. വൈകുന്നേരമായപ്പോഴേക്കും രോമങ്ങളെല്ലാം ചാക്കിൽ വാരിക്കെട്ടി പിക്കപ്പിലാക്കി അവർ മടങ്ങി. അവർ

പോയിക്കഴിഞ്ഞപ്പോൾ എന്തെന്നില്ലാത്ത ഒരു ദുഃഖം എന്നെ വന്നു പൊതിഞ്ഞു. അതുവരെ രണ്ടു മനുഷ്യരുടെ ഗന്ധം ഞാൻ ശരിക്കും അനുഭവിക്കുകയായിരുന്നു. ഇനി ഞാനും ആടുകളും മാത്രം ബാക്കി. എനിക്കു മഴപോലെ സങ്കടം വന്നു.

മനുഷ്യൻ അവന്റെ സർവ്വ കുത്സിതപ്രവൃത്തികൾകൊണ്ടു ശ്രമിച്ചാലും ഈ ഭൂമിയിൽനിന്നു ജീവന്റെ തുടിപ്പുകൾ തുടച്ചുനീക്കുവാൻ ഒരിക്കലും സാധ്യമാവില്ല എന്നു ചിന്തിച്ച ഒരുകാലംകൂടിയാണത്. കഴിഞ്ഞ എത്രയോ മാസങ്ങളായി ഈ ഭൂമി ചുട്ടു പഴുത്തുകിടക്കുകയായിരുന്നു. കത്തിപ്പഴുത്ത മണൽത്തരികളല്ലാതെ മറ്റൊരു ജീവന്റെ കണികപോലും ഈ ഭൂപരപ്പിനുമേലെ കാണാനില്ലായിരുന്നു. ചൂടുകാലം അവസാനിച്ചു കുളിർകാറ്റ് വീശാൻ തുടങ്ങിയതോടെ വരണ്ട മണ്ണിനു മേലെ ഒരു പച്ചവിരിപ്പ് പൊന്തിവന്നു. വളരെപ്പെട്ടെന്നായിരുന്നു അത്. മഴ കഴിഞ്ഞ് ഒരു രണ്ടുദിവസത്തിനകം. ജീവിതത്തിന്റെ എല്ലാ സുഗന്ധവും ഈ ഭൂമിക്കടിയിൽ ഉയർത്തെഴുന്നേൽക്കാൻ കാതോർത്തു കിടക്കുകയായിരുന്നു എന്നു തോന്നും ആ വരവു കണ്ടാൽ. കള്ളിമുൾച്ചെടികൾ, മണ്ണിൽ പടർന്നു കിടക്കുന്ന ചെടികൾ, പാറക്കല്ലുകൾക്കു മീതെ പായലുകൾ, ചില നാണംകുണുങ്ങിച്ചെടികൾ, ചില മഷിത്തണ്ടുകൾ. ആകാശത്തിന്റെ അതിരുകളിലൂടെ സന്തോഷത്തിലേക്കു നീളൻ ചിറകുവിരിച്ചു പറക്കുന്ന പറവക്കൂട്ടങ്ങൾ. ചൂളമടിച്ചു നീങ്ങുന്ന കുരുകിൽ പക്ഷികൾ. ചിലച്ചുനീങ്ങുന്ന പച്ചപ്പനംതത്തകൾ. ഇളംകുറുകലുകളോടെ പിറുപിറുക്കുന്ന ഇണപ്രാവുകൾ. എവിടെ നിന്നാണ് ഇവ വരുന്നത്..?

കഴിഞ്ഞ ദിവസങ്ങളിലത്രയും സ്വന്തം ജീവനെ അടക്കിപ്പിടിച്ച് ആ സസ്യജാലങ്ങൾ ഈ മരുഭൂമിയുടെ ചൂടിനെയും തീക്കാറ്റിനെയും സഹിക്കുകയായിരുന്നു എന്ന ഓർമ്മ എന്നിൽ വല്ലാത്തൊരു കുളിർ കോരിനിറച്ചു. വളരെക്കുറച്ചു ദിവസങ്ങൾകൊണ്ട് ആ ചെറുചെടികൾ വളർന്നു വലുതാകുന്നതും പൂവിടുന്നതും കായ്ക്കുന്നതും നാളേക്കു വേണ്ടി ജീവനെ ഭൂമിയുടെ ഗർഭത്തിൽ ഒളിപ്പിക്കുന്നതും ഞാൻ എന്റെ കണ്ണുകൾകൊണ്ടു കണ്ടു. എനിക്കവയോട് എന്തിഷ്ടം തോന്നിയെന്നോ. ഞാൻ അവയുടെ അരികിൽ ചെന്നിരുന്ന് അവയോടു വർത്തമാനം പറഞ്ഞു. അവയുടെ സങ്കടങ്ങൾ കേൾക്കുകയും അവയോടു സങ്കടങ്ങൾ പറയുകയും ചെയ്തു. ആ ചെടികൾ എനിക്ക് പറഞ്ഞുതന്നത് ജീവിതത്തിന്റെ വലിയ പ്രതീക്ഷയുടെ പാഠങ്ങളാണ്. അവ എന്നോടു രഹസ്യത്തിൽ പറഞ്ഞു, നജീബേ, മരുഭൂമിയുടെ ദത്തുപുത്രാ... ഞങ്ങളെപ്പോലെ നീയും നിന്റെ ജീവനെ അടക്കിപ്പിടിച്ച് ഈ മരുഭൂമിയോടു മല്ലിടുക. തീക്കാറ്റും വെയിൽനാളവും നിന്നെ കടന്നുപോകും. നീ അവയ്ക്കു മുന്നിൽ കീഴടങ്ങരുത്. തളരുകയും അരുത്. നിന്റെ ജീവനെ അതു ചോദിക്കും. വിട്ടുകൊടുക്കരുത്. പകുതി മരിച്ചവനെപ്പോലെ

ധ്യാനിച്ചു കിടക്കുക. ശൂന്യതപോലെ നടിക്കുക. നീ ഇനിയൊരിക്കലും ഉണർന്നെഴുന്നേൽക്കില്ലെന്നു തോന്നിപ്പിക്കുക. കരുണാമയനായ അള്ളാഹുവിനെ മാത്രം രഹസ്യത്തിൽ വിളിക്കുക. അവൻ നിന്റെ സാന്നിദ്ധ്യമറിയും. അവൻ നിന്റെ നിലവിളി കേൾക്കും. നജീബേ, ഒടുവിൽ നിനക്കുവേണ്ടി ഒരു കാലം വരും. ഈ തീക്കാറ്റ് മായും. ഈ ചൂട് ഇല്ലാതെയാവും. കാലത്തിന്റെ കുളിർകാറ്റ് നിന്നെ ഭൂമിക്കടിയിൽ നിന്നും തോണ്ടിവിളിക്കും. അപ്പോൾ മാത്രം. അപ്പോൾ മാത്രം നീ നിന്റെ ജീവന്റെ തല പതിയെ ഉയർത്തുക. ഭൂമിയിൽ നിന്റെ സാന്നിദ്ധ്യം അറിയിക്കുക. പിന്നെ ഒറ്റനിമിഷംകൊണ്ട് രക്ഷപ്പെടലിലേക്കു കുതിക്കുക. നാളെത്തേക്കു പൂവിടുകയും കായ്ക്കുകയും ചെയ്യുക.

ചെടിക്കുഞ്ഞുങ്ങളുടെ വാക്കുകൾക്കു ഞാൻ ചെവികൊടുത്തു. ഞാനെന്റെ അനുകൂലകാലത്തിനുവേണ്ടി ക്ഷമാപൂർവ്വം കാത്തിരുന്നു.

ഇരുപത്തിരണ്ട്

മുട്ടനാടുകളെ എനിക്കു വലിയ പേടിയും വെറുപ്പും ആയിരുന്നെങ്കിലും അവയിലൊന്ന് സാഹചര്യവശാൽ എന്റെ ജീവൻ രക്ഷിച്ച കഥയുണ്ട്. ഒരു ദിവസം പതിവുപോലെ ഞാൻ ആടുകളെയും കൊണ്ടു നടക്കാൻ പോയതാണ്. അവറ്റകളെ മരുഭൂമിയിൽ അലയാൻ വിട്ടിട്ട് ഞാൻ ഒരു ചെറുമൺകൂനയുടെ മുകളിൽ കയറിയിരുന്നു. പെട്ടെന്ന് എന്താണെന്നറിയില്ല എന്റെയുള്ളിൽ നാടിനെക്കുറിച്ചുള്ള ഓർമ്മയുണർന്നു. അതുവരെ എന്റെയുള്ളിൽ ഉറങ്ങിക്കിടന്നിരുന്ന എല്ലാ വിചാരങ്ങളും ഉണർന്നെഴുന്നേറ്റ് ഒരഗ്നിപർവ്വതം എന്നപോലെ എന്നിൽ പൊട്ടിത്തെറിച്ചു. എനിക്കവിടുന്നു രക്ഷപ്പെടണം. എനിക്കു നാട്ടിൽ പോകണം. എനിക്കെന്റെ ഉമ്മയെ കാണണം. എനിക്കെന്റെ സൈനുവിനെ കാണണം. എനിക്കെന്റെ നബീലിനെ കാണണം. എനിക്കെന്റെ കൂട്ടുകാരെ കാണണം. എനിക്കെന്റെ നാടു കാണണം. എനിക്കെന്റെ മൺവഴികൾ കാണണം. എനിക്കെന്റെ പുഴ കാണണം. എനിക്കെന്റെ വള്ളം കാണണം. എനിക്കെന്റെ മഴ കാണണം. എനിക്കെന്റെ മണ്ണ് കാണണം. ശരിക്കും ഈ ഗൃഹാതുരത്വം എന്നൊക്കെ പറയുന്നത് എന്താണെന്ന് എനിക്കപ്പോൾ വിവേചിച്ചറിയാനായി. അതൊരു കൊതിയാണ്. മരുഭൂമിപോലെ മനസ്സിനെ നീറിപ്പുകയ്ക്കുന്ന ഒരു കൊതി. നമ്മൾ നമ്മുടെ അവസ്ഥകളെയും ജീവിതത്തെയും സാഹചര്യത്തെയും അതിന്റെ ഏറ്റവും പാരമ്യതയിൽ വെറുത്തുപോകുന്ന ഒരു കൊതി. പിന്നെ ആ കൊതിയിൽ എങ്ങനെയും എത്തിപ്പെടാനുള്ള ഒരു പരക്കം പാച്ചിലാണ്. വെടികൊണ്ട പന്നി കരിമ്പിൻകാട്ടിലൂടെ പായുന്നതുപോലെ ഒരു പാച്ചിൽ. വല്ലപ്പോഴുമേ അങ്ങനെ സംഭവിക്കൂ. എന്നാൽ അങ്ങനെയൊന്നു മനസ്സിൽ സംഭവിച്ചുപോയാൽ പിന്നെ അതിനെ പിടിച്ചുകെട്ടുക സാധ്യമല്ല.

ഞാൻ അർബാബ് എവിടെയാണെന്നു നോക്കി. അർബാബ് ബൈനോക്കുലറുമായി വണ്ടിയുടെ മുകളിലുണ്ട്. പക്ഷേ ഞാനിരിക്കുന്നതു മൺകൂനയുടെ എതിർവശത്തായതിനാൽ തത്കാലം ഞാൻ

ബൈനോക്കുലർ പരിധിക്കു പുറത്താണ്. ഇതുതന്നെ രക്ഷപ്പെടാനുള്ള അവസരം. അമാന്തിച്ചാൽ അങ്ങനെയൊന്ന് ഒരിക്കലും സംഭവിക്കാൻ പോകുന്നില്ല എന്നൊരു തോന്നൽ. അള്ളാഹുവിന്റെ ഒരു ക്ഷണം എന്റെ മുന്നിലുള്ളതുപോലെ. ഞാൻ ചാടി എഴുന്നേറ്റു. ഒന്നും ആലോചിച്ചില്ല. മരുഭൂമിയിലൂടെ ഒറ്റ ഓട്ടമായിരുന്നു. നാശം എന്നു പറയട്ടെ. എന്റെ അരികിൽ നിന്നിരുന്ന ഒരു മുട്ടനാടും എനിക്കൊപ്പം ഓടാൻ തുടങ്ങി. ഞാൻ എന്റെ വടികൊണ്ട് അതിനെ അടിച്ചും കുത്തിയും ഒക്കെ പിന്തിരിപ്പിക്കാൻ നോക്കിയെങ്കിലും അതെന്നെ വിടാതെ പിന്നാലെ ഓടിക്കൊണ്ടിരുന്നു. രക്ഷപ്പെടാനുള്ള അദമ്യമായ ആഗ്രഹത്തിൽ ഞാൻ തിരിഞ്ഞുനോക്കിയതേയില്ല. അകലം. എത്രയും ദൂരം. അതായിരുന്നു എന്റെ മനസ്സിലത്രയും. എങ്ങോട്ടെന്നറിയില്ല. ഓടുക രക്ഷപ്പെടുക അത്രതന്നെ. മുട്ടൻ എന്റെ പിന്നാലെ ഉണ്ടായിരുന്നു. അതെന്നെ ഇപ്പോൾ കുത്തിത്താഴെയിടും എന്ന മട്ടിലായിരുന്നു അതിന്റെ ഓട്ടം. ആ ഭീതികൊണ്ടുതന്നെ എന്റെ ഓട്ടം ഇരട്ടി വേഗത്തിലായിരുന്നു.

പെട്ടെന്ന് എന്റെ പിന്നിൽ ഒരു വണ്ടിയുടെ ഇരമ്പൽ ഞാൻ കേട്ടു. ഭീതി എന്റെയുള്ളിൽ തീപോലെ കത്തി. ഞാൻ ഓടിയത് അർബാബ് കണ്ടിരിക്കുന്നു! അർബാബ് ഇപ്പോൾ എന്റെ അരികിലെത്തും, എന്നെ അടിച്ചുകൊല്ലും. പെട്ടെന്ന് പിന്നിൽ ഒരു വെടി പൊട്ടി. ഭാഗ്യത്തിന് അതെന്റെ ദേഹത്തുകൊണ്ടില്ല. തോല്ക്കുമെന്നറിയാമായിരുന്നിട്ടും ഞാൻ കൂടുതൽ വേഗത്തിൽ ഓടി. അടുത്ത വെടി പൊട്ടിയതും ആട് ഒരലറിക്കരച്ചിലോടെ എന്റെ മേലേക്ക് തെറിച്ചുവീണതും ഒന്നിച്ചായിരുന്നു. എന്നെ അടിയിലാക്കിക്കൊണ്ട് ആട് നിലത്തേക്കു കൂപ്പുകുത്തി. അതിന്റെ മാറിൽനിന്നു മോട്ടോർ പമ്പിന്റെ ഉള്ളിൽനിന്നെന്നവണ്ണം ചോര കുതിച്ചുചാടിക്കൊണ്ടിരുന്നു. വേദനകൊണ്ടു പുളഞ്ഞ് അതു ചാടി എഴുന്നേറ്റ് കുറേ ദൂരംകൂടി ഓടി. പിന്നെ അവിടെ കുഴഞ്ഞു വീണു. അപ്പോഴേക്കും അർബാബ് എന്റെ മുന്നിൽ എത്തിക്കഴിഞ്ഞിരുന്നു. ഞാൻ തോറ്റുകഴിഞ്ഞു. ഞാൻ ഓടിച്ചെന്ന് അർബാബിന്റെ കാൽക്കൽ വീണു. അർബാബ് എന്നെ ബെൽട്ട് ഊരിയടിച്ചു. ഞാൻ മോങ്ങിക്കരഞ്ഞു. പോയി വണ്ടിയിൽ കയറാൻ അർബാബ് കല്പിച്ചു. അടികൊണ്ട നായക്കുട്ടി മോങ്ങിക്കരഞ്ഞുകൊണ്ട് വാലുമടക്കി കൂട്ടിലേക്ക് ഓടിക്കയറുന്നതുപോലെ ഞാൻ ഓടിച്ചെന്ന് അർബാബിന്റെ പിക്കപ്പ് വണ്ടിയുടെ പിന്നിൽ കയറി.

ആട് മരിച്ചുകഴിഞ്ഞിരുന്നു. അർബാബ് അതിനെ വലിച്ചിഴച്ചുകൊണ്ടു വന്ന് പിക്കപ്പിന്റെ പിന്നിലേക്കു വലിച്ചെറിഞ്ഞു. അപ്പോഴും കിട്ടി എനിക്കൊരടി. നിലവിളിച്ചുകൊണ്ട് ഞാൻ വണ്ടിയുടെ പിന്നിൽ തലകുമ്പിട്ടിരുന്നു.

വെടികൊണ്ടു ചത്ത ആട് എന്റെ അരികിൽ കണ്ണുമിഴിച്ചു കിടന്നു. എനിക്കുവേണ്ടിയാണ് ഇവൻ ഇവിടെ മരിച്ചുകിടക്കുന്നത് എന്നോർത്തപ്പോൾ എന്റെ കരച്ചിൽ കനത്തു.

എന്റെ പ്രിയപ്പെട്ട ആടേ... ഞാനോടിയപ്പോൾ എന്റെ പിന്നാലെ വരാൻ, വെടിയുണ്ടയ്ക്കു മുന്നിൽ എനിക്കുവേണ്ടി നിന്റെ മാറ് കാട്ടിക്കൊടുക്കാൻ ആരാണ് നിന്നെ നിയോഗിച്ചത്? രക്ഷപ്പെടാൻ നേരമായി എന്ന എന്റെ തോന്നൽ തെറ്റായിരുന്നു. അത് അള്ളാവിന്റെ വിളിയാണ് എന്ന എന്റെ തോന്നൽ തെറ്റായിരുന്നു. പലപ്പോഴും അങ്ങനെയാണ്, പൊടുന്നനെ ഉണ്ടാകുന്ന തോന്നലുകൾ അള്ളാവിന്റെ വിളിയാണെന്നു നാം തെറ്റിദ്ധരിക്കാറുണ്ട്. പക്ഷേ അള്ളാവിനറിയാം ഏതാണ് ഒരുവന്റെ സമയമെന്ന്. അതു കൃത്യമായി തിരിച്ചറിയാനുള്ള അടുപ്പം നമുക്ക് അള്ളാവുമായി ഉണ്ടാവണം. എനിക്കതില്ലാതെ പോയി. പക്ഷേ അവനെന്നെ കാത്തു. ഇബ്രാഹിം നബിയുടെ ബലിക്കു തന്റെ പുത്രനു പകരം ആടിനെ കൊടുത്തതുപോലെ എനിക്കു പകരം വെച്ച ബലിയാണോ നീ..?

വണ്ടി ഓടി കൂടാരത്തിനു മുന്നിൽ ചെന്നു നിന്നു. അർബാബ് എന്നെ വലിച്ചിഴച്ചുകൊണ്ടുപോയി ഒരു മസറയ്ക്കുള്ളിൽ കയറി കെട്ടിയിട്ടു. പിന്നെ അയാളുടെ കൊതിതീരെ എന്നെ അടിച്ചു. എന്റെ ശരീരത്തിന്റെ എല്ലാ ഭാഗങ്ങളിൽനിന്നും ചോരയുടെ ഉറവകൾ പൊട്ടി. പക്ഷേ ഞാൻ കരഞ്ഞില്ല. ഒരുതുള്ളി കണ്ണീർ പൊഴിച്ചില്ല. എല്ലാം ഞാൻ ശരീരത്തിൽ സഹിച്ചു, എനിക്കുവേണ്ടി ഒരാട് അതിന്റെ ജീവനെത്തന്നെയാണ് നല്കിയത്. ഇനിയുമുള്ള എന്റെ വിധിയിൽ ഞാൻ കരഞ്ഞാൽ നിലവിളിച്ചാൽ അള്ളാപോലും എന്നോടു പൊറുക്കില്ല.

അർബാബ് അപ്പോൾത്തന്നെ ആ ആടിന്റെ തൊലി പൊളിച്ചു. കത്തിയെടുത്തു കണ്ടിച്ചുമുറിച്ചു വെളിപ്രദേശത്തു തീകൂട്ടി അതിനെ ചുട്ടെടുത്തു. മതിയാവോളം അയാൾ വാരിക്കുത്തി തിന്നു. ബാക്കി വന്നത് എനിക്കു കൊണ്ടുതന്നു. വേണ്ടെന്നു ഞാൻ നിഷേധിച്ചു. അയാളെന്നെ തല്ലി. എന്റെ വായിൽ കുത്തിനിറച്ച് നിർബന്ധിച്ചു തീറ്റിച്ചു. സ്വന്തം സഹോദരന്റെ മാംസം കഴിക്കുന്നതുപോലെ അതെന്നിൽ മടുപ്പും കരച്ചിലും ഓക്കാനവും ഉണ്ടാക്കി. ഞാനതിൽ ഒരു കഷണം പോലും കഴിച്ചില്ല. അല്പം ഉള്ളിൽച്ചെന്നതാകട്ടെ അപ്പാടെ ഛർദ്ദിച്ചു കളയുകയും ചെയ്തു. പിന്നെ ഒരിക്കലും ഞാൻ ആടുമാംസം തിന്നിട്ടില്ല. തിന്നാൻ തോന്നിയിട്ടുമില്ല.

അന്നും പിറ്റേന്നും അർബാബ് എന്നെ മസറയിൽ തന്നെ പൂട്ടിയിട്ടു. പുറത്തേക്കിറക്കിയതേയില്ല. എനിക്ക് ഒരു തുള്ളി വെള്ളം തന്നില്ല. ഒരു ഖുബ്ബൂസിന്റെ കഷണം തന്നില്ല. രണ്ടു ദിവസം ഞാൻ കടിച്ചുപിടിച്ചു

കിടന്നു. എല്ലാം എനിക്കുവേണ്ടി മരിച്ച ആടിന് ഞാൻ പകരം കൊടുക്കുന്നത് എന്നു സമാധാനിച്ചു. രണ്ടാം ദിവസം രാത്രിയായപ്പോഴേക്കും എനിക്കു കഠിനമായി വിശക്കാൻ തുടങ്ങി. അർബാബ് ഉറക്കമായി എന്നുറപ്പായപ്പോൾ ഞാൻ പതിയെ എഴുന്നേറ്റ് എന്റെ കെട്ടഴിച്ചു. പിന്നെ ആടുകൾക്കിടയിലൂടെ ഇഴഞ്ഞ് ആടുകളുടെ വെള്ളത്തൊട്ടിക്കരികിലെത്തി ആർത്തിയോടെ വെള്ളം മൊത്തിക്കുടിച്ചു. ദാഹമടങ്ങി. പിന്നെ വിശപ്പായിരുന്നു. തൊട്ടപ്പുറത്തെ ഗോതമ്പുതൊട്ടിയിൽ ആടുകൾ തിന്നതിന്റെ ബാക്കി ഗോതമ്പുമണികൾ കിടപ്പുണ്ടായിരുന്നു. ഞാനതു തടുത്തുകൂട്ടി വലിച്ചുവാരിത്തിന്നു. പച്ചഗോതമ്പ്! തവിടു കളയാത്തത്. തൊട്ടപ്പുറത്ത് ഒരു ചെറിയ തൊട്ടിയിൽ ഉപ്പ് വച്ചിട്ടുണ്ടായിരുന്നു. ഇത്തിരി ഉപ്പുകൂട്ടി ഗോതമ്പ് തിന്നു. വേവിക്കാത്ത ഗോതമ്പിന് അത്രയും രുചിയുണ്ടെന്ന് അന്നാണ് എനിക്കു മനസ്സിലാവുന്നത്. പിന്നെയും തൊട്ടിയിൽനിന്നു വെള്ളം മൊത്തിക്കുടിച്ചു. വയറുനിറഞ്ഞപ്പോൾ ആശ്വാസമായി. ഞാൻ ആടുകൾക്കൊപ്പം മസറയിൽ കിടന്ന് സുഖമായി ഉറങ്ങി. അപ്പോഴേക്കും ഞാൻ ശരിക്കും ഒരാട് ആയിക്കഴിഞ്ഞിരുന്നു..!

ഇരുപത്തിമൂന്ന്

പതിയെ ചൂട് അതിന്റെ മൂർദ്ധന്യാവസ്ഥയിലേക്കു നീങ്ങുകയായിരുന്നു. വന്നിറങ്ങിയ ദിവസം എന്തൊരു ചൂടാണപ്പാ ഇതെന്നു ഞാൻ അതിശയപ്പെട്ടിരുന്നു. അതുപക്ഷേ ചൂടിന്റെ വെറും തുടക്കദിവസങ്ങളിൽ ഒന്നുമാത്രമായിരുന്നു. ദിവസം കഴിയുന്തോറും അതു പതിയെ വളരുന്നതു ഞാനറിഞ്ഞു. ചൂട് അതിന്റെ തീക്ഷ്ണതയത്രയും കാറ്റിൽ നിറച്ചുവെച്ചു. ഓരോ തവണ കാറ്റ് എന്നെ കടന്നുപോകുമ്പോഴും ഒരു തീച്ചൂളയ്ക്കുള്ളിൽപെട്ട പ്രതീതിയാണ് അനുഭവപ്പെടുക.

അന്നൊക്കെ എന്റെ ഏറ്റവും വലിയ സ്വപ്നം, മോഹം, പ്രാർത്ഥന എന്തായിരുന്നു എന്നാണ് നിങ്ങൾ വിചാരിക്കുന്നത്..? ഇവിടെനിന്ന് മോചനം പ്രാപിക്കുക..? കുടിക്കാൻ ഇത്തിരി വെള്ളം കിട്ടുക..? ഇത്തിരി നല്ല ഭക്ഷണം കിട്ടുക..? എന്റെ കുഞ്ഞിനെ ഒന്നു കാണുക..? എന്റെ സൈനുവിനെ ഒന്നുവിളിക്കുക..? ഒന്നുമായിരുന്നില്ല. ഒരിത്തിരി നേരം ഒരു തണലത്ത് ഒന്നിരിക്കുക എന്നതായിരുന്നു അന്നത്തെ എന്റെ അടങ്ങാത്ത മോഹം. തണൽ ഒരു സ്വപ്നമായിത്തീരുന്നവന്റെ വേദന ഒന്നാലോചിച്ചുനോക്കൂ. എന്റെ കുപ്പായം ഊരി ഞാൻ തണലുണ്ടാക്കാൻ നോക്കിയിട്ടുണ്ട്. എന്തിന്, പറഞ്ഞാൽ നിങ്ങൾ വിശ്വസിക്കുമോ..? എന്റെ കയ്യിലിരിക്കുന്ന വടിയിൽനിന്നുവീഴുന്ന നിഴലിൽപ്പോലും ഒരു തണൽ കണ്ടെത്താൻ ഞാൻ ശ്രമിച്ചിട്ടുണ്ട്. ഒരു കാക്കച്ചിറകിന്റെ പോലും തണലില്ലാത്ത ഇടം എന്നു കേട്ടിട്ടുണ്ട്. ഞാനതു സത്യത്തിൽ അനുഭവിച്ചു.

ചൂട് തുടങ്ങിയതോടെ എന്റെ കമ്പിളിപ്പുതപ്പ് കട്ടിലിനു മുകളിൽ വലിച്ചുകെട്ടി ഞാനൊരു തണൽകൂടാരം ഉണ്ടാക്കിയിരുന്നു. അതിനിടയിൽ ഇരുന്നാൽ ഒരിത്തിരി ആശ്വാസം കിട്ടും. പക്ഷേ അതിനു സമ്മതിക്കേണ്ടേ..കാലത്ത് അഞ്ചുമണിക്കു തുടങ്ങുന്ന പണിയാണ്. രാത്രി പത്തായാലും തീരില്ല. ഒരു സെറ്റ് ആടുകളെയുംകൊണ്ടു പോയി മടങ്ങിയെത്തുമ്പോഴേക്കും അർബാബ് അടുത്ത മസറയിലെ ആടുകളെ തുറന്നുവിട്ടിരിക്കും. രണ്ടു കോപ്പ വെള്ളം - അതും ഇരുമ്പുടാങ്കിൽ

കിടന്നു തിളച്ച വെള്ളം - കുടിക്കാനുള്ള കഷ്ടിച്ച് സമയമേ കിട്ടൂ. അപ്പോഴേക്കും ആടുകൾ ഒരുവഴിക്കു ചെന്നിരിക്കും. അപ്പോൾത്തന്നെ അതിന്റെ പിന്നാലെ ചെന്നില്ലെങ്കിൽ അവകൾ അതിന്റെ പാട്ടിനു പോകും. പിന്നെ അവയെ പിടിക്കാനുള്ള ഒരു പങ്കപ്പാട് പറയേണ്ട തില്ലല്ലോ. അതുകൊണ്ട് ഒരുനിമിഷം വൈകാതെ ഓടുകതന്നെ. ഓടിയോടി എന്റെ വായിൽനിന്ന് പേപിടിച്ച നായുടേതെന്നപോലെ നുരയും പതയും വരും. മുടിയനായ പുത്രന്റെ കഥപോലെ മരുഭൂമി യിൽ ഈ മൃഗങ്ങൾക്കൊപ്പം കിടന്നലയാൻ എന്റെ അള്ളാ ഞാൻ നിന്നോടും എന്റെ പിതാവിനോടും എന്തു പാപമാണ് ചെയ്തതെന്ന് ഞാൻ ആകാശത്തിലേക്കു കണ്ണുകൾ ഉയർത്തിച്ചോദിക്കും. അവിടെ നിന്ന് കത്തുന്ന സൂര്യന്റെ രൂപത്തിൽ അള്ളാഹു എന്നെ നോക്കും. നീ കടന്നുപോകേണ്ട യാതനയുടെ നാളുകൾ ഇനിയും വരാനിരിക്കു ന്നതേയുള്ളൂ എന്ന് അവൻ എന്നോടു പറയും. ഞാൻ മരുഭൂമിയിലെ പ്രവാചകനെ എന്നപോലെ ചുട്ടുപഴുത്ത മണലിൽ മുട്ടുകുത്തിനിന്ന് ആകാശത്തേക്കു നോക്കി പ്രാർത്ഥിക്കും. എന്റെ അള്ളാഹുവേ, എന്നെ ഈ യാതനകളിൽനിന്നും വേഗം വിടുവിക്കണമേ. നിന്റെ ജനമായ യിസ്രേലിയർക്കു മൂസ എന്നൊരു വിമോചകനെ അയച്ചുകൊടുത്തതു പോലെ നീ എനിക്കും ഒരു വിമോചകനെ അയച്ചുതരേണമേ. ഈ അടിമത്തത്തിൽനിന്നും മോചനം പ്രാപിക്കുവാൻ എന്നെ സഹായി ക്കേണമേ..

അള്ളാഹു എന്റെ പ്രാർത്ഥന കേട്ടുവോ എന്നെനിക്കറിയില്ല. എന്നാൽ ആ വിശ്വാസം എനിക്കു പകർന്നുതന്ന ആത്മധൈര്യം എത്രയാണെന്ന് എനിക്കറിയാം. അവിശ്വാസികളേ.. പരമ കാരുണികനായ അള്ളാഹു പകർന്നു നല്കുന്ന സുഖശീതളിമയിൽ രമിച്ചുജീവിക്കാൻ ഭാഗ്യം ചെയ്തവരേ.. പ്രാർത്ഥനകൾ നിങ്ങൾക്കു വെറും പ്രഹസനങ്ങളും ചടങ്ങുകളും മാത്രമായിരിക്കാം. പക്ഷേ, എന്നെ സംബന്ധിച്ചിട ത്തോളം അതെന്റെ പിടിച്ചുനില്പിന്റെ അവസാന അത്താണിയായിരുന്നു. ഞാൻ ശരീരത്തിൽ ഏറെ തളർന്നപ്പോഴും ആത്മാവിൽ പിടിച്ചുനിന്നത് ആ വിശ്വാസംമൂലമായിരുന്നു. ഇല്ലെങ്കിൽ ആ തീക്കാറ്റിൽ ഞാനൊരു പുൽക്കൊടിയെന്നപോലെ വാടിക്കരിഞ്ഞു പോകുമായിരുന്നു.

ചൂടാവുന്നതിനേക്കാൾ വേഗത്തിലാണ് മണൽ തണുക്കുന്നത്. രാത്രി എട്ട് അല്ലെങ്കിൽ ഒൻപത് ആവുമ്പോഴേക്കും മണൽ തണുത്തു കഴിഞ്ഞിരിക്കും. പിന്നെ ആ മണലിൽ കിടന്നുറങ്ങാൻ ഒരു സുഖമാണ്. ഭൂമിയുടെ അടിത്തട്ടിൽനിന്നും തണുപ്പിന്റെ ഒരു ഉറവ മേലേക്കു പൊന്തിവന്ന് ദേഹത്തേക്ക് അരിച്ചു കയറുന്നതുപോലെ തോന്നും. എന്തൊരു സുഖമാണെന്നോ..?! പകലത്തെ ക്ഷീണം മുഴുവൻ അത് അലിയിച്ചു കളയും. ഭൂമിയുടെ അന്തർഭാഗത്തു തിളച്ചുമറിയുന്ന

ചൂടാണെന്നൊന്നും പറഞ്ഞാൽ ഞാൻ വിശ്വസിക്കില്ല. മരുഭൂമിയിൽ ജലമില്ല എന്നു പറഞ്ഞാലും ഞാൻ വിശ്വസിക്കില്ല. ഞാൻ കിടക്കുന്ന മൺപരപ്പിന്റെ അടിയിലൂടെ ഒരു പുഴ നിശ്ശബ്ദമായി ഒഴുകുന്നുണ്ടാവും എന്നുതന്നെയാണ് എന്റെ വിശ്വാസം. ആ നീരൊഴുക്കിന്റെ മേലെ കിടന്നാണ് ഞാൻ ഉറങ്ങുന്നത്. ഒരു ചങ്ങാടത്തിന്റെ മുകളിൽ എന്ന പോലെ. ആ ഓർമ്മയുടെ നിർവൃതി തന്നെ എനിക്ക് ഇരട്ടി സുഖവും ഉറക്കവും നല്കിയിരുന്നു. എന്നാൽ, പേടിയോടെ ആ മൺകിടപ്പ് അവസാനിപ്പിക്കുവാൻ എനിക്കൊരു കാരണമുണ്ടായി. അതു പറയാം.

ഒരു ദിവസം കാലത്തു മസറയിലേക്കു കയറിച്ചെല്ലുമ്പോൾ ഞാൻ കാണുന്നത് മൂന്നാല് ആടുകൾ ചത്തുകിടക്കുന്നതാണ്! ഞാൻ പേടിച്ചു പോയി. തലേന്നുവരെ യാതൊരു കുഴപ്പവുമില്ലാതെ ഓടിച്ചാടി നടന്ന ആടുകളാണ്. അതിലൊന്ന് പൂർണ്ണ ഗർഭിണി കൂടിയായിരുന്നു. എന്താണ് സംഭവിച്ചതെന്ന് എനിക്കൊരു എത്തും പിടിയും കിട്ടിയില്ല. വല്ല അസുഖവും വന്നതാണെങ്കിൽ ഇതെങ്ങനെ ഒരേ സമയം മൂന്നാ ലെണ്ണം..? അള്ളാ, ഇനി വല്ല പകർച്ചവ്യാധിയുമാണോ..? പക്ഷേ അങ്ങനെയെങ്കിൽ അതിന്റെ ലക്ഷണമെന്തെങ്കിലും കാണേണ്ടതല്ലേ..? വെപ്രാളത്തോടെ ഞാൻ അർബാബിന്റെ കൂടാരത്തിലേക്ക് ഓടി. എന്തൊക്കെയോ പറഞ്ഞൊപ്പിച്ചു. മലയാളത്തിൽ തന്നെ. അർബാബ് ഇതിനോടകം എന്റെ ഭാഷ പഠിച്ചിരിക്കണം. അല്ലെങ്കിൽ തന്നെ ആവശ്യം കേൾക്കുന്നവന്റെയാണെങ്കിൽ ഭാഷ ഏതായാലും അയാൾക്ക് മനസ്സിലാവും എന്ന് പിന്നെ എത്രയോ വട്ടം തെളിഞ്ഞിരിക്കുന്നു. അതല്ല, ആവശ്യം പറയുന്നവന്റെയാണെങ്കിൽ ഏതു ഭാഷയിൽ പറഞ്ഞാലും കേൾക്കുന്നവന് ഒന്നും മനസ്സിലാവില്ല എന്നതും എന്റെ അനുഭവം! അർബാബ് എഴുന്നേറ്റ് എനിക്കൊപ്പം മസറയിലേക്കു വന്നു. ചത്ത ആടുകളുടെ ചുറ്റും നടന്നുനോക്കി. അതിനെ തിരിച്ചും മറിച്ചുമിട്ട് പരിശോധിച്ചു. അതിന്റെ ചത്ത കൺപോളകൾ വിടർത്തി നോക്കി. എപ്പോഴാണ് എന്റെ കുറ്റം മേൽ ചാർത്തപ്പെടുന്നതെന്നും അടി എന്റെ പുറത്തു വീഴുന്നതെന്നും പ്രതീക്ഷിച്ചാണ് ഞാൻ നിന്നത്. എന്നാൽ ഒന്നും ഉണ്ടായില്ല. അർബാബ് മസറയ്ക്കു ചുറ്റും നടന്ന് എന്തൊക്കെയോ പരിശോധിച്ചു. പിന്നെപ്പോയി വണ്ടിയിൽനിന്ന് ഒരു മൺവെട്ടി എടുത്തു തന്നു കുഴിവെട്ടാൻ പറഞ്ഞു. ഞാൻ കുഴിയെടുത്തു കഴിഞ്ഞപ്പോൾ അർബാബുതന്നെ ആടുകളെ വലിച്ചിഴച്ചുകൊണ്ടു വന്നു കുഴിയിലിട്ടു മൂടി. എനിക്കു വല്ലാത്ത അതിശയം തോന്നി. അറുത്ത കൈയ്ക്ക് ഉപ്പുതേയ്ക്കാത്ത എന്റെ അർബാബ് എങ്ങനെ ഇത്രയും വിലയുള്ള ആടുകളെ കുഴിച്ചുമൂടുക എന്നു വച്ചാൽ..? എനി ക്കൊരെത്തും പിടിയും കിട്ടിയില്ല. അർബാബ് ഒട്ട് പറഞ്ഞതുമില്ല. ഞാൻ എന്റെ പതിവുകളിലേക്കു പോയി. ആടുകളെ കറന്നു. കുറച്ച് അർബാബിനു കൊണ്ടുക്കൊടുത്തു. ഇത്തിരി ഞാൻ കുടിച്ചു. ബാക്കി

കുട്ടികൾക്കു കൊടുത്തു. ആടുകളെയും കൊണ്ട് പുറത്തുപോയി. രണ്ടു ഖുബൂസ് കടിച്ചുപറിച്ചു തിന്നു. മസറ തൂത്തുവാരി. തൊട്ടികളിൽ വെള്ളവും ഗോതമ്പും പോച്ചയും കച്ചിയും ഉപ്പും നിറച്ചു. എന്റെ പതിവുകൾ ആവർത്തിച്ചു. ആടുകൾ ചത്താലെന്ത്..? ജീവിച്ചാലെന്ത്..? അർബാബിനു പോയി. എനിക്കൊന്നും നേടാനുമില്ല നഷ്ടപ്പെടാനുമില്ല. എന്നിട്ടും ആ ദിവസമത്രയും മുള്ളു കുത്തുന്നതുപോലെ ഒരു വേദന എന്നിൽ നീറിക്കൊണ്ടിരുന്നു. അപ്പോഴൊക്കെ ഞാൻ ആവർത്തിച്ചു പറഞ്ഞുനോക്കി - ആടുകൾ ചത്താലെന്ത്..? ജീവിച്ചാലെന്ത്..? അർബാബിനു പോയി. എനിക്കൊന്നും നേടാനുമില്ല നഷ്ടപ്പെടാനുമില്ല. എത്രയൊക്കെ നിസ്സംഗത പാലിക്കാൻ നോക്കിയിട്ടും ആ മരണങ്ങൾ എന്നിൽ വല്ലാതെ തികട്ടി വന്നുകൊണ്ടേയിരുന്നു. പ്രത്യേകിച്ച് പൂർണ്ണ ഗർഭിണിയായിരുന്ന ആ ആടിന്റെ മരണം. ആദ്യമായി പ്രസവിക്കാൻ ഒരുങ്ങുകയായിരുന്നു ആ ആട്! അതിന്റെ നടത്തത്തിലും നോട്ടത്തിലും അതിന്റെയൊരു അഭിമാനവും ഗർവ്വും എനിക്കു കാണാമായിരുന്നു. ആടാണെങ്കിലും അതിനുമുണ്ടല്ലോ ചിന്തകൾ. അമ്മയാവുന്നതും കുഞ്ഞിനെ മുലയൂട്ടുന്നതും അതു തുള്ളിച്ചാടുന്നതും ഒക്കെ എത്ര വട്ടം അതു സ്വപ്നം കണ്ടിരിക്കും. പാവം. എല്ലാം ഒരു രാത്രികൊണ്ട് അസ്തമിച്ചിരിക്കുന്നു. ഇത്രയുമേയുള്ളൂ നാം സ്വപ്നങ്ങൾകൊണ്ടു കെട്ടിപ്പൊക്കുന്ന ഈ ജീവിതം!

ആടേ.. പ്രിയപ്പെട്ട ആടേ.. എന്റെയും നിന്റെയും ഈ ജീവിതം ആരുടെയോ സമ്മാനമാണ്. ആ സമ്മാനം തന്നവൻ അനുവദിച്ചതിൽനിന്ന് ഒരുദിവസംപോലും കൂടുതൽ ജീവിക്കാൻ എനിക്കും നിനക്കും അവകാശമില്ല. അനുഭവിക്കേണ്ടതെല്ലാം അനുഭവിക്കാതെ നമുക്കിവിടെ നിന്നു പോകാൻ കഴിയില്ല. നീ ഭാഗ്യവതിയാണ് ആടേ. ഈ മസറയിൽ കിടന്നു നരകിക്കാതെ വേഗം പോകാൻ നിനക്കു കഴിഞ്ഞല്ലോ. നീ നിർഭാഗ്യവതിയാണ് ആടേ. നിന്റെ കുഞ്ഞിനെ ഒരു നോക്കു കാണാതെ മരിക്കാൻ നീ വിധിക്കപ്പെട്ടുപോയല്ലോ. ഞാൻ രണ്ടു വിധത്തിലും നിർഭാഗ്യവാനാണ്. ഞാൻ ഈ മസറയിൽ കിടന്ന് എക്കാലവും നരകിക്കുകയും വേണം. എനിക്കെന്റെ കുഞ്ഞിനെ ഒരു നോക്കു കാണാനും കഴിയില്ല. ശപിക്കപ്പെട്ട ജീവിതം!

രാത്രി ഖുബ്ബൂസ് തീറ്റ കഴിഞ്ഞ് ഞാൻ വെറും നിലത്ത് ഒരു കല്ലെടുത്തു തലയണയാക്കി കിടന്നു. അന്നേരം അർബാബ് പതിവില്ലാതെ വണ്ടി സ്റ്റാർട്ടാക്കുന്നു. അർബാബ് എവിടേക്കെങ്കിലും പോകുകയാണോ എന്നൊരു മോഹം എന്നിൽ പെട്ടെന്നുണ്ടായി. എങ്കിൽ രക്ഷപ്പെടുക തന്നെ. ഒന്നും അറിയാത്തവനെപ്പോലെ ഞാൻ കിടന്നു. എന്നാൽ എന്റെ സർവ്വേന്ദ്രിയങ്ങളും ആകാംക്ഷയിലേക്കു കൂർപ്പിച്ചു വെച്ചിരിക്കുകയായിരുന്നു. അർബാബ് വണ്ടിയെടുത്തു മസറയ്ക്കു

ചുറ്റും ഓടിക്കാൻ തുടങ്ങി. വളരെ പതുക്കെ എന്തോ തിരയുന്നതു പോലെ ആയിരുന്നു അത്. മൂന്നാലഞ്ച് ചുറ്റ് ഓടിച്ചശേഷം തിരികെക്കൊണ്ടുവന്ന് കൂടാരത്തിനു മുന്നിൽ നിർത്തി. പിന്നെ കൂടാരത്തിലേക്കു കയറിപ്പോയി. ആശയിലേക്ക് ഉദിച്ചുവന്ന പ്രതീക്ഷയുടെ സർവ്വനക്ഷത്രങ്ങളും ഒരൊറ്റ നിമിഷംകൊണ്ട് ഇരുളിലേക്കു കെട്ടുപോയി. സങ്കടവും ദേഷ്യവുമാണ് എനിക്കു തോന്നിയത്. സർവ്വതിനെയും ഞാൻ ശപിച്ചു. അള്ളാഹുവിനെത്തന്നെ ഞാൻ ശപിച്ചു.

ആ രാത്രി പിന്നെയും പലവട്ടം അർബാബ് മസറയ്ക്കു ചുറ്റും വണ്ടിയുംകൊണ്ടു കറങ്ങി. എനിക്കൊന്നും മനസ്സിലായില്ല. എന്നോടൊന്നും പറഞ്ഞുമില്ല. ഞാനൊന്നും ചോദിച്ചുമില്ല. ആടുകൾ മനുഷ്യരോട് സംസാരിക്കാറില്ലല്ലോ.

ഞാൻ ആ മണൽസുഖത്തിൽ കിടന്ന് ഉറങ്ങിപ്പോയി. രാത്രി എത്രയോ പിന്നിട്ടിരിക്കണം. മസറയ്ക്കുള്ളിൽ ആടുകളുടെ കരച്ചിലും ചാട്ടവും കേട്ടാണ് ഞാൻ ഉണരുന്നത്. ഞാൻ നോക്കുമ്പോൾ അർബാബ് കമ്പിവേലിക്കും ചുറ്റും കിടന്നു പരിഭ്രാന്തനായി ഓടുകയാണ്. അതിനിടയിൽ എന്നെ പേരെടുത്തു വിളിച്ച് 'ഹയ്യാ.. ഹയ്യാ..' എന്നു കരയുന്നുമുണ്ട്. ഞാൻ ചാടിപ്പിടഞ്ഞെണീറ്റ് അങ്ങോട്ടു ചെന്നു. അർബാബ് എന്റെ കയ്യിൽ ഒരു വടിവച്ചുതന്നിട്ട് മസറയ്ക്കുള്ളിലേക്കു തള്ളിക്കൊണ്ടു ചെന്നാക്കി. കാര്യമറിയാതെ ഞാൻ മസറയ്ക്കുള്ളിൽ അമ്പരന്നു നിന്നു. അർബാബാവട്ടെ ചൂഫ്...ചൂഫ്.. ഹയ്യാ... ഹയ്യാ.. എന്നു പറഞ്ഞുകൊണ്ട് വണ്ടി ഓണാക്കി മസറയ്ക്കുള്ളിലേക്കു വെളിച്ചം തെളിച്ചു. ആടുകൾ അപ്പോഴും അസ്വസ്ഥരായി കരയുകയും ചാടുകയും ചെയ്യുന്നുണ്ട്. ഞാൻ പതിയെ ഓരോ ആടിനെയും നീക്കി എന്താണിവിടെ സംഭവിക്കുന്നതെന്നു നോക്കി. അവസാനം ഞാൻ ആ കാഴ്ച കണ്ടു! ആടുകൾ കരഞ്ഞതിന്റെയും ആടുകൾ ചാടിയതിന്റെയും കാരണം കണ്ടു. ഞാൻ ഭയന്നു നിലവിളിച്ചുകൊണ്ടു പിന്നോട്ട് ഓടി. ഒരാടിന്റെ കാലിൽ ഒരു പാമ്പ് ചുറ്റിവരിഞ്ഞുകിടക്കുന്നു.

നാട്ടിലൊരു പുളവനെക്കണ്ടാൽ ഒരു ചേരയെക്കണ്ടാൽ പിന്നെ മൂന്നുദിവസത്തേക്ക് ആ ഭാഗത്തേക്കെങ്ങും പോകാത്തവനാണ് ഞാൻ. പാമ്പ് എന്ന പേരു കേൾക്കുന്നതേ എനിക്കു പേടിയാണ്. ഞാൻ ഓടി മസറയ്ക്കു പുറത്തിറങ്ങി. അതുകണ്ട് അർബാബ് ദേഷ്യത്തോടെ ഇറങ്ങിവന്ന് എന്നെ മസറയിലേക്കു പിടിച്ചുതള്ളിയിട്ട് പുറത്തുനിന്ന് കുറ്റിയിട്ടുകളഞ്ഞു. ഇനി രണ്ടുവഴിയേ എന്റെ മുന്നിലുള്ളൂ. ഒന്നുകിൽ വല്ലവിധേനയും ആ പാമ്പിനെ തല്ലിക്കൊല്ലുക. അല്ലെങ്കിൽ ആടുകൾക്കൊപ്പം കിടന്ന് പാമ്പിന്റെ കടികൊണ്ട് ചാവുക. ആവശ്യങ്ങളാണ് മനുഷ്യനിൽ ധീരതയും ഭീരുത്വവും ഒക്കെ നിറയ്ക്കുന്നത്. പൂർത്തിയാവാത്ത ഒരു പിടി ആഗ്രഹങ്ങൾ എന്നിൽ വിങ്ങിക്കിടപ്പുണ്ട്.

എനിക്കപ്പോൾ ധീരനായേ മതിയാവുമായിരുന്നുള്ളൂ. ജീവിച്ചിരിക്കുക എന്റെ ആവശ്യമാണ്.

ഞാൻ ആടുകൾക്കിടയിലൂടെ പമ്മിച്ചെന്ന് പാമ്പ് ചുറ്റിക്കിടക്കുന്ന ആടിന്റെ കാലുനോക്കി അടിച്ചു. ആൾക്കൂട്ടത്തിലെന്നപോലെ ആടു കൂട്ടത്തിലും പാമ്പ് ചാവില്ല. തിങ്ങിനിൽക്കുന്ന ആടുകൾക്കിടയിൽ പാമ്പിനെവിടെ അടികൊള്ളാൻ. അതിന്റെ ദേഹത്ത് വടി വെറുതെ ഒന്നുകൊണ്ടു അത്രതന്നെ. അതു ചീറിക്കൊണ്ട് എന്റെ നേരെ വന്നു. ഞാൻ പുറത്തേക്ക് ഓടി. പക്ഷേ മസറയുടെ വാതിൽ പൂട്ടിയിരിക്കു കയായിരുന്നല്ലോ. പേടികൊണ്ട് ഭ്രാന്തുപിടിച്ച ഞാൻ തിരിഞ്ഞുനിന്ന് തലങ്ങും വിലങ്ങും അടിച്ചു. പല അടികളും ആടുകളുടെ മുതുകി നാണ് കൊണ്ടത്. അവ ചീറിയോടാൻ തുടങ്ങി. ഞാൻ അടിച്ചുകൊണ്ടേ യിരുന്നു. ഒറ്റയടിപോലും പാമ്പിനു കൊണ്ടുകാണില്ല. പക്ഷേ അതും പേടിച്ചുകാണണം. അത് അതിന്റെ പാട്ടിനുപോയി.

എനിക്ക് അർബാബിൽനിന്ന് പൊതിരെ തെറിവിളി കിട്ടി. ആടു കളിൽ ഒന്ന് അപ്പോൾത്തന്നെ ചത്തു. എനിക്കെന്റെ മനഃസമാധാനം പോയി. ഇത്രയുമായിരുന്നു ആ രാത്രിയുടെ അനന്തരഫലം. അതോടെ എന്റെ നിലത്തുകിടപ്പും മണൽത്തണുപ്പും എനിക്ക് എന്നെന്നേക്കു മായി നഷ്ടമായി. ഞാൻ എത്രയോ ദിവസങ്ങളായി വെറും നിലത്തു കിടന്നാണ് ഉറങ്ങിയിരുന്നത്. വേണമെങ്കിൽ അതിലൊരു പാമ്പിന് എന്റെ നേരെ ഇഴഞ്ഞുവരാമായിരുന്നു. എന്നെ കൊത്താമായിരുന്നു. എന്നെ നിഷ്കരുണം കൊല്ലാമായിരുന്നു. മരുഭൂമിയിലെ പാമ്പുകൾ ഉഗ്രവിഷമുള്ളവയാണെന്നു ഞാൻ കേട്ടിട്ടുണ്ട്. പോകുന്നവഴി ഒരു ചെറുസ്പർശം മാത്രം മതി എന്റെ ജീവിതം അവസാനിക്കാൻ. പക്ഷേ ഒരു പാമ്പും എന്നെ തേടിവന്നില്ല. ഞാൻ അവിടെ കിടക്കുന്നതറിഞ്ഞ് അവ വഴിമാറിപ്പോയിരിക്കണം. കരുണാമയനായ അള്ളാഹു എല്ലാം നിശ്ചയിച്ചിട്ടുണ്ട്. അപ്രകാരമേ എന്തും നടക്കൂ. ഒരു പാമ്പുപോലും അവന്റെ വിചാരം വിട്ടു നടക്കുന്നില്ല. എല്ലാ സ്തുതിയും നിനക്കിരി ക്കട്ടെ.

പിറ്റേന്നു കാലത്തു മൂന്നു കുഞ്ഞാടുകൾ മസറയിൽ ചത്തുകിടന്നു. അതിലൊന്ന് എന്റെ നബീൽ ആയിരുന്നു..!

ഇരുപത്തിനാല്

ഞാൻ കണ്ടിട്ടുള്ളതിൽ വച്ച് ഏറ്റവും മനോഹരമായ കാഴ്ച ഏതെന്നു ചോദിച്ചാൽ അതു മരുഭൂമിയിലെ സൂര്യാസ്തമനമാണ്. പൂഴിമണ്ണിനടിയിലേക്കു നൂണുമുങ്ങുന്ന ഒരു ആമയെപ്പോലെയാണ് അപ്പോൾ സൂര്യൻ. പമ്മിപതുങ്ങി വന്ന അവൻ മണൽക്കാടുകൾക്കിടയിലേക്കു മുങ്ങിപ്പോകും. ആ കാഴ്ച കാണാൻ എന്റെ സൈനു കൂടെയുണ്ടായിരുന്നെങ്കിൽ എന്നു ഞാൻ ആഗ്രഹിക്കാറുണ്ട്. എന്റെയുള്ളിൽ നാടില്ല, വീടില്ല, സൈനുവില്ല എന്നു പറയുമ്പോഴും അങ്ങനെ ചില നേരങ്ങളിലാണ് അവളെന്റെ മനസ്സിലേക്കു കയറിവരിക. പിന്നെ ഒരു വിങ്ങലാണ്. ഏതൊരു മനോഹരമായ കാഴ്ചയും അനുഭവവും പങ്കുവെയ്ക്കാൻ കൂടെ ഒരാളില്ലാത്തതാണ് ലോകത്തിലെ ഏറ്റവും വലിയ സങ്കടങ്ങളിലൊന്ന്. ഞാൻ കാഴ്ച പിൻവലിച്ചു കട്ടിലിൽ നീണ്ടുനിവർന്നു കിടന്നു. ഒരനാഥശവം പോലെ...

നക്ഷത്രങ്ങൾ നിറച്ചു വെളുത്തുകിടന്ന രാത്രിയിലേക്കാണ് ഞാൻ ഉറങ്ങാൻ കിടന്നത്. എന്നാൽ കാലത്തുണർന്നപ്പോൾ അന്തരീക്ഷം മുഴുവൻ പൊടികൊണ്ടു മൂടിയിരുന്നു. എവിടെയും കാറ്റിന്റെ ഒരു ലക്ഷണവുമില്ല. പക്ഷേ എവിടെനിന്നോ പമ്മിപ്പതുങ്ങി വന്നതുപോലെ പൊടി അന്തരീക്ഷമാകെ മൂടിയിരിക്കുന്നു.

എന്റെ ശരീരം കണ്ട് സത്യത്തിൽ എനിക്കു ചിരിവന്നു. സിനിമയിലെ ചില കോമാളികളെപ്പോലെ. പൊറ്റപിടിച്ചതുപോലെ ദേഹമാകെ പൊടികൊണ്ടു മൂടിയിരിക്കുന്നു. ഞാൻ ആടുകളെ നോക്കി. അവയ്ക്കും പൊടിനിറം. മസറയിലെ തൊട്ടികൾ, കമ്പിവേലി, ഒട്ടകങ്ങൾ, അർബാബിന്റെ കൂടാരം, വണ്ടി, എന്റെ കട്ടിൽ, കച്ചിക്കെട്ട് എല്ലാം എല്ലാം പൊടിയാൽ മൂടപ്പെട്ടിരിക്കുന്നു. ശീതരാജ്യങ്ങളിൽ ഐസ് വീണുകിടക്കുന്ന സിനിമക്കാഴ്ചയാണ് എനിക്കോർമ്മ വന്നത്. ഞാൻ തലയൊന്നു കുടഞ്ഞു. ഒരു ഇഷ്ടികച്ചൂളയ്ക്കു വേണ്ടുന്നത്ര പൊടി എന്റെ തലയിൽനിന്നും പറന്നു താഴേക്കു വീണു. വെറുതെ

മുടിയിഴകളിലൂടെ ഒന്ന് വിരലോടിച്ചുനോക്കി. അകത്തേക്കു വിരൽ കടക്കാത്തവിധം അതു മണ്ണും അഴുക്കും പിടിച്ച് ജട കെട്ടിക്കഴിഞ്ഞിരുന്നു. എന്റെ മുടിക്ക് അപ്പോൾത്തന്നെ തോളറ്റം നീളമുണ്ടായിരുന്നു. താടിരോമങ്ങളും വല്ലാതെ വളർന്നുപോയിരുന്നു. ചെമ്മരിയാടിന്റെ രോമം കത്രിക്കാനെടുക്കുന്ന വലിയ കത്രിക എടുത്തുകൊണ്ടുവന്ന് ഞാൻ മുടിയും താടിയും ഒക്കെ ഭ്രാന്തമായി വെട്ടിക്കളഞ്ഞു. കഴുകാത്ത മുടിയും താടിയും ചേർന്നു ചില നേരത്തു ചൊറിച്ചിലോടു ചൊറിച്ചിൽ തന്നെ. ഭ്രാന്തുപിടിപ്പിക്കുന്ന ചൊറിച്ചിൽ.

എന്റെ ഗുഹ്യഭാഗത്തെയും കക്ഷത്തിലെയും രോമങ്ങൾ അപ്പോൾത്തന്നെ പുണ്ണുപിടിച്ചതുപോലെ ആയിക്കഴിഞ്ഞിരുന്നു. നോക്കിയാൽ അറയ്ക്കുംവിധം. അവിടെ ആടുകളുടെ ദേഹത്തുനിന്ന് പേനും ചെള്ളും മറ്റെന്തൊക്കെയോ ചെറുപ്രാണികളും കുടിയേറി താമസം തുടങ്ങിക്കഴിഞ്ഞിരുന്നു. രാത്രിയാവുമ്പോഴേക്കും പകലത്തെ വിയർപ്പിറങ്ങി ചൊറിച്ചിലോടു ചൊറിച്ചിൽതന്നെ. എന്റെ ദേഹം ശരിക്കും ഒരു സൂക്ഷ്മജീവി സങ്കേതമായി മാറിക്കഴിഞ്ഞിരുന്നു. ദേഹത്താകെ പൊറ്റപിടിച്ചിരിക്കുന്ന പേനുകൾ, ചെള്ളുകൾ. എന്നെക്കാൾ എത്രയോ വൃത്തിയിലാണ് ഇവിടത്തെ ആടുകൾ എന്നു തോന്നിപ്പോയി.

ഇരുപത്തിയഞ്ച്

പോച്ചക്കാരി രമണിയുടെ കഥ പറയാമെന്നു ഞാൻ നിങ്ങളോടു പറഞ്ഞിരുന്നു. അല്ലേ? പറയാം. പോച്ചക്കാരി രമണിക്ക് മാത്രമല്ല, മസറയിലെ എനിക്ക് കണ്ടാലറിയാവുന്ന എല്ലാ ആടുകൾക്കും ഞാൻ ഓരോരോ പേരുകൾ കൊടുത്തിരുന്നു. ഒരു കൗതുകത്തിന്. വഴക്കുപറയാനുള്ള സൗകര്യത്തിന്. താലോലിക്കാനുള്ള എളുപ്പത്തിന്. അറവുറാവുത്തർ, മേരിമൈമുന, ഇണ്ടിപ്പോക്കർ, ഞണ്ടുരാഘവൻ, പരിപ്പുവിജയൻ, ചക്കി, അമ്മിണി, കൗസു, റൗഫത്ത്, നബീൽ, പിങ്കി, അമ്മു, റസിയ, താഹിറ എന്നിങ്ങനെ തനിനാടൻ പേരുകളിൽ തുടങ്ങി ജഗതിയും മോഹൻലാലും സാക്ഷാൽ ഇ.എം.എസും വരെ എന്റെ മസറയിൽ ഉണ്ടായിരുന്നു. എല്ലാവരും ഒരുവിധത്തിൽ അല്ലെങ്കിൽ മറ്റൊരു വിധത്തിൽ എനിക്കു പ്രിയപ്പെട്ടവർ. നിങ്ങൾ എന്നെങ്കിലും ആടുകളുടെ മുഖത്തേക്കു സൂക്ഷിച്ചുനോക്കിയിട്ടുണ്ടോ? നോക്കിയാൽ കാണാം അവയ്ക്കൊക്കെ ഓരോ മനുഷ്യമുഖവുമായി നല്ല സാമ്യമുണ്ട്! മുഖം നോക്കി മാത്രമല്ല ഞാൻ ഓരോന്നിനും പേരുകൾ കൊടുത്തിരുന്നത്. ചിലതിന്റെ സ്വഭാവം, ചിലതിന്റെ നടത്തം, ചിലതിന്റെ ശബ്ദം, ചിലതിന്റെ നോട്ടം, ചിലതുമായി ബന്ധപ്പെടുത്തി ഒരു സംഭവം. നാട്ടിൽ ഒരു മനുഷ്യന് എങ്ങനെയാണോ ഒരു ഇരട്ടപ്പേരു വീഴാൻ കാരണമാകുന്നത് അങ്ങനെയൊക്കെ.

ഒരിക്കലെനിക്ക് ഊക്കനിടി തന്നു വീഴ്ത്തുകയും എന്റെ കൈ ഒടിഞ്ഞുപോകാൻ കാരണമാവുകയും ചെയ്ത ഒരു മുട്ടന്റെ കാര്യം ഞാൻ പറഞ്ഞിരുന്നല്ലോ. അവനെയാണ് ഞാൻ അറവുറാവുത്തർ എന്നു വിളിച്ചിരുന്നത്. പേരിൽ സൂചനയുള്ളതുപോലെ ഞങ്ങളുടെ നാട്ടിലെ കൊടികെട്ടിയ റൗഡിയായിരുന്നു അറവുറാവുത്തർ. ഒരു ദിവസം എന്റെ ബാപ്പ ഒരു ഒറ്റത്തടിപ്പാലത്തിലൂടെ തോടുമുറിച്ചു കടക്കുകയായിരുന്നു. അപ്പോഴുണ്ട് ഈ അറവുറാവുത്തർ എതിരെ വരുന്നു. ഒറ്റത്തടി പാലമാണ്. ഒരാൾക്കേ കഷ്ടിച്ചു നടക്കാനാവൂ. എന്റെ

ബാപ്പ പാലത്തിനു പകുതിയും കടന്നതാണ്. പക്ഷേ അതു ഗൗനിക്കാതെ അറവുറാവുത്തർ നേരെ പാലത്തിലേക്കു കടന്നു. എന്നിട്ട് എന്റെ ബാപ്പയോട് തിരിഞ്ഞു നടക്കാൻ കല്പിച്ചു. ഇല്ലെന്നു ബാപ്പ. അറവുറാവുത്തർ ഒരു തവണ പറഞ്ഞു, രണ്ടുതവണ പറഞ്ഞു. ബാപ്പ കേട്ടില്ല. അടുത്തതു റാവുത്തർ പറയുകയായിരുന്നില്ല. ചാടിച്ചെന്ന് തലകൊണ്ട് ഒറ്റയിടിയായിരുന്നു ബാപ്പേന്റെ ചങ്കത്തിട്ട്! പന്ത്രണ്ടടി ആഴമുള്ള തോടിന്റെ വക്കത്തു കിടന്ന ഒരു കരിങ്കല്ലിൽ കൈമുട്ടിടിച്ചാണ് ബാപ്പ വീണത്. അന്ന് ആലപ്പുഴ ജില്ലാ ആശുപത്രിയിലൊക്കെ കൊണ്ടുപോയി ചികിത്സിപ്പിച്ചെങ്കിലും ബാപ്പയുടെ കൈയ്ക്ക് എക്കാലത്തും ഒരു സ്വാധീനക്കുറവും വളവും ഉണ്ടായിരുന്നു എന്നാണ് പറഞ്ഞു കേട്ടിട്ടുള്ളത്. അതിൽപ്പിന്നെ എന്റെ ബാപ്പയ്ക്കു മുറിക്കയ്യൻ അബ്ദു എന്നൊരു വിളിപ്പേരും വീണുവത്രേ. അറവുറാവുത്തർ അന്നു ബാപ്പയെ ഇടിച്ചിരിക്കാമെന്നു ഞാൻ സങ്കല്പിക്കുന്ന അതേ വിധത്തിലാണ് മുട്ടൻ എന്നെ ഇടിച്ചത് എന്നതുകൊണ്ടും ബാപ്പേന്റെ കൈ ഒടിഞ്ഞതുപോലെ എന്റെ കയ്യും ആ ഇടിയിൽ ഒടിഞ്ഞു എന്നതുകൊണ്ടും ആണ് അവനു ഞാൻ നിസ്സംശയം അറവുറാവുത്തർ എന്നു പേരിട്ടത്.

അങ്ങനെ പേരുകളും ഇരട്ടപ്പേരുകളും വിളിപ്പേരുകളും വീഴുന്നതിനു വിചിത്രമായതും എന്നാൽ നമുക്കു മാത്രം അറിയാവുന്നതുമായ പല വഴികളും ഉണ്ട്. അതുകൊണ്ടുതന്നെ പല പേരുകളുടെ യുക്തി മറ്റുള്ളവർക്കു ബോധിക്കണമെന്നുമില്ല.

അങ്ങനെയൊരു പേരാണ് മേരിമൈമുന, എന്റെ പ്രണയകഥയിലെ ആദ്യനായികയായിരുന്നു മേരിമൈമുന. അഞ്ചാം ക്ലാസിൽ പഠിക്കുമ്പോഴാണ് എനിക്കാദ്യ പ്രണയമുണ്ടാകുന്നത്. എന്റെ ക്ലാസ്സിലെ ഏറ്റവും മിടുക്കിയായ, ഏറ്റവും സുന്ദരിയായ, ഏറ്റവും നല്ല പാട്ടുകാരിയായ മേരിയോട്. ആ ചെറുപ്രായത്തിൽ ഞാനവളെ ചേർത്തു കണ്ട സ്വപ്നങ്ങൾക്ക് അതിരുകളില്ല. എങ്ങനെയോ എന്റെ ഉമ്മ ഈ കടിഞ്ഞൂൽ പ്രണയകഥ അറിഞ്ഞു. എന്റെ മനസ്സ് സൂത്രത്തിൽ ചോർത്തിയെടുത്ത നയവഞ്ചകൻ അബ്ദു - മൂത്ത ഇക്ക - പറഞ്ഞു കൊടുത്തതുതന്നെ. എന്റെ ഉമ്മ വലിയ ചിരിക്കാരിയാണ്. എന്തു കേട്ടാലും വലിയ അമ്മിഞ്ഞ കുലുക്കി കുടുകുടെച്ചിരിക്കും. ഇക്കഥ കേട്ടും ഉമ്മ ചിരിച്ചു. പേരു കേട്ടിട്ട് ഒരു നസ്രാണിച്ചിയാണെന്നു തോന്നുന്നല്ലോടാ. ചിരിക്കിടെ ഉമ്മ നെറ്റി ചുളിച്ചു. ''ഇല്ലുമ്മാ അവളും നമ്മുടെ ജാതിയാ.'' ആവേശത്തോടെ ഞാൻ കയറിപ്പറഞ്ഞു. ''നമ്മുടെ ജാതീല് ഒരു മേരിയോ?'' ഉമ്മ പിന്നെയും കുലുങ്ങിച്ചിരിച്ചു. അപ്പോഴാണ് അവൾ നമ്മുടെ ജാതിയായിരിക്കില്ലെന്ന് ഞാനോർക്കുന്നതുതന്നെ. ''മേരിയല്ലുമ്മ,'' ഞാനന്നേരം വായിൽ തോന്നിയ ഒരു പേരുവച്ചു കാച്ചി.

''മേരിമൈമുന!'' ''അതുശരി. ഞാൻ അന്റെ പള്ളിക്കൂടത്തിലോട്ട് ഒന്നു വരണുണ്ട്. അപ്പേരുകാരിയെ എനക്കൊന്നു കാണണം.'' ഉമ്മ ചിരി തുടർന്നു.

എന്റെ മേരിമൈമുനയെ കാണാൻ ഉമ്മയ്ക്കു സ്കൂളിൽ വരാൻ പറ്റിയില്ല. അതിനു മുൻപ് ഞാൻ പഠിപ്പു നിർത്തി. എന്റുപ്പ ചത്തത് അക്കൊല്ലമാണ്!

എത്രയോ കാലങ്ങളായി ഞാൻ മറന്നുകിടന്ന ഒരു പേരായിരുന്നു, മേരി മൈമുന. പക്ഷേ എപ്പഴോ മസറയിൽ ഒരു സുന്ദരിയാടിനെ കണ്ടപ്പോൾ ആ ഓർമ്മകൾ എല്ലാംകൂടി ഒന്നിച്ച് എന്നിലേക്കു തിരതുള്ളിയെത്തി. എന്റെ നോട്ടത്തിൽ മേരിമൈമുനയുടെ അതേ രൂപലാവണ്യം ആ ആടിനും ഉണ്ടായിരുന്നു!

ജഗതിയെപ്പോലെ ചിരിക്കുന്നതും മോഹൻലാലിനെപ്പോലെ ചെരിഞ്ഞുനടക്കുന്നതും ഇ.എം.എസിനെപ്പോലെ വിക്കുള്ളതുമായ ആടുകൾ എന്റെ മസറയിൽ ഉണ്ടായിരുന്നു എന്നു പറഞ്ഞാൽ നിങ്ങൾക്കു വിശ്വസിക്കാമോ..? മസറയിൽ വളരെക്കുറച്ച് ആടുകളെ സ്ഥിരതാമസക്കാരായുള്ളൂ. നല്ല പേറും പാലും ഉള്ള കുറേ പെണ്ണാടുകളും നല്ല വിത്തുഗുണമുള്ള കുറെ മുട്ടന്മാരും. ബാക്കിയെല്ലാം വളരുന്ന മുറയ്ക്കു ചന്തകളിലേക്കും അറവുശാലകളിലേക്കും കയറ്റി അയയ്ക്കപ്പെടും. ഏറ്റവും കൗതുകമെന്താണെന്നു വെച്ചാൽ ആ പേരുകാരൻ പോയിക്കഴിഞ്ഞാൽ ആ പേരവിടെ അസ്തമിക്കുന്നില്ല. കുറച്ചുകാലം കഴിയുമ്പോൾ അതേ സ്വഭാവവിശേഷത്തോടെ മറ്റൊരു ആട് പ്രത്യക്ഷപ്പെടും. ആവർത്തിക്കുന്ന ജഗതി, ആവർത്തിക്കുന്ന മോഹൻലാൽ, ആവർത്തിക്കുന്ന ഞണ്ടുരാഘവൻ, ആവർത്തിക്കുന്ന കൗസു, അമ്മിണി... ആടിന്റെയും മനുഷ്യന്റെയും ജന്മങ്ങൾ തലമുറകളിൽ നിന്നു തലമുറകളിലേക്കു പുനരാവിഷ്കരിച്ചുകൊണ്ടിരിക്കുകയാണ് എന്നാണ് എന്റെ വിചാരം.

ഞാനവിടെ എത്തിയ ദിവസം ആദ്യമായി പാലുകറക്കാൻ നിയോഗിക്കപ്പെട്ടപ്പോൾ ആദ്യം സമീപിച്ച ആടിനെയാണ് ഞാൻ പിന്നെ പോച്ചക്കാരി രമണി എന്നു വിളിച്ചുതുടങ്ങിയത്. ഞാനാദ്യമായി മൊലയ്ക്കു പിടിച്ച ആട് എന്നതാണ് അതിന്റെ പേരുപ്രസക്തി! ഞാൻ വളരെ ചെറുതായിരുന്നപ്പോൾ നടന്ന ഒരു സംഭവം എനിക്കോർമ്മയുണ്ട്. എന്റെ ഒരു മാമൻ മിക്കപ്പോഴും വീട്ടിൽ വരുമായിരുന്നു. പോക്കർ മാമൻ എന്നായിരുന്നു ഞാനദ്ദേഹത്തെ വിളിച്ചിരുന്നത്. പോക്കറുമാമൻ വരുന്ന ദിവസം ഉച്ചയ്ക്ക് ഊണുകഴിയുമ്പോൾ എന്നേം വിളിച്ചുകൊണ്ടു നടക്കാൻ പോകും. ഇറങ്ങാൻ നേരത്ത് അത്താ, ഒരു

ഇരുപത്തഞ്ചു പൈസ താ, പോകുന്ന വഴി ഇവനു മുട്ടായി വാങ്ങി ക്കൊടുക്കാനാണ് എന്ന് എന്റെ ഉമ്മയോടു പറയും. ഉമ്മ എന്നും ഇരുപത്തഞ്ച് പൈസ മാമന് കൊടുക്കുകയും ചെയ്യും. എന്നാൽ എനിക്കൊരിക്കലും മുട്ടായി കിട്ടിയിട്ടില്ല. എന്നുമാത്രമല്ല പോക്കറു മാമൻ എന്നേംകൊണ്ടു പോകുന്നതു കുറച്ചപ്പുറത്തുള്ള ഒരു തകിടി യിലേക്കാണ്. പെണ്ണുങ്ങൾ പോച്ചപറിക്കാൻ വരുന്നതും കാത്ത് മാമൻ അവിടെ ഇരിക്കും! അങ്ങനെ വരുന്നതിൽ ഒരു ഇച്ചേയിയായിരുന്നു രമണി. എനിക്കു മുട്ടായി വാങ്ങാനെന്നു പറഞ്ഞുവാങ്ങുന്ന പൈസ കൊടുത്തിട്ട് പോച്ചക്കാരി രമണിയുടെ മുലയ്ക്കു പിടിക്കുകയായിരുന്നു മാമന്റെ സ്ഥിരം പരിപാടി!

ഇതു കണ്ടുകണ്ട് എനിക്കും ഒരു പൂതി. പോച്ചക്കാരി രമണിയുടെ മുലയ്ക്ക് എനിക്കും പിടിക്കണം! ''ഇരുപത്തഞ്ച് പൈസയുമായി വന്നാൽ നിനക്കും പിടിക്കാം'' - പോച്ചക്കാരി രമണി പറഞ്ഞു. പൈസ യില്ലെന്നറിയിച്ചപ്പോൾ പോടാ എന്നു പറഞ്ഞ് തലയ്ക്കടിച്ചു വിട്ടു. വീട്ടിൽ ചോദിക്കാൻ പേടി. തല്ലും. എന്നാലും എനിക്കു മുലയ്ക്കു പിടിക്കണം. അതിനുവേണ്ടി ഉമ്മയുടെ അരിപ്പെട്ടിയിൽനിന്ന് ഇരു പത്തഞ്ചു പൈസ മോഷ്ടിച്ചെടുത്തു. അങ്ങനെ ഒരു ദിവസം ഞാനും പോച്ചക്കാരി രമണിയുടെ മുലയ്ക്കു പിടിച്ചു. അതിന്റെ സുഖം അറിഞ്ഞു. പക്ഷേ ഓരോ ചില്ലിക്കാശിന്റെയും കണക്കറിയുന്ന ഉമ്മ എന്നെ കയ്യോടെ പിടികൂടി. ചോദ്യം ചെയ്തപ്പോൾ ഉള്ള സത്യമെല്ലാം ഞാൻ മണിമണിപോലെ തുറന്നുപറഞ്ഞു. അതോടെ എന്റെ വീട്ടിലേ ക്കുള്ള പോക്കറുമാമന്റെ വരവ് എന്നെന്നേക്കുമായി നിലച്ചു എന്നതും പോക്കറ് മാമന് മൊലമാമൻ എന്നു പേരുവീണതുമാണ് ആ കഥയുടെ പരിണാമഗുപ്തി. എന്റെ നാട്ടിലെ പേരുകേട്ട ഒരു നാടൻ വേശ്യയായി രുന്നു പോച്ചക്കാരി രമണി!

ഇരുപത്തിയാറ്

ഏതു യാതനയും നമുക്കു സഹിക്കാം; പങ്കുവെയ്ക്കാൻ ഒരാൾ നമുക്കൊപ്പമുണ്ടെങ്കിൽ. ഒറ്റയ്ക്കാവുക എന്നത് എത്ര ദുഷ്കരമാണെന്നോ. വാക്കുകൾ നമ്മുടെയുള്ളിൽ കിടന്നു പരൽമീനുകളെപ്പോലെ പിടയ്ക്കും. പങ്കുവയ്ക്കപ്പെടാനാവാത്ത വികാരങ്ങൾ വിങ്ങുകയും പതയുകയും വായിൽനിന്നു നുരയുകയും ചെയ്യും. സങ്കടങ്ങൾ കേൾക്കാൻ ഒരു കാതുണ്ടാവണം. നമുക്കു നേരെ നോക്കാൻ രണ്ടു കണ്ണുകളുണ്ടാവണം. നമുക്കൊപ്പമൊഴുകാൻ ഒരു കവിൾത്തടമുണ്ടാകണം. ഇല്ലെങ്കിൽ പിന്നതു ഭ്രാന്തിൽച്ചെന്നാവും അവസാനിക്കുക. അല്ലെങ്കിൽ ആത്മഹത്യയിൽ. ഏകാന്തതടവിനൊക്കെ വിധിക്കപ്പെടുന്നവർ ഭ്രാന്തരായിപ്പോകുന്നതിന്റെ കാരണം അതാവാം.

ആവശ്യത്തിനു വാക്കുകളെ പുറത്തുവിടുക എന്നതാണ് മനസ്സിന്റെ ഏറ്റവും വലിയ സ്വസ്ഥത. അല്ലാത്തവൻ വാക്കുകളെ വിഴുങ്ങിവിഴുങ്ങിച്ചാവും. ഞാനും അങ്ങനെ ചാവേണ്ടവനാണ്. എന്നാൽ എന്റെ പോച്ചക്കാരി രമണിയോടും എന്റെ മേരിമൈമുനയോടും എന്റെ കൗസുവിനോടും എന്റെ അറവുറാവുത്തറിനോടും പറഞ്ഞ കഥകളിലൂടെയാണ് വിഴുങ്ങിയ വാക്കുകൾ ഞാൻ ഛർദ്ദിച്ചുകളഞ്ഞത്. നടക്കുമ്പോഴും കറക്കുമ്പോഴും തൊട്ടിനിറയ്ക്കുമ്പോഴും പോച്ച കൊടുക്കുമ്പോഴുമെല്ലാം ഞാൻ അവറ്റകളോട് എന്റെ ഏറ്റവും പ്രിയപ്പെട്ടവരോടെന്നപോലെ വർത്തമാനം പറഞ്ഞുകൊണ്ടേയിരുന്നു. അതിലെന്റെ കണ്ണീരും അതിലെന്റെ വേദനയും അതിലെന്റെ യാതനയും അതിലെന്റെ വികാരങ്ങളും അതിലെന്റെ സ്വപ്നങ്ങളും ഉണ്ടായിരുന്നു. അവയ്ക്കെന്തെങ്കിലും മനസ്സിലാവുന്നുണ്ടോ എന്നെനിക്കറിയില്ല. പക്ഷേ അവ എന്നെ കേൾക്കും. എനിക്കുനേരെ കണ്ണുകളുയർത്തി നോക്കും. എനിക്കൊപ്പം കണ്ണീരൊലിപ്പിക്കും. എനിക്കതു മതിയായിരുന്നു.

ആടുകളോടൊപ്പം സമരസപ്പെട്ട ആ ജീവിതത്തിൽ സങ്കടങ്ങളും വേദനകളും മാത്രമല്ല, എന്റെ ശരീരംതന്നെ അവയോടു പങ്കിട്ട

ഒരനുഭവം എനിക്കുണ്ട്. ഒരു രാത്രി കിടന്നിട്ട് തീരെ ഉറക്കം വരുന്നതേയില്ല. എവിടുന്നാണെന്നറിയില്ല. ഒരു ഉഷ്ണം എന്നെ വന്നു പൊതിഞ്ഞു. ശമിപ്പിക്കാനാവാത്ത ഒരു കൊതി. മരുക്കാറ്റുപോലെ ഇരമ്പിവരുന്ന ഒരു തൃഷ്ണ. കുറേക്കാലമായി ഞാൻ ഷണ്ഡനായിരുന്നു. ഇനി എന്നെങ്കിലും ഉണരുമെന്നു ഞാനൊരിക്കലും വിചാരിച്ചിരുന്നതേയില്ല. പക്ഷേ അന്ന് അതു സംഭവിച്ചു. എത്രയോ കാലത്തെ തളംകെട്ടിക്കിടപ്പാണ് എന്നിലേക്ക് ഇരമ്പിവന്നത്. സ്വയം ശമിപ്പിക്കാനുള്ള എന്റെ എല്ലാ പരിശ്രമങ്ങളും എന്നെ കൂടുതൽ ആസക്തിയിലേക്കു കെട്ടിവലിച്ചതേയുള്ളൂ. എന്റെ കൺമുന്നിലൂടെ നഗ്നമാക്കപ്പെട്ട സ്ത്രീശരീരങ്ങൾ ഇഴഞ്ഞുനടക്കുവാൻ തുടങ്ങി. ഞാൻ വികാരത്തിന്റെ തള്ളലിൽ ഉരുകിപ്പിടഞ്ഞു. എനിക്ക് ചേർന്നുകിടക്കാൻ ഒരു ശരീരം വേണമായിരുന്നു. എനിക്കു ഓടിക്കയറുവാൻ ഒരു ഗുഹ വേണമായിരുന്നു. പിന്നെ ഞാൻ ഭ്രാന്തനായിരുന്നു. ആ ഭ്രാന്തിന്റെ തീക്ഷ്ണതയിൽ ഞാൻ എങ്ങോട്ടോ എഴുന്നേറ്റു നടന്നു. പിന്നെ പുലർച്ചെ എപ്പോഴോ ആലസ്യത്തോടെ കണ്ണു തുറക്കുമ്പോൾ ഞാൻ മസറയ്ക്കുള്ളിലാണ്. എനിക്കൊപ്പം പോച്ചക്കാരി രമണി ചേർന്നുകിടപ്പുണ്ടായിരുന്നു.

അപ്പുറത്തെ മസറയിൽ ഹക്കീം ജീവനോടെ ഉണ്ടെന്നറിഞ്ഞതോടെ അവനെ ഇടയ്ക്കിടെ കാണാനുള്ള ആഗ്രഹം വല്ലാതെ ഏറി. ഒരു മനുഷ്യജീവിയെ കാണാനുള്ള കണ്ണിന്റെ അടങ്ങാത്ത കൊതി തന്നെയായിരുന്നു അതിന്റെ പിന്നിൽ. എന്നെ കാണാൻ അവനും വഴി തിരയുകയായിരുന്നു. ഞങ്ങൾ രണ്ടും രണ്ടുവഴിക്ക് ആടുകളുമായി പോകുന്നതുകൊണ്ടാണ് ഇന്നേവരെ കണ്ടുമുട്ടാഞ്ഞതെന്നു ഞങ്ങൾ തിരിച്ചറിഞ്ഞു. ഞങ്ങളുടെ രണ്ടു മസറകളുടെയും ഇടയിൽ ചെറിയ ഒരു കുന്നിൻ ചെരിവുണ്ട്. അതു ഞങ്ങൾക്കു തമ്മിൽ കാണാനുള്ള സർവ്വസാധ്യതകളും മറച്ചുകളഞ്ഞിരുന്നു. പിന്നെപ്പിന്നെ ഞാൻ ആ കുന്നിൻ ചെരിവു കടന്ന് അപ്പുറത്തേക്കു പോകാൻ തുടങ്ങി. അപ്പോൾ അങ്ങുദൂരെ ഹക്കീം ആടുകളുമായി നടക്കുന്നതു കാണാം. അവനും പതിയെ എന്റെ അടുത്തേക്കു വരാൻ തുടങ്ങി. ആ കണ്ടുമുട്ടലിനെ അർബാബ് പലപ്പോഴും ശാസിച്ചിട്ടുണ്ട്. ഞാൻ അത്ര ഗൗനിക്കാറില്ല. അനുഭവിച്ചനുഭവിച്ചു പോയി മറയുന്ന ഒരു ഭീതിയുണ്ടല്ലോ. അതായിരുന്നു എനിക്ക് അർബാബിനോടുണ്ടായിരുന്ന ഭാവം. വന്നാൽ എന്തുവരാൻ? കുറേ ചീത്തവിളി. കുറേ അടി. അതു രണ്ടും എനിക്കു ശീലമായിക്കഴിഞ്ഞിരുന്നു. എന്റെ അർബാബിനേക്കാൾ വല്ലാത്ത ഭ്രാന്തനായിരുന്നു ഹക്കീമിന്റെ അർബാബ്. അവനെ ചെയ്തിട്ടുള്ളതൊക്കെ ചിലപ്പോഴൊക്കെ അവൻ എന്നോടു പറഞ്ഞിട്ടുണ്ട്. മുഖത്തു ചുടുവെള്ളം ഒഴിക്കുക, മുടി വലിച്ചു പിഴുതു കളയുക, ആസനത്തിൽ കമ്പുകുത്തിക്കയറ്റുക,

നെഞ്ചത്തു തൊഴിക്കുക, കാടിവെള്ളത്തിൽ തല പിടിച്ചു മുക്കുക എന്നിങ്ങനെ അവന്റെ അർബാബിന്റെ വിനോദങ്ങൾ പലതുണ്ടായിരുന്നു.

അതുകൊണ്ടുതന്നെ വളരെ പേടിച്ചിട്ടാണ് അവൻ എന്റെ അടുത്തു വരിക. വന്നാൽത്തന്നെ എന്തെങ്കിലും രണ്ടുവാക്കു പറഞ്ഞിട്ട് ഓടിക്കളയും. തമ്മിൽ കാണാൻ കാരണങ്ങൾ ഉണ്ടാക്കലാണ് അടുത്ത ശ്രമം. അതിനായി ആടുകളുടെ മലദ്വാരത്തിൽ കമ്പിട്ടുകുത്തും. അല്ലെങ്കിൽ വാലുപിടിച്ച് ഒടിക്കും. അപ്പോൾ ആട് വെകിളി പിടിച്ച് ഓടും. അതിനെപ്പിടിക്കാനെന്ന മട്ടിൽ പിന്നാലെ ഓടി അതിനെ അടിക്കും. അപ്പോൾ അതു കൂടുതൽ വേഗത്തിൽ ഓടും. അങ്ങനെ ഞാൻ വല്ല വിധേനയും ഹക്കീമിന്റെ അടുത്തെത്തും. ദൂരെ നിന്ന് അർബാബ് ബൈനോക്കുലറിലൂടെ നോക്കുമ്പോൾ യാദൃച്ഛികമായി ഞാൻ ആടിന്റെ പിന്നാലെ ഓടി അവിടെ എത്തിപ്പെട്ടു എന്നേ തോന്നുകയുള്ളൂ. എന്തെങ്കിലും ഒന്നോ രണ്ടോ വാക്ക്. അതിലൊതുങ്ങും ഞങ്ങളുടെ സംസാരം. ഒതുക്കണം. അതിനേ സമയമുള്ളൂ. അധികനേരം നിന്നാൽ അപ്പോഴേക്കും അർബാബ് വണ്ടിയുമെടുത്തു പിന്നാലെ വരും. അപ്പോൾ എത്ര കാച്ചിക്കുറുക്കിയാലാണ് മനസ്സ് നിറഞ്ഞു കവിയുന്ന വർത്തമാനങ്ങൾ നാലു വാക്കിലൊതുക്കാൻ കഴിയുക എന്ന് ആലോചിച്ചു നോക്കൂ. ദിവസം മുഴുവൻ വാതോരാതെ സംസാരിക്കാൻ അവസരങ്ങളുടെ ധാരാളിത്തമുള്ള നിങ്ങൾക്ക് ഒരുപക്ഷേ അത്ര പെട്ടെന്നൊന്നും അതിന്റെ വിവശത പിടികിട്ടിയെന്നു വരില്ല.

ഇരുപത്തിയേഴ്

ഒരു ദിവസം ഞാൻ ആടുകളെ നടക്കാൻ വിട്ടിട്ട് ഒരു മൺകൂനയ്ക്കു മുകളിലിരിക്കുകയാണ്. അങ്ങു ദൂരെ ഹക്കീം ആടുകളെയും കൊണ്ടു നടക്കുന്നതു കാണാം. അവന്റെ അടുത്തേക്ക് ഒന്നുപോയി കുറച്ചുനേരം വർത്തമാനം പറഞ്ഞാലോ എന്നൊരു തോന്നൽ എനിക്കുണ്ടായതാണ്. പക്ഷേ അർബാബ് ബൈനോക്കുലറിൽനിന്നു കണ്ണെടുത്തിട്ടില്ല. കഴിഞ്ഞ കുറേ ദിവസങ്ങളായി നിരീക്ഷണം ഇത്തിരി കൂടുതലാണ്. യാതൊരു കാരണവശാലും ഹക്കീമിന്റെ അടുത്തു പോകുകയോ അവനുമായി ബന്ധപ്പെടാൻ ശ്രമിക്കുകയോ ചെയ്യരുത് എന്ന് എനിക്ക് കർശന നിർദ്ദേശം തന്നതേയുള്ളൂ. ഞങ്ങൾ തമ്മിൽ സ്ഥിരമായി കണ്ടുമുട്ടുന്നത് രക്ഷപ്പെടാനുള്ള ചിന്തകൾ ഞങ്ങളിലുദിപ്പിച്ചേക്കുമോ എന്ന ഭീതികൊണ്ടാവണം അർബാബ് ഞങ്ങളെ എപ്പോഴും വിലക്കുന്നത്. പക്ഷേ അർബാബ് പറയുന്നത് മറ്റൊന്നാണ്. അപ്പുറത്തെ മസറയിൽ പല രോഗങ്ങളും രോഗാണുക്കളും കാണാം. അവരുമായി സമ്പർക്കം പുലർത്തിയാൽ അത് നമ്മുടെ മസറയിലേക്കു വരികയും നമ്മുടെ ആടുകൾക്ക് ആ രോഗം വരികയും ചെയ്യും. എനിക്ക് സത്യത്തിൽ ചിരിയാണ് വരിക. പരിശുദ്ധിയുടെ കൂടാരംപോലെ എന്റെ ഒരു മസറ!!

ഞാൻ എന്റെ ആഗ്രഹം മനസ്സിലടക്കി. ഞാൻ എങ്ങനെയും അടിയും ശകാരവും കൊള്ളാം. പക്ഷേ എന്തിന് ആ പാവത്തിനെക്കൂടി ഞാൻ തല്ലുകൊള്ളിക്കുന്നു.

ഹക്കീമിനെ ദൂരെ കണ്ടതുകൊണ്ടാവാം പെട്ടെന്ന് നാടിന്റെ ഓർമ്മ എന്നിലുണർന്നു. എന്റെ മസറജീവിതത്തിനിടയിൽ ഏറ്റവും അപൂർവ്വമായി സംഭവിക്കുന്ന ഒന്ന്. എന്റെ എല്ലാ മോഹങ്ങളും എന്റെ ഉള്ളിൽ ഒന്നിച്ച് എഴുന്നേറ്റുവന്നു. എന്റെ സൈനു, എന്റെ ഉമ്മ, എന്റെ മകൻ, എന്റെ മകൾ, എന്റെ വീട്, എന്റെ വള്ളം... പ്രവാസികളുടെ ഗൃഹാതുരത്വത്തെപ്പറ്റി എത്രയോ പറഞ്ഞുകേട്ടിരിക്കുന്നു. പക്ഷേ അത്രയും കഠിനമായ അവസ്ഥകളിൽപ്പോലും ഞാൻ എന്റെ നഷ്ടസ്വപ്നങ്ങളെ ഓർത്ത് നൊമ്പരപ്പെടാറില്ലായിരുന്നു എന്നത് പിന്നെ എന്നെപ്പോലും അതിശയിപ്പിച്ച ഒന്നാണ്. കൺമുന്നിൽ ഒരു മടങ്ങിപ്പോകലിന്റെ സാധ്യത തുറന്നു

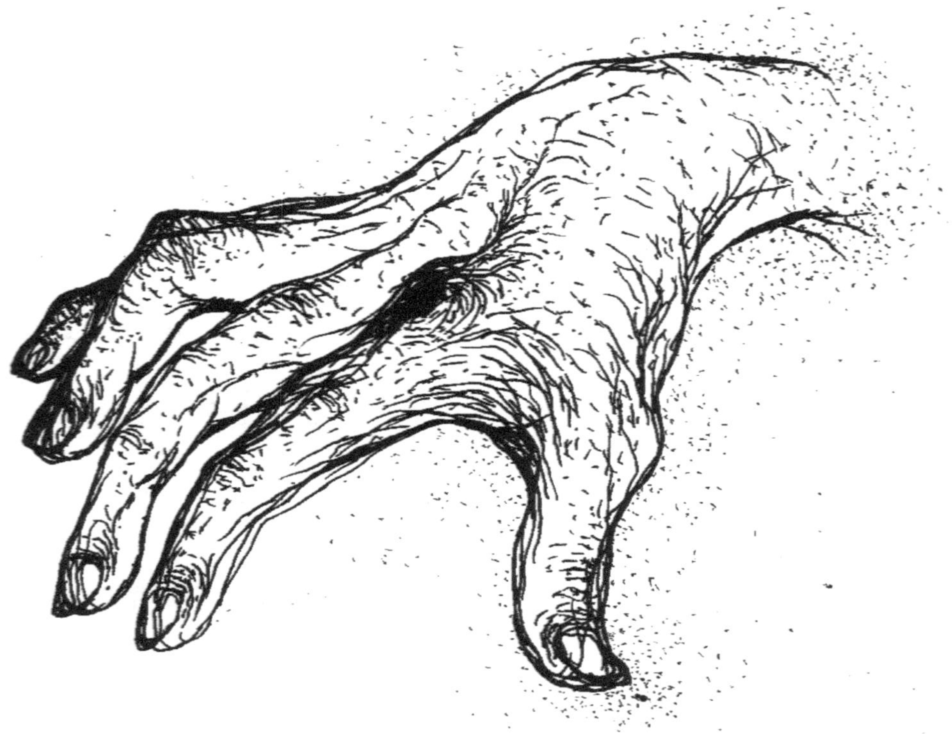

അത് ഒരു മനുഷ്യന്റെ കൈപ്പത്തി ആയിരുന്നു!
അഴുകി ജീർണ്ണിച്ച് എല്ലുകൾ മാത്രമായിക്കഴിഞ്ഞ ഒരു കൈപ്പത്തി!!

കിടക്കുന്നവർക്കാണ് ആ വിചാരം ഏറ്റവും കൂടുതൽ ഉണ്ടാവുക എന്നാണ് എനിക്കു തോന്നുന്നത്. എനിക്ക് ആ നരകത്തിൽനിന്നും എന്നെങ്കിലും രക്ഷപ്പെടണം എന്നൊരു വിചാരമേ ഉണ്ടായിരുന്നില്ല. ചെന്നുപോയി. പെട്ടുപോയി. ഇനി ഈ ജീവിതം ഇവിടെത്തന്നെ. മരിച്ചവർ ജീവിതത്തെക്കുറിച്ച് സ്വപ്നങ്ങൾ കാണാറില്ലല്ലോ. എങ്കിലും പ്രത്യാശ അതിന്റെ സർവ്വകരുത്തും പ്രദർശിപ്പിക്കുമ്പോൾ എന്നെങ്കിലും ഒരിക്കൽ ഞാനും ഇവിടുന്ന് രക്ഷപ്പെടുമായിരിക്കും എന്നൊരു മോഹത്തിന്റെ നാമ്പ് എന്നിൽ മുളപൊട്ടും.

കരുണാമയനായ അള്ളാഹുവേ, നീ എത്രയോ മനുഷ്യരുടെ ജീവിതത്തിൽ മഹാത്ഭുതങ്ങൾ കാട്ടുന്നു. തെരുവിൽ തെണ്ടിനടക്കുന്ന ഒരുവൻ ലോട്ടറി അടിച്ച് ഒറ്റ ദിവസംകൊണ്ടു സമ്പന്നനാകുന്നു. മാറാരോഗമുണ്ടായിരുന്നവൻ ഒരു സുപ്രഭാതത്തിൽ സമ്പൂർണ്ണ ആരോഗ്യത്തോടെ ജീവിതത്തിലേക്കു തിരിച്ചുവരുന്നു. ബസ്സിനടിയിൽപെട്ട് ചതഞ്ഞരഞ്ഞെന്നു വിചാരിച്ചവൻ ഒരു പോറൽപോലും ഏല്ക്കാതെ എഴുന്നേറ്റു വരുന്നു. വിമാനം തകർന്നു നൂറുകണക്കിന് ആളുകൾ ചാവുമ്പോൾ അതിലൊരുത്തൻ മാത്രം രക്ഷപ്പെടുന്നു. കപ്പലപകടത്തിൽ പെട്ടവൻ വർഷങ്ങൾക്കുശേഷം ജീവനോടെ കരയ്ക്കടുക്കുന്നു. ഭൂകമ്പത്തിൽ തകർന്ന കെട്ടിടത്തിന്റെ അവശിഷ്ടങ്ങൾക്കിടയിൽനിന്ന് ഒരുവൻ ഒരുമാസത്തിനുശേഷം ഉയിർത്തെഴുന്നേറ്റു വരുന്നു. സാധാരണ മനുഷ്യന്റെ ബുദ്ധിക്ക് മനസ്സിലാവാത്ത എത്രയോ കാര്യങ്ങൾ. അങ്ങനെയൊന്ന് എന്റെ ജീവിതത്തിൽ നീ സംഭവിപ്പിക്കില്ലേ..? നീ ഒന്നു മനസ്സുവെയ്ക്കുകയേ വേണ്ടൂ. ഒരു കച്ചിവണ്ടിക്കാരൻ എനിക്കായി അവന്റെ വണ്ടി നിർത്തിത്തരും. വെള്ളംവണ്ടിക്കാരൻ എന്നെ ഇവിടുന്നു കടത്തി എവിടെയെങ്കിലും സുരക്ഷിതസ്ഥലത്ത് എത്തിക്കും. എന്തിന് അർബാബിനുതന്നെ കനിവുതോന്നി എന്നെ തിരിച്ചുകൊണ്ടു വിടും. വേണ്ടതു നിന്റെ മനസ്സ്. നിന്റെ കാരുണ്യം മാത്രം. ഞാൻ ആകാശങ്ങളിലേക്കു നോക്കി. സൂചനകളുടെ യാതൊരു തെളിവുകളും തരാതെ അവിടെ വന്ധ്യവും വിളറിയതുമായ മേഘക്കീറുകൾ അനാഥമായി ഒഴുകിനടക്കുക മാത്രം ചെയ്തു.

അപ്പോഴാണ് എന്റെ രണ്ടു മുട്ടന്മാർ തമ്മിൽ കൊമ്പുകോർക്കുന്നതു ഞാൻ കാണുന്നത്. മറ്റുള്ള ജന്തുക്കളെ ആക്രമിക്കുന്നതിന്റെ ഇരട്ടി ശൗര്യമാണ് അവറ്റകൾ തമ്മിൽ കൊമ്പുകോർക്കുമ്പോൾ. തമ്മിലിടിച്ച് തലപൊട്ടിച്ചു ചോര കണ്ടേ പിന്നെ അവ അടങ്ങൂ. അത്രയ്ക്കു കലിയാണ്. ഒരാണിന് മറ്റൊരു ആണിനോടുള്ള കലി. ഞാൻ അവയുടെ അടുത്തേക്ക് ഓടിച്ചെന്നു തല്ലിമാറ്റി. ഒരെണ്ണം ദേഷ്യം ചീറ്റിനടന്നു പോയി. മറ്റവൻ എനിക്കു നേരെ തിരിഞ്ഞും മൂക്ക് വിടർത്തി. കണ്ണ് കൂർപ്പിച്ചു. ആവി ഊതി. ദേഷ്യം മുഴുവൻ കൊമ്പിലേക്ക് ആവാഹിച്ചു. ഞാൻ നിന്നിടത്തുനിന്ന് അനങ്ങിയില്ല. അവൻ ചാടി വന്നപ്പോൾ ഒറ്റ നിമിഷംകൊണ്ട് ഞാൻ ചാടി മാറി. അതു ഞാൻ നിരവധി ദിവസത്തെ

അനുഭവംകൊണ്ടു പഠിച്ചതാണ്. ആടുകൾ ഒറ്റയടിക്കു ചാടി ഇടിക്കാൻ വരില്ല. അല്പം നിന്ന് കുത്താനുള്ള ഉന്നം പിടിക്കും. പിന്നെയാണ് ചാടി വരിക. അതുവരെ നമ്മളും അവിടെത്തന്നെ നില്ക്കുക. അത് ഉന്നം പിടിക്കട്ടെ. അതു ചാടിക്കഴിഞ്ഞാൽ നമ്മളും ചാടുക. പിന്നെ അതിന് ഉന്നം മാറ്റാനാവില്ല. അതേയുള്ളൂ മുട്ടന്റെ ഇടിയിൽനിന്നും രക്ഷപ്പെടാനുള്ള ഒരേയൊരു മാർഗ്ഗം.

ഉന്നം പിഴച്ചുപോയ മുട്ടൻ തൊട്ടപ്പുറത്തേക്കു മാറി മൂക്കുകുത്തി. ആ വീഴ്ചയുടെ കൂടെ പുറത്തു നാല് അടികൂടി പൊട്ടിച്ചപ്പോൾ അതിന്റെ ഉശിരു കുറച്ചൊന്നടങ്ങി. വല്ലവിധത്തിൽ ചാടിപ്പിടഞ്ഞെ ണീറ്റ് അതു മറ്റൊരു വഴിക്കു പോയി. ആട് വീണിടത്ത് കുറച്ചു മണ്ണ് മാറിയിരുന്നു. ഞാൻ യാദൃച്ഛികമായി അങ്ങോട്ടു നോക്കിയപ്പോൾ അവിടെ എന്തോ ഒന്ന് ഉള്ളതുപോലെ. അതുതന്നെയല്ല, അവിടെ അടുത്തിടെയെങ്ങോ മണ്ണിളകിയതിന്റെ ഒരു ലക്ഷണവും. ഞാൻ മനസ്സിൽ കത്തിവന്ന ഒരാന്തലോടെ അവിടേക്കു ചെന്നു. ആ കാഴ്ച എന്നെ ഞെട്ടിച്ചു. ഞാൻ അർബാബിന്റെ വശത്തേക്കു നോക്കി. അയാൾ ബൈനോക്കുലറിൽനിന്നും കണ്ണെടുത്തു വിശ്രമിക്കുകയായിരുന്നു. ഇനി ഇത്തിരി നേരമെടുക്കും അടുത്ത ചുറ്റ് നോട്ടത്തിലേക്കു വരാൻ. ഞാൻ അവിടെ ഇരുന്ന് പതിയെ മണ്ണുമാന്താൻ തുടങ്ങി. എന്റെ മന സ്സിൽ പതഞ്ഞുവന്ന സംശയം തീർത്തും ശരിയായിരുന്നു. അതു കണ്ട് ഞാൻ ഞെട്ടി എഴുന്നേറ്റു. അത് ഒരു മനുഷ്യന്റെ കൈപ്പത്തി ആയിരുന്നു! അഴുകി ജീർണ്ണിച്ച് എല്ലുകൾ മാത്രമായിക്കഴിഞ്ഞ ഒരു കൈപ്പത്തി!! കടുത്ത പേടിയോടെയും എന്നാൽ അടക്കാനാവാത്ത ആകാംക്ഷയോടെയും ഞാൻ ബാക്കി മണ്ണുകൂടി മാറ്റാൻ ആരംഭിച്ചു. മണ്ണിന്റെ ഒരു പാളി മാറിയതേയുള്ളൂ. ഒരു പൂർണ്ണ മനുഷ്യരൂപത്തിന്റെ അസ്ഥികൂടം എന്റെ കൺമുന്നിൽ തെളിഞ്ഞുവന്നു. ഞാൻ ശരിക്കും പേടിച്ചുപോയിരുന്നു. ഞാൻ പുറകോട്ടു നീങ്ങിയപ്പോൾ എന്റെ കാലിൽ എന്തോ ഒന്നു തടഞ്ഞു. അഴുകി ദ്രവിക്കാത്ത ഒരു തോൽബെൽട്ടായി രുന്നു അത്. എവിടെയോ എനിക്ക് ഒരു പരിചയം മണത്തു. പെട്ടെന്ന് എന്റെയുള്ളിൽ ഒരു വെള്ളിടി വെട്ടി! ഞാൻ അവിടെയെത്തി മൂന്നാം രാത്രി മസറയിൽനിന്നും ഓടിപ്പോയ ആ ഭീകരരൂപിയുടെ അരയിലു ണ്ടായിരുന്ന ബെൽട്ടായിരുന്നു അത്!!

ആടുകളെ അവിടെ ഉപേക്ഷിച്ചു ഞാൻ മസറയിലേക്ക് ഒറ്റ ഓട്ട മായിരുന്നു. ചെന്നു ഞാൻ അർബാബിന്റെ കാല്ക്കലേക്കു വീണു. എനിക്കെവിടെയും പോകണ്ട. എനിക്കെങ്ങോട്ടും രക്ഷപ്പെടണ്ട. എന്നെ കൊല്ലാതിരുന്നാൽ മാത്രം മതി. എനിക്ക് ഇങ്ങനെയെങ്കിലും ജീവി ക്കണം. എനിക്കു ചാവാൻ പേടിയാണ്. ഞാൻ കരഞ്ഞുകൊണ്ടിരുന്നു. അർബാബ് പകച്ചുപോയി. ആ കരച്ചിലിന്റെ കാരണം അർബാബിനു മനസ്സിലായതേയില്ല!!

ഇരുപത്തിയെട്ട്

ജീവിതത്തിന്റെ ഏതനുഭവത്തിനും ഒരു മൂർദ്ധന്യാവസ്ഥയുണ്ട്. സന്തോഷമാകട്ടെ, സങ്കടമാകട്ടെ, രോഗമാകട്ടെ, പട്ടിണിയാവട്ടെ എല്ലാത്തിനും. അനുഭവത്തിന്റെ പാരമ്യം എന്നു ഞാനതിനെ വിളിക്കും. ആ ഒരവസ്ഥയിൽ നമ്മുടെ മുന്നിൽ പിന്നെ രണ്ടുവഴികളേയുള്ളൂ. ഒന്നുകിൽ നമ്മളതുമായി താദാത്മ്യം പ്രാപിക്കും. അല്ലെങ്കിൽ അതിനോട് പിണങ്ങിപ്പിരിഞ്ഞു രക്ഷപ്പെടാനുള്ള അവസാന കുതറൽ നടത്തിനോക്കും. കുതറി ജയിച്ചാൽ നമ്മൾ രക്ഷപ്പെട്ടു. ഇല്ലെങ്കിൽ ചെന്നെത്തുന്നതു സ്വാഭാവികമായും ഭ്രാന്താലയത്തിലോ ആത്മഹത്യയിലോ ആയിരിക്കും. ഞാൻ ഒരിക്കലും കുതറി രക്ഷപ്പെടാൻ ശ്രമിച്ചതേയില്ല. ആദ്യത്തെ ചില ശ്രമങ്ങൾ തുടക്കക്കാരന്റെ വെപ്രാളങ്ങൾ എന്നുമാത്രം കണ്ടാൽ മതി. അന്നൊക്കെ ഞാൻ ഈ പറയുന്ന പാരമ്യത്തിൽ എത്തി എന്നു പറയാനാവില്ല. സത്യത്തിൽ അവിടെ എത്തിയപ്പോൾ ഞാനതുമായി താദാത്മ്യം പ്രാപിക്കുകയാണ് ചെയ്തത്. എത്ര തീക്ഷ്ണമായ വേദനയും എത്ര തീക്ഷ്ണമായ പ്രയാസങ്ങളും കാലംകൊണ്ട് നമ്മുടെ ജീവിതത്തിന്റെ ഭാഗമായി മാറും എന്നാണ് എന്റെ അനുഭവം പറയുന്നത്. ജീവിതം ഇങ്ങനെയൊക്കെ ദുരിതത്തിലൂടെ നീങ്ങിനീങ്ങി ഏതാണ്ട് ഒരുവർഷക്കാലം പിന്നിട്ടപ്പോഴേക്കും ഞാനതിന്റെ ശീലക്കാരൻ ആയിക്കഴിഞ്ഞിരുന്നു. എനിക്കതിന്റെ ഒരു ഭാരവും അനുഭവപ്പെടാതെയായി. പണ്ടൊക്കെ ഞാൻ ആശങ്കപ്പെടാറുണ്ടായിരുന്നു. എങ്ങനെയാണ് പിച്ചക്കാർ, തീരെ ദരിദ്രർ, തീരാരോഗികൾ, അന്ധർ, വികലാംഗർ ഒക്കെ അവരുടെ പതിവുകളിൽ ഇങ്ങനെ പുലരുന്നതെന്ന്. എങ്ങനെയാണ് അവരുടെ മുഖത്തു സന്തോഷവും പുഞ്ചിരിയും നിറയുന്നതെന്ന്... ഇപ്പോൾ എനിക്കതിന്റെ ഉത്തരം കിട്ടി. മറ്റെവിടെനിന്നുമല്ല, സ്വന്തം ജീവിതത്തിൽനിന്നുതന്നെ. ഇപ്പോൾ എന്റെ ജീവിതത്തിന് എന്തെങ്കിലും പ്രയാസമുള്ളതായി എനിക്കു തോന്നാറേയില്ല. എനിക്കെന്താ - രാവിലെ ഉണരണം, ഇത്തിരി പാൽ കറക്കണം, ആടുകൾക്കും ഒട്ടകങ്ങൾക്കും തീറ്റ ഇട്ടുകൊടുക്കണം. ആടുകളെയും കൊണ്ടു നടക്കാൻ പോകണം, തിരിച്ചുവരണം, ഇത്തിരി ഖുബൂസ് കഴിക്കണം. പച്ചവെയിലിലും പച്ചനിലാവിലും കിടന്ന് ഉറങ്ങണം.

ചിന്തകളില്ല, ആവലാതികളില്ല, മോഹങ്ങളില്ല. പിന്നെന്തു വേണം. ഈ ലോകത്തിലെ മറ്റൊന്നും ഞാൻ അറിയുന്നതേയില്ല. ഞാനെന്റെ കുടുംബത്തെ, വീടിനെ, നാടിനെ മറന്നുകഴിഞ്ഞിരുന്നു. അവരൊക്കെ മറ്റേതോ ജന്മത്തിൽ മറ്റേതോ കാലത്തിൽ എനിക്കൊപ്പം ജീവിച്ചിരുന്നവർ. അവരുടെ ജീവിതവും അവരുടെ ദുഃഖവും അവരുടെ വേദനകളും എന്നെ ബാധിക്കുന്നതേയില്ല.

എന്റെ ജീവിതം ഇപ്പോൾ സുഖമാണ്. സുഖകരമാണ്.

അങ്ങനെ ജീവിതത്തിൽ പിന്നെയും ചൂടുകാലം വന്നു, തണുപ്പുകാലം വന്നു. കാറ്റ്വന്നു. പൊടിക്കാറ്റ് വന്നു. വല്ലപ്പോഴും മഴ വന്നു. ആഴ്ചയിൽ ഒരിക്കൽ ട്രക്ക് വന്നു. എല്ലാം വന്നു. എല്ലാം പോയി. എന്റെ മസറയിൽ ഞാനും ആടുകളും അടുത്ത മസറയിൽ ഹക്കീമും ആടുകളും മാത്രം എവിടെയും പോകാതെ അവശേഷിച്ചു. അങ്ങനെയിരിക്കെയാണ് ഞങ്ങളുടെ ഇടയിലേക്ക് മൂന്നാമത് ഒരു നിർഭാഗ്യവാൻ കൂടി വരുന്നത്. ഹക്കീമിന്റെ മസറയിലേക്കാണ് അയാളെ കൊണ്ടുവന്നത്. അവരൊന്നിച്ചായി നടപ്പും കിടപ്പും ഒക്കെ. ജീവിതത്തിൽ ആദ്യമായി ഒരു മനുഷ്യജീവിയോട് അസൂയ തോന്നുന്നത് അന്നാണ്. സത്യത്തിൽ എനിക്കു സങ്കടമായിരുന്നു. അവനു മിണ്ടാനും പറയാനും ഒരാളായല്ലോ. ഞാൻ മാത്രം ഇങ്ങനെ ആടുകളോടൊപ്പം മസറയിൽ മറ്റൊരു ആടായി...

ഞാനെന്നെ കൂടുതൽ വെറുക്കാൻ തുടങ്ങി.

ഇരുപത്തിയൊമ്പത്

അപ്പുറത്തൊരു കൂട്ടുകാരനെ കിട്ടിയതോടെ ഹക്കീമിനുണ്ടായ മാറ്റങ്ങൾ പ്രത്യക്ഷമായിരുന്നു. വന്നവൻ ആരെന്നോ ഏതു ദേശക്കാരനെന്നോ എനിക്കറിയില്ലായിരുന്നു. പക്ഷേ അവൻ ഹക്കീമിന്റെ ജീവിതത്തിൽ വലിയ മാറ്റങ്ങൾ കൊണ്ടുകൊടുത്തു. അവന്റെ മുഖത്തു വലിയ ചിരികൾ വിടർന്നു. അവന്റെ സംസാരത്തിൽ വലിയ സന്തോഷങ്ങൾ നിറഞ്ഞു. ചുരുങ്ങിപ്പോയത് ഞാനാണ്. തികഞ്ഞ അസൂയതന്നെയായിരുന്നു അത്. ലോകത്തിനോടു മുഴുവൻ പകയും ദേഷ്യവുമാണ് എനിക്കപ്പോഴൊക്കെ തോന്നിയത്. മസറയിലെ ആടുകൾക്കുമേലെയാണ് ഞാൻ അതെല്ലാം തീർത്തത്. പിറന്നുവീണ മുട്ടനാടുകളുടെ വരി ഞെക്കിയുടച്ചുകളഞ്ഞും കറവയുള്ള ആടുകളുടെ മുലകളിൽ കമ്പുകൊണ്ടു കുത്തിയും ചെമ്മരിയാടുകളുടെ ആസനത്തിൽ കമ്പ് കുത്തിക്കയറ്റിയുമൊക്കെയാണ് ഞാൻ ആ പക തീർത്തത്.

ആദ്യമൊക്കെ ഞാൻ ആടുകളെയുംകൊണ്ട് പോകുന്ന വഴിക്കു വരാൻ ഹക്കീമിനു പേടിയായിരുന്നു. എന്നാൽ കൂട്ടുകാരനെ കിട്ടിയതോടെ ഹക്കീം കൂടുതൽ ധൈര്യവാനായി. അവൻ പതിയെ എന്റെ ആടുകൾ നിൽക്കുന്ന ഭാഗത്തേക്കു വരാൻ തുടങ്ങി. ഏറ്റവും അടുത്തു വന്നില്ലെങ്കിലും അല്പം ഉച്ചത്തിൽ പറഞ്ഞാൽ ശബ്ദം കേൾക്കാവുന്നത്ര അടുത്തുവരെ അവൻ വന്നു. അതിനെച്ചൊല്ലി അവന്റെ അർബാബ് അവനെ പല പ്രാവശ്യം തല്ലിയെങ്കിലും പുതുകൂട്ടുകാരന്റെ ധൈര്യത്തിൽ അവനതെല്ലാം അവഗണിച്ചു. എനിക്കവന്റെ കൂട്ടുകാരനെ ഒന്നു കാണണമെന്നുണ്ടായിരുന്നു. പക്ഷേ അവൻ അങ്ങനെയൊന്നും മസറ വിട്ട് പുറത്തു വരാറില്ലായിരുന്നു. പുറത്തുപോക്കൊക്കെ ഹക്കീമിനെ ഏല്പിച്ചിട്ട് അവൻ മസറയ്ക്കുള്ളിലെ പണികൾ മാത്രം ചെയ്തു.

എന്നാൽ ഒരു ദിവസം ഹക്കീം നിർബന്ധിച്ച് അവനെ പുറത്തേക്കു കൂട്ടിക്കൊണ്ടുവന്നു. ഒരു ആജാനുബാഹു. നല്ല നീളം. അതിനൊത്ത തടി. മൂസാ നബിയുടെ കാലത്തുനിന്ന് ഇറങ്ങിവന്ന ഒരു പ്രവാചകകഥാപാത്രം എന്നാണ് ഒറ്റക്കാഴ്ചയിൽ എനിക്കവനെ തോന്നിയത്. ഒരു പാക്കിസ്താനി

പഠാൻ എന്നു ഞാൻ ഉറപ്പിച്ചു. അവൻ എന്റെ അരികിൽ വന്നു പരിചയപ്പെട്ടു: ഇബ്രാഹിം ഖാദരി! സൊമാലിയ ദേശക്കാരൻ. ആഫ്രിക്കൻ മരുഭൂമിയിൽ കുരുത്ത ഒരു വടവൃക്ഷം!

ആ വൃക്ഷത്തിനു മുന്നിൽ ഞാനും ഹക്കീമും വാടിയ ചീരച്ചെടികൾ പോലെ തോന്നിച്ചു. (ആ കണ്ടുമുട്ടലിന്റെ പേരിൽ രണ്ടു ചീരച്ചെടികൾക്കും കിട്ടി, പൊതിരെ തല്ല്!)

ഒരുദിവസം ഹക്കീം അപ്പുറത്തുള്ള ഒരു മൺകൂനയുടെ മുകളിൽ കയറിനിന്ന് എന്നോടു വിളിച്ചു പറഞ്ഞു: ‘‘ഞാനിവിടെ ഒരു പേപ്പർ എഴുതിവച്ചിട്ടുണ്ട്. എടുത്തു വായിക്കുക.’’ ഹക്കീം അവന്റെ വഴിക്കു പോയി. ഇത്തിരി കഴിഞ്ഞപ്പോൾ ഞാൻ എന്റെ ആടുകളുമായി അവൻ നിന്ന മൺകൂനയുടെ ഭാഗത്തേക്കു ചെന്നു. അവിടെ ഒരു കല്ലിനടിയിൽ ഒരു പേപ്പറുകഷണം വെച്ചിട്ടുണ്ടായിരുന്നു. ഞാൻ അതെടുത്തു വായിച്ചു: ഇബ്രാഹിം ഖാദരി ഈ രാജ്യത്ത് മുൻപ് ഉണ്ടായിരുന്നു. എല്ലാ വഴികളും ദേശങ്ങളും അറിയാം. രക്ഷപ്പെടാൻ ആലോചിക്കുന്നു. നമ്മളെയും കൂട്ടും. എന്തെങ്കിലും ഉണ്ടെങ്കിൽ അറിയിക്കാം, കരുണാമയനായ അള്ളാഹുവിൽ വിശ്വസിക്കുക.

എന്റെയുള്ളിൽ നുര പൊന്തിയ ഒരു സന്തോഷം. ഏതു വാക്കുകൾ കൊണ്ടാണ് ഞാനതു പറഞ്ഞറിയിക്കുക..?! മരുഭൂമിയിൽ ഞെട്ടിയുണർന്ന ഒരു പൂവുപോലെയായിരുന്നു അത്. എനിക്കു നാടിനെപ്പറ്റി, വീടിനെപ്പറ്റി വിചാരമേ ഉണ്ടായിരുന്നില്ല എന്നു പറഞ്ഞതൊക്കെ കള്ളമാണ്. പച്ചക്കള്ളം. എല്ലാ വിചാരങ്ങളും എനിക്കുണ്ടായിരുന്നു. പക്ഷേ അതു സാഹചര്യങ്ങളുടെ ചാരം മൂടിക്കിടക്കുകയായിരുന്നു എന്നു മാത്രം. അവസരത്തിന്റെ ഒരു സൂചന വന്നപ്പോഴേക്കും അതു കത്തിജ്വലിക്കുന്നതു ഞാൻ കണ്ടു. ഒരു നെഞ്ചുവേദനപോലെയാണ് എനിക്കതനുഭവപ്പെട്ടത്. സങ്കടംകൊണ്ടു തളർന്നുപോകുന്ന നെഞ്ചുവേദന. ഞാൻ കരഞ്ഞുപോയി. ഞാൻ അടുത്തു നിന്ന മേരിമൈമുനയെ കെട്ടിപ്പിടിച്ച് ഒരുമ്മ കൊടുത്തു. പോവാടീ പെണ്ണേ ഞാൻ. നിന്നെ കളഞ്ഞിട്ട് പോവാ. നിനക്കിവിടെ ഒത്തിരി അറവുറാവുത്തർമാരും മൂരിവാസുമാരും ഒക്കെയില്ലേ കൂട്ടിന്. എനിക്കാരുമില്ല. എന്റെ സൈനുവിനും ആരുമില്ല. എനിക്കവള് വേണം; അവൾക്ക് എന്നേം.

ഞാൻ നിലത്തു കുമ്പിട്ടു. കരുണാമയനായ അള്ളാഹുവിന് നന്ദി പറഞ്ഞു. എന്നെ ഓർത്തതിന്. എന്റെ സങ്കടങ്ങൾ കേട്ടതിന്. എന്നെ വിടുവിക്കാൻ ഇബ്രാഹിം ഖാദരി എന്ന പ്രവാചകനെ അയച്ചുതന്നതിന്. അള്ളാഹു അക്ബർ! അള്ളാഹു അക്ബർ!!

പിന്നെ എന്റെ ആ ദിവസം എത്ര സന്തോഷം നിറഞ്ഞതായിരുന്നെന്നോ. എത്ര ഉത്സാഹത്തിലാണെന്നോ ഓരോ പണിയും ഞാൻ ചെയ്തുതീർത്തത്. ഇവനിതെന്തു പറ്റി എന്ന് അർബാബ് ആലോചിച്ചു കാണണം. അർബാബേ, ആലോചിച്ചോ. കുറച്ചു ദിവസംകൂടിയേയുള്ളൂ.

കഴിഞ്ഞു. ഞാൻ പോകും. പിന്നെ നിങ്ങൾ ആരെ തെറിവിളിക്കുകയും ആരെ ബെൽട്ടിനടിക്കുകയും ആരെ തുപ്പുകയും ചെയ്യുമെന്നു കാണാമല്ലോ. ഒറ്റയ്ക്ക് ഇവിടെക്കിടന്നു നിങ്ങളിത്തിരി വെള്ളം കുടിക്കും. അപ്പോ മനസ്സിലാവും നിങ്ങൾക്ക് ഈ നജീബിന്റെ വില.

ആ വിടുതൽ ഇപ്പോൾതന്നെ സംഭവിക്കുമെന്നായിരുന്നു എന്റെ പ്രതീക്ഷ. പക്ഷേ അന്നൊന്നും സംഭവിച്ചില്ല. അതിനടുത്ത ദിവസവും കൊതിയോടെ കാത്തിരുന്നു. അന്ന് ആദ്യത്തെ ദിവസത്തേക്കാൾ പ്രതീക്ഷയായിരുന്നു. പക്ഷേ അന്നും ഒന്നും സംഭവിച്ചില്ല. അതിനടുത്ത ദിവസം പ്രതീക്ഷയുണ്ടായിരുന്നു, പക്ഷേ അതിന്റെ തീവ്രത ഇത്തിരിയോളം കുറഞ്ഞിരുന്നു. എന്നാൽ അത് സംഭവിക്കാനുള്ള ധൃതി അതുപോലെയുണ്ടായിരുന്നു. പിന്നെ ദിവസങ്ങൾ കഴിയുന്തോറും ആ ആഗ്രഹത്തിന്റെ തിര പതിയെ താഴോട്ടിറങ്ങാൻ തുടങ്ങി. ഒടുവിൽ കഠിനമായ നിരാശയിലും സ്വയം വെറുപ്പിലുമാണ് അതുചെന്ന് അവസാനിച്ചത്. എന്നെ പറഞ്ഞു പറ്റിച്ച ഇബ്രാഹിം ഖാദരിയോടും ഹക്കീമിനോടും എല്ലാം എനിക്കു വെറുപ്പായിരുന്നു. രണ്ടു ദിവസത്തേക്ക് ആ വെറുപ്പ് അങ്ങനെത്തന്നെ നിന്നു. പിന്നെ എനിക്കു സംശയമായിരുന്നു. എന്നെ ഒറ്റയ്ക്കാക്കിയിട്ട് അവന്മാരു രണ്ടുംകൂടി ഇനി കടന്നുകളഞ്ഞേക്കുമോ..? അങ്ങനെയൊന്ന് എനിക്കാലോചിക്കൻപോലും വയ്യായിരുന്നു. എങ്കിൽ അതേദിവസം ഞാനിവിടെ ആത്മഹത്യ ചെയ്ത് അവന്മാരോടു പ്രതികാരം ചെയ്യുമെന്നുവരെ ഞാൻ ആലോചിച്ചുറപ്പിച്ചു വെച്ചിരുന്നു. എന്നും കാലത്ത് ആടുകളെയുംകൊണ്ടു പോകുമ്പോൾ ആകാംക്ഷയോടെയായിരുന്നു ഞാൻ അപ്പുറത്തു ഹക്കീമിന്റെ ഭാഗത്തേക്കു നോക്കിയിരുന്നത്. അവർ അവിടെ ഇപ്പോഴും ഉണ്ടെന്നറിയുമ്പോൾ എന്റെ മനസ്സ് എന്തെന്നില്ലാത്ത ഒരു കുളിർമ്മ അനുഭവിച്ചിരുന്നു. അതു ഞാൻ ഒറ്റയ്ക്കായിപ്പോയിട്ടില്ല എന്ന അറിവിന്റെ കുളിർമ്മ ആയിരുന്നു.

പിന്നെ എന്റെ വിധിയെല്ലാം ഇങ്ങനെയൊക്കെത്തന്നെ എന്ന ചിന്തയായി.. ആരെയെങ്കിലുമൊക്കെ വിട്ട് കള്ളവാക്കു പറയിച്ച് വെറുതെ മോഹിപ്പിക്കുക എന്നത് അള്ളാവിനൊരു കൗതുകം. കളിയാക്കിക്കോട്ടെ. പറ്റിച്ചോട്ടെ. എല്ലാത്തിനും നിന്നുകൊടുക്കാൻ ഒരു നജീബുണ്ടല്ലോ. അള്ളാ, എന്നാലും എന്നോടു വേണ്ടായിരുന്നു ഇപ്പണി. എന്നൊരു സങ്കടം പറച്ചിലിൽ എന്റെ നിരാശ ഒടുക്കി.

തികഞ്ഞ നിസ്സംഗതയുടെ ദിവസങ്ങളാണ് പിന്നെ കുറച്ചു ദിവസത്തേക്ക് ഉണ്ടായത്. എന്നെ രക്ഷിക്കാൻ ഒരു ഖാദരീം ഇല്ല പോതരീം ഇല്ല. ഇവിടെ ജീവിച്ച് ഇവിടെ ഒടുങ്ങാനാണ് എന്റെ വിധി.

ഏറ്റവും ഒടുവിൽ സാധാരണയിലേക്ക് ഒരു മടക്കം. പ്രതീക്ഷിക്കാൻ ഒന്നുമില്ലാത്ത ദിവസങ്ങൾ. സ്വപ്നം കാണാൻ ഒന്നുമില്ലാത്ത ദിവസങ്ങൾ. വെറും ആടുജീവിതം!

മുപ്പത്

തീരെ നിനച്ചിരിക്കാത്ത ഒരു ദിവസമാണ് അതുണ്ടായത്. ഹക്കീം ഒരാടിനെയും ആട്ടിത്തെളിച്ചുകൊണ്ട് എന്റടുത്തേക്ക് ഓടിവന്നു. മറ്റെന്നാൾ ഒരു സംഭവമുണ്ട്. തയ്യാറായിരിക്കുക! അത്രയും പറഞ്ഞിട്ട് അവൻ തിരിച്ചോടിക്കളഞ്ഞു. എന്റെ മനസ്സിലേക്ക് ഒരു തീക്കഷണം കോരിയിട്ടിട്ടാണ് അവൻ പോയത്. ഒരു സംഭവം. എന്താവാം അത്..? എന്നാൽ തയ്യാറായിരിക്കുക എന്നതിൽ ഒരു സൂചനയുണ്ട്. അതു ഭാഗ്യസൂചനയാണ്. പക്ഷേ അന്നേരം എനിക്കുണ്ടായ ഒരു പേടി.

രക്ഷപ്പെടാനാണ് പദ്ധതിയെങ്കിൽ ഇനി എങ്ങോട്ടും പോകണമെന്നേ എനിക്കുണ്ടായിരുന്നില്ല. കൂട്ടിലിട്ടു വളർത്തിയ ഒരാടിനെ അഴിച്ചു വിട്ടാലും അതു കുറച്ചു കഴിയമ്പോൾ താനേ തിരിച്ചുവരും. അതുപോലെ ആയിക്കഴിഞ്ഞിരുന്നു ഞാനും. ഈ രൂപവും ഈ വേഷവും വെച്ചുകൊണ്ട് എനിക്കെങ്ങോട്ടും പോകാനില്ല. ഞാൻ ഒരാടാണ്. എന്റെ ജീവിതം ഈ മസറയിൽ തന്നെ. ഒന്നുകിൽ ജീവിതാന്ത്യം വരെ അല്ലെങ്കിൽ എന്തെങ്കിലും രോഗം പിടിപെട്ട് പെട്ടെന്നു ചാവുന്നതുവരെ. എന്റെ ഈ വൃത്തികെട്ട രൂപം, വൃത്തികെട്ട മുഖം, വൃത്തികെട്ട ജീവിതം ആരെയും കാണിക്കാൻ ഞാൻ ആഗ്രഹിക്കുന്നില്ല. എന്റേത് ആടുജീവിതമാണ്.

ഒരവസരത്തിനായി കാത്തിരിക്കുക. അവസരം വരുമ്പോൾ അതു പയോഗിക്കാൻ താത്പര്യമില്ലാതെ നിസ്സംഗനാവുക. ജീവിതം വല്ലാത്ത വൈരുദ്ധ്യങ്ങൾ നിറഞ്ഞതുതന്നെ. ആ രണ്ടു നാളുകളിൽ ഞാനായിട്ട് ഒരു തയ്യാറെടുപ്പും നടത്തിയില്ല. പ്രത്യേകിച്ച് ഒരുത്സാഹം തോന്നിയതുമില്ല. ഇതുപോലെ എത്രയെത്ര രക്ഷപ്പെടൽ സാഹചര്യങ്ങളിലേക്കു ഞാനെന്റെ മനസ്സിനെ കുളിപ്പിച്ചൊരുക്കി നിറുത്തിയതാണ്. പക്ഷേ എല്ലാ പ്രാവശ്യവും വരൻ മുങ്ങി മുടങ്ങിപ്പോയ കല്യാണത്തിലെ വധുവിനെപ്പോലെ തേങ്ങിക്കരയാനായിരുന്നു എന്റെ വിധി. അതുകൊണ്ടു തന്നെ ഒരു പ്രാവശ്യംകൂടി അണിഞ്ഞൊരുങ്ങി നിൽക്കാൻ എനിക്കു മനസ്സില്ലായിരുന്നു. തന്നെയുമല്ല, എന്തെങ്കിലും നടക്കും എന്നതിന്റെ

യാതൊരു സൂചനയും അന്നു വൈകുന്നേരം വരെ എനിക്കു ലഭിച്ചതുമില്ല. ആ ഇബ്രാഹിം ഖാദരി, ആഫ്രിക്കൻ കള്ളൻ എന്തോ പറഞ്ഞതു കേട്ട് ഹക്കീം വെറുതേ തുള്ളുകയാണെന്നു മനസ്സുകൊണ്ട് ശപിക്കുകയും ചെയ്തു.

എന്നാൽ അന്നു വൈകുന്നേരം ഒരു നാലഞ്ചുമണിയായപ്പോൾ പതിവില്ലാതെ അർബാബ് എന്നെ കൂടാരത്തിലേക്കു വിളിച്ചു. അകത്തു കയറിയിരിക്കാൻ പറഞ്ഞു. ഞാൻ അദ്ഭുതപ്പെട്ടു. "ഇന്നു രാത്രി നമ്മുടെ മൂത്ത അർബാബിന്റെ മകളുടെ കല്യാണമാണ്. അതുകൊണ്ട് ഞങ്ങൾ രണ്ടും ഇവിടെ കാണില്ല. നീ ഉറങ്ങാതെ കിടന്ന് ആടുകളെ നോക്കിക്കോണം. കുറുക്കൻ വരും. പാമ്പുകൾ വരും. കള്ളന്മാർതന്നെയും വന്നേക്കും. എല്ലാം നീ നോക്കിക്കോണം. രാവിലെ ഞാൻ വരുമ്പോൾ നിനക്കു തിന്നാൽ ഖുബൂസും ബിരിയാണിയും മജ്ബുസും കൊണ്ടുത്തരാം. കേട്ടല്ലോ. നീ എന്റെ വിശ്വസ്ത സേവകനാണ്. നിന്നെപ്പോലെ ഒരു നല്ല വേലക്കാരനെ എനിക്കിന്നേവരെ കിട്ടിയിട്ടില്ല. ബാക്കി വന്നവന്മാരെല്ലാം പണിക്കള്ളന്മാരായിരുന്നു. നീ നല്ലവനാണ്. നിന്നെ എനിക്ക് ഇഷ്ടമാണ്. നിന്നെ അള്ളാഹു കാക്കും."

എല്ലാം ഞാൻ തലകുലുക്കി കേട്ടു. അപ്പോൾ ഇതാണ് ഹക്കീം പറഞ്ഞ ആ സംഭവം! എങ്കിൽ കാത്തിരുന്ന ആ സുദിനം ഇന്നുതന്നെ! സന്തോഷം കൊണ്ട് എന്റെ മനസ്സ് ശലഭച്ചിറകുപോലെ ഒന്നു പിടഞ്ഞു. പക്ഷേ ഞാനതു പുറത്തു കാണിച്ചില്ല. നിസ്സംഗത പാലിച്ചുതന്നെ ഞാൻ കൂടാരത്തിനു പുറത്തേക്കു പോന്നു. അത്രയും കാലത്തെ കഠിനാധ്വാനത്തിനു കിട്ടിയ പ്രതിഫലമായിരുന്നു അത്രയും വാക്കുകൾ! അതെ അത്രയും വാക്കുകൾ മാത്രം. മറ്റൊന്നും എനിക്കു കിട്ടിയിട്ടില്ല.

രാത്രിയായപ്പോൾ അന്നുവരെ കണ്ടിട്ടില്ലാത്ത ഒരുത്തൻ ഒരു വണ്ടിയിൽ വന്നു. അവൻ ധരിച്ചിരുന്ന വസ്ത്രത്തിന്റെ വെളുപ്പും വൃത്തിയും കണ്ടപ്പോഴാണ് ഞാനെന്റെ അവസ്ഥയിലേക്ക് ഒന്നു തിരിഞ്ഞു നോക്കുന്നത്. ഹോ. എത്ര പരിതാപകരമായിരുന്നു അത്. വൃത്തികേടിന്റെ ദൈവമായിട്ടാണ് ഞാൻ എന്നെ കണ്ടത്.

അവൻ അർബാബിനെയും കയറ്റി ദൂരേക്കു വണ്ടിയോടിച്ചു പോയി. അതുവരെ ഇല്ലാതിരുന്ന ഒരുത്സാഹം എന്നിൽ വന്നുനിറഞ്ഞു. മാതാപിതാക്കൾ വിരുന്നിനു പോകുമ്പോൾ കളിക്കാനവസരം കിട്ടുന്ന കുട്ടികൾക്കെന്നപോലത്തെ ഒരു സന്തോഷം. ഉന്മാദംകൊണ്ട് ഞാൻ മസറയ്ക്കു ചുറ്റും ഓടി നടന്നു. വിളിച്ചുകൂവി. ഉച്ചത്തിൽ ചിരിച്ചു. തുള്ളിച്ചാടി. ഞാൻ ഹക്കീമിന്റെ മസറയിലേക്ക് ഓടി. അവിടെ ഹക്കീമും വലിയ സന്തോഷത്തിലായിരുന്നു. എന്നെക്കണ്ടതും അവൻ ഓടി എന്റെ അരികിലേക്കു വന്നു. എന്നെ കെട്ടിപ്പിടിച്ചു. എന്നെ ഉമ്മവച്ചു.

ഞങ്ങൾ കെട്ടിപ്പിടിച്ചു കരഞ്ഞു. ''ഇക്കാ, എനിക്കെന്റെ ഉമ്മയെ കാണണം. ന്റുപ്പാനെ കാണണം. ന്റെ പെങ്ങൾ ഷാഹിനേം കാണണം. ഇനി എനിക്കു സഹിക്കാൻ വയ്യിക്കാ.'' അവൻ സങ്കടത്തോടെ പറഞ്ഞു.

''സാധിക്കും മോനേ. എല്ലാം സാധിക്കും. അള്ളാ നമ്മളെ ഇവിടെ വരെ എത്തിച്ചില്ലേ... ഇനി കുറച്ചു മണിക്കൂറുകൾ മാത്രം. നമ്മോടൊപ്പം പടച്ചോനുണ്ട്. നീ ധൈര്യമായിരിക്ക്.''

ഞാനവന്റെ കവിളിൽ തലോടി ആശ്വസിപ്പിച്ചു.

ഇബ്രാഹിം ഒരു കട്ടിലിൽ ഇരിപ്പുണ്ടായിരുന്നു. നമ്മൾ പോകുകയല്ലേ? ആകാംക്ഷയോടെ ഞാനവന്റെ അടുത്തേക്കു ചെന്നു. അവൻ തലചരിച്ച് എന്നെ ഒന്നു നോക്കി. പിന്നെ മോണ കാട്ടി ചിരിച്ചു. ഒരു കുഞ്ഞിന്റെ ചിരിപോലെ നിഷ്കളങ്കമായിരുന്നു ആ ചിരി. ''ഇത്ര നാളും സഹിച്ചില്ലേ നജീബ്, അവൻ എഴുന്നേറ്റ് എന്റെ തോളിൽ തൊട്ടു. ഇനി ഇത്തിരി നേരം കൂടി. അർബാബുമാർ എത്തേണ്ടിടത്ത് എത്തട്ടെ. തിരിച്ചു വരാൻ ഏറെ സമയം എടുക്കുന്നത്രയും ദൂരത്ത്. നമ്മൾ കാൽനടക്കാരാണെന്നു മറക്കേണ്ട. നീ ഇപ്പോ മസറയിലേക്കു പോയ്ക്കോളൂ. പോകാൻ നേരം ഞങ്ങൾ വന്നുവിളിക്കാം.'' അവൻ പറഞ്ഞു.

അങ്ങനെ എന്റെ കഷ്ടപ്പാടുകളുടെ കറുത്ത ദിനങ്ങൾ അവസാനിക്കാൻ പോകുന്നു. ഞാൻ ആ ആട്ടിൻതൊഴുത്തിൽനിന്നു രക്ഷപ്പെടാൻ പോകുന്നു. നാളെ എന്തെന്ന് എനിക്കറിയില്ല. പക്ഷേ അതെന്തായാലും ഇത്ര കഷ്ടം നിറഞ്ഞതായിരിക്കില്ലെന്ന് എനിക്കുറപ്പുണ്ട്.

പരമകാരുണികനായ അള്ളാഹുവേ എല്ലാ സ്തുതിയും നിനക്ക്. എല്ലാ വാഴ്വും നിനക്ക്.

ഞാൻ മസറയിലേക്കു തിരിച്ചോടി. എന്റെ കട്ടിലിന്റെ തലയിണയ്ക്കിടയിൽ എന്റെ ബാഗ് ഇരിപ്പുണ്ടായിരുന്നു. വെയിലും മഴയും തണുപ്പും കാറ്റും മണ്ണുംകൊണ്ട് ജീർണ്ണിച്ചുപോയ ഒരു ബാഗ്. അതിന്റെ മുകളിൽ ഒരു നൂറ്റാണ്ടുകാലത്തെ പൊടി കട്ടപിടിച്ചിരിപ്പുണ്ട്. വല്ലവിധത്തിലും പൊടി തട്ടിക്കളഞ്ഞ് അതിന്റെ സിബ്ബ് ഒന്നു തുറക്കാൻ നോക്കി. അത് അനങ്ങുന്നുണ്ടായിരുന്നില്ല എന്നുമാത്രമല്ല, എന്റെ ബലംപിടിത്തംകൊണ്ട് ബാഗിന്റെ ചട്ട കീറിവരികയും ചെയ്തു. അതിനുള്ളിൽനിന്നും ഒരു കെട്ട ഗന്ധം പൊങ്ങിവന്നു. ഇക്കാലമത്രയും ഞാനതു തുറന്നിട്ടേ ഉണ്ടായിരുന്നില്ല. അതിന്റെ ആവശ്യം വന്നിട്ടില്ലതന്നെ. നാട്ടിൽനിന്ന് സൈനു സ്നേഹത്തോടെ തന്നയച്ച അച്ചാർ അതിനുള്ളിൽ അപ്പോഴും ഇരിപ്പുണ്ടായിരുന്നു. ഉണങ്ങിക്കരിഞ്ഞ് എന്താണെന്നു മനസ്സിലാവാത്ത ഒരു സാധനം. ആദ്യത്തെ കുറേക്കാലം ഖുബൂസിനു തൊട്ടുകൂട്ടിയതിന്റെ ബാക്കിയായിരുന്നു അത്. സൈനുവിന്റെ സ്നേഹവും മണവും എന്റെ അരികിൽനിന്നു നഷ്ടപ്പെടാതിരിക്കാൻ വേണ്ടി ഞാനതു തിന്നു

തീർക്കാതെ, കളയാതെ ബാഗിൽ സൂക്ഷിച്ചിരിക്കുകയായിരുന്നു. പിന്നെ ഇനിയൊരിക്കലും സൈനുവിനെ കാണാനാവില്ലെന്നു ചിന്തിച്ചുതുടങ്ങിയതോടെ ഞാനതു മറന്നതായിരിക്കണം.

പോരുമ്പോൾ പുതിയതായി തയ്പ്പിച്ച ഒരു പാന്റും ഷർട്ടും ബാഗിനുള്ളിൽ ഉണ്ടെന്ന് എനിക്കറിയാം. ഞാനത് എടുത്തു. മരുഭൂമിക്ക് കരണ്ടുതിന്നുന്ന ഒരു ഇരട്ടവാലന്റെ സ്വഭാവമുണ്ടെന്നു തോന്നും അതു കണ്ടാൽ. ഒരിക്കൽപ്പോലും ധരിച്ചിട്ടില്ലാത്ത ആ വസ്ത്രങ്ങൾ അത്രയും ദ്രവിച്ച് ഉപയോഗശൂന്യമായിപ്പോയിരുന്നു!

കടലുപ്പിനേക്കാൾ ദ്രവീകരണശേഷിയുള്ള മരുക്കാറ്റിന്റെ കരുത്തായിരുന്നു അത്. ഇക്കാലംകൊണ്ട് ആ കാറ്റ് എന്നെ എത്രമാത്രം ദ്രവിപ്പിച്ചിരിക്കുമെന്നു ഞാൻ അതിശയപ്പെട്ടുപോയി. തിരിച്ചു കൊണ്ടുപോകാൻ മറ്റൊന്നും എന്റെ കയ്യിൽ ഉണ്ടായിരുന്നില്ല. വെറുംകയ്യോടെ ഒരു മടക്കം. ആ ബാഗ് ഞാൻ ദൂരേക്കു വലിച്ചെറിഞ്ഞു.

എന്റെ പുറപ്പാട് മണത്തറിഞ്ഞിട്ടെന്നപോലെ, മസറയ്ക്കുള്ളിൽ ആടുകൾ അസ്വസ്ഥരാവുന്നതു ഞാൻ കണ്ടു. ഞാൻ മസറയ്ക്കുള്ളിലേക്കു കയറിച്ചെന്നു. അവ എനിക്കു ചുറ്റും വന്നുകൂടി. അവകളുടെ മുഖത്ത് ആകാംക്ഷ നിഴലിച്ചിട്ടുണ്ടായിരുന്നു. നീ പോയാൽപ്പിന്നെ ഞങ്ങൾക്കാര് എന്ന ചോദ്യമായിരുന്നു ആ ആകാംക്ഷയ്ക്കു പിന്നിലുണ്ടായിരുന്നത്. ജീവിതത്തിൽ ഇനി ഒരിക്കലും കണ്ടുമുട്ടാൻ ഇടയില്ലാത്ത ആ ആടുകളുടെ അരികിലേക്ക് ഞാൻ ചെന്നു.

എന്റെ പ്രിയപ്പെട്ട സഹോദരന്മാരേ ഞാൻ പോകുന്നു. ഞാനിനിയും ഇവിടെ നിന്നാൽ മരിച്ചുപോകും. എനിക്കിവിടുന്നു രക്ഷപ്പെടണം. ഒരിക്കലും നിങ്ങളിൽനിന്നല്ല, എന്റെ സ്വന്തം വിധിയിൽനിന്ന്. നിങ്ങളെ ഓരോരുത്തരെയും എനിക്കിഷ്ടമാണ്. നിങ്ങളില്ലായിരുന്നെങ്കിൽ ഞാൻ എന്നേ മരിച്ചുപോകുമായിരുന്നു. നിങ്ങളാണ്, നിങ്ങളുടെ സ്നേഹമാണ് എന്നെ ഇതുവരെ ജീവിപ്പിച്ചത്. ഞാൻ ലോകത്തിൽ എവിടെ ആയിരുന്നാലും എന്റെ കഷ്ടകാലങ്ങളിൽ എനിക്കൊപ്പമുണ്ടായിരുന്ന സഹോദരങ്ങളെ എന്നപോലെ ഞാൻ നിങ്ങളെ ഓർമ്മിക്കും. സ്നേഹിക്കും. ഈ മസറയിലെ ദുർവിധിയിൽ എന്നെ എത്തിച്ചത് അള്ളാഹുവാണ്. ഇപ്പോൾ എന്നെ വിടുവിക്കുന്നതും അവൻതന്നെ. നിങ്ങളെയും ഈ വിധിയിൽനിന്നും രക്ഷിക്കാൻ ഞാൻ അവനോടു പ്രാർത്ഥിക്കും. ആടുകളേ. എന്റെ ചങ്ങാതികളേ, എന്റെ സഹോദരന്മാരേ, എന്റെ രക്തമേ നിങ്ങൾക്കു വിട.

ആടുകൾ ഓരോരുത്തരായി എന്റെ അടുത്തേക്കു വന്നു. അറവുറാവുത്തർ ആയിരുന്നു മുന്നിൽ. ഞാൻ അവന്റെ കവിളിൽ തലോടി. എനിക്കു പകരം വരാനിടയുള്ള നിർഭാഗ്യവാനോട് (അങ്ങനെ ഒരാൾ

ഒരിക്കലും ഉണ്ടാവാതിരിക്കട്ടെ) നീ കാരുണ്യപൂർവ്വം ഇടപെടണമെന്നും അവനെ ഇടിച്ചിട്ട് കയ്യൊടിക്കാതെ നോക്കണമെന്നും ഞാനവനെ ഉപദേശിച്ചു. അവൻ തലകുലുക്കി. അടുത്തതു പോച്ചക്കാരി രമണിയായിരുന്നു. അവൾ കരഞ്ഞു. ഞാനും. പിന്നെ മേരിമൈമുന. ഞാനവളെ ചുംബിച്ചു. അവൾ എന്നെയും. നിന്റെ ബാക്കിയായ പ്രണയം അടുത്തവന് കൊടുക്കാൻ ഞാനവളോടു പറഞ്ഞു. അവൾ വിഷാദത്തിൽ തല കുനിച്ചു. പിന്നെ ഇണ്ടിപ്പോക്കർ, ഞണ്ടുരാഘവൻ, പരിപ്പുവിജയൻ, ചക്കി, അമ്മിണി, കൗസു, റൗഫത്ത്. എല്ലാവരോടും ഞാൻ യാത്ര ചോദിച്ചു.

കുട്ടികളുടെ മസറയിൽ ചെന്നപ്പോഴാണ് എനിക്കു ശരിക്കും കരച്ചിൽ വന്നത്. ദേശം വിട്ടുപോകുന്ന ഒരു പേറ്റിച്ചി തന്റെ കൈകളിലേക്കു പിറന്നുവീണ കുഞ്ഞുങ്ങളെ അവസാനനോക്ക് കാണുന്ന അനുഭവമായിരുന്നു അത്. അവയിൽ മിക്കവയും എന്റെ കൈകളിലേക്കു തന്നെയാണ് പിറന്നുവീണത്. അന്നുമുതൽ അവയുടെ അമ്മയും ഞാൻതന്നെയാണ്. അവയെ പാൽ കുടിപ്പിച്ചതും അവയ്ക്കു തീറ്റ കൊടുത്തതും ഞാൻതന്നെ. ഒരു നിമിഷത്തേക്കു ഞാൻ നബീലിനെ ഓർത്തു. അവന്റെ നഷ്ടം ഓർത്തു. എന്റെ മനസ്സ് വിങ്ങി. പിങ്കിയെയും അമ്മുവിനെയും റസിയയെയും താഹിറയെയും ഞാൻ കയ്യിലെടുത്തു താലോലിച്ചു. മുൻപാണെങ്കിൽ ഞാൻ പിടിക്കാൻ ചെല്ലുമ്പോൾ കുതറിച്ചാടിയിരുന്നതുപോലെ അവ ചാടിയില്ല. എന്റെ കയ്യിലേക്കും മാറിടത്തിന്റെ ചൂടിലേക്കും അവ നൂണു കയറി. മക്കളേ, വളരുമ്പോൾ നിങ്ങളുടെ വിധി എനിക്കറിയാം. ചന്തയിലേക്കും അറവുശാലയിലേക്കും വലിച്ചിഴയ്ക്കപ്പെടാനുള്ളവരാണ് നിങ്ങൾ. ആ വലിയ വിധിക്കു മുന്നിൽ ശക്തിയോടെ പിടിച്ചുനില്ക്കാൻ ഞാൻ അള്ളാഹുവിനോടു പ്രാർത്ഥിക്കാം. അതേ ഈ പാവം നജീബിനു കഴിയൂ. ഈ ഭൂമിയിലെ ഏറ്റവും നിസ്സാരനായ ജീവി ഞാനാണ്. കരഞ്ഞുകൊണ്ട് ആ മസറയിൽനിന്നും ഞാൻ ഇറങ്ങിപ്പോന്നു.

ഞാൻ ഒട്ടകങ്ങളുടെ മസറയിലേക്കു ചെന്നു. എന്റെ പുറപ്പാടറിഞ്ഞ് അവ വ്യസനിച്ചു. എനിക്കധികം പങ്കപ്പാടുകൾ തരാത്ത ജീവികളായിരുന്നു ഒട്ടകങ്ങൾ. അവ തനിയേ പോകും. തനിയേ വരും. വന്നാൽ ഇത്തിരി പോച്ചയും വെള്ളവും കൊടുക്കണം. അവ തൃപ്തരാണ്. എങ്കിൽപ്പോലും അവ എന്നെ എത്ര മനസ്സിലാക്കുകയും സ്നേഹിക്കുകയും ചെയ്തിരുന്നു എന്ന് ഇപ്പോഴത്തെ അവയുടെ ഭാവങ്ങളിൽ നിന്ന് എനിക്കൂഹിക്കാൻ കഴിയുന്നുണ്ട്. അവയുടെ കണ്ണുകളിൽ നിന്നും സ്നേഹം ഉരുകിയൊലിക്കുന്നതു ഞാൻ കണ്ടു. ഞാൻ ഒട്ടകങ്ങളെയും അവ എന്നെയും കെട്ടിപ്പിടിച്ചു കരഞ്ഞു. എനിക്ക് ഇവിടെ യാത്രാമൊഴി ചോദിക്കാൻ മറ്റൊരു മനുഷ്യജീവിയില്ല. എനിക്കുള്ളതു

നിങ്ങൾ മാത്രമാണ്. ഇത്രനാളും നിങ്ങളാണെന്റെ ജീവൻ പിടിച്ചു നിറുത്തിയത്. ഞാൻ അള്ളാഹുവിനോടെന്നപോലെ എന്നും നിങ്ങളോടും കടപ്പെട്ടിരിക്കും. ഞാൻ പിന്നെയും കരഞ്ഞു.

ഏറ്റവും ദുരിതാവസ്ഥയിൽനിന്നാണെങ്കിൽപ്പോലും ആരെയെങ്കിലും ഒരാളെ വേർപെട്ടു പോകുക എന്നതു വല്ലാത്ത വേദനാജനകം തന്നെയാണ്. രക്ഷപ്പെടലിന്റെ ആ സന്തോഷവേളയിലും കടുത്ത ദുഃഖമാണ് എനിക്കുണ്ടായിരുന്നത്.

ദൂരെ ഹക്കീമിന്റെ വിളി ഉയർന്നു! ഞാൻ മസറയിൽനിന്നു പുറത്തു കടന്നു. ആടുകൾ കൂട്ടത്തോടെ നിലവിളിച്ചു. ഞാൻ തിരിഞ്ഞു നോക്കിയില്ല. തിരിഞ്ഞുനോക്കിയിരുന്നെങ്കിൽ ഞാൻ ഒരുപക്ഷേ അവിടംവിട്ട് പോരുമായിരുന്നില്ല. വഴിയിൽ ഹക്കീമും ഇബ്രാഹിം ഖാദരിയും കാത്തുനില്പുണ്ടായിരുന്നു. ഞങ്ങൾ പുറപ്പെട്ടു. പുതിയൊരു ലോകത്തിലേക്ക്, പുതിയ ജീവിതത്തിലേക്ക്.

മുപ്പത്തിയൊന്ന്

ആകാശത്തിനു തീപിടിച്ചിട്ടെന്നപോലെ രാത്രി മുഴുവൻ ഞങ്ങൾ എരിപിരി ഓട്ടമായിരുന്നു. മസറയിലേക്കു പ്രത്യേകിച്ച് വഴിയൊന്നുമില്ല. മരുഭൂമിയിലൂടെ സ്ഥിരമായി വണ്ടിയോടിയോടി തെളിഞ്ഞു വന്ന ഒരു മൺപാതയുണ്ട്. വഴി തെറ്റാതിരിക്കാൻ അതിനെ പിൻപറ്റിയാണ് ഞങ്ങൾ ഓടിത്തുടങ്ങിയത്. ആ വഴി എങ്ങോട്ടാണ് നീളുന്നത് എന്നൊന്നും ഞങ്ങൾക്കറിയില്ലായിരുന്നു. കണ്ണെത്താദൂരത്തോളം നീണ്ടുകിടക്കുന്ന മൺകൂനകൾക്കിടയിലൂടെ വളഞ്ഞുപുളഞ്ഞ് ആ വഴി അപ്പുറത്ത് ഒരു കുന്നിൽ ചെരിവിലേക്കു മറയുകയാണ്. അതിനും അപ്പുറത്തു വണ്ടികൾ പോകുമ്പോൾ ഉയരുന്ന പൊടിപടലം മാത്രമേ ഞാൻ കണ്ടിട്ടുള്ളൂ. എന്തായാലും ആ വഴി എവിടെയെങ്കിലും ഒരു ഹൈവേയിൽ ചെന്നെത്തുമെന്ന് ഞങ്ങൾക്കുറപ്പായിരുന്നു. അത് എത്ര അകലെയാണ് എന്നു മാത്രമേ ഞങ്ങൾക്കു സംശയമുണ്ടായിരുന്നുള്ളൂ.

രാത്രി നല്ല നിലാവുണ്ടായിരുന്നതിനാൽ ഓട്ടം ഒരു പ്രയാസമേ ആയിരുന്നില്ല. അള്ളാഹുവും പ്രകൃതിയും ഒരുപോലെ ഞങ്ങൾക്കൊപ്പമുണ്ടെന്നു തോന്നിപ്പോയി. വഴിയിൽ വർത്തമാനമില്ല, ചിലയ്ക്കലില്ല, പരസ്പരം ഒരു നോട്ടം പോലുമില്ല. ഓട്ടം മാത്രം. എത്ര ദൂരം ഓടിയിട്ടും ഇനി ഒരിക്കലും പിടിക്കപ്പെടാത്ത അകലത്തിൽ എത്തിയിട്ടില്ല എന്നൊരു തോന്നൽ. ആരോ ഞങ്ങളെ പിന്തുടരുന്നുണ്ടെന്ന ഒരു ഭീതി. ഓരോ കാറ്റൊച്ചയും ഇരമ്പവും അർബാബിന്റെ വണ്ടിയുടേതെന്നു ഞങ്ങൾ ആശങ്കപ്പെട്ടു. അതുകൊണ്ടുതന്നെ ഓരോ നിമിഷവും ഓട്ടത്തിന്റെ വേഗം കൂടിയതല്ലാതെ ഒട്ടും കുറഞ്ഞില്ല.

അങ്ങനെ കുറേദൂരം കുറേനേരം ഓടിക്കഴിഞ്ഞപ്പോൾ ആ വണ്ടിപ്പാത രണ്ടിടത്തേക്കു നീളുകയാണ്. ഇടത്തോട്ടും വലത്തോട്ടും. എങ്ങോട്ടു പോയാലാണ് ഹൈവേയിലെത്തുക എന്നൊരു വലിയ സംശയത്തിന്റെ കൂനാംകുരുക്കിലാണ് അതു ഞങ്ങളെ കൊണ്ടു ചെന്നു നിർത്തിയത്. ഏറെ സന്ദേഹങ്ങൾക്കും സംശയം പറച്ചിലുകൾക്കും ഒടുവിൽ ഇടത്തോട്ടു പോകാൻ ഞങ്ങൾ തീരുമാനിച്ചു. അങ്ങനെ ഞങ്ങൾ വീണ്ടും ഓട്ടം തുടങ്ങി. വീണ്ടും കുറേനേരംകൂടി ഓടിക്കഴിഞ്ഞപ്പോൾ

അകലെയൊരു വെളിച്ചത്തിന്റെ തുണ്ട് ഞങ്ങൾക്കു പ്രത്യക്ഷപ്പെട്ടു. ശ്രദ്ധിച്ചപ്പോൾ മനസ്സിലായി അതൊരു വണ്ടിയുടേതാണ്. അതങ്ങനെ ആടിക്കുലുങ്ങി പതിയെ നീങ്ങുകയാണ്. എന്റെ മനസ്സ് കുളിർത്തു. അതാ ഹൈവേ. അതാ ഞങ്ങളുടെ രക്ഷയിലേക്കുള്ള അവസാനമാർഗ്ഗം. പെട്ടെന്ന് ഇബ്രാഹിം ഞങ്ങളെ ഒരു മൺകൂനയ്ക്കു പിന്നിലേക്കു വലിച്ചുമാറ്റി. ആ വണ്ടി ഞങ്ങൾ നിന്നിരുന്ന ഭാഗത്തേക്കാണ് വന്നുകൊണ്ടിരുന്നത്. ഒരു ഭാഗ്യപരീക്ഷണം വേണ്ട. ചിലപ്പോഴത് നമ്മുടെ അർബാബ് തന്നെയാകാം. അല്ലെങ്കിൽ മറ്റേതെങ്കിലും പരിചയക്കാരായ അറബികൾ. എങ്കിൽ അവർ നമ്മളെ കൊണ്ടുചെന്നു നിർത്തുന്നത് അർബാബിന്റെ കല്യാണമുറ്റത്താവും. ഞങ്ങൾ വഴിയിൽ നിന്ന് ദൂരേക്കു മാറി ഒരു മൺകൂനയ്ക്കു പിന്നിൽ ഒളിച്ചിരുന്നു. ആ വണ്ടി ഇഴഞ്ഞു നിരങ്ങി ഞങ്ങളെക്കടന്നുപോയി. ശരിക്കും ഞങ്ങളെ മറികടന്നശേഷമാണ് അതൊരു മിനിലോറിയായിരുന്നു എന്നു ഞങ്ങൾ കാണുന്നത്. അതോടിച്ചിരുന്നത് ഞങ്ങളുടെ മസറയിലേക്കു കച്ചിയുമായി വരാറുള്ള ഒരു പഠാനായിരുന്നു. ഹോ, അവനെന്റെ പരിചയക്കാരനാണ്. ഇബ്രാഹിം നെഞ്ചത്തടിച്ചു. അവൻ നമ്മളെ രക്ഷിക്കും. ഞങ്ങൾ മൂന്നുപേരും അലറിവിളിച്ചുകൊണ്ട് ആ വണ്ടിയുടെ പിന്നാലെ ഓടിച്ചെന്നു. പക്ഷേ ഞങ്ങൾ വഴിയിലെത്തിയപ്പോഴേക്കും ആ വണ്ടി ഏറെ ദൂരം മുന്നിലെത്തിക്കഴിഞ്ഞിരുന്നു!

അപ്പോഴുണ്ടായ ഒരു നിരാശയും സങ്കടവും. എന്നെയും എന്റെ വിധിയെയും പടച്ചോനേം ഞാൻ ശപിച്ചുപോയി. ഭാഗ്യം കൺമുന്നിലൂടെ കടന്നുപോകുന്നതിൽപ്പരം സങ്കടം മറ്റെന്തുണ്ട്? ദ്വേഷ്യംകൊണ്ടു ഞാൻ തലമുടി പിടിച്ചുവലിക്കുകയും നെഞ്ചത്തടിക്കുകയും ചെയ്തു.

''പോയതു പോയി. ഇനി ഒരിക്കലുമതു തിരിച്ചുപിടിക്കാനാവില്ല. അതിൽ വിഷമിച്ചിട്ടെന്തു കാര്യം. അടുത്ത വഴി നോക്കുക.'' ഇബ്രാഹിം ഖാദരി പറഞ്ഞു. അവിടെത്തന്നെ നിന്ന് അടുത്ത ഒരു വണ്ടിക്കുവേണ്ടി ഭാഗ്യം പരീക്ഷിക്കാൻ ഞങ്ങൾ തീരുമാനിച്ചു. അങ്ങനെ പ്രതീക്ഷയോടെ കുറേനേരം നിന്നു. മരുഭൂമി വിജനമായും ശൂന്യമായും ചത്തുമലർന്നു കിടന്നു. ഞാൻ മനസ്സുരുകി പ്രാർത്ഥിച്ചു. അള്ളാ - ഏതെങ്കിലും ഒരു വണ്ടിക്കാരന്, ഏതെങ്കിലും ഒരു പരിചയക്കാരന് ഞങ്ങളുടെ വഴിക്കുവരാൻ തോന്നണേ... അന്നു പക്ഷേ ഒരു വണ്ടിയും ഞങ്ങളുടെ വഴിക്കു വന്നില്ല.

അങ്ങനെ ഏറെനേരം ഞങ്ങളുടെ ജീവിതത്തെ ഒരു ഭാഗ്യപരീക്ഷണത്തിനു വിട്ടുകൊടുക്കാൻ സാധ്യതയില്ലായിരുന്നു. ഇപ്പോൾ തിരിഞ്ഞുനോക്കുമ്പോൾ അവിടെത്തന്നെ നിന്നാൽ മതിയായിരുന്നു എന്നു തോന്നും. പക്ഷേ അന്നേരത്തെ സാഹചര്യത്തിൽ ഞങ്ങൾക്കതിനു യാതൊരു നിർവ്വാഹവും ഉണ്ടായിരുന്നില്ല. അപ്പോഴത്തെ ചിന്തയിൽ ഏറ്റവും വലിയ മണ്ടത്തരമായിരുന്നു ആ കാത്തുനില്പ്. എത്രയും പെട്ടെന്ന് ഞങ്ങൾക്ക് എത്രയും അകലത്ത് എത്തേണ്ടതുണ്ടായിരുന്നു.

പരസ്പരം ഒരു നോട്ടംപോലുമില്ല. ഓട്ടം മാത്രം. എത്ര ദൂരം ഓടിയിട്ടും ഇനി ഒരിക്കലും പിടിക്കപ്പെടാത്ത അകലത്തിൽ എത്തിയിട്ടില്ല എന്നൊരു തോന്നൽ.

നേരം വെളുത്താൽ ഭൂമിയിൽ സൂര്യന്റെ പ്രകാശം പതിച്ചാൽ മരുഭൂമി മലർക്കെ തുറന്നുകിടക്കും. പിന്നെ ഞങ്ങൾക്ക് ഒളിക്കാനൊരു ഇടമില്ല. കാലത്ത് അർബാബ് മസറയിലെത്തുമ്പോൾ ഞങ്ങളവിടെയില്ല എന്നറിയുന്നതോടെ അയാൾ ബൈനോക്കുലറും തോക്കുമെടുത്ത് ഇറങ്ങും. മരുഭൂമിയിൽ എവിടെയാണെങ്കിലും അയാൾ ഞങ്ങളെ കണ്ടെത്തും. പിന്നത്തെ ഞങ്ങളുടെ വിധി ഭീകരരൂപിയുടേതുതന്നെ. അതിനവസരം കൊടുക്കരുത്. ഏതായാലും രക്ഷപ്പെടാൻ തീരുമാനിച്ചു. ഇനി രക്ഷപ്പെട്ടേ ആകണം.

പിന്നെയും ഞങ്ങൾ ഓട്ടം തുടങ്ങി. ഇപ്പോൾ ഞാനൊരു കാര്യം പറയട്ടെ. നിങ്ങൾ സത്യമായും നിർഭാഗ്യത്തിന്റെ നടുവിലാണെങ്കിൽ പിന്നെ നിങ്ങൾ ചെയ്യുന്നതെല്ലാം ഒന്നാന്തരം മണ്ടത്തരങ്ങളായിരിക്കും. ഇതെന്റെ അനുഭവമാണ്. സത്യത്തിൽ ഞങ്ങൾ ബുദ്ധിപൂർവ്വം ചിന്തിച്ചിരുന്നെങ്കിൽ അന്നേരം സ്വാഭാവികമായും ഓടേണ്ടത് വണ്ടിപോയ അതേ ദിശയിലേക്കാണ്. പക്ഷേ, അന്നേരത്തെ വെപ്രാളത്തിൽ ഞങ്ങളോടിയത് എതിർദിശയിലേക്കാണ്. ഭീതിയും വെപ്രാളവും നമ്മുടെ ബുദ്ധിയെ മുക്കാലും കെടുത്തിക്കളയുന്നു എന്നതിന് മകുടോദാഹരണമായിരുന്നു ആ മണ്ടത്തരം. പിന്നെ ഇതൊക്കെ എന്റെ ജീവിതത്തിൽ സംഭവിക്കേണ്ടതായിരുന്നു. ആ നിയോഗത്തിലേക്കു ഞാൻ സ്വയം ഓടിച്ചെന്നുകയറി എന്നുമാത്രമേ ഇപ്പോൾ ആശ്വസിക്കാൻ കഴിയൂ.

വഴിയുടെ അരികുപിടിച്ച് ഞങ്ങൾ ആവുന്നത്ര വേഗത്തിൽ ഓട്ടം തുടങ്ങി. അർബാബിനു വണ്ടിയുണ്ട്. ഞങ്ങൾ കാലോട്ടക്കാരും. ഞങ്ങൾ ഒരു മണിക്കൂർകൊണ്ട് ഓടുന്ന ദൂരം അർബാബിന് അഞ്ചു മിനിറ്റുകൊണ്ട് എത്താം. അതുകൊണ്ട് ഒരുരാത്രികൊണ്ട് കഴിയാവുന്നത്ര ദൂരെ എത്തുക. സുരക്ഷിതമായ ഒരു ഒളിത്താവളം കണ്ടെത്തുക. അങ്ങനെ ഓടുമ്പോൾ ഞങ്ങൾക്കൊരു കാര്യം മനസ്സിലായി. ഈ മസറഭൂമിയിൽ ഞങ്ങൾ തനിച്ചായിരുന്നില്ല. ഏറെ ദൂരെ മാറി വേറെയും മസറഭൂമികൾ ഉണ്ട്. ഞങ്ങളെപ്പോലെ നിർഭാഗ്യവാന്മാർ അവിടെയും ആടുകൾക്കു കാവൽ കിടപ്പുണ്ട്. വഴിയരികിൽ ഞങ്ങൾ അങ്ങനെ ഒന്നുരണ്ട് മസറകൾ കണ്ടു. അതൊരു വലിയ അപകടമായിരുന്നു. കാരണം എല്ലാ മസറയിലെയും അർബാബുമാരുടെ മകളുടെ കല്യാണം ഇന്നല്ലല്ലോ. അവരവിടെ കാണും. ഞങ്ങളെക്കണ്ടാൽ ഏതു പൊട്ടക്കണ്ണൻ അർബാബിനും മനസ്സിലാവും ഞങ്ങൾ ഓടിപ്പോന്നവരാണെന്ന്. അങ്ങനെയാണല്ലോ ഞങ്ങളുടെ രൂപവും പടുതിയും. അതുകൊണ്ട് ഞങ്ങൾ വഴിവിട്ട് കൂടുതൽ ദൂരെ മാറിയാണ് ഓടിക്കൊണ്ടിരുന്നത്. അങ്ങനെ ഓടുമ്പോൾ മറ്റൊരു പ്രശ്നം. നല്ല നിലാവുണ്ട്. തീർത്തും നിരപ്പായ പ്രദേശത്തുകൂടി ഓടിയാൽ എത്ര ദൂരെനിന്നും ആർക്കും ഞങ്ങളെകാണാം. മൂന്നു വിരൂപജീവികൾ മരുഭൂമിയിലെ ജിന്നുകളാണെന്ന് ആരെങ്കിലും വിചാരിക്കണമെങ്കിൽ അവനത്ര പേടിത്തൂറി ആയിരിക്കണം. അതുകൊണ്ട് കഴിയാവുന്നത്ര മറവുപറ്റാൻ പാകത്തിൽ

കുന്നുകളുടെയും മൺകൂനകളുടെയും അരികുചേർന്നാണ് ഞങ്ങൾ ഓടിക്കൊണ്ടിരുന്നത്. അതു ഞങ്ങളെ ഒരു വലിയ അപകടത്തിലേക്കാണ് കൊണ്ടുചെന്നെത്തിച്ചത്.

ഞങ്ങളുടെ കൺമുന്നിൽ അപ്പോൾ ഭേദപ്പെട്ടൊരു കുന്നായിരുന്നു. ഞങ്ങളാ കുന്നുകയറി താഴേക്ക് ഓടിയിറങ്ങിച്ചെന്നത് മറ്റൊരു മസറയുടെ മുന്നിലേക്കാണ്. ഞങ്ങൾക്ക് ഒളിക്കാൻ സമയം കിട്ടിയില്ല. അതിനു മുൻപ് അവിടെ ആരോ ഞങ്ങളെ കണ്ടു. എന്നുമാത്രമല്ല ആ ഓട്ടത്തിനിടെ നിലത്ത് ഉറങ്ങിക്കിടന്ന ഒരുത്തന്റെ ദേഹത്ത് ഹക്കീം ചവിട്ടുകയും ചെയ്തു. അവൻ ചാടിപ്പിടഞ്ഞെണീറ്റു നോക്കുമ്പോൾ അവന്റെ മുന്നിലൂടെ രണ്ടുമൂന്നു ഭീകരജീവികൾ ഓടിപ്പോകുന്നു. അവൻ കള്ളൻ... കള്ളൻ എന്നു നിലവിളിക്കാൻ തുടങ്ങി. അവനവിടെ ഏകാംഗപ്പട്ടാളം ആയിരുന്നില്ല. അവന്റെ നിലവിളി കേട്ട് അവിടവിടെ മറ്റു മസറജീവികളും എഴുന്നേറ്റു. അവന്മാർ ഞങ്ങളെ ഓടിച്ചിട്ടു പിടിക്കാൻ നോക്കി. ഞങ്ങൾ കുതറിയോടി. അപ്പോഴേക്കും അവരുടെ അർബാബ് എഴുന്നേറ്റിരിക്കണം. അറബിയിൽ എന്തൊക്കെയോ അലറലുകൾ ഞങ്ങൾ കേട്ടു. ഞങ്ങൾ കുതിച്ചോടി. പെട്ടെന്ന് എന്നെ ആരോ പിന്നിൽനിന്ന് ഒരുന്ത്. ഞാൻ നിലത്തേക്കു കമിഴ്ന്നടിച്ചു വീണു. അടുത്ത നിമിഷം ഞങ്ങൾക്കു പിന്നിൽ ഒരു വെടിപൊട്ടി. ഞാൻ അന്നേരം താഴെ വീണില്ലായിരുന്നെങ്കിൽ അതെന്റെ പുറം തുളച്ചുകൊണ്ട് അപ്പുറത്തെത്തിയേനേ. ''എഴുന്നേല്ക്കരുത്.'' നിലത്തു പറ്റിക്കിടന്നുകൊണ്ടു ഇബ്രാഹിം പറഞ്ഞു. അവർ നോക്കുമ്പോൾ മുന്നിലോടിയിരുന്ന മൂന്നുപേരെ പെട്ടെന്നു കാണാനില്ല. അവർ അന്തിച്ചു നിന്നെന്നു തോന്നുന്നു. ഞങ്ങൾ ശരിക്കും ജിന്നുകൾ ആയിരുന്നിരിക്കാം എന്ന് അവർ വിചാരിച്ചിരിക്കണം. ഞങ്ങൾ മൂന്നു പേരും പതിയെ ഇഴയാൻ തുടങ്ങി. ആശങ്കയോടെ കുറച്ചുകൂടി പിന്തുടർന്നു വന്നിട്ട് നാലുവശത്തേക്കും ചുമ്മാ ഓരോ റൗണ്ട് വെടികൂടി വച്ചിട്ട് അവർ മടങ്ങിപ്പോയി. ഞങ്ങൾ ഇഴഞ്ഞ് ഒരു മൺകൂനയ്ക്കു പിന്നിൽ ഒളിച്ചു. അവർ പോയിക്കഴിഞ്ഞു എന്നു പൂർണ്ണമായും ഉറപ്പുവന്നതിനു ശേഷമാണ് പിന്നെ ഞങ്ങൾ എഴുന്നേറ്റ് ഓട്ടം തുടങ്ങിയത്.

ആ ഓട്ടത്തിനിടയ്ക്ക് അന്നേരം എന്നെ നിലത്തേക്കു തള്ളിയിടാൻ തോന്നിയ ഇബ്രാഹിമിന്റെ മനസ്സിനും ബുദ്ധിക്കും ഞാൻ നന്ദി പറഞ്ഞു. അവൻ അതിശയപ്പെട്ടു. ഞാനോ..?! ഞാൻ നിന്നെ കൈതൊടാവുന്ന അകലത്തിലായിരുന്നില്ല. തന്നെയുമല്ല, അപ്പോഴൊരു വെടി ഞാൻ പ്രതീക്ഷിച്ചതുമില്ല. എങ്കിൽ ഹക്കീമായിരിക്കണം. അവൻ പറഞ്ഞു അല്ല, ഞാനല്ല. ഞാനെങ്ങനെ വീണു എന്നാണ് ഞാനാലോചിച്ചുകൊണ്ടിരിക്കുന്നത്. പിന്നെ ആര്..? ഞങ്ങൾ പരസ്പരം സംശയത്തോടെ നോക്കി. അപ്പോൾ മാത്രമാണ് ആ ഓട്ടത്തിനിടയിലെ ആ നാലാമന്റെ അദൃശ്യസാന്നിദ്ധ്യം ഞങ്ങൾക്കു ബോധ്യപ്പെടുന്നത്. നന്ദികൊണ്ട് എന്റെ കണ്ണുകൾ നിറഞ്ഞൊഴുകാൻ തുടങ്ങി.

മുപ്പത്തിരണ്ട്

മലയും മണ്ണും കുന്നും കുഴിയും ചാടിക്കടന്ന് തട്ടിയും തടഞ്ഞും വീണും എഴുന്നേറ്റും വെടികൊണ്ട പന്നിയെപ്പോലെ പ്രാണൻതല്ലിയുള്ള ആ ഓട്ടം അവസാനിപ്പിച്ചത് ഏതാണ്ട് നേരം പുലരാറായപ്പോഴാണ്. രാത്രിയിലെപ്പോഴോ നിലാവ് ഇരുട്ടിന്റെ ഗുഹകളിലേക്കു വറ്റിപ്പോയിരുന്നു. എന്നിട്ടും ആ വന്യഭൂമിയിലൂടെ ഞങ്ങൾ ഭ്രാന്തമായി ഓടിക്കൊണ്ടിരുന്നു. മതി. എനിക്കിനി വയ്യ. ഹക്കീമാണ് ആദ്യം നിന്നത്. ഇനി കുറച്ചിരുന്നിട്ട് ഓടാം. അവൻ നിലത്തേക്കു കിതച്ചുവീണു.

ഉടനെയൊന്നും പിടിക്കപ്പെടാത്ത അകലത്തിൽ എത്തിപ്പെട്ടിരിക്കുന്നു എന്ന് ഞങ്ങൾക്കുറപ്പായിക്കഴിഞ്ഞിരുന്നു. ആ ഉറപ്പിന്മേൽ ഞാനും അവനൊപ്പം ഇരുന്നു. ഇരിക്കുകയായിരുന്നില്ല. ശരിക്കും ഒടിഞ്ഞു വീഴുകയായിരുന്നു. കാലുകഴച്ച് പുളച്ചുകയറുന്നുണ്ടായിരുന്നു. ഉലകം ചുറ്റിവന്ന നായയെപ്പോലെ കിതപ്പും. നാവെടുത്ത് ഒരു വാക്കെങ്കിലും മിണ്ടാനാവാത്തവിധം അണ്ണാക്ക് വറ്റിപ്പോയിരുന്നു. നെഞ്ചിൻകൂട് പൊളിച്ചുകൊണ്ട് ഇപ്പോൾ പുറത്തുവരും എന്ന മട്ടിൽ ചങ്ക് അത്യുച്ചത്തിൽ മിടിക്കുന്നു. കണ്ണുകളിൽ ശരിക്കും ഇരുട്ട് കയറുന്നതുപോലെ. അല്പനേരം ഇരുന്നപ്പോൾ കിടക്കണമെന്നു തോന്നി. പാമ്പുണ്ടാകുമെന്നോ പഴുതാരയുണ്ടാകുമെന്നോ ഒന്നും ആലോചിച്ചില്ല. കിടക്കുക. തളർച്ചയാറ്റുക. അത്രമാത്രം. അവിടെത്തന്നെ കൈവിരിച്ചു കിടന്നു.

എന്നാൽ ഇബ്രാഹിമിന് ആ ഓട്ടം ഒരു തരിമ്പു ക്ഷീണംപോലും വരുത്തിയിട്ടില്ലെന്ന് അവന്റെ ഭാവം തെളിയിച്ചു. അവനും ഞങ്ങൾക്കൊപ്പം വന്നിരുന്നു. ചെറിയൊരധ്വാനം കഴിഞ്ഞ് കാറ്റുകൊള്ളാനിരിക്കുന്നപോലെ. അവന്റെ വലിയ കരുത്തിനുമുന്നിൽ ഞങ്ങൾ രണ്ടു നായ്ക്കളെപ്പോലെ ചുരുണ്ടുകൂടിക്കിടന്നു...

പിറ്റേന്ന് പ്രഭാതത്തിലേക്ക് സൂര്യൻ ഉദിച്ചു. സ്വാതന്ത്ര്യത്തിന്റെ പുതിയ ഒരു സൂര്യൻ. പുതിയൊരു ജീവിതത്തിലേക്ക് ഉദിച്ചുവന്ന സൂര്യൻ. ഇബ്രാഹിമിന്റെ വിളി കേട്ടാണ് ഞാൻ കണ്ണുതിരുമ്മി എഴുന്നേൽക്കുന്നത്. ഞങ്ങളെപ്പോഴോ ശരിക്കും ഉറക്കത്തിന്റെ നീർക്കയങ്ങളിലേക്കു

വീണുപോയിരുന്നു. ഒരു നിമിഷം ഞാൻ മസറയിലാണെന്നു വിചാരിച്ചുപോയി. വിളിച്ചത് അർബാബാണെന്നു ശങ്കിച്ചുപോയി. പക്ഷേ കണ്ണുമിഴിച്ചുനോക്കുമ്പോൾ എന്റെ മുന്നിൽ മസറയില്ല, ആടുകൾ ഇല്ല, ഒട്ടകങ്ങളില്ല. അർബാബില്ല. കൂടാരമില്ല. ഹക്കീം അടുത്ത് ചുരുണ്ടു കൂടിക്കിടപ്പുണ്ട്. പെട്ടെന്നാണ് സ്ഥലബോധമുണ്ടാകുന്നത്. പിടഞ്ഞെണീറ്റ ഞാൻ ഹക്കീമിനെ തട്ടിവിളിച്ചു. ഹക്കീമേ നീയിതു കണ്ടോ നമ്മളെവിടെയാണെന്ന്. നരകത്തിന്റെയും യാതനയുടെയും ദിവസങ്ങൾ കഴിഞ്ഞെടാ... ഇനി നമ്മൾ എന്നെന്നേക്കും സ്വതന്ത്രർ. അള്ളാഹുവേ നന്ദി. സർവ്വ ചരാചരങ്ങളുടെയും ഉടയവനേ നിന്റെ കാരുണ്യം വലുത്. നിന്റെ സ്നേഹം അളവില്ലാത്തത്. ഞാൻ ആകാശത്തേക്കു നോക്കി കരഞ്ഞു. ഞാൻ പിന്നെയും ഹക്കീമിനെ കുലുക്കി വിളിച്ചു. അവൻ എന്റെ കൈ തട്ടിമാറ്റി തിരിഞ്ഞുകിടന്നു. ഒരുപക്ഷേ ഏറെക്കാലത്തിനുശേഷമാവാം അവൻ അങ്ങനെയൊരു സ്വാതന്ത്ര്യം ആസ്വദിക്കുന്നത്. ഉറക്കം തീരുവോളം കിടക്കുക എന്ന സ്വാതന്ത്ര്യം. ഞാനവനെ അവന്റെ ഉറക്കത്തിനു വിട്ടുകൊടുത്തു. ഞാൻ മൂരി നിവർത്തിക്കൊണ്ട് ചുറ്റും നോക്കി. ചുറ്റോടുചുറ്റും ചെറുകുന്നുകളും മൺകൂനകളുമുള്ള ഒരു വെളിമ്പ്രദേശമായിരുന്നു അത്. അതുകൊണ്ട് അത്ര അകലത്തേക്ക് ഒന്നും കണ്ടുകൂടാ. ഞാൻ ഇബ്രാഹിം ഖാദരിയെ അന്വേഷിച്ചു. അയാൾ കുറച്ചപ്പുറത്തുള്ള ഒരു മൺകൂനയുടെ മുകളിൽ കയറി ദൂരേക്കു നോക്കി നില്ക്കുകയായിരുന്നു.

ഇബ്രാഹിം, എന്താ അവിടെ നിന്നാ വഴിവല്ലതും കാണുമോ..? ഞാൻ വിളിച്ചു ചോദിച്ചു. മറുപടി ഒന്നും പറയാതെ അയാൾ എന്നെ അങ്ങോട്ട് കയ്യാട്ടി വിളിച്ചു. എന്തതിശയമാണ് അവിടെ കാണാനുള്ളത് എന്ന ആകാംക്ഷയോടെ ഞാൻ ആ മൺകൂനയുടെ മുകളിലേക്കു കയറിച്ചെന്നു. ആ കാഴ്ച കണ്ട് ഞാൻ ശരിക്കും അന്ധാളിച്ചുപോയി! മരുഭൂമി! ശരിക്കും മരുഭൂമി! മുന്നിലും പിന്നിലും ഇടത്തും വലത്തും കണ്ണെത്താദൂരത്തോളം അനന്തമായ മണൽപ്പരപ്പ്. ചക്രവാളം മുതൽ ചക്രവാളം വരെ തിരയിളകിക്കിടക്കുന്ന ഒരു മണൽക്കടൽ! ഇടയ്ക്ക് കാഴ്ചയെ തടസ്സപ്പെടുത്തുവാൻ ഒന്നുമില്ല. ഒരു മരം. ഒരു ചെടി. ഒരു കുന്ന്. ഒന്നുമില്ല, ഒന്നും.

അപ്പോൾ മാത്രമാണ് എത്തിപ്പെട്ടിരിക്കുന്ന ഇടത്തെപ്പറ്റി ഒരു സാമാന്യബോധം എനിക്കുണ്ടാവുന്നത്. രാത്രിയിലെ ഓട്ടത്തിനിടയിൽ കാലുകൾക്ക് കട്ടിമണ്ണിന്റെ സ്പർശം നഷ്ടമാവുന്നുതും പാദങ്ങൾ പൂഴിയിൽ കുഴയുന്നതും ശ്രദ്ധിച്ചില്ല. ഒരു തണുത്ത ഭീതി എന്റെ മനസ്സിലേക്കു പെരുമ്പാമ്പിനെപ്പോലെ ഇഴഞ്ഞെത്തി. ഞാൻ ഇബ്രാഹിം ഖാദരിയുടെ മുഖത്തേക്കു നോക്കി. അവന്റെ മുഖത്തും ആശങ്ക സ്പഷ്ടമായിരുന്നു. ഹക്കീമിനു മാത്രം ആ ഭീകരത ഇനിയും മനസ്സിലായിട്ടില്ല.

അവൻ അപ്പോഴും നല്ല ഉറക്കത്തിലായിരുന്നു. ഞാനും ഇബ്രാഹിമും മുഖത്തോടു മുഖം നോക്കി. അള്ളാ എവിടെയാണ് ഞങ്ങൾ എത്തിപ്പെട്ടിരിക്കുന്നത്..? എവിടുന്നാണ് ഞങ്ങൾ വന്നത്..? എങ്ങോട്ടാണ് ഇനി പോകേണ്ടത്..? എവിടെയാണ് ഞങ്ങൾ തേടിപ്പുറപ്പെട്ട ലോകം..? കിഴക്കോ പടിഞ്ഞാറോ തെക്കോ വടക്കോ..? എങ്ങോട്ടു നടന്നാലാണ് ലക്ഷ്യത്തിലെത്തുക..? ആർക്കറിയാം. ചുറ്റും മണൽ മാത്രം. മണൽക്കൂനകൾ മാത്രം. മറ്റൊരവസരത്തിലായിരുന്നെങ്കിൽ ഒരു സങ്കല്പ ചിത്രത്തിലെന്നവണ്ണമുള്ള ആ മണൽക്കാടിന്റെ വിശാലത എന്നെ കാല്പനികമായി കൊതിപ്പിച്ചേനേ. പക്ഷേ, അന്നേരം ആ കടൽ എന്നെ ശരിക്കും പേടിപ്പിക്കുകയാണ് ചെയ്തത്. ഒരു ചെറുവള്ളമോ ബോട്ടോ പോരാ, ശരിക്കും ഒരു വലിയ കപ്പൽതന്നെ വേണം ഇതു മുറിച്ചു കടക്കാൻ. അങ്ങനെയെങ്കിൽ പടച്ചോനേ, ഞങ്ങളെങ്ങനെ വെറുംകൈയ്യോടെ ഈ കടൽ നീന്തിക്കടക്കും..? ഒരു തുള്ളിവെള്ളമില്ലാതെ, ഒരു തരി ആഹാരമില്ലാതെ എത്ര സമയംകൊണ്ട്..? നേരം ഇത്തിരികൂടി പുലർന്നാൽ സൂര്യൻ അതിന്റെ ചൂടു മുഴുവൻ ഇവിടേക്ക് ഊതാൻ തുടങ്ങും. അതിനു മുൻപ് ഞങ്ങളെക്കൊണ്ട് അതിനു സാധിക്കുമോ...? പടച്ചോനേ, നീയേ തുണ. നിന്നിലുള്ള അനന്തമായ വിശ്വാസം ഞങ്ങളെ രക്ഷിക്കട്ടെ.

''ഇബ്രാഹിം, നീ ഓർക്കുന്നോ നമ്മൾ പടിഞ്ഞാറു ദിശയിലേക്കാണ് രാത്രി ഓടിയത്. ഇനിയും അങ്ങോട്ടുതന്നെ പോകുക. നമ്മൾ ഒരു പൊതുവഴിയിലെത്താതിരിക്കില്ല.'' ഞാൻ പറഞ്ഞു. അവൻ മറുപടി ഒന്നും പറയാതെ ആശങ്കാകുലനായി കുറേ അങ്ങോട്ടും ഇങ്ങോട്ടും നടന്നു. ഏറെ നേരത്തെ ആലോചനയ്ക്കൊടുവിൽ അവനാണ് തീരുമാനിച്ചത്. നഗരം കിഴക്കാണ്. നമ്മൾ അതു ലക്ഷ്യംവച്ചു നടക്കുന്നു.

ഞങ്ങൾ ഹക്കീമിനെ തട്ടിവിളിച്ചുണർത്തി. അവനും പൊടിതട്ടി എഴുന്നേറ്റു. അന്നേരം ഞാൻ ശ്രദ്ധിച്ച ഒരു കാര്യമുണ്ട്. ഹക്കീമിന് ഒരു വല്ലാത്ത മുശടു വാട. ഞാനാദ്യമായി മസറയിൽ എത്തിയപ്പോൾ അനുഭവിച്ച അതേ വാട. ഇത്രകാലം അതെന്റെ മൂക്കിന് അപ്രാപ്യമായിരുന്നു. പക്ഷേ, മസറ വിട്ടു പുറത്തുവന്നപ്പോൾ അതെനിക്കു തിരിച്ചറിയാനായി. സത്യത്തിൽ എനിക്കും ഉണ്ടായിരുന്നു അതേ വാട. എന്നാലതു സ്വയം മണത്തുതുടങ്ങാൻ പിന്നെയും ദിവസങ്ങൾ എടുത്തു.

ഞങ്ങൾ നടന്നുതുടങ്ങി. ശരിക്കും സന്തോഷംകൊണ്ട് തുള്ളിച്ചാടേണ്ട നിമിഷങ്ങൾ, മസറയിൽനിന്നും രക്ഷപ്പെടുക എന്ന മോഹം അവസാനം സഫലമായിരിക്കുന്നു. അർബാബിപ്പോൾ മടങ്ങി വന്ന് ഞങ്ങളെ അന്വേഷിക്കുകയാവാം. ഞങ്ങൾ മൂന്നുപേരും ഒറ്റയടിക്കു രക്ഷപ്പെട്ടിരിക്കുന്നു എന്ന അറിവ് അർബാബിനെ ഭ്രാന്തുപിടിപ്പിക്കും തീർച്ച. വണ്ടിയെടുത്ത് എങ്ങോട്ടാവും അയാൾ പുറപ്പെട്ടിരിക്കുക? എന്തായാലും അർബാബേ നിങ്ങളന്വേഷിക്കുന്ന വഴിയിലെങ്ങും

ഞങ്ങളില്ല. നിങ്ങൾക്കു കയ്യെത്തിപ്പിടിക്കാവുന്നതിൽ നിന്നും ഏറെ ദൂരയായിക്കഴിഞ്ഞിരിക്കുന്നു ഞങ്ങൾ. പക്ഷേ, ശരിക്കും രക്ഷപ്പെട്ടു എന്ന് ഇനിയും പറയാറായോ? ഈ മരുഭൂമി കടക്കണം, എവിടെയെങ്കിലും ഹൈവേ കണ്ടുമുട്ടണം. വല്ല വണ്ടിക്കാരും ഞങ്ങളോട് കരുണകാട്ടി ഞങ്ങളെ നഗരത്തിലെത്തിക്കണം. അതുവരെ രക്ഷപ്പെട്ടു എന്നു പറയാനാവില്ല. അതിനിടെ വല്ല അറബികളുടെയും കണ്ണിൽപ്പെട്ടുപോയാൽ പിന്നെ തീർന്നു. ഞങ്ങൾ മസറവിട്ട് ഓടുന്നവരാണെന്നു വേഷവും രൂപവും കണ്ടാൽ ഒറ്റനോട്ടത്തിൽ ആർക്കും മനസ്സിലാക്കാവുന്നതേയുള്ളൂ. ആഹ്ലാദത്തേക്കാളേറെ ആശങ്കകളായിരുന്നു മനസ്സുനിറയെ. എന്നിട്ടും പ്രതീക്ഷയിൽ വിങ്ങി ഞങ്ങൾ നടന്നുതുടങ്ങി. തലേന്നത്തെ രാത്രിയിലെ ക്ഷീണവും കിതപ്പുമൊക്കെ മാറി ഞങ്ങൾ കൂടുതൽ ഊർജ്ജസ്വലരായിക്കഴിഞ്ഞിരുന്നു. ഞങ്ങൾ ഇപ്പോൾ ആരുടെയും അടിമകളല്ല, സ്വതന്ത്രരാണ് എന്ന വിശ്വാസം ഞങ്ങൾക്കു കൂടുതൽ ഉന്മേഷം പകർന്നു നൽകി. ഞങ്ങൾ യാത്ര തുടർന്നു. എന്നാൽ ഒരു വലിയ മണൽയാത്രയിലേക്കാണ് ഞങ്ങൾ ചുവടുവെയ്ക്കുന്നതെന്ന് അന്നേരം ഞാൻ ഊഹിച്ചതേയില്ല..!!

മുപ്പത്തിമൂന്ന്

തലേന്നത്തെ ആധികളൊന്നുമില്ലാതെ നല്ല ഉന്മേഷത്തിലാണ് ഞങ്ങളുടെ നടപ്പ്. മരുഭൂമിയുടെ ചൂടിനൊന്നും ഞങ്ങളെ തൊടാൻ കഴിഞ്ഞിട്ടില്ല. എത്രയോ നാളുകളായി ഞങ്ങൾ ഇതു നിത്യവും അനുഭവിക്കുന്നു. ഈ ചൂടും ഈ ദാഹവും ഞങ്ങൾക്കു സാധാരണമാണ്. വർഷങ്ങളോളം മസറയിൽ കഴിഞ്ഞ ഒരുവനെ തോല്പിക്കാൻ മരുഭൂമിക്ക് അത്രവേഗമൊന്നും സാധ്യമല്ല. മണിസൗധങ്ങളിൽ വസിച്ച് വല്ലപ്പോഴും വിനോദത്തിനുവേണ്ടിയും കൗതുകത്തിനുവേണ്ടിയും മാത്രം മരുഭൂമിയിലേക്ക് ഇറങ്ങുന്നവരാണ് അതിന്റെ ചൂടിൽ തളർന്നു ക്ഷീണിച്ചു പോകുന്നത്. മരുഭൂമി അതിനു ശ്രമം തുടങ്ങുമ്പോഴേക്കും ഞങ്ങൾ എത്തേണ്ടിടത്ത് എത്തിയിരിക്കും. ഞങ്ങൾ ക്കൊപ്പം അള്ളാഹുവുണ്ട്. അപ്പോഴത്തെ ആ വിശ്വാസവും തന്റേടവുമായിരുന്നു ആ കറ തീർന്ന മരുഭൂമിയിലൂടെ ഞങ്ങളെ നടത്തിയത്.

മരുഭൂമിയിലെ ഓരോന്നും കണ്ടും ആസ്വദിച്ചും അറിഞ്ഞുമാണ് ഞങ്ങൾ നടന്നത്. ശരിക്കും ഒരു ഉത്സവത്തിനുപോകുന്ന പ്രതീതി. അത്രയുമേ ആ നടപ്പിന് ഞങ്ങൾക്കു തോന്നിയുള്ളൂ. ഏറ്റവും ഉത്സാഹത്തിൽ ഹക്കീമായിരുന്നു. ഓരോന്നും എന്താണെന്നും എന്തുകൊണ്ടാണെന്നും എങ്ങനെയാണെന്നും അവന് അറിയണമായിരുന്നു. ഒരു കൊച്ചുകുട്ടിയുടെ നിഷ്കളങ്കതയോടെ അവൻ അതൊക്കെ ഇബ്രാഹിമിനോടു ചോദിച്ചുകൊണ്ടിരുന്നു. എല്ലാം അതിന്റെ ലാളിത്യത്തിൽ ഇബ്രാഹിം വിവരിച്ചുകൊടുക്കുകയും ചെയ്തു. മരുഭൂമിയെപ്പറ്റിയുള്ള അവന്റെ അറിവ് അപാരമായിരുന്നു. അങ്ങനെ നടന്നുനടന്ന് ഒരിടത്ത് എത്തിയപ്പോൾ ഞങ്ങൾ ശരിക്കും അതിശയപ്പെട്ടുപോയി. നിരന്തരമായ മണൽക്കാറ്റിലൂടെ മണ്ണുപറ്റിപ്പറ്റി ഫോസിലായിപ്പോയ ഒരു വനഭൂമിയുടെ താഴ്വാരമായിരുന്നു അത്! സങ്കല്പത്തിൽപ്പോലും കണ്ടിട്ടും കേട്ടിട്ടുമില്ലാത്ത ഒരിടം. മരങ്ങളുടെ രൂപത്തിൽ ആ താഴ്വാരം നിറയെ നിരവധി മണൽപ്പുറ്റുകൾ! ഹക്കീം കൗതുകത്തോടെ ആ താഴ്വാരത്തിലേക്ക് ഇറങ്ങിച്ചെന്ന് അതിലൊന്നിൽ തൊട്ടുനോക്കി. അതിൽനിന്നും മണ്ണ് അടർന്നുവീഴാൻ തുടങ്ങി. എത്ര നൂറ്റാണ്ടിലെ മണൽക്കാറ്റാവാം ഈ വനഭൂമിയിലെ വൃക്ഷലതാദികളെ ഇങ്ങനെ മണൽപ്പുറ്റുകളാക്കി

തീർത്തിരിക്കുക എന്നു ഞാൻ അതിശയപ്പെട്ടുപോയി. ഈ മരുഭൂമി യത്രയും നിബിഡവനമായിരുന്ന ഒരു കാലത്തെപ്പറ്റിയും അതിനെ പതിയെ പൊടിക്കാറ്റ് തിന്നുതീർത്തതിനെപ്പറ്റിയും ഞാൻ പേടിയോടെ ഓർത്തു. ‘‘അധികം നേരം ഇവിടെ നില്ക്കണ്ട. ഇതു വല്ലാത്ത അപകടം പിടിച്ച ഒരിടമാവാൻ ഇടയുണ്ട്. പ്രതീക്ഷിച്ചിരിക്കാതെയാവും ഇവിടെ പൊടി ക്കാറ്റ് അടിക്കുക. പിന്നെ രക്ഷപ്പെട്ടെന്നേ വരില്ല.’’ ഇബ്രാഹിം പറഞ്ഞു.

പിന്നെ ഞങ്ങൾ ഒരു പത്തു ചുവടു നടന്നില്ല. പെട്ടെന്നു കൺ മുന്നിൽ എന്തോ ഒരു ചലനം പ്രത്യക്ഷപ്പെട്ടു. വെള്ളം കാട്ടിക്കൊതി പ്പിക്കുന്ന മരീചികയാണെന്നാണ് ആദ്യം വിചാരിച്ചത്. പിന്നെന്തോ ഒരു സീൽക്കാരശബ്ദം കേട്ടു. ഇബ്രാഹിം പറഞ്ഞതുപോലെ മണൽ ക്കാറ്റാണോ എന്നു സംശയിച്ചു. കണ്ണുവിരിച്ചു നോക്കിയപ്പോൾ കാറ്റത്തു തലയാട്ടി നില്ക്കുന്ന പൂന്തോട്ടം പോലെ എന്തോ ഒന്ന് കൺമുന്നിൽ ആടിക്കളിക്കുന്നു. തന്നെയുമല്ല അതു പതിയെ മുന്നോട്ടു നീങ്ങുകയുമാണ്. ഇബ്രാഹിം ഭീതികൊണ്ടു ഞരങ്ങി. പാമ്പുകൾ! അപ്പോഴാണ് ശരിക്കും കാണുന്നത്. തലയാട്ടി തലയാട്ടി മുന്നോട്ടു നീങ്ങിനീങ്ങിവരുന്ന ഒരുകൂട്ടം പാമ്പുകളാണത്. ഒന്നും രണ്ടുമല്ല, ഒരുപക്ഷേ അഞ്ഞൂറോ ആയിരമോ പാമ്പുകൾ ഒന്നിച്ച്. ഞാനൊരി ക്കലും കാണുകയോ സങ്കല്പിക്കുകയോ ചെയ്യാത്ത മറ്റൊരു കാഴ്ച! ഒരു വലിയ സൈന്യത്തിന്റെ പടപ്പുറപ്പാടുപോലെ മരുഭൂമിയിലെ പൊടി ഇളക്കിമറിച്ചാണ് അവയുടെ വരവ്. മുന്നിൽ സൈന്യാധിപനെ പ്പോലെ ഒരു നെടുവിരിയൻ തല ഉയർത്തിപ്പിടിച്ച്. പിന്നാലെ മറ്റനേകം ഭടന്മാർ! ‘‘മണലിൽ തലപൂഴ്ത്തി അനങ്ങാതെ കിടന്നോളൂ. മറ്റൊന്നും ചെയ്യാൻ നമുക്കില്ല.’’ ഇബ്രാഹിം പറഞ്ഞു. ഞങ്ങൾ ഒട്ടകപ്പക്ഷികളെ പ്പോലെ മണലിൽ തലതാഴ്ത്തിവച്ച് അനങ്ങാതെ കിടന്നു. അല്പം കഴിഞ്ഞപ്പോൾ സീൽക്കാരം പതിയെപ്പതിയെ ഞങ്ങളെ സമീപിച്ചു. പേടികൊണ്ട് എന്റെ ശരീരം ശരിക്കും വിറയ്ക്കുന്നുണ്ടായിരുന്നു. ആ ആയിരത്തിൽ ഏതെങ്കിലും ഒന്നിന്റെ പല്ല് എന്റെ ദേഹത്ത് എവിടെ യെങ്കിലും ഒന്നു പൂളിയാൽ പിന്നെ പത്തുനിമിഷങ്ങൾ മതി എല്ലാം അവസാനിക്കാൻ. മനസ്സിൽ അത്യുച്ചത്തിൽ അള്ളാഹുവിനെ വിളിച്ചു കിടന്നു. അവ ഞങ്ങളുടെ മുകളിലൂടെ ഇഴഞ്ഞിഴഞ്ഞു മുന്നോട്ടു പോയി. ഓരോന്നു സ്പർശിക്കുമ്പോഴും ഒരു തീക്കൊള്ളികൊണ്ടു തൊടുന്നപോലെ എന്റെ ദേഹം പൊള്ളി. അവ എല്ലാം കടന്നുപോയി എന്ന് ഉറപ്പായപ്പോൾ ഞങ്ങൾ പതിയെ തല പൊന്തിച്ചുനോക്കി. ഞങ്ങ ളുടെ ശരീരത്തിലെ വിവസ്ത്രമായ ഇടങ്ങളിലെല്ലാം ചാട്ടകൊണ്ട് അടി ച്ചതുപോലെ തിണർത്തു പൊന്തിയിരുന്നു.

മരുഭൂമിയിൽ നിങ്ങൾ ആദ്യമായിട്ടാണെങ്കിൽ ഈ മരുഭൂമി ഒരു വെറും മരുഭൂമിയേയല്ലെന്നു നിങ്ങൾ വേഗം അതിശയപ്പെട്ടേക്കും. മരു ഭൂമി ഒരു കാടാണ്. ജീവജാലങ്ങളുടെ വലിയ ഒരു ആവാസവ്യവസ്ഥ നിങ്ങൾക്കവിടെ കണ്ടെത്താൻ കഴിയും. പാമ്പുകൾ, പഴുതാരകൾ,

പല്ലികൾ, ചിലന്തികൾ, പൂമ്പാറ്റകൾ, കഴുകന്മാർ, ചെന്നായ്ക്കൾ, മുയലുകൾ, കീരികൾ അങ്ങനെ എന്തെല്ലാം എന്തെല്ലാം. അവയ്ക്കെല്ലാം അവയുടെ സ്വന്തം വഴികൾ, സ്വന്തം പട്ടണങ്ങൾ, സ്വന്തം നിയമങ്ങൾ, സ്വന്തം രാജ്യങ്ങൾ. മനുഷ്യനും അവന്റെ നിയമങ്ങൾക്കും ജീവിതത്തിനും അവിടെ യാതൊരു പ്രസക്തിയുമില്ല. മനുഷ്യന്റെ അതിരുകൾക്കും അവ വില കല്പിക്കുന്നില്ല. അവരാണ് ഈ മരുഭൂമിയുടെ അവകാശികൾ. അള്ളാഹു അവർക്കായി പതിച്ചുകൊടുത്തതാണ് ഈ ഭൂമി. അവരെ അവിടെ ജീവിക്കാൻവേണ്ടി ജനിപ്പിച്ചുവിട്ടിരിക്കുന്നു. ഞാനോ അവിടെ അനധികൃതമായി കടന്നുചെന്നവൻ. എന്റെ ശരീരത്തിനേറ്റ ചെറിയ തിണർപ്പുകൾ അവയുടെ ചെറിയ ശിക്ഷകൾ മാത്രം!

പകൽ അത്ര പ്രശ്നമൊന്നുമില്ല. രാത്രിയാണ് ഏറെ സൂക്ഷിക്കേണ്ടത്. എവിടെയെങ്കിലും പൊത്തുകളിൽ ഒളിഞ്ഞിരിക്കുന്നവയെല്ലാം രാത്രി ഇരപിടിക്കാൻ പുറത്തിറങ്ങും. പാമ്പുകളാവട്ടെ ഉഗ്രവിഷമുള്ളവ. അതുതന്നെ അൻപതിൽപ്പരം തരമുണ്ട്. മരുഭൂമിയിലൂടെ നടക്കുമ്പോൾ പൊഴിഞ്ഞുകിടക്കുന്ന എത്ര പടങ്ങൾ ഞങ്ങൾ കണ്ടെന്നോ. ഓരോന്നും കയ്യിലെടുത്ത് ഇബ്രാഹിം അത് ഏതു പാമ്പിന്റേതെന്നു കൃത്യമായി പറയും. ആ പാമ്പ് കടിച്ചാൽ എത്ര സെക്കന്റുകൾക്കുള്ളിൽ മരിക്കുമെന്നും. എന്തിന് മരുഭൂമിയിലെ ഒരു ചിലന്തിയുടെയോ പഴുതാരയുടെയോ കടിയേറ്റാൽ മതി ചാവാൻ.

മരുഭൂമിയിലും ആമകൾ ഉണ്ടെന്നു നിങ്ങൾക്കറിയാമോ..? കടലാമകളുടെ അത്രയും വലിപ്പമില്ലെങ്കിലും സാമാന്യം വലിപ്പമുള്ളവതന്നെ. ഏറെ ചൂടില്ലാത്ത നേരത്താണ് അവ പുറത്തിറങ്ങുക. നൂറുവയസ്സുവരെ ജീവിച്ചിരിക്കുന്ന ആമകളുടെ ശരീരത്തിന്റെ നാല്പതു ശതമാനവും വെള്ളമാണ്. നമ്മൾ മരുഭൂമിയിലെ കപ്പലെന്നു വിളിക്കുന്ന ഒട്ടകങ്ങൾക്കുപോലും മൂന്നുദിവസം കൂടുമ്പോൾ വെള്ളം കുടിക്കേണ്ടിവരുന്നു. എന്നാൽ ആറുമാസത്തേക്കു വേണ്ട വെള്ളം ശേഖരിച്ചു വെയ്ക്കാനുള്ള കഴിവാണ് ആമകളുടെ മരുഭൂമിയിലെ കരുത്ത്.

ഞാൻ മരുഭൂമിയിൽ കാണാൻ ആഗ്രഹിച്ചതും കാണാൻ കഴിയാതെ പോയതുമായ ഒരു ജീവി ഒട്ടകപ്പക്ഷിയാണ്. അതു മരുഭൂമിയിൽ തല പൂഴ്ത്തി നില്ക്കുന്ന കാഴ്ച എനിക്കിന്നും ഒരു സ്വപ്നം മാത്രമാണ്.

ഇരുപത്തഞ്ചു കിലോമീറ്റർ വേഗത്തിൽ ഓടുന്ന ഒട്ടകത്തിന്റെ പള്ളയിൽ പറ്റിപ്പിടിച്ചിരുന്ന് അതിന്റെ വയറുമുഴുവൻ കാർന്നു തിന്നും, ഒരു അത്താഴപ്പാത്രത്തിന്റെ അത്രയും വലുപ്പമുണ്ട് എന്നൊക്കെയാണ് ഞാൻ ഒട്ടകച്ചിലന്തികളെക്കുറിച്ചു കേട്ടിട്ടുള്ളത്. കേട്ടിട്ടുള്ള കഥകളൊക്കെ വെറും അതിശയോക്തിയെന്നു കണ്ടപ്പോൾ മനസ്സിലായി. ഞങ്ങൾ മരുഭൂമിയിലൂടെ കാലുവലിച്ചു നടക്കുമ്പോൾ ഇബ്രാഹിമാണ് എനിക്കതിനെ കാട്ടിത്തന്നത്. ഇത്ര ചെറുതോ, വല്ല കുഞ്ഞുങ്ങളും ആയിരിക്കും എന്ന് കുഞ്ഞുദിനോസറുകളെ മനസ്സിൽ സങ്കല്പിച്ചു ഞാൻ അതിശയപ്പെട്ടു. ഇബ്രാഹിം ചിരിച്ചു. വെറുതെ പാവത്തിനെ

പ്പറ്റി ആരോ മെനഞ്ഞുണ്ടാക്കിയ കള്ളക്കഥകൾ. ഒട്ടകത്തിനെപ്പോലെ കടുത്ത മരുഭൂമിയിലാണ് ഇതിന്റെയും ധീരത നിറഞ്ഞ ജീവിതം എന്ന തൊഴിച്ചാൽ മറ്റെല്ലാം അതിശയോക്തികൾ!

മരുഭൂമിയിൽ ഞങ്ങൾ കണ്ട മറ്റൊരദ്ഭുതം പറക്കുന്ന ഓന്തുകളാണ്. ഉച്ചവെയിലിലൂടെ ഇങ്ങനെ നടക്കുമ്പോൾ പെട്ടെന്നു കൺമുന്നിലൂടെ എന്തോ ഒരു സുവർണ്ണനിറം മിന്നിമായുന്നതു കാണാം. ജിന്നുകളെപ്പോലെയോ ഭൂതങ്ങളെപ്പോലെയോ ആണ് അവ. എവിടേക്കാണെന്നറിയില്ല പെട്ടെന്ന് അവ അപ്രത്യക്ഷമാവും. ചൂടിറങ്ങി ജലം വറ്റി ക്ഷീണം തൂങ്ങിയ കണ്ണുകളുടെ മായക്കാഴ്ചകളാണോ വെളിച്ചത്തിന്റെ ആധിക്യംകൊണ്ടുള്ള പിരുപിരുപ്പുകളാണോ എന്നൊക്കെ സംശയമുണ്ടായിരുന്നു. പെട്ടെന്നു മണലിലെവിടെയെങ്കിലും അവ പ്രത്യക്ഷമാവും. പേടിച്ചരണ്ടപോലെ കണ്ണുകൾ ഇടത്തോട്ടും വലത്തോട്ടും വെട്ടിച്ചു നമ്മെ മിഴിച്ചുനോക്കിക്കൊണ്ടിരിക്കും. ചിലപ്പോൾ ആ കാഴ്ച കുറേ ദൂരത്തേക്കു പറന്നു ചെല്ലുന്നതുകാണാം. ശരിക്കും പിന്നിൽ നിന്ന് ഒരാൾ കല്ലെടുത്തെറിഞ്ഞതാണെന്നാണ് തോന്നുക. പലവട്ടം ആ വിചാരത്തിൽ ഞാൻ തിരിഞ്ഞു നോക്കിയിട്ടുമുണ്ട്. മണൽ മടക്കിൽ എവിടെനിന്നെങ്കിലും ചാടിച്ചീറി ഒരു പറക്കലാണ്. അപ്പോഴൊന്നും അത് ഓന്തായിരിക്കുമെന്നു നിനച്ചില്ല. പിന്നെ എപ്പോഴോ ഒരു മണൽക്കൂനയ്ക്കു മുകളിൽ കയറിയപ്പോൾ അതിന്റെ തലഭാഗത്ത് അവകൾ പറന്നുകളിക്കുകയാണ്. സുവർണ്ണ നിറങ്ങളുടെ ചാടിക്കളി. കണ്ടാൽ ഒരു മരച്ചില്ലയിൽ ചാടിക്കളിക്കുന്ന അടയ്ക്കാകുരുവികളാണെന്നേ തോന്നൂ. ഒരു പത്തുനൂറെണ്ണം ആ മണൽത്തടാകത്തിൽ കിടന്നു ചാടി മദിക്കുകയാണ്. അവയ്ക്കു ചിറകുകൾ ഉണ്ടോ അതോ വെറും കാലുകൾകൊണ്ടാണോ പറക്കുന്നത് എന്നൊക്കെ അറിയാൻ പിടിച്ചു നോക്കണമെന്നുണ്ടായിരുന്നു. പക്ഷേ പിടിക്കാൻ പോയിട്ട് അടുത്തൊന്നു കാണാൻപോലും ഒന്നിനെയും എനിക്കു കിട്ടിയില്ല. അത്ര വേഗത്തിലാണ് അവയുടെ പറക്കലും മണ്ണിനടിയിലേക്കുള്ള നൂണുപോകലും.

ഈ ഓന്തുകൾ ഒരിക്കലും വെള്ളം കുടിക്കാറില്ലത്രെ. ഇബ്രാഹിം ഖാദരിയുടെ അറിവാണ്. ഓന്തുകളേ, എന്റെ യാതന നിറഞ്ഞ ഈ യാത്രയുടെ ഒരു നിമിഷത്തെ മനോഹരമായ കാഴ്ചകൊണ്ടു സന്തോഷിപ്പിച്ച സുവർണ്ണ ഓന്തുകളേ, നിങ്ങൾക്കു വെള്ളം കുടിക്കാതെ ഒരു ജന്മം മുഴുവൻ ജീവിച്ചുതീർക്കാൻ കഴിയുമെങ്കിൽ അതിലൊരല്പം ജീവിതം എനിക്കും തരണേ. എന്റെ ഈ യാത്ര എവിടെയെങ്കിലും ഒന്ന് പൂർത്തിയാക്കുംവരെയെങ്കിലും.

ഉച്ച മയങ്ങിയതും പൊടിപിടിച്ചതുമായിരുന്നു. ഒരു പത്തുവാരയ്ക്കപ്പുറം ഒന്നും കാണാൻ പറ്റാത്ത അവസ്ഥ. അതു പിന്നീടുള്ള ഞങ്ങളുടെ നടത്തം കൂടുതൽ ദുഷ്ക്കരമാക്കി. എന്നിട്ടും ഞങ്ങൾ നടന്നു. ആകാശം വെയിലല്ല തീയാണ് പെയ്യിക്കുന്നതെന്നു തോന്നിപ്പോയി. ചൂട് ഏറുന്നതിനനുസരിച്ച് ഞങ്ങളുടെ ശരീരം പതിയെ വാടിത്തുടങ്ങി. കാലത്തു

നടത്തം തുടങ്ങിയപ്പോഴുണ്ടായിരുന്ന ഉത്സാഹമൊക്കെ പതിയെ അപ്രത്യക്ഷമായി. എന്നാൽ അപ്പോഴൊക്കെ ഇബ്രാഹിം ഞങ്ങളെ പ്രോത്സാഹിപ്പിച്ചുകൊണ്ടിരുന്നു. ചിലപ്പോൾ ഒരു മൈൽ, അപ്പോഴേക്കും ഞങ്ങളൊരു ഹൈവേയിൽ എത്തിയിരിക്കും. പ്രതീക്ഷയാണല്ലോ മനുഷ്യനെ മുന്നോട്ടു നടത്തുന്നത്. ഞങ്ങൾ നടന്നു. പക്ഷേ കൺമുന്നിൽ പിന്നെയും പിന്നെയും പിന്നെയും മരുഭൂമി മാത്രം. മണൽ മണൽ മണൽ മാത്രം. അങ്ങനെ ആ നടത്തം അപരാഹ്നവും മദ്ധ്യാഹ്നവും പിന്നിട്ടു സായാഹ്നമായി. എന്നിട്ടും ഞങ്ങൾ പ്രതീക്ഷിച്ചതെന്തോ അതു മാത്രം കണ്ടില്ല. ഞങ്ങൾക്കു മുകളിലൂടെ ഇഴഞ്ഞിഴഞ്ഞു പടിഞ്ഞാട്ടു നീങ്ങിയ സൂര്യൻ ഞങ്ങളെ മരുഭൂമിയിൽ തനിച്ചാക്കിയിട്ട് ഒറ്റയ്ക്കു ചക്രവാളത്തിന്റെ സ്വപ്നങ്ങളിലേക്കു താഴ്ന്നുപോയി. നാവിൽ ഒരിറ്റുവെള്ളം പോലും വീഴാത്ത ഒരു മുഴുപ്പകലിനുശേഷം രാത്രി വന്നെത്തി. ഞങ്ങൾ കിതച്ചും തളർന്നും മണലിൽ ഇരുന്നു. ഒരു പകൽ മുഴുവൻ നടന്നിട്ടും എവിടെയും എത്താത്തതിന്റെ സങ്കടത്തിൽ ഞാൻ കരഞ്ഞുപോയി. ഹക്കീമും എനിക്കൊപ്പം ആ കരച്ചിലിൽ പങ്കുചേർന്നു.

ഇവിടെ എത്തിയ ആദ്യദിവസങ്ങളിൽ, എന്തായാലും മരുഭൂമിയിൽ എത്തി; എന്നാൽപ്പിന്നെ ഇത്തിരി കാണാൻ കൊള്ളാവുന്ന നല്ല മരുഭൂമിയിൽ ജീവിക്കാനായെങ്കിൽ കടൽ പോലെ മണൽ നിരന്നു കിടക്കുന്ന മരുഭൂമി കാണാനായെങ്കിൽ എന്നൊക്കെ ആഗ്രഹിച്ചിട്ടുണ്ട്. ഈയൊരു ദിവസംകൊണ്ടു മരുഭൂമി ഞങ്ങളെ ശരിക്കും പേടിപ്പിച്ചിരിക്കുന്നു. മരുഭൂമി മുറിച്ചുകടക്കേണ്ടിവന്നവരുടെ ഒത്തിരി കഥകൾ നാം എപ്പോഴൊക്കെയോ കേട്ടിട്ടുണ്ട്. വായിച്ചിട്ടുണ്ട്. അവർ നേരിട്ടിട്ടുള്ള സാഹസങ്ങൾ വായിച്ചു നാം കോരിത്തരിച്ചിട്ടുണ്ട്. എന്നാൽ അവർക്കൊക്കെ നല്ല കരുത്തുള്ള ഒട്ടകങ്ങളുടെ നടപ്പുസഹായമുണ്ടായിരുന്നു. മരുഭൂമിയെ സ്വന്തം കൈവെള്ളയിലെ വരകൾപോലെ അറിയാവുന്ന ബദുക്കൾ അവർക്കു സഹായത്തിനുണ്ടായിരുന്നു. അവരുടെ ഭാണ്ഡങ്ങൾ നിറയെ ആഹാരവും അവരുടെ തുകൽ സഞ്ചികൾ നിറയെ വെള്ളവും ഉണ്ടായിരുന്നു. അതൊന്നുമില്ലാതെ ഈ മരുഭൂമി മുറിച്ചുകടക്കാൻ ശ്രമിച്ചവരൊക്കെ സ്വന്തം അനുഭവകഥ പറയാൻ ബാക്കിനിൽക്കാതെ ഈ മണലിൽ കുഴഞ്ഞുവീണ് ഇല്ലാതായിട്ടുണ്ടാവണം. അതുപോലെത്തന്നെയാണോ അള്ളാ ഞങ്ങളും? കൗതുകത്തിനു മരുഭൂമി തേടിയിറങ്ങിയവരല്ല ഞങ്ങൾ. പരീക്ഷണത്തിനുമായിരുന്നില്ല. ജീവിക്കുവാൻ. ജീവിച്ചിരിക്കുവാൻ. ഞങ്ങളെ സ്നേഹിക്കുന്നവരുടെ പ്രിയപ്പെട്ട മുഖങ്ങൾ ഒരിക്കൽക്കൂടി കാണുവാൻ. ഞങ്ങളെയോർത്ത് അവരുടെ കവിളിലൂടെ ഒലിച്ചിറങ്ങുന്ന കണ്ണുനീർ ഒന്നൊപ്പുവാൻ. അതിനുവേണ്ടിയുള്ള ശ്രമത്തിനിടയിൽ അബദ്ധത്തിലാണ് ഞങ്ങളിവിടെ എത്തിപ്പെട്ടുപോയത്. അള്ളാ. നീ മാത്രം. നിന്റെ മാത്രം ബലം, നിന്റെ മാത്രം വഴി. നിന്റെ മാത്രം സുരക്ഷിതത്വം. അള്ളാ നീ ഞങ്ങളെ ഈ മരുഭൂമിയിൽ ഇട്ടു ചുട്ടുകൊല്ലരുതേ..

മുപ്പത്തിനാല്

പിറ്റേന്നു നേരം പുലരുന്നതിനും ഏറെ മുൻപേ ഇബ്രാഹിം ഖാദരി ഞങ്ങളെ വിളിച്ചുണർത്തി. ചൂടേറും മുൻപേ വാ നടക്കാം. എഴുന്നേറ്റപ്പോൾ കാലിനു മന്തുപിടിച്ചപോലെ ഭാരം തോന്നി. നല്ല നീരും വെച്ചിരിക്കുന്നു. എന്നിട്ടും അതു വകവെയ്ക്കാതെ കാലുവലിച്ച് ഞങ്ങൾ ആ പൂഴിമണ്ണിലൂടെ നടന്നു. ഇത്തിരിനേരം നടന്നപ്പോഴേക്കും സൂര്യൻ കിഴക്കേച്ചെരുവിൽ പ്രത്യക്ഷമായി. അന്നും മണലു കത്തിക്കാനാണ് പദ്ധതിയെന്നു കാലത്തുതന്നെ ഞങ്ങൾക്കു മനസ്സിലായി.

അതിരുകൾ നരച്ച ഒരു നീലക്കൊട്ട ഞങ്ങൾക്കു മുകളിൽ കമഴ്ത്തിവെച്ചിരിക്കുന്നപോലെയാണ് ആ നടത്തത്തിനിടയിൽ എനിക്ക് ആകാശത്തെപ്പറ്റി തോന്നിയത്. മരുഭൂമിയുടെ ഏതോ ഒരു കോണിൽ ആ കൊട്ടയുടെ ഒരു വശം ആരംഭിക്കുന്നു. അതു പതിയെ ഉയർന്നു പൊങ്ങി എന്റെ ശിരസ്സിന്റെ മുകളിലെത്തുമ്പോൾ ഏറ്റവും ഉയർന്നു പതിയെ താഴ്ന്നുപോയി മറ്റൊരു കോണിൽ അവസാനിക്കുന്നു. ആ കൊട്ടയ്ക്കുള്ളിൽ അടയ്ക്കപ്പെട്ടുപോയ കോഴിക്കുഞ്ഞുങ്ങളാണ് ഞങ്ങൾ. എങ്ങനെയും അതു പൊക്കി പുറത്തു കടക്കണം. അതിന് ആ അതിരുവരെയെങ്കിലും എത്തണ്ടേ. എത്ര നടന്നാലും എത്താത്ത ഒരു അതിര്. എത്ര നടന്നാലും അവസാനിക്കാത്ത ഒരു അനന്തത. വെറും നീലയും കത്തുന്ന സൂര്യനുമല്ലാതെ മറ്റൊന്നും എന്റെ കാഴ്ചയിൽ പതിക്കുന്നില്ല. പിന്നെയുള്ളതു മണൽ. വെറും മണൽ. എനിക്കു ശരിക്കും പേടി തോന്നി.

''പേടിക്കാനൊന്നുമില്ല.'' ഇബ്രാഹിം ഞങ്ങളെ ആശ്വസിപ്പിച്ചു. ''നമ്മുടെ കാഴ്ചയുടെ ചക്രവാളത്തിനു വെറും രണ്ടര മൈലിന്റെ ദൂരെമേയുള്ളൂ. ഒരുപക്ഷേ അതിന് തൊട്ടപ്പുറത്തു നമ്മൾ തേടുന്ന വഴി കണ്ടേക്കാം. അതുകൊണ്ട് തളരാതെ, പ്രതീക്ഷയോടെ നടക്കുക. ഒരിക്കൽ തളർന്നുപോയാൽ പിന്നെ ആ ദിവസം മുഴുവൻ നമ്മളീ വെയിലത്തു കിടന്നുപോകും. അതുകൊണ്ട് ആവുന്നതുപോലെ നടക്കുക. എത്രയും വേഗം ഒരു സുരക്ഷിതസ്ഥാനത്ത് എത്തുവാൻ പ്രയത്നിക്കുക.''

നടന്നുനടന്ന് ഞങ്ങൾ കുറേ ചെന്നപ്പോൾ പണ്ടെന്നോ ഒരിക്കൽ മരുഭൂമിയിലേക്ക് ഉറഞ്ഞുപോയ ഒരു പുഴയുടെ പാടുകൾ മണലിൽ തിണർത്തുകിടക്കുന്നതു കണ്ടു. ഞാൻ അതിശയപ്പെട്ടുപോയി. ഈ മണൽക്കാടിനു നടുവിലൂടെ, ഈ മരുച്ചൂടിന്റെ അടിയിലൂടെ ഒരുകാലത്ത് ഒരു നദി ഒഴുകിയിരുന്നു എന്നു വിശ്വസിക്കാൻതന്നെ പ്രയാസം. പക്ഷേ അതിന്റെ വടിവുകൾ ഇപ്പോഴും വ്യക്തവും സുദൃഢവും ആയിരുന്നു. ഒരുപക്ഷേ പണ്ടെങ്ങോ ഒരിക്കൽ ഒരു പ്രാചീനമനുഷ്യൻ ഈ നദിക്കരയിൽ വന്നു നിൽക്കുന്നതും അതു മുറിച്ചുകടക്കാൻ ശ്രമിക്കുന്നതിനിടെ വെള്ളം കുടിച്ചു മരണപ്പെടുന്നതും ഞാൻ സങ്കല്പിച്ചു. അയാൾ വെള്ളം കുടിച്ചു മരിച്ച അതേ നദിക്കരയിൽ ഒരു തുള്ളിവെള്ളം കിട്ടാതെ തൊണ്ടപൊട്ടി ഞാൻ വലയുന്നു. രണ്ടുപേരും നില്ക്കുന്നത് ഒരേ നദിക്കരയിൽ. കാലത്തിന്റെ അങ്ങേക്കോണിൽ സംഭവിച്ചിരിക്കാൻ ഇടയുള്ള ആ നിമിഷവും ഈ ഞാനും തമ്മിൽ എന്തൊരു അന്തരം. അതിനിടയിൽ എന്തൊക്കെ സംഭവിച്ചിരിക്കാം. നദി പതിയെ പതിയെ വറ്റിവരളുന്നതും അതിൽ വസിച്ചിരുന്ന ജീവിവർഗ്ഗം പതിയെ ചത്തൊടുങ്ങുന്നതും എനിക്കു കാണാം. അതിന്റെ കരയിൽ നിന്നിരുന്ന വൃക്ഷലതാദികൾ വെള്ളത്തിനുവേണ്ടി നിലവിളിക്കുന്നതും എനിക്കിപ്പോൾ കേൾക്കാം. കാലമേ നിന്റെ മുഖമെത്ര വിചിത്രം..!!

ഞങ്ങളുടെ നാവ് വെള്ളം തൊട്ടിട്ട് അപ്പോഴേക്കും രണ്ടു രാത്രിയും ഒന്നര പകലും കഴിഞ്ഞിരുന്നു. ദാഹവും ക്ഷീണവും കാരണം കണ്ണുകൾ നല്ലപോലെ തെളിയുന്നൊന്നുമില്ല. ഒരർദ്ധമയക്കത്തിലാണ് നടപ്പത്രയും. പിടിച്ചുനില്പിന്റെ അവസാനനിമിഷവും ഞങ്ങൾ പിന്നിട്ടു. ഹക്കീം വെള്ളം ചോദിച്ചു കരയാൻ തുടങ്ങി.

“അനാവശ്യമായി വെള്ളം ഭോഗിച്ചു ശീലിച്ചതിന്റെ കേടാണിത്. ഒരു മനുഷ്യന് പതിന്നാലു ദിവസം വരെ ആഹാരവും വെള്ളവുമില്ലാതെ നിഷ്പ്രയാസം ജീവിക്കാനാവും. അള്ളാഹുവിനെ ധ്യാനിച്ചു നടക്കാൻ നോക്ക്.” ഇബ്രാഹിം അവനെ ശാസിച്ചു. എന്നാൽ വഴിയിലുടനീളം അവൻ വെള്ളം വെള്ളം എന്നു പുലമ്പി കരഞ്ഞുകൊണ്ടേയിരുന്നു. കുറെ നടന്നപ്പോൾ അവൻ എന്റെ കയ്യിൽ കടന്നുപിടിച്ചു. “വയ്യ ഇക്കാ. എനിക്കിനി വയ്യ. നിങ്ങൾ നടന്നോ ഞാനിവിടെ കിടന്നോളാം.” ഞാനും അവനെ ശാസിച്ചു. “ഹക്കീമേ തളരരുത്. വീഴരുത്. നടക്ക്. അള്ളാഹു അക്ബർ. അള്ളാഹു അക്ബർ. ഞാനവനു വിളിച്ചുകൊടുത്തു. അവൻ അതേറ്റു വിളിച്ചു. അള്ളാഹു അക്ബർ.”

ആ വിളിയും അതിന്റെ മുഴക്കവും ഞങ്ങൾക്ക് ഒരു ശക്തി കൊണ്ടുത്തരുന്നതുപോലെ. അതിന്റെ ബലത്തിൽ ഞങ്ങൾ കുറെ നടന്നു. എന്നാൽ പതിയെ നടപ്പിന്റെ ഊർജ്ജസ്വലതയും ഉത്സാഹവും ഒക്കെ ഞങ്ങൾക്കു നഷ്ടപ്പെട്ടു. നടന്നു തളർന്ന കാലിന് ഞങ്ങളെ അത്ര ദൂരം

കൊണ്ടുപോകാനേ പിന്നെ ശേഷിയുണ്ടായിരുന്നുള്ളൂ. അതു പെരുപ്പായും കഴപ്പായും വേദനയായും അതിന്റെ ക്ഷീണം കാണിച്ചുതുടങ്ങി. തന്നെയുമല്ല, മണലിന്റെ ചൂടേറ്റ് കാല് അവിടവിടെ പൊട്ടാനും കീറാനും തുടങ്ങിയിരിക്കുന്നു. ഹക്കീമിന്റെ കാലിനാണെങ്കിൽ സാമാന്യം നീരും വെച്ചിട്ടുണ്ട്. എന്നിട്ടും പരമാവധി കരുത്തെടുത്ത് കാലുവലിച്ചു കുറേക്കൂടി നടന്നുനോക്കി. പക്ഷേ ഒട്ടും സാധിക്കില്ലെന്ന് അടുത്ത കുറച്ചു നിമിഷങ്ങൾക്കുള്ളിൽ ഞങ്ങൾ ഭീതിയോടെ മനസ്സിലാക്കി.

ഹക്കീം തളർന്നു മണലിലേക്കു വീണു. അവൻ വീഴാൻ കാത്തിരുന്നതുപോലെ ഞാനും അവന്റെ അരുകിലേക്കു ചാഞ്ഞു.

ഇബ്രാഹിം ഞങ്ങളെ വഴക്കു പറഞ്ഞു - "എഴുന്നേൽക്ക്. ഈ കിടപ്പ് നിങ്ങളെ തളർത്തുകയേയുള്ളൂ. ഒരിക്കലും ക്ഷീണം മാറാൻ ഇതു സഹായിക്കില്ല. നിങ്ങളുടെ ദേഹത്തെ അവസാനതുള്ളി വെള്ളവും ഈ വെയിൽ ഊറ്റിയെടുക്കും. ദേഹത്തെ ഇങ്ങനെ മണലിലിട്ടു പൊരിക്കാതെ കുറച്ചുനേരം കൂടി കാത്തിരിക്കൂ. മണൽ വേഗം തണുക്കും. മരുഭൂമി വേഗം തണുക്കും. അപ്പോൾ നിങ്ങൾക്കു കിടക്കാമല്ലോ. ഇത്ര നേരം നമ്മൾ സഹിച്ചില്ലേ ഇനി ഇത്തിരി നേരം കൂടി."

"നീ പോടാ പട്ടി." ഹക്കീം ദേഷ്യംകൊണ്ടു കരഞ്ഞു. "നീ ഞങ്ങളെ കൊല്ലാൻ കൊണ്ടിറങ്ങിയതാണോ..? ഇതാണോ നീ ഞങ്ങൾക്കു വാഗ്ദാനം ചെയ്തത്..? ഇതിനേക്കാൾ എത്രയോ ഭേദമായിരുന്നു ആ മസറ. ഇതിനേക്കാൾ എത്രയോ ഭേദമായിരുന്നു ആ അർബാബ്. എനിക്കു വയ്യ. തളരുന്നെങ്കിൽ തളരട്ടെ. ചാവുന്നെങ്കിൽ ചാവട്ടെ. നീ വേണമെങ്കിൽ രക്ഷപ്പെട്ടോ."

ആ യാത്രയിൽ ആദ്യമായി ഇബ്രാഹിം ഖാദരിയുടെ കണ്ണുകൾ നിറയുന്നതു ഞാൻ കണ്ടു. അവൻ നിസ്സഹായതയോടെ ആകാശങ്ങളിലേക്കു കൈകൾ ഉയർത്തി. പിന്നെ മുട്ടുകുത്തിനിന്നു പ്രാർത്ഥിച്ചു.

മരുഭൂമി തിളക്കുകയായിരുന്നു. അള്ളാഹുവിന്റെ വറവുചട്ടിയിലാണ് കിടക്കുന്നതെന്ന് എനിക്കു തോന്നിപ്പോയി. എങ്കിൽപ്പോലും അത്രനേരത്തെ നടപ്പിനുശേഷമുള്ള ആ കിടപ്പ് എനിക്ക് ആശ്വാസമാണ് കൊണ്ടുത്തന്നത്. ആദ്യത്തെ കുറച്ചുനേരം ചൂട് അസഹ്യമായിരുന്നു. മുകളിലും ചൂട്, മണ്ണിനും ചൂട്. കുറച്ചുനേരം അങ്ങനെ കിടന്നപ്പോൾ സത്യത്തിൽ എനിക്കൊരു സുഖമാണ് തോന്നിയത്. അന്നേരത്തേക്ക് എനിക്കും മരുഭൂമിക്കും വെയിലിനും ഒരേ ചൂട് ആയിക്കഴിഞ്ഞിരുന്നു. പിന്നെ അവശേഷിച്ചത് ഒടുങ്ങാത്ത ദാഹമാണ്. അത് അകറ്റാൻ മറ്റൊരു മാർഗ്ഗവും ഇല്ലായിരുന്നു. വായിലെ അവസാനതുള്ളി തുപ്പലും എപ്പോഴേ അണ്ണാക്കിലേക്കു വറ്റിപ്പോയിക്കഴിഞ്ഞിരുന്നു. ഒരു

കുപ്പിയിലോ ഒരു പാത്രത്തിലോ ഇത്തിരി വെള്ളം എടുത്തുകൊണ്ട് ഓടാൻ തോന്നാതിരുന്ന മണ്ടത്തരത്തിനെ ഞാനന്നേരം നെഞ്ചത്തടിച്ചു ശപിച്ചു. എല്ലാ ബുദ്ധിയും ചോർന്നുപോയ ഒരു നിമിഷമാണ് ഞങ്ങൾ ഇറങ്ങിപ്പുറപ്പെട്ടത്. ഇനി നേരിടുകതന്നെ. അല്ലാതെ എന്തുചെയ്യാൻ?

ഇബ്രാഹിം പറഞ്ഞതു സത്യമാണെന്നു ഞങ്ങൾക്കു തോന്നി. കാരണം കിടക്കുന്തോറും ദേഹം തളരുന്നതല്ലാതെ ഒട്ടും ആരോഗ്യം അതിനു കിട്ടുന്നില്ല. എന്നുതന്നെയല്ല അതു പതിയെ എന്നെ ഒരു മയക്കത്തിലേക്കു തള്ളിക്കൊണ്ടുപോയി. ഒരു ഇരുട്ട് എന്റെ കണ്ണിലേക്കു കയറിവന്നു. പിന്നെ അതൊരു തലകറക്കമായി. ഞാൻ രണ്ടു തവണ ഛർദ്ദിച്ചു. ഇത്തിരി കഴിഞ്ഞപ്പോൾ ഹക്കീമും ഛർദ്ദിച്ചു. ഇബ്രാഹിം അവന്റെ വസ്ത്രമുരിഞ്ഞു ഞങ്ങൾക്കൊരു തണലുണ്ടാക്കാൻ നോക്കി. അതുപക്ഷേ തീരെ അപര്യാപ്തമായിരുന്നു. അവൻ ഞങ്ങളെ എഴുന്നേല്പിച്ചിരുത്താൻ നോക്കി. ഞങ്ങൾ വീണുപോയി. ശരിക്കും ഞാൻ മയങ്ങിപ്പോയി. മരുഭൂമിയിൽ രണ്ട് അനാഥശവങ്ങളെപ്പോലെ ഞാനും ഹക്കീമും വീണുകിടന്നു. അന്നേരം വേണമെങ്കിൽ ഞങ്ങളെ ഉപേക്ഷിച്ച് ഇബ്രാഹിമിനു രക്ഷയുടെ വഴി തേടാമായിരുന്നു. പക്ഷേ അവൻ പിന്നെ ഞങ്ങൾ രാത്രി കണ്ണുതുറക്കുന്നതുവരെ ഞങ്ങൾക്കു കാവലിരുന്നു.

രാത്രി കണ്ണുതുറക്കുമ്പോൾ ദാഹംകൊണ്ട് എന്റെ തൊണ്ട പൊട്ടുകയായിരുന്നു. പക്ഷേ എവിടെ വെള്ളം..?! അള്ളാ - ഞാനെത്ര വെള്ളം നാട്ടിൽ വച്ച് ധൂർത്തടിച്ചു കളഞ്ഞിരിക്കുന്നു. ഇപ്പോൾ ഒരു തുള്ളി വെള്ളത്തിനായി യാചിക്കുന്നു. എന്റെ നാടിന്റെ വിലയും മഹത്ത്വവും ഞാനിപ്പോൾ മാത്രമാണ് അറിയുന്നത്. ആ ധൂർത്തിനുള്ള ശിക്ഷയാണോ അള്ളാ ഇത്. മാപ്പ്! വെള്ളം അത്രെത്ര അമൂല്യമാണെന്നു ഞാനിപ്പോൾ അറിയുന്നു.

മുപ്പത്തിയഞ്ച്

എല്ലാ ഭാഷയിലേയും എല്ലാ മതത്തിലേയും എല്ലാ എഴുത്തുകാരും മരുഭൂമിയെ ബോധോദയത്തിന്റേയും ആത്മീയ ഉണർവ്വിന്റേയും ഇടമായിട്ടാണ് കണ്ടിട്ടുള്ളത്. എഴുതിയിട്ടുള്ളത്. മരുഭൂമിയിലെ ജീവിതവും അലച്ചിലും തലച്ചോറിൽ ജ്ഞാനത്തിന്റെ വിസ്ഫോടനം സൃഷ്ടിക്കുന്നു എന്ന് അവർ പറയുന്നു. എന്നാൽ മരുഭൂമി എനിക്കൊരു ഉണർവ്വും ഉണ്ടാക്കിയില്ല. മൂന്നു വർഷക്കാലത്തിലധികം ഞാൻ മരുഭൂമിയിൽ ഉണ്ടായിരുന്നു. പിന്നതു മുറിച്ചുകടക്കാൻ ഒരു ശ്രമം നടത്തി. അപ്പോഴൊക്കെ തികഞ്ഞ ദുഃഖവും നിരാശയുമല്ലാതെ മറ്റൊന്നും മരുഭൂമി എനിക്കു സമ്മാനിച്ചില്ല. ആത്മീയ ജ്ഞാനം തേടിവരുന്നവർക്കു മാത്രമാവാം മരുഭൂമി അതു സമ്മാനിച്ചിട്ടുള്ളത്. ഞാൻ ഒന്നും തേടിച്ചെന്നവനല്ലല്ലോ, അകപ്പെട്ടുപോയവനല്ലേ. എനിക്കൊന്നും നൽകുവാനില്ലെന്ന് അതു തീരുമാനിച്ചുകാണും.

പിന്നെയും രണ്ടുദിവസം കൂടി ഞങ്ങൾ മരുഭൂമിയിൽ കിടന്നു ദിക്കറിയാതെ വല്ലാതെ അലഞ്ഞു. ഞങ്ങൾ എവിടെയും എത്തിയില്ല. ആരും ഞങ്ങളെ രക്ഷിച്ചില്ല. അപ്പോഴേക്കും ഞങ്ങൾ ശരിക്കും തളർന്നു കഴിഞ്ഞിരുന്നു. പഴുത്ത മണലിൽ നടന്ന് ഞങ്ങളുടെ കാല്പാദങ്ങൾ പൊട്ടിയൊലിച്ചു തുടങ്ങിയിരുന്നു. നീര് കയറിക്കയറി മുട്ടുവരേക്കും എത്തിയിരിക്കുന്നു. സഹിക്കാൻ വയ്യാത്ത നീറ്റൽ. വേദന. കഴപ്പ്. അന്ന് ഏതാണ്ട് ഉച്ചനേരമായിക്കാണും. അതുവരെ ശാന്തനായി നടന്നിരുന്ന ഹക്കീം പെട്ടെന്നു ഹാലിളകിയതുപോലെ വെള്ളം വെള്ളം എന്നാർത്തുവിളിച്ചുകൊണ്ടു മുന്നോട്ട് ഓടി. അള്ളാ വെള്ളമോ.. മനസ്സിൽ പൊന്തിവന്ന ഒരാന്തലോടെ അവൻ ഓടിയ ദിക്കിലേക്കു ഞാൻ മിഴിച്ചു നോക്കി. അതുപക്ഷേ ഒരു സാധാരണ മരീചിക മാത്രമാണെന്നും അത്രയും ദിവസത്തെ മരുഭൂമിജീവിതം കൊണ്ട് എനിക്കൂഹിക്കാൻ കഴിയുമായിരുന്നു. ഞാനവനെ മടക്കി വിളിച്ചു. എന്നാൽ ഹക്കീം അതൊന്നും കേൾക്കാതെ മതിഭ്രമം ബാധിച്ചവനെപ്പോലെ വെള്ളം വെള്ളം എന്നലറി വിളിച്ചുകൊണ്ടു മുന്നോട്ടുതന്നെ ഓടി. ഞാനും ഇബ്രാഹിമും കൂടി അവനെ ഓടിച്ചിട്ടു പിടിച്ചു നിർത്തി.

നോക്കിയപ്പോൾ അവന്റെ വായിൽനിന്നും നുരയും പതയും വരുന്നു. മൂക്കിൽനിന്നും ചോര ഒലിക്കുന്നു. ഞാനത് എന്റെ കുപ്പായത്തിൽ തുടച്ചുകൊടുത്തു. ഞങ്ങളവനെ നിർബന്ധിച്ചു നിലത്തിരുത്തി. തല കറങ്ങുന്നെന്ന് അവൻ എപ്പോഴോ എന്നോടു പറഞ്ഞു. ഇത്തിരി കഴിഞ്ഞപ്പോൾ അവൻ വല്ലാത്ത ചേഷ്ടകൾ ഒക്കെ കാണിക്കാൻ തുടങ്ങി. ഒരുമാതിരി പേപിടിച്ചതുപോലെ. അതിനിടെ അവൻ പെട്ടെന്നു ചാടി എഴുന്നേറ്റു മണലിലൂടെ വീണ്ടും ഓടാൻ തുടങ്ങി. ഞങ്ങളവന്റെ പിന്നാലെ ഓടി. ഇത്തിരിദൂരം മുന്നോട്ടു ചെന്ന് അവൻ തളർന്നുവീണു. പിന്നെ തൊണ്ടപൊട്ടി കരഞ്ഞു. പിടിച്ചെഴുന്നേല്പിക്കാൻ ചെന്ന ഞങ്ങളെ അവൻ കുടഞ്ഞെറിഞ്ഞു. അവന്റെ ചേഷ്ടകൾ ഭ്രാന്തമായിത്തുടങ്ങി. അതിനിടയിൽ അവൻ ചൂടുമണൽ വാരിത്തിന്നാൻ തുടങ്ങി. ഞാനും ഇബ്രാഹിമും കൂടി അവനെ തടയാൻ നോക്കിയെങ്കിലും എന്തോ ഭ്രാന്തമായ ഒരു കരുത്തിൽ അവൻ ഞങ്ങളെ തട്ടി മാറ്റി ചൂടുമണൽ വാരിവാരി തിന്നുകൊണ്ടിരുന്നു. പിന്നെ അലറി ഛർദ്ദിക്കാൻ തുടങ്ങി. എനിക്കും ഇബ്രാഹിമിനും ഒന്നും ചെയ്യാനുണ്ടായിരുന്നില്ല. അല്ലെങ്കിൽ എന്തെങ്കിലും ചെയ്യാനാവാത്തവിധം ഞങ്ങൾ നിസ്സഹായരായിരുന്നു. ഛർദ്ദിച്ചു ഛർദ്ദിച്ച് ഹക്കീം ചോര തുപ്പാൻ തുടങ്ങി. അവൻ മണലിൽ കിടന്ന് അടികൊണ്ട പാമ്പിനെപ്പോലെ പുളഞ്ഞു. അവന്റെ കണ്ണുകൾ പുറത്തേക്കുന്തി. അവന്റെ മൂക്കിൽ നിന്നും വായിൽ നിന്നും നുരയ്ക്കും പതയ്ക്കും ഒപ്പം കൂടുതൽ ചോര ഒലിക്കാൻ തുടങ്ങി.

''ഇബ്രാഹിം... എന്തെങ്കിലും ഒന്നു ചെയ്യ്... എന്റെ ഹക്കീം.. എന്റെ ഹക്കീം.. അവനിപ്പോൾ ചാവും.'' വേവലാതിയോടെ ഞാൻ കെഞ്ചിക്കരഞ്ഞു.

അള്ളാ.. എന്റെ പടച്ചോനേ.. സർവ്വ ചരാചരങ്ങളുടെയും ഉടയവനേ.. ഒന്നും വരുത്തല്ലേ.. എന്റെ ഹക്കീമിന് ഒന്നും വരുത്തല്ലേ... അവനെ നീ കാക്കണേ.. ഞാൻ നെഞ്ചത്തടിച്ചു പ്രാർത്ഥിച്ചു.

ഞാൻ ആകാശത്തേക്കു നോക്കി. കത്തിജ്വലിക്കുന്ന സൂര്യൻ മാത്രം. ഞാൻ വീണ്ടും കരഞ്ഞുകൊണ്ട് ഇബ്രാഹിമിന്റെ അരികിലേക്കു ചെന്നു. എന്തെങ്കിലും ഒന്നു ചെയ്യ് ഇബ്രാഹിം...

നിശ്ചലനായി ഇരിക്കുന്ന അവനെ അന്നേരത്തെ സങ്കടത്തിന് ഞാൻ അടിക്കുകയും തൊഴിക്കുകയും തുപ്പുകയും ശപിക്കുകയും ചെയ്തു.

ഹക്കീമിനെ അള്ളാഹുവിന്റെ നിശ്ചയത്തിനു വിട്ടുകൊടുക്കാനല്ലാതെ മറ്റൊന്നും ചെയ്യാൻ നമുക്കാവില്ല... അവൻ കരച്ചിൽ സ്വരത്തിൽ മന്ത്രിച്ചു. അത്രയും നിസ്സഹായനായി ഇബ്രാഹിമിനെ ഒരിക്കലും ഞാൻ കണ്ടിട്ടില്ല.

ഞാൻ അപ്പാടേ തകർന്നുപോയി.. ഞാൻ കണ്ണുകളടച്ചു നിലത്തു കുത്തിയിരുന്നു. ഹക്കീമിന്റെ ആ പിടച്ചിൽ എനിക്കു കാണാനാവുമായിരുന്നില്ല. കുറച്ചുനേരം കൂടി അവന്റെ മുരൾച്ചയും പിടച്ചിലും

ഞാൻ കേട്ടു. പിന്നത് നിശ്ശബ്ദമായപ്പോൾ ഞാൻ പതിയെ കണ്ണുതുറന്ന് അവനെ ഒന്നു നോക്കി. അവൻ എന്നെത്തന്നെ തുറിച്ചുനോക്കി കിടക്കുകയാണ്. എന്തോ പറയാൻ ശ്രമിക്കുന്നുണ്ട്. ഞാൻ ഓടി അവന്റെ അടുക്കൽ ചെന്നു. പൊന്നുമോനേ ഹക്കീം.. ഒന്നുമില്ലെടാ ഒന്നും.. ഞാനവനെ എടുത്തു മടിയിലേക്കു കിടത്തി. അവൻ കണ്ണുകൾ ഒന്നു ചലിപ്പിച്ചു. പിന്നതു പതിയെ നിശ്ചലമായി. എന്റെ തലച്ചോറിനുള്ളിൽ ഒരു ഇരുൾപ്പാട വന്നു മൂടുന്നതു ഞാനറിഞ്ഞു. എന്റെ ശരീരത്തിനെ ഒരു തളർച്ച ബാധിച്ചു. ഞാൻ നിലത്തേക്കു കുഴഞ്ഞു വീണു.

പിന്നെ കണ്ണുതുറക്കുമ്പോൾ ഇബ്രാഹിം ഖാദരിയുടെ തോളിൽ ഞാൻ ഒരു വേതാളത്തെപ്പോലെ തൂങ്ങിക്കിടക്കുകയാണ്. മരുഭൂമിയാണെങ്കിൽ ശൗര്യത്തോടെ ചീറി അടിക്കുന്നു. അതും അക്ഷരാർത്ഥത്തിൽ

കണ്ണുതുറക്കുമ്പോൾ ഇബ്രാഹിം ഖാദരിയുടെ തോളിൽ ഞാൻ ഒരു വേതാളത്തെപ്പോലെ തൂങ്ങിക്കിടക്കുകയാണ്.

തീ നിറച്ച മണൽക്കാറ്റ്. ഒറ്റച്ചുവടുപോലും മുന്നോട്ടു വയ്ക്കാനാവാത്ത അവസ്ഥ. എന്നിട്ടും ഇബ്രാഹിം എന്നെയും എടുത്തുകൊണ്ട് പരമാവധി വേഗത്തിൽ ഓടുകയാണ്. എന്തിനാണ് അവനിങ്ങനെ ഓടുന്നതെന്ന് എനിക്കു മനസ്സിലായതേയില്ല. എന്നാൽ ആ തോളിൽ നിന്ന് ഇറങ്ങാനാവാത്തവിധം ഞാൻ തളർന്നുപോയിരുന്നു.

ആ കിടപ്പിൽ കിടന്നുനോക്കിയപ്പോൾ മുന്നിലെ മണൽക്കൂനയ്ക്കു പിന്നിൽ എന്തോ ഒരു അനക്കം. എനിക്കതിശയമായി. ഞാൻ ഒന്നുകൂടി ശ്രദ്ധിച്ചുനോക്കി. പെട്ടെന്ന് എനിക്കു ബോധ്യമായി മണൽക്കൂനയ്ക്കു പിന്നിലല്ല മണൽക്കൂന തന്നെയാണ് ചലിക്കുന്നത്. കടലിന്റെ അങ്ങേക്കോണിൽനിന്ന് ഒരു തിരമാല ഉയിർകൊണ്ടുവരുന്നതുപോലെ ഒരു മണൽത്തിരമാല മരുഭൂമിയുടെ അറ്റത്തുനിന്നു നീങ്ങിനിരങ്ങി വരികയാണ്. അതിന്റെ പിന്നാലെ കൂറ്റൻ തിരമാലകൾ വേറെയും. മരുഭൂമിയിലല്ല ഒരു കടൽത്തീരത്താണ് ഞാൻ നില്ക്കുന്നത് എന്നു തോന്നിപ്പോയ നിമിഷങ്ങൾ. അതു കൺമുന്നിൽ അതുവരെ കണ്ടുവെച്ച എല്ലാ ദൃശ്യങ്ങളെയും മാറ്റിവരയ്ക്കുകയാണ്. മണൽക്കൂനകളുടെ ശിഖരങ്ങൾ മുന്നിൽ മുറിഞ്ഞുവീഴുന്നു. മണൽക്കൂനകൾ തന്നെ അന്തരീക്ഷത്തിൽ ലയിച്ച് ഇല്ലാതെയാവുന്നു. ''കണ്ണുകൾ ഇറുകെ അടച്ചോളൂ.'' ഇബ്രാഹിം ഖാദരി അലറിവിളിച്ചു. അവൻ എന്നെ നിലത്തു നിർത്തി ചേർത്തുപിടിച്ചു. അനങ്ങരുത്. ഞങ്ങൾ കെട്ടിപ്പിടിച്ചു നിന്നു. ഇത്തിരി നിമിഷങ്ങൾക്കകം ആ തിരമാലയുടെ മുനമ്പ് ഞങ്ങളെ വന്നുതൊട്ടു. മുഖത്തെയും ദേഹത്തെയും കൈകളെയും ചൂടുപിടിച്ച മണൽത്തരികൾ പൊള്ളിച്ചുകൊണ്ട് പോകുന്നത് എനിക്കനുഭവിക്കാൻ കഴിഞ്ഞു. എത്രനേരം ആ മൺഗുഹയിൽ അങ്ങനെ നില്ക്കേണ്ടിവന്നെന്നറിയില്ല. കാറ്റൊന്നടങ്ങി എന്നറിഞ്ഞപ്പോൾ പതിയെ കണ്ണുകൾ തുറന്നു നോക്കി. എന്നെ കെട്ടിപ്പിടിച്ചു നില്ക്കുന്ന ഒരു മൺരൂപം! അന്തരീക്ഷമാകെ ചുവന്നു കലങ്ങിയിരുന്നു. ഇത്തിരിപോലും ദൂരേക്ക് ഒന്നും കാണാനില്ല. എങ്ങും മൂടൽമണ്ണ് മാത്രം. ഞങ്ങൾ ഏതാണ്ട് അരയ്ക്കു താഴേക്കു മണ്ണിൽ പൂഴ്ന്നു പോയിരുന്നു. അതിലുപരി എന്നെ അതിശയിപ്പിച്ച സംഗതി, നേരെ കൺമുന്നിൽ ഉണ്ടായിരുന്ന ഒരു മണ്ണുമല അവിടെ കാണാനേ ഇല്ലായിരുന്നു. പകരം ഞങ്ങൾ ഓടിയ ഇടത്ത് ഒരു വലിയ മണൽമല രൂപംകൊണ്ടിരിക്കുന്നു! നമ്മുടെ മുന്നിൽ ഒരു വലിയ ഭൂപടം മാറ്റിവരച്ചതുപോലെ. സങ്കടംകൊണ്ടു ഞാൻ വലിയ വായിൽ നിലവിളിച്ചു. എന്റെ ഹക്കീമിനെ ആ മണൽമല എന്നെന്നേക്കുമായി മൂടിക്കളഞ്ഞിരുന്നു!

മുപ്പത്തിയാറ്

വല്ലവിധത്തിലും മണൽക്കൂനയിൽനിന്നും ഇബ്രാഹിം വലിഞ്ഞുകയറി. എന്നെയും വലിച്ചു കയറ്റി. അവൻ എന്നെയും എടുത്തു വീണ്ടും നടക്കാനുള്ള ശ്രമമായിരുന്നു. ഞാൻ അവന്റെ തോളിൽനിന്നു പിടഞ്ഞിറങ്ങി. ''എന്നെയും ഇവിടെ ഉപേക്ഷിച്ചിട്ട് എവിടെയെങ്കിലും പോയി രക്ഷപ്പെട്ടോളൂ ഇബ്രാഹിം... ഹക്കീമില്ലാതെ എനിക്കെവിടെയും പോകണ്ട. എവിടെയും രക്ഷപ്പെടണ്ട. ഞങ്ങളൊന്നിച്ചു വന്നവർ. അവനില്ലാതെ എനിക്കു നാട്ടിൽ ചെല്ലാനാവില്ല. അവന്റെ ഉമ്മയുടെ ചോദ്യത്തെ, അവന്റെ പെങ്ങടെ നോട്ടത്തെ എനിക്കു നേരിടാനാവില്ല. എന്നെ ഇവിടെ കളയൂ. എനിക്കവനൊപ്പം പോണം. എനിക്കവനൊപ്പം പോണം.''

ഹക്കീമിന്റെ ശരീരത്തെ മൂടിക്കളഞ്ഞ മണൽമലയിലേക്ക് ഓടാൻ ഞാനൊരു ശ്രമം നടത്തി. ''നിന്നെ ഇങ്ങനെ കളഞ്ഞിട്ടുപോകാനല്ല അള്ളാഹു എന്നെ ആ മസറയിലേക്കു പറഞ്ഞയച്ചത്. ഹക്കീമിനെ രക്ഷിക്കാൻ എനിക്കായില്ല. ഞാൻ മരിച്ചിട്ടേ നിന്നെയെങ്കിലും മരിക്കാൻ ഞാൻ അനുവദിക്കൂ.'' അവൻ എന്നെ കടന്നുപിടിച്ചു. പിന്നെ നിർബന്ധപൂർവ്വം തോളിലേക്കു വലിച്ചിട്ടു. അവനെ ചെറുക്കാനുള്ള ശക്തി എനിക്കില്ലായിരുന്നു. വാടിയ കൊഴുന്തണ്ടുപോലെ ഞാനവന്റെ തോളത്തു വീണുകിടന്നു. ഞാൻ ഒരു കൊച്ചുകുട്ടിയെപ്പോലെ ഏങ്ങലടിച്ചു കരഞ്ഞുകൊണ്ടിരുന്നു. എന്നെയും ചുമന്ന് അവൻ ആ മണൽക്കാട്ടിലൂടെ നടന്നു. ദാഹവും ഭീതിയും വിശപ്പും. കൺപോളകളിൽ സൂചികുത്തുന്നതുപോലെ വേദന. അപ്പോഴും സ്വന്തം ഹൃദയമിടിപ്പ് എനിക്ക് അനുഭവിക്കാനാവുന്നുണ്ട്. നിമിഷം കഴിയുന്തോറും അതു നേർത്തുവരുന്നു. എന്റെ ശ്വാസംപോലും നേർത്തുവരികയാണ്. നാക്ക് ചലിപ്പിക്കാനേ ആകാത്തവിധത്തിൽ വറ്റിക്കീറിപ്പോയിരിക്കുന്നു. എനിക്കുചുറ്റും ലോകം ഇരുണ്ടു കറങ്ങുന്നതുപോലെ. തലയിൽനിന്നും ചൂട് ആവിപോലെ പുറത്തുപോകുന്നു. അതെന്റെ ബോധത്തെ കൂടുതൽ കലക്കുകയാണ്. ഹക്കീമിന്റെ അവസ്ഥയിലേക്കാണ് ഞാൻ നീങ്ങുന്നതെന്ന് എനിക്കു മനസ്സിലായി. ഈ ഭൂമിയിൽ എനിക്ക് ഇനി

അധികം നേരംകൂടി ബാക്കിയില്ല. വിടപറയാൻ നേരമായിരിക്കുന്നു. എന്നെ സ്നേഹിച്ചവരെയും ഞാൻ സ്നേഹിച്ചവരെയും ഓർത്തെടുക്കാൻ ഞാൻ ഒരു ശ്രമം നടത്തിനോക്കി. അധികം മനുഷ്യമുഖങ്ങളൊന്നും ചൂടുപിടിച്ച എന്റെ ശിരസ്സിൽ നിന്നും പുറത്തേക്കു വന്നില്ല. ഉമ്മ, സൈനു, ഹക്കീം.. എന്നാൽ എന്റെ മസറയിലെ ആടുകൾ ഓരോരുത്തരായി എന്റെ കൺമുന്നിൽ വന്നു നിറഞ്ഞു. നബീൽ, അറവു റാവുത്തർ, പോച്ചക്കാരി രമണി, മേരിമൈമുന, ഇണ്ടിപ്പോക്കർ, ഞണ്ടു രാഘവൻ, പരിപ്പുവിജയൻ, ചക്കി, അമ്മിണി, കൗസു, റൗഫത്ത്, മനുഷ്യരേക്കാൾ എന്നെ സ്നേഹിച്ചത് ആ ആടുകൾ ആയതുകൊണ്ടാവാം അത്. എല്ലാവരും എനിക്കു യാത്രാമംഗളങ്ങൾ പറയുന്നു...

സന്ധ്യ വന്നു. രാത്രി വന്നു. ഞങ്ങൾ മണലിൽ വീണ്ടും തളർന്നു കിടന്നു. പരസ്പരം ഒരു വാക്കുപോലും ഉരിയാടാത്ത ഒരു മുഴുരാത്രി ഞങ്ങളെ കടന്നുപോയി. ഞാൻ ആ രാത്രി പിന്നിടുമെന്ന് എനിക്കൊരു ഉറപ്പും ഉണ്ടായിരുന്നില്ല. എന്നാൽ, ആ രാത്രിയെയും ഞാൻ അതിജീവിച്ചു. പിറ്റേന്നു കാലത്തും എനിക്കു ജീവൻ ഉണ്ടായിരുന്നു.

മുപ്പത്തിയേഴ്

കാറ്റടങ്ങി, പ്രഭാതം വല്ലാതെ പ്രശാന്തമായിരുന്നു. മണൽക്കൂനകളിലേക്ക് ഞങ്ങൾ കണ്ണുമിഴിച്ചു. ഇളകാതെ കിടക്കുന്ന കടൽപോലെ മണൽ കട്ടപിടിച്ചു കിടക്കുന്നു. ഞങ്ങൾ പതിയെ എഴുന്നേറ്റു. പരസ്പരം മിണ്ടാട്ടമൊന്നുമില്ല. പ്രതീക്ഷയും ആശയും ഒക്കെ നശിച്ചിരിക്കുന്നു. ഇനി എവിടെയെങ്കിലും എത്തിയാൽ എത്തി. എത്തണമെന്നുതന്നെയില്ല. എത്രയും പെട്ടെന്നു മരിച്ചാൽ മതി. ആ ദാഹവും ചൂടും സഹിക്കാൻ ഇനി വയ്യ. അള്ളാ ഈ നരകത്തിൽനിന്നും ഹക്കീമിനെ നീ രക്ഷിച്ചുകൊണ്ടുപോയതുപോലെ എന്നെയും എത്രയും പെട്ടെന്നു രക്ഷിക്കണേ...

ഞങ്ങൾ മണലിലൂടെ നടന്നു. എന്റെ കാല് കൃത്യമായി നിലത്ത് ഉറയ്ക്കുന്നൊന്നുമില്ല. പാതി മരിച്ചവനെപ്പോലെയാണ് എന്റെ നടപ്പ്. നിന്നെ ഞാനെന്റെ തോളിലെടുക്കാം എന്ന് ഇബ്രാഹിം പലവട്ടം പറഞ്ഞതാണ്. ഞാൻ സമ്മതിച്ചില്ല. എനിക്കറിയാം ഈ പകലിൽ ഞാൻ മരിക്കുമെന്ന്. അതിനുമാത്രം ജീവനേ ഇനി എന്റെ ശരീരത്തിൽ അവശേഷിച്ചിട്ടുള്ളൂ. നടന്നാൽ അതെത്രയും പെട്ടെന്ന് ഉണ്ടാകുമെന്ന ആശയിലാണ് ഞാൻ നടക്കാൻ തന്നെ തീരുമാനിച്ചത്.

കുറേ നടന്നപ്പോൾ മണലിൽ എന്തൊക്കെയോ ജീവികളുടെ കാല്പാടുകൾ. രാത്രി സഞ്ചാരത്തിന് ആരോരുമറിയാതെ വന്നു മടങ്ങിയതിന്റെ നേർത്ത അടയാളങ്ങൾ! അവ എങ്ങോട്ടാണ് നീങ്ങുന്നതെന്ന് ഇബ്രാഹിം പിന്തുടർന്നു നോക്കി. അവ നീണ്ടുനീണ്ടു വന്യതയിൽ ഒടുങ്ങുകയാണ്. അതാവാം മരുഭൂമിയുടെ കടുത്ത പ്രദേശങ്ങൾ എന്നുറച്ച് അവൻ എന്നെ മറുദിശയിലേക്കു നയിച്ചു. ഏതാണ്ട് അന്നും ഉച്ചവരെ നടന്നുകാണും. പെട്ടെന്ന് ഞങ്ങളുടെ മുന്നിൽ മണലിൽ മുഴുത്ത ഒരു പല്ലി!

''പല്ലി..!!'' അലറിവിളിച്ചുകൊണ്ട് ഇബ്രാഹിം അതിന്റെ പിന്നാലെ കുതിച്ചോടി. ഞാൻ പക്ഷേ അതിൽ വലിയ അതിശയമൊന്നും കണ്ടില്ല.

ഞാൻ അർദ്ധമയക്കത്തിൽ ആടിനില്ക്കുകയാണ്. എപ്പോൾ വീഴുമെന്നാശിച്ച്...

''നജീബ് നീ കണ്ടോ..? സത്യമായും അതൊരു പല്ലിതന്നെ!'' അതു പറയുമ്പോൾ ഇബ്രാഹിമിന്റെ സ്വരത്തിൽ ഒരാഹ്ലാദം വന്നു നിറയുന്നതു ഞാൻ കണ്ടു.

''അതിന്..?!'' ഞാൻ മുഖം ചുളിച്ചു.

''മരുഭൂമിയിൽ ഒരു പല്ലി എന്നാൽ... നിനക്കറിയുമോ.. തൊട്ടടുത്തെവിടെയോ ജലസാന്നിദ്ധ്യം എന്നാണ് അതിനർത്ഥം.'' അവൻ ആഹ്ലാദത്തോടെ പറഞ്ഞു.

''സത്യം..?!'' പെട്ടെന്ന് ഞാനെന്റെ അവസാന പ്രതീക്ഷയിലേക്ക് ഉണർന്നു.

അതെയെന്ന് അവൻ തലയാട്ടി.

''ഇനി വളരെ സൂക്ഷിച്ചാവണം നമ്മുടെ ഓരോ ചുവടും. യാതൊരു കാരണവശാലും മരുഭൂമിയിലേക്കു തിരിഞ്ഞുപോകാതെ സൂക്ഷിക്കണം. ഇതു നമ്മുടെ അവസാന അവസരമാണ്.'' ഇബ്രാഹിം മുന്നറിയിപ്പു തന്നു.

അതുകൊണ്ടുതന്നെ വളരെ സൂക്ഷിച്ചായിരുന്നു ഞങ്ങളുടെ നടപ്പ്. ഓരോ ചുവടിലും ഞങ്ങൾ കൂടുതൽ പല്ലികളെ തേടി. അതു പായുന്ന ഇടങ്ങളിലേക്കു ഞങ്ങൾ ചുവടുവച്ചു. അങ്ങനെ ഇത്തിരി നടന്ന് ഒരു മണൽക്കൂനയ്ക്കു മുകളിലെത്തിയതും... ഞാൻ വ്യക്തമായും കണ്ടു. ദൂരെ പച്ചത്തലപ്പുകൾ! ഈന്തപ്പനകൾ. ചെറിയ കുറ്റിച്ചെടികൾ. ജലസാമീപ്യം!! പിന്നെ ഞാൻ ഓടുകയായിരുന്നോ പറക്കുകയായിരുന്നോ എന്നൊന്നും അറിയില്ല. അതുവരെയുണ്ടായിരുന്ന എല്ലാ ക്ഷീണവും മറന്നു ഞാനവിടെ എത്തി. എന്റെ കാലുകൾക്ക് ഒരാനക്കാലിന്റെ ഭാരമുണ്ടായിരുന്നെങ്കിലും അതും വലിച്ചാണ് ഞാനോടിയത്. എന്റെ കാലുകൾ മുറിഞ്ഞു ചോര ഒലിക്കുന്നുണ്ടായിരുന്നെങ്കിലും അതു വകവെയ്ക്കാതെ കല്ലുകൾക്കു മുകളിലൂടെ ഞാൻ പറന്നു. ഇബ്രാഹിം ഖാദരി എന്റെ പിന്നാലെയും. മരണത്തെ ആശിച്ചു നടന്ന ആ നിമിഷത്തിലും ഉള്ളിന്റെയുള്ളിൽ എന്റെ ചോദനയ്ക്കു ജീവിക്കാനുള്ള കൊതി എത്രമാത്രമായിരുന്നു എന്നു ഞാനിപ്പോൾ അതിശയിക്കുന്നു. ഒരുപക്ഷേ ആ കൊതി ആയിരുന്നിരിക്കണം എന്റെ ജീവൻ അവസാനം വരേയും പിടിച്ചുനിർത്തിയത്. അവിടെ എവിടെയോ ഒരു ജലസാന്നിദ്ധ്യം എനിക്കുറപ്പായിരുന്നു. തിങ്ങിക്കൂടി നില്ക്കുന്ന ചെടികൾക്കിടയിലൂടെ ഞാൻ ഭ്രാന്തമായി ഓടി. എന്റെ തലയ്ക്കു ചുറ്റും ഒരായിരം തേനീച്ചകൾ ഇരമ്പുന്നതുപോലെയുള്ള ശബ്ദം. എന്റെ കണ്ണുകളിൽനിന്നും ഒരായിരം വെളുത്ത വളയങ്ങൾ പറന്നുയരുന്നു. ഹക്കീം അവന്റെ

അവസാന നിമിഷങ്ങളിൽ കാണിച്ച വെപ്രാളങ്ങളുടെ അർത്ഥം ഞാൻ സ്വയം മനസ്സിലാക്കുകയായിരുന്നു. ദാഹിച്ചു ഭ്രാന്തനാവുക. ഞാൻ അതിലേക്കു നീങ്ങിക്കഴിഞ്ഞിരുന്നു. ഞാൻ പിന്നെയും നാലുപാടും ഓടി. എന്നാൽ ഇബ്രാഹിം ശാന്തനായി അവിടെ അന്വേഷിച്ചു. എവിടെയാണ് കൂടുതൽ പച്ചപ്പ് എന്നു നോക്കി. എവിടെയാണ് മണ്ണിന് നനവു കൂടുതൽ എന്നു പരതി. ഒടുവിൽ അവൻ സത്യമായും കണ്ടെത്തി, ചെടിക്കൂട്ടങ്ങൾക്കിടയിൽ ഒരിടത്ത് ഒരു ചെറിയ കുളം. അവൻ ആകാശത്തിലേക്കു കൈകൾ ഉയർത്തി വിളിച്ചു പറഞ്ഞു, അള്ളാഹു അക്ബർ!! വെള്ളം! വെള്ളം! വെള്ളം! അള്ളാഹു അക്ബർ!!

ശിരസ്സിൽ തീയാളുകയായിരുന്ന എന്റെ കാതിൽ ആ ശബ്ദം പതിച്ചു. ഞാൻ ഭ്രാന്തനെപ്പോലെ അങ്ങോട്ടോടിച്ചെന്നു. ഞാൻ കണ്ടു. എന്റെ തുറന്ന കണ്ണുകൾകൊണ്ടു കണ്ടു. ചെടിക്കൂട്ടങ്ങൾക്കിടയിൽ ഒരിടത്ത് ഒരു ചെറിയ ഉറവ. ജലസമൃദ്ധി! ദാഹാർത്തിമൂലം ഞാൻ ആ വെള്ള ത്തിനരികിലേക്കു വീണു. പെട്ടെന്ന് ഇബ്രാഹിം എന്നെ പിടിച്ചുമാറ്റി. ''കുടിക്കരുത്.'' അവൻ അലറി. എന്റെ കണ്ണുകൾ തിളച്ചു. എന്റെ ചോര യ്ക്കു ഭ്രാന്തുപിടിച്ചു. ഞാൻ എന്റെ സർവ്വശക്തിയുമെടുത്ത് അവന്റെ പിടലിക്ക് അടിച്ചു. അപ്രതീക്ഷിതമായ ആ അടിയിൽ അവൻ വേച്ചു പോയി. ഞാൻ പിന്നെയും വെള്ളത്തിനരികിലേക്കു നീങ്ങി. പെട്ടെന്ന് ഇബ്രാഹിം എന്റെ കാലിൽ പിടിച്ചു വലിച്ചുകൊണ്ട് ദൂരെ കൊണ്ടു പോയി കിടത്തി. ''നായേ വിടടാ. എനിക്കു ദാഹിക്കുന്നു. എനിക്കു വെള്ളം കുടിക്കണം.'' ഞാൻ ചീറി.

പക്ഷേ അവൻ പിടി വിട്ടില്ല. ഞാൻ നെഞ്ചത്തടിച്ചു കരഞ്ഞു. എന്റെ പടച്ചോനേ, നിങ്ങൾ എന്നെ എന്തിനിങ്ങനെ കൊതിപ്പിക്കുന്നു. എന്നെ വെള്ളം കുടിക്കാൻ സമ്മതിക്കാത്ത ഈ ദുഷ്ടനെ നീ മിന്നലയച്ചു കൊന്നുകള. ദുഷ്ടൻ. ഇവന്റെ കൂടെയാണല്ലോ ഞാൻ ദിവസങ്ങളോളം നടന്നത്. ഇവൻ ഹക്കീമിനെ കൊന്നു. ഇനി എന്നെയും കൊല്ലാനാണ് പരിപാടി. ആ ദുഷ്ടൻ ആ ഉറവയിലെ വെള്ളമെല്ലാം ഒറ്റയ്ക്കു കുടിച്ചു തീർക്കും. ഒന്നു നാവു നനയ്ക്കാൻ പോലും എനിക്കു കിട്ടില്ല. ചാവു ന്നതിനു മുൻപ് എനിക്കിത്തിരി വെള്ളം കുടിക്കണം. അതിന്റെ രുചി എന്താണെന്ന് ഒന്നറിയണം. ഞാൻ ചീറുകയും കുതറുകയും ചെയ്തു. എന്നെ ദൂരെ മാറ്റിക്കിടത്തിയിട്ട് അവൻ കുളത്തിനടുത്തേക്കു നടന്നു. അവിടെ നിന്ന് എഴുന്നേല്ക്കാൻ എനിക്കു കെല്പുണ്ടായിരുന്നില്ല.

ആർത്തിയോടെ അവൻ ആ വെള്ളമെല്ലാം കുടിച്ചുതീർക്കുന്നതു കാണാനാവാതെ ഞാൻ കണ്ണടച്ചു കിടന്നു. പെട്ടെന്ന് എന്റെ ചുണ്ടിൽ ഒരു നനവ്. ഞാൻ കണ്ണുതുറന്നു. ഇബ്രാഹിം എന്റെ അരികിലിരിക്കു കയാണ്. അവന്റെ കയ്യിൽ ഒരു നനഞ്ഞ തുണിക്കഷണമുണ്ട്. അതു കൊണ്ട് അവൻ പതിയെ എന്റെ ചുണ്ടു നനയ്ക്കുകയാണ്. ആർത്തി യോടെ ഞാൻ വായ തുറന്നു. അതിൽനിന്നും ഒരു തുള്ളി എന്റെ

നാവിലേക്കു വീണതും ഞാൻ പിടഞ്ഞെണീറ്റു. നാക്കിൽ ആസിഡു വീണു പൊള്ളിയതുപോലെ. അവൻ പിന്നെയും എന്റെ വായിലേക്ക് തുണിക്കഷണം തിരുകി വെച്ചുതന്നു. അതിൽ നിന്ന് ഓരോ തുള്ളിയായി വെള്ളം എന്റെ നാവിലേക്ക് ഊറിവന്നു. അപ്പോഴൊക്കെ വലിയ വായിൽ നിലവിളിക്കാനുള്ള പൊള്ളൽ എനിക്കുണ്ടായിരുന്നു. അവൻ പിന്നെയും പോയി തുണി നനച്ചുവന്നു. നാവിൽനിന്നു പതിയെ വെള്ളം തൊണ്ടയിലേക്ക് അരിച്ചിറങ്ങി. നനഞ്ഞിടമെല്ലാം പൊള്ളിച്ചു കൊണ്ടാണ് ആ നനവ് എന്റെ വയറ്റിലെത്തിയത്. പിന്നെയും നിരവധി പ്രാവശ്യം വെള്ളം നനച്ചുവച്ചശേഷമാണ് എന്റെ പൊള്ളൽ പതിയെ അവസാനിക്കുന്നതും അതെന്നിൽ ഒരു ദാഹമായി വളരുന്നതും. അവൻ എന്നെ ആ ഉറവയ്ക്ക് അരികിലേക്കു നടത്തിക്കൊണ്ടുപോയി. വെള്ളം കൈക്കുമ്പിളിൽ കോരി എന്റെ വായിലേക്ക് ഇറ്റിച്ചു തന്നു. മതിയാവോളം മതിയാവോളം ഞാൻ കുടിച്ചു. വരണ്ടുവറ്റിയിരുന്ന എന്റെ ഓരോ കോശങ്ങളിലേക്കും ആ നനവു പടർന്നു ചെല്ലുന്നതു ഞാൻ സുഖ ത്തോടെ അറിഞ്ഞു. അവസാനം ഞാൻ മതിയെന്നു പുലമ്പിയപ്പോ ഴേക്കും ഒരു വലിയ ക്ഷീണത്തോടെ നിലത്തേക്കു കുഴഞ്ഞുവീണു. അപ്പോൾ മാത്രമാണ് ഇബ്രാഹിം ഖാദരി തന്റെ നാവിലേക്കു നനഞ്ഞ തുണി ആദ്യമായി നീട്ടുന്നത്. എന്റെ നന്ദികേടോർത്തു ഞാൻ വിങ്ങി വിങ്ങി കരഞ്ഞു.

മുപ്പത്തിയെട്ട്

പിന്നത്തെ മൂന്നു ദിവസം ഞങ്ങൾ ആ മരുപ്പച്ചയിൽ ഉണ്ടായിരുന്നു. ഞങ്ങൾ ആവശ്യത്തിനു വെള്ളം കുടിച്ചു. ഈന്തപ്പനയിൽനിന്നും പഴം പറിച്ചു തിന്നു. വേണ്ടുവോളം ഉറങ്ങി. അത്രയും ദിവസത്തെ ക്ഷീണം ശരീരത്തിൽനിന്നും കഴുകിക്കളഞ്ഞു. എന്നാൽ കാലിലെ വേദനയും നീരും നീറ്റലും അതുപോലെ അവശേഷിച്ചു. ആ മൂന്നു ദിവസവും ഇബ്രാഹിം കാലത്തിറങ്ങി അവിടെയെല്ലാം ചുറ്റിക്കറങ്ങി നോക്കിയ ശേഷം വൈകുന്നേരമാവുമ്പോഴേക്കും മടങ്ങി വരും. എവിടെയെങ്കിലും മനുഷ്യസാന്നിദ്ധ്യമുണ്ടോ...? രക്ഷപ്പെടാൻ വല്ല വഴിയും തെളിയുന്നുണ്ടോ..? എവിടെയാണ് ഞങ്ങൾ എത്തിപ്പെട്ടിരിക്കുന്നത് എന്നൊക്കെയാണ് അവന്റെ അന്വേഷണം. കൂടെ ചെല്ലണമെന്ന എന്റെ വാക്കുകളെ അവൻ ആദ്യദിവസംതന്നെ തള്ളിക്കളഞ്ഞിരുന്നു. മരുഭൂമിയിൽ വേഗം വാടിപ്പോകുന്ന പൂവാണ് നീ. ഇനിയൊരു സുരക്ഷിതവഴി കണ്ടെത്തിയിട്ടു മതി നിന്റെ പുറപ്പാട്. വഴിതെറ്റാനുള്ള എല്ലാ സാധ്യതകളിലേക്കുമായിരുന്നു അവന്റെ പുറപ്പെടൽ. തിരിച്ചു വന്നാൽ വന്നെന്നു പറയാം. ഇല്ലെങ്കിൽ ഈ ഭൂമിയിൽ ഞാൻ ഒറ്റയ്ക്കായിപ്പോയി എന്നു കരുതിയാൽ മതി. അവൻ തിരിച്ചുവരാൻ വൈകുന്തോറും എന്റെയുള്ളിൽ ഒരു ആന്തൽ പിറക്കും. ഒറ്റയ്ക്കാവുക എന്നത് എനിക്ക് ആലോചിക്കാൻപോലും കഴിയുമായിരുന്നില്ല. പിന്നെ അവന്റെ തലവെട്ടം അകലെ മണൽക്കൂനയിലെവിടെയെങ്കിലും കണ്ടാലേ എനിക്ക് ആധിയൊഴിയുമായിരുന്നുള്ളൂ.

ഇബ്രാഹിം ഖാദരി പോയിക്കഴിഞ്ഞാൽ ഞാൻ ആ മരുപ്പച്ചയിലാകെ നടന്നുനോക്കും. സാധാരണ മരുപ്പച്ച എന്നു കേൾക്കുമ്പോൾ അത് ഏക്കറുകണക്കിന് ഇടത്തിലേക്കു വ്യാപിച്ചു കിടക്കുന്ന മരുഭൂമിയിലെ ഒരു ജൈവമേഖല ആയിരിക്കും. മിക്കപ്പോഴും കാട്ടറബികളോ വഴിയാത്രക്കാരോ അവിടെ താമസവും കാണും. ഇത് അങ്ങനെയൊന്നുമില്ല. ലോകത്തിലെ ഏറ്റവും ചെറിയ മരുപ്പച്ച എന്നു ഞാനതിനെ വിശേഷിപ്പിക്കുകയാണ്. അത്രയ്ക്കും ചെറിയ ഒന്ന്! ഏറിയാൽ

ഒരേക്കർ വിസ്തൃതി. അതിൽ ഒരു കുളം. കുറച്ച് ഈന്തപ്പനകൾ പിന്നെ പേരറിയാത്ത ഏതൊക്കെയോ ചില കള്ളിമുൾച്ചെടികൾ. ചില കുഞ്ഞിച്ചെടികൾ. ചുറ്റും അനന്തമായ മണൽക്കാട്. ആരാലും കണ്ടുപിടിക്കാത്ത ഒരു കുഞ്ഞു മരുപ്പച്ച! ദൈവത്തിന്റെ സ്വന്തം ഏദൻതോട്ടം. ഞങ്ങൾക്കുവേണ്ടി അള്ളാഹു അന്നേരം സൃഷ്ടിച്ച താണോ ആ മരുപ്പച്ച എന്നുപോലും ഞാൻ വിചാരിച്ചിട്ടുണ്ട്.

മൂന്നാം ദിവസം ഉച്ചയ്ക്ക് ഇബ്രാഹിം സന്തോഷത്തോടെയാണ് തിരിച്ചു വന്നത്. എന്തോ ഒരു അടയാളം അവന്റെ കണ്ണിൽ പെട്ടുവെന്നു സാരം. ഞാൻ ഏന്തിവലിഞ്ഞ് അവന്റെ അരികിലെത്തി. എന്താ ഇബ്രാഹിം വല്ല വഴി സൂചനയും..?

"നമ്മൾ ജീവിതത്തിൽ നിന്ന് ഏറെയൊന്നും അകലത്തല്ല നജീബ്. അവൻ പറഞ്ഞു. ഇന്നു ഞാൻ മണൽക്കാടുകൾക്കുള്ളിൽ മൂന്നു കല്ലുകൾ കണ്ടെത്തി. മനുഷ്യൻ ഉപയോഗിച്ച മൂന്നു കല്ലുകൾ. ആരോ ആ വഴി വന്നിരിക്കുന്നു. ആ കല്ലുകൾക്കു ചുവട്ടിൽ തീകൂട്ടി ഭക്ഷണം പാകം ചെയ്തിരിക്കുന്നു. അതൊരു നല്ല സൂചനയാണ്."

പിറ്റേന്നു കാലത്തുതന്നെ ഞങ്ങൾ അവിടം ലക്ഷ്യമാക്കി നടന്നു. ഏറെ ദിവസം അവിടെ തങ്ങുന്നതിലും അർത്ഥമൊന്നുമില്ലെന്നു ഞങ്ങൾക്കറിയാമായിരുന്നു. വീണ്ടും ജീവിതത്തെ അള്ളാഹുവിന്റെ പരീക്ഷണത്തിനു വിട്ടുകൊടുക്കുകതന്നെ. നടന്നു. ഇബ്രാഹിം പറഞ്ഞതുപോലെ ആ കല്ലുകൾ ഞാനും കണ്ടു. അത്ര പൂഴിമണ്ണില്ലാത്ത ഒരു വെളിമ്പ്രദേശത്തായിരുന്നു അത്. അവിടെ ചുറ്റിനടന്നു പരിശോധിച്ചപ്പോൾ ഒരു വഴിത്താര ഞങ്ങൾക്കു ദൃശ്യപ്പെട്ടു. ആ വഴിയിൽ വണ്ടികൾ നിരന്തരം വന്നുപോയതിന്റെ വടുക്കൾ. മനുഷ്യസാന്നിദ്ധ്യത്തിന്റെ കൂടുതൽ തെളിവുകൾ. നഗരജീവികൾ ഉല്ലാസത്തിനു വരുന്ന പ്രദേശമാകാം ഇത്. എങ്കിൽ ഈ വഴി ഞങ്ങളെ ഒരു സുരക്ഷിതസ്ഥാനത്ത് എത്തിക്കും തീർച്ച! വീണ്ടും ഞങ്ങളുടെ ജീവിതം പ്രതീക്ഷയിലേക്കു വളർന്നു. ഞങ്ങൾ ആർത്തിയോടെ അതിനെ പിന്തുടർന്നു. ഓരോ വളവിന്റെയും ഓരോ കുന്നിന്റെയും അപ്പുറത്ത് ഞങ്ങൾ ഒരു മനുഷ്യസാന്നിദ്ധ്യം പ്രതീക്ഷിച്ചു. എന്നാൽ വന്ധ്യവും തരിശുമായ ഇടങ്ങളിലൂടെ എങ്ങോട്ടോ ആ വഴി ഞങ്ങളെ കൂട്ടിക്കൊണ്ടുപോയി. അപ്പോഴതാ ഞങ്ങളെ അതിശയിപ്പിച്ചുകൊണ്ട് മണൽക്കുന്നിന്റെ നടുവിലൂടെ അണ്ണാന്റെ മുതുകത്തെ വരപോലെ ഒരു നീളൻ പാട്! വളരെ ദൂരെ ഒരു മണൽക്കൂനയുടെ മുകളിൽവച്ചേ എന്റെ കൊതിക്കണ്ണുകൾ അതു കണ്ടുപിടിച്ചിരുന്നു. ഞാനങ്ങോട്ട് ആർത്തിയോടെ ഓടിച്ചെന്നു. എന്റെ സംശയം സത്യമായിരുന്നു. അതൊരു വണ്ടിച്ചക്രത്തിന്റെ പാടായിരുന്നു..! എന്റെ റബ്ബുല്ലാലമീനായ തമ്പുരാനേ... എന്താണ് ആ പാടിന്റെ അർത്ഥം..!! ഏതോ ഒരു മനുഷ്യജീവി ഇവിടംവരെ

വന്നുപോയിരിക്കുന്നു എന്നല്ലേ..? അതായത് ഇതിനടുത്ത് എവിടെയോ ഒരു മനുഷ്യജീവിയുണ്ട്. ഇതിനടുത്ത് എവിടെയോ ഒരു മനുഷ്യപാതയുണ്ട്. ഇതിനടുത്ത് എവിടെയോ ഒരു മനുഷ്യവാസകേന്ദ്രമുണ്ട്. അന്ധകാരത്തിന്റെ മഹാലോകത്തു പ്രത്യാശയുടെ ഒരു ചെറുതിരിതന്നെയായിരുന്നു അത്!

ഞങ്ങൾ ആ ചക്രപ്പാടിനെ പിന്തുടരാൻ തീരുമാനിച്ചു. അതു ഞങ്ങളെ തീർച്ചയായും ഒരു സുരക്ഷിതസ്ഥാനത്തു കൊണ്ടുചെന്നെത്തിക്കുമെന്നു ഞങ്ങൾക്ക് ഉറച്ച വിശ്വാസം തോന്നി. ഒരു മനുഷ്യന്റെയും വണ്ടിപ്പാടല്ല ഇത്. ഇത് അള്ളാഹുവിന്റെ വണ്ടിയുടെ ചക്രം വരച്ച പാടാണ്. അതു രക്ഷയിലേക്കുള്ള വഴികാട്ടിയാണ്. അള്ളാഹുവേ നന്ദി. ഒരായിരം നന്ദി. ഒരു കോടി നന്ദി. പക്ഷേ, പേടിയുണ്ടായിരുന്നു. കാറ്റിന്റെ നേരിയ ഒരിളക്കം മതി ഞങ്ങളുടെ പ്രതീക്ഷയത്രയും അവസാനിക്കാൻ. കാറ്റ് ചെറുതായെങ്കിലും ഒന്നു തിരിഞ്ഞുകിടന്നാൽ ആ ചക്രപ്പാട് എന്നെന്നേക്കുമായി ഞങ്ങൾക്കു മുന്നിൽ അലിഞ്ഞ് ഇല്ലാതായിപ്പോകും. പക്ഷേ ഇന്ന് അള്ളാഹു ഞങ്ങൾക്കൊപ്പമുണ്ട്. കാറ്റിനെ ഒന്നു ഞരങ്ങാൻപോലും അദ്ദേഹം സമ്മതിക്കില്ല. ഞങ്ങൾ എല്ലാ ക്ഷീണവും മറന്ന് ഓടുകയായിരുന്നു. കാലിന്റെ കഴപ്പും പുളപ്പും നീരും വേദനയും നീറ്റലും മുറിവും എല്ലാം ഞാൻ മറന്നു. കാറ്റുണരും മുൻപേ വഴിയിലെത്തുക. ഓടുന്നതനുസരിച്ച് അതു നീളത്തിലേക്കു നീളത്തിലേക്കു നീണ്ടുവളഞ്ഞുപോകുകയാണ്. അതിനനുസരിച്ചു ഞങ്ങളുടെ പ്രതീക്ഷകളും നീണ്ടുനീണ്ടു ചെന്നു.

പ്രതീക്ഷയുടെ അസ്തമിക്കാത്ത തിരിവെളിച്ചത്തെ പിന്തുടർന്ന് ഞങ്ങൾ എത്രദൂരം ഓടിക്കാണുമെന്നു നിശ്ചയമില്ല. നേരം സന്ധ്യയോട് അടുക്കുംവരേക്കും അതു നീണ്ടു എന്നു ഞാനോർക്കുന്നു. ഞങ്ങൾ ലക്ഷ്യസ്ഥാനത്തിന് ഏതാണ്ട് അടുത്തെത്തിക്കഴിഞ്ഞിരിക്കുന്നു എന്ന് ഞങ്ങൾക്കുറപ്പായിരുന്നു. പക്ഷേ, നിർഭാഗ്യകരമായ ഒരു നിമിഷത്തിൽ ആ ദിവസം മുഴുവൻ ചത്തുമലർന്നുകിടന്ന കാറ്റ് ചാടി എഴുന്നേറ്റ് ആഞ്ഞുവീശുകയും ചക്രപ്പാടുകളെ അകലങ്ങളിലേക്കു പറത്തിക്കൊണ്ടുപോവുകയും ചെയ്തു. ആ കാറ്റിനുമുന്നിൽ ഞങ്ങൾ ഞെട്ടിത്തരിച്ചു നിന്നു. അതടങ്ങിയപ്പോൾ അനന്തമായ ശൂന്യതമാത്രം ഞങ്ങൾക്കു മുന്നിൽ നീണ്ടു വിടർന്നു കിടന്നു. സങ്കടംകൊണ്ടു ഞാൻ കരഞ്ഞുപോയി. ഞാൻ ആകാശങ്ങളിലേക്കു നോക്കി. മതി എന്റെ പടച്ചോനേ മതി. നിന്റെ ആ കളിയിൽനിന്ന് ഇനിയെങ്കിലും എന്നെക്കൂടി ഒഴിവാക്കിത്തന്നേക്കൂ. ഈ പരിഹാസം എനിക്കിനി സഹിക്കാൻ വയ്യ. മുന്നോട്ടു നടന്നുചെല്ലാനുള്ള ഇബ്രാഹിം ഖാദരിയുടെ വിളിയെ അവഗണിച്ചു ഞാൻ മണൽത്തിരകൾക്കുമേലെ ഒരു തകർന്ന കപ്പലിന്റെ അവശിഷ്ടംപോലെ നീണ്ടുനിവർന്നു കിടന്നു. മറ്റൊരു സന്ധ്യകൂടി അങ്ങനെ കണ്ണീരിൽ ഒലിച്ചുപോയി.

മുപ്പത്തിയൊമ്പത്

പിറ്റേന്നു നേരം വെളുത്തിട്ടില്ല. അപരിചിതമായ ഒരു ശബ്ദം കേട്ടാണ് ഞാൻ ഉറക്കത്തിൽനിന്നും നടുങ്ങിയുണരുന്നത്. ഞാൻ കാതോർത്തു. ഒന്നുമില്ല. എനിക്കു തോന്നിയതായിരിക്കണം. പിന്നെയും കണ്ണടച്ചു കിടന്നു. അപ്പോൾ വീണ്ടും ആ ശബ്ദം. ഞാൻ എഴുന്നേറ്റു. മരുഭൂമി അതിന്റെ കലിയെല്ലാം അഴിച്ചുവച്ച് ശാന്തമായി ഉറങ്ങുകയാണ്. ഏറ്റവും അകലെനിന്നുള്ള സൂക്ഷ്മശബ്ദംപോലും ആർക്കും വ്യക്തമായി കേൾക്കാം. അത്രയ്ക്കും പ്രശാന്തമായ അവസ്ഥ. അപ്പോൾ അതാ വീണ്ടും ആ ശബ്ദം. ഞാൻ എന്റെ ശ്രദ്ധ മുഴുവൻ ചെത്തിക്കൂർപ്പിച്ചു കാതോർത്തു. ഭാരം കയറ്റിയ വണ്ടികൾ നീളൻ ഹൈവേയിലൂടെ പോകുമ്പോൾ ടയറിന് ഒരു പ്രത്യേക ശബ്ദമുണ്ട്. രാത്രിയുടെ നിശ്ശബ്ദയാമങ്ങളിൽ ഞാൻ നാട്ടിൽവച്ച് അത് എത്രയോ വട്ടം കേട്ടിരിക്കുന്നു. ഇതും അകലെ എവിടെക്കൂടെയോ നീങ്ങിപ്പോകുന്ന ഒരു വണ്ടിയുടെ ശബ്ദംതന്നെ. തീർച്ച! അതിങ്ങനെ ഇടവിട്ട്, ഇടവിട്ടു കേൾക്കാം.

എനിക്കുമുന്നിൽ സാമാന്യം വലിയൊരു മലയുണ്ട്. എന്റെ ബോധം എന്നെ ചതിക്കുന്നില്ലെങ്കിൽ, ഈ ശബ്ദം എന്റെ തളർന്ന മനസ്സിന്റെ ഒരു മായികസ്വപ്നമല്ലെങ്കിൽ, തീർച്ചയായും ഈ മലയ്ക്കപ്പുറത്തു കൂടെ ഒരു ഹൈവേ കടന്നുപോകുന്നുണ്ട്. ആ ഹൈവേയിലൂടെ വണ്ടികൾ കടന്നുപോകുന്നുണ്ട്. ഞാൻ ആ കിടപ്പിൽനിന്നും പിടഞ്ഞെണീറ്റു. ഇബ്രാഹിം.. ഞാൻ അലറി വിളിച്ചു. ഇതാ നാം എത്തി. നാം എത്തി.. സന്തോഷംകൊണ്ട് എന്റെ ഉള്ളം പിടയ്ക്കുകയായിരുന്നു. ഞാൻ ഇബ്രാഹിം കിടന്നിടത്തേക്ക് ഓടിച്ചെന്നു. എന്നാൽ അവൻ അവിടെ ഉണ്ടായിരുന്നില്ല. ഞാൻ ചുറ്റും നോക്കി. എവിടെയും ഇബ്രാഹിം ഇല്ല.

ഇബ്രാഹിം... ഇബ്രാഹിം... ഞാൻ ചുറ്റും നടന്നു വിളിച്ചു. എവിടെനിന്നും ഒരു മറുപടിയും ഇല്ല. ഇവൻ എവിടെപ്പോയിക്കിടക്കുന്നു. ഇത്രയ്ക്കങ്ങ് ഉറങ്ങിപ്പോയോ..?

ഇബ്രാഹിം.. ഇബ്രാഹിം.. ഞാൻ പിന്നെയും അവിടെയെല്ലാം ചുറ്റി നടന്നു വിളിച്ചു. എന്നാൽ ആ വിളികളെല്ലാം മറുപടിയില്ലാതെ മരുഭൂമിയുടെ അനന്തതയിൽ പോയി വിലയിച്ചു.

മരുഭൂമിയുടെ കിഴക്കേക്കോണിൽ ആദ്യവെളിച്ചം പിറന്നു. എന്റെ മുന്നിൽ നിന്ന് ഇരുട്ടിന്റെ പാട നീങ്ങിപ്പോയി. മണ്ണും കുന്നും എന്റെ മുന്നിൽ പ്രത്യക്ഷമായി. വെളിച്ചത്തിന്റെ സഹായത്തോടെ ഞാൻ അവിടെയെല്ലാം ഏറെനേരം നടന്നു നോക്കി. എവിടെയും ഇബ്രാഹിം ഖാദരി ഇല്ല. മൺകൂനയ്ക്കു മുകളിൽ കയറി ഞാൻ ചുറ്റോടുചുറ്റും നോക്കി. എങ്ങും അവന്റെ ഒരു സൂചനപോലുമില്ല. പിന്നെയും ഏറെ നേരത്തെ അന്വേഷണത്തിനൊടുവിലാണ് ഞാൻ ആ സത്യത്തോടു പൊരുത്തപ്പെട്ടത്. ഇബ്രാഹിം ഖാദരി എന്ന എന്റെ വഴികാട്ടി, എന്റെ രക്ഷകൻ എന്റെ ജീവിതത്തിൽനിന്നും എന്നെന്നേക്കുമായി അപ്രത്യക്ഷനായിരിക്കുന്നു. എങ്ങോട്ടു പോയിമറഞ്ഞു എന്നതിനു യാതൊരു സൂചനയുമില്ലാതെ. ഭൂമിയിലെ അവസാനത്തെ മനുഷ്യൻ എന്ന പോലത്തെ ഏകാന്തതയും ദുഃഖവും എനിക്കു തോന്നി. ഞാൻ മണലിൽ കുത്തിയിരുന്നു കരഞ്ഞു. ഇബ്രാഹിം, എന്നാലും നീ എന്നെ ഇങ്ങനെ ഈ വഴിയിൽ ഒറ്റയ്ക്കാക്കിയിട്ട്.. എങ്ങോട്ട്..? ഇത്രയും ദിവസം നാം ഒന്നിച്ചായിരുന്നില്ലേ..? ഈ വേദനയിലും ഈ സങ്കടത്തിലും എല്ലാം... ഇതാ നമുക്കു രക്ഷപ്പെടാനുള്ള ആ വഴിയിൽ നാം എത്തിച്ചേരാൻ പോകുന്നു. ഏറിയാൽ ഒരു മണിക്കൂർനേരത്തെ നടത്തം. അതിനുള്ളിൽ നാം ആ ഹൈവേയിൽ എത്തും. പക്ഷേ നീ എവിടെ..? കഴിഞ്ഞ രാത്രി നീ എങ്ങോട്ടാണ് പോയി മറഞ്ഞത്..? എന്നോട് ഒരു വാക്ക് നിനക്കു പറയാമായിരുന്നു. ഒരു യാത്രാമൊഴിയെങ്കിലും ചോദിക്കാമായിരുന്നു...

വെയിൽ കനത്തിട്ടാണ് പിന്നെ ഞാൻ അവിടെനിന്ന് എഴുന്നേറ്റു നടക്കുന്നത്. അത്രയും ദിവസം നടന്നതിനേക്കാൾ നൂറുമടങ്ങ് കഠിനമായ നടപ്പായിട്ടാണ് എനിക്ക് അതു തോന്നിച്ചത്. എത്ര നടന്നിട്ടും എവിടെയും എത്താത്തതുപോലെ. നടക്കുന്തോറും പിന്നോട്ടു മാറുന്നതുപോലെ. ആ ഏകാന്തത എന്നെ എത്ര മുറിപ്പെടുത്തി എന്ന് എനിക്കൂഹിക്കാൻ കഴിയുന്നില്ല. ഏതാണ്ടു വൈകിട്ടോടുകൂടി അവസാനം ഞാൻ ആ ഹൈവേയിൽ എത്തി. അത്രയൊന്നും ധാരാളമായി വണ്ടികൾ പോകുന്ന ഒരു ഹൈവേ ആയിരുന്നില്ല അത്. വല്ലപ്പോഴുമായിരുന്നു അതിലേ ഒരു വണ്ടി വന്നത്. മിക്കവയും ഭാരം കയറ്റിപ്പോകുന്ന ട്രയിലറുകൾ. പിന്നെ അപൂർവ്വം കാറുകളും അതിലെ ചീറിപ്പാഞ്ഞു പോയി. അവശതയോടെ ഞാൻ റോഡരികിൽ നിന്നു വരുന്ന ഓരോ വണ്ടിക്കും കൈ കാണിച്ചുകൊണ്ടിരുന്നു. എന്നാൽ, എന്റെ പ്രതീക്ഷകളിൽ നിരാശ പരത്തിക്കൊണ്ട് എല്ലാ വണ്ടികളും എന്നെ അവഗണിച്ച് അതിന്റെ ലക്ഷ്യങ്ങളിലേക്ക് അകന്നുപോയി. ഓരോ വണ്ടി പോയിക്കഴിയുമ്പോഴും അടുത്തതു തീർച്ചയായും എന്റെ അരികിൽ നിർത്തുമെന്നും അതെന്നെ കയറ്റിക്കൊണ്ടുപോകുമെന്നും ഞാൻ ആശിച്ചുകൊണ്ടിരുന്നു. എന്നാൽ അപ്പോഴും ഭാഗ്യം എനിക്കൊപ്പം ഉണ്ടായിരുന്നില്ല. ഒരു വണ്ടിക്കാരനും എന്നോടു കരുണ കാണിച്ചില്ല. അല്ലെങ്കിൽ ഒരു വണ്ടിക്കാരന്റെ മനസ്സിലും അള്ളാ അങ്ങനെയൊരു നിർദ്ദേശം കൊടുത്തില്ല. അങ്ങനെ ഞാൻ അനാഥമായി ഉപേക്ഷിക്കപ്പെട്ട ഒരു രാത്രികൂടി വീണ്ടും വന്നെത്തി.

നാല്പത്

നേരം പുലർന്നു. രാത്രിയുടെ അന്ത്യത്തോടെ ഏതാണ്ടു നിലച്ച പരുവത്തിലായിരുന്ന വണ്ടിയൊഴുക്ക് വീണ്ടും തുടങ്ങി. ഏറെയും ഭാരം കയറ്റിപ്പോകുന്ന വണ്ടികൾ. ഞാൻ റോഡിന്റെ മദ്ധ്യഭാഗംവരേയും ഇറങ്ങിച്ചെന്ന് ഓരോ വണ്ടിക്കും കൈകാണിച്ചുകൊണ്ടിരുന്നു. പക്ഷേ തലേന്നത്തെപ്പോലെ അന്നും എല്ലാ വാഹനങ്ങളും എന്നെ അവഗണിച്ചു കടന്നുപോയി. എനിക്കതിൽ അതിശയം ഒന്നും തോന്നിയില്ല, ആർക്കും കൂടെ കൂട്ടാൻ തോന്നുന്ന ഒരു രൂപമായിരുന്നില്ല എനിക്കപ്പോൾ. മൂന്നു വർഷത്തെ മസറജീവിതം. അതിനുശേഷം എത്രയോ ദിവസത്തെ മരുഭൂമിയിലൂടെയുള്ള അലച്ചിൽ. ഞാൻ തീർത്തും മനുഷ്യരൂപം അല്ലാതായിക്കഴിഞ്ഞിരുന്നു. എനിക്കാണെങ്കിൽ ദാഹവും വിശപ്പും വല്ലാതെ അധികരിക്കുന്നുണ്ടായിരുന്നു. മരുപ്പച്ചയിൽനിന്നു ഞങ്ങൾ പുറപ്പെട്ടിട്ട് അന്നേക്കു മൂന്നു ദിവസം കഴിഞ്ഞിരുന്നു. ജീവിതത്തിനോട് ഇത്രയും അടുത്തെത്തിയിട്ട് അതു കൈവിട്ടുപോകുന്നത് എനിക്ക് ഓർക്കാനേ ആവുമായിരുന്നില്ല. ഇത്രയൊക്കെ ആയിട്ടും അള്ളാഹുവിന്റെ കടാക്ഷം എനിക്കുനേരെ ഇല്ലാത്തതിൽ എനിക്കന്നേരം എന്നോടുതന്നെ വിദ്വേഷം തോന്നി. ഇതിനുമാത്രം പാപം എന്താണാവോ ഞാൻ ചെയ്തത്? കണ്ണീരോടെ ഞാൻ നെഞ്ചത്തടിച്ചു ചോദിച്ചു. അള്ളാ നീ എന്റെ രണ്ടു കൂട്ടുകാരെയും മരുഭൂമിയിൽ നഷ്ടപ്പെടുത്തി. ഹക്കീമിനെ അത് വറ്റിച്ചു കൊന്നു. ഇബ്രാഹിമിനെ അത് അപ്രത്യക്ഷമാക്കി. എന്നെ നീ ഇവിടെ വരെ കൊണ്ടുചെന്നെത്തിച്ചു. ഇനിയും എന്തിന്..? എന്തിന്..? ഉത്തരം കിട്ടാത്ത ഒരു ചോദ്യമായി അതിന്നും എന്റെ മനസ്സിൽ തളംകെട്ടിക്കിടക്കുന്നു. നിമിഷങ്ങൾ ഉച്ചവെയിലിലേക്കു കടക്കുകയായിരുന്നു. ഇടവിട്ട് ഇടവിട്ടു വണ്ടികൾ എന്നെ കടന്നുപോയ്ക്കൊണ്ടിരുന്നു.

അകലെനിന്ന്, മുന്തിയ വിലയുള്ള ഒരു കാർ ചീറിപ്പാഞ്ഞുവരുന്നത് ഞാൻ കണ്ടു. അതിനു കൈകാണിച്ചിട്ട് ഒരു ഫലവുമില്ലെന്ന് എനിക്കറിയാമായിരുന്നു. ട്രെയിലറുകാരുപോലും തല പുറത്തേക്കിട്ടു പുച്ഛത്തോടെ നോക്കി പോകുന്ന എന്നെയാണ് ഇതുപോലൊരു കാറിൽ

കയറ്റുന്നത്! എന്നിട്ടും എന്തോ ഒരു ആന്തരികചോദനമൂലം അടുത്തു വന്നപ്പോൾ ഞാൻ ആ വണ്ടിക്കും കൈകാണിച്ചു. സ്വാഭാവികമായും അതും നിറുത്താതെ എന്നെക്കടന്നുപോയി. എന്നാൽ അല്പം മുന്നോട്ടു ചെന്ന് അതു ബ്രേക്കിരമ്പി നിന്നു. എനിക്കതിശയം തോന്നി. ഞാൻ കൈകാണിച്ചിട്ടുതന്നെയാവുമോ അതു നിർത്തിയത്..? ഒരു നിമിഷം ശങ്കിച്ചു നിന്നശേഷം ഞാനതിനടുത്തേക്ക് ഓടിച്ചെന്നു. അതിനുള്ളിൽ കുലീനവസ്ത്രധാരിയായ ഒരു സുന്ദരൻ അറബി. ഗ്ലാസ് താഴ്ത്തി അയാളെന്നോട് എന്തോ ചോദിച്ചു. എന്തുപറയണമെന്ന് എനിക്കറിയില്ലായിരുന്നു. അല്ല, എനിക്കൊന്നും പറയാനില്ലായിരുന്നു. സ്നേഹവാനായ അറബി, ഇന്നലെ മുതൽ എത്ര വണ്ടികൾ എന്നെ കടന്നുപോയിരിക്കുന്നു. ഒരാളും എനിക്കുവേണ്ടി അതിന്റെ ബ്രേക്ക് ഒന്നു ചവിട്ടിയില്ല. എന്റെ അടുത്തു നിർത്തി നിനക്കെന്താണ് വേണ്ടത്, നീ എന്തിനാണ് ഇവിടെ നിൽക്കുന്നത്, നീ എങ്ങനെയാണ് ഇവിടെ വന്നുപെട്ടത് എന്നൊന്നും ചോദിച്ചില്ല. എനിക്കുവേണ്ടി ബ്രേക്കിൽ ഒന്നു കാലമർത്താൻ നിങ്ങൾക്കു തോന്നിയല്ലോ. മതി എനിക്കതു മതി. ഞാനവിടെ നിന്ന് അറിയാതെ കരഞ്ഞുപോയി. അയാൾ പിന്നെ എന്നോടൊന്നും ചോദിച്ചില്ല. എനിക്കുവേണ്ടി വണ്ടിയുടെ വാതിൽ തുറന്നുതന്നു. എന്നെ നിർബന്ധിച്ച് വണ്ടിയുടെ പുറകിൽ കയറ്റിയിരുത്തി. പിന്നെ വണ്ടിയോടിച്ചുപോയി. ആ മുന്തിയ വണ്ടിയുടെ പളപളപ്പൻ സീറ്റിൽ എന്റെ വൃത്തികേടോടെ ഉറച്ചിരിക്കാൻ എനിക്കു മടിതോന്നി. എന്നാലും ഞാൻ ഇരുന്നു. ഞാൻ കയറി ഇത്തിരി കഴിഞ്ഞപ്പോൾ അയാൾ വണ്ടിക്കുള്ളിലെ എസി ഓഫാക്കി. ഗ്ലാസ് താഴ്ത്തിയിട്ടു. മൂക്കു പൊത്തിപ്പിടിച്ചു. അതെന്റെ മുശടു വാട കാരണമാണെന്ന് എനിക്കറിയാമായിരുന്നു. വേണമെങ്കിൽ എന്നെ അപ്പോൾതന്നെ അദ്ദേഹത്തിനു വണ്ടിയിൽനിന്ന് ഇറക്കിവിടാമായിരുന്നു. എന്നാൽ അദ്ദേഹം ഒരസഹ്യതയും എന്നോടു കാണിച്ചില്ല. ഞാൻ ആ മഹാനായ മനുഷ്യനോട് ഇത്തിരി വെള്ളം ചോദിച്ചു. അയാൾ എനിക്ക് ഒരു കുപ്പി വെള്ളം എടുത്തുതന്നു. ഞാനത് ഒരു വലിക്കു മൊത്തിക്കുടിച്ചു. ഇനിയും വേണോ എന്നു വീണ്ടും അയാൾ ചോദിച്ചു. ഞാൻ തലയാട്ടി. വീണ്ടും ഒരു കുപ്പികൂടി തന്നു. ഞാൻ അതും കുടിച്ചു വറ്റിച്ചു. എന്നിട്ടും എന്റെ ദാഹമടങ്ങിയിരുന്നില്ല. എന്നാൽ, പിന്നൊരു വട്ടം കൂടി ചോദിക്കാൻ എന്റെ മനസ്സനുവദിച്ചില്ല. ഞാൻ പതിയെ ആ സീറ്റിലേക്കു ചാരിയിരുന്നു. ക്ഷീണം കാരണം പതിയെ ഉറങ്ങിപ്പോയി. അതുകൊണ്ടുതന്നെ എത്രനേരം ആ യാത്ര നീണ്ടെന്ന് എനിക്കൊരു ഊഹവുമില്ല. ഏതാണ്ട് ഒരു വൈകുന്നേരത്തോടെ വണ്ടി ഒരു നഗരപ്രദേശത്തെത്തി ബ്രേക്കിടുമ്പോഴാണ് ഞാൻ പിന്നെ ഉണരുന്നത്. ഞാൻ ചുറ്റും പകച്ചുനോക്കി. വലിയ വലിയ കെട്ടിടങ്ങൾ. വലിയ ആളും

ബഹളവും. വലിയ വണ്ടിത്തിരക്ക്. ഇത്തിരിനേരംകൂടി മുന്നോട്ടു സഞ്ചരിച്ച് അദ്ദേഹം വണ്ടി ഒരു ഭാഗത്തേക്ക് ഒതുക്കി നിർത്തി എന്നെ തിരിഞ്ഞുനോക്കി. എനിക്കിറങ്ങാനുള്ള സൂചനയാണ് അതെന്ന് എനിക്കു മനസ്സിലായി. അത്രയും നേരം എന്നെ സഹിച്ച ആ വലിയ മനുഷ്യനോട് എനിക്കുള്ള കടപ്പാട് എങ്ങനെയാണ് ഞാൻ അറിയിക്കുക. ആ വലിയ സന്മനസിനു പകരം ഒരു തുള്ളി കരച്ചിലാണ് ഞാൻ തിരികെ കൊടുത്തത്. ഒരു വാക്കുപോലും ചോദിച്ചില്ല. പറഞ്ഞില്ല.

ഞാൻ വണ്ടിയിൽനിന്നിറങ്ങി. അതിന്റെ വാതിലടഞ്ഞു. എന്നെ ആ നഗരത്തിന്റെ നടുവിൽ തനിച്ചാക്കി അതു ദൂരേക്ക് ഓടിമറഞ്ഞു. ഞാൻ കരഞ്ഞു. പണക്കാരന്റെ വണ്ടിയിലും വല്ലപ്പോഴും അള്ളാഹു സഞ്ചരിക്കുമെന്ന് എനിക്കന്നേരം മനസ്സിലായി.

നാല്പത്തിയൊന്ന്

കുറച്ചുനേരം ഞാൻ ആ നഗരപ്രദേശത്തു മിഴിച്ചുനിന്നു. കടന്നു പോകുന്നവർ എന്നെ ഒരു വിചിത്രജീവിയെ എന്നപോലെ മിഴിച്ചു നോക്കുന്നതു ഞാൻ കണ്ടു. ഞാൻ പതിയെ വഴിയുടെ ഓരം പിടിച്ചു നടന്നു. അതൊരു മാർക്കറ്റായിരുന്നു. നീണ്ടു പടർന്നു കിടക്കുന്ന ഒരു ചന്തത്തെരുവ്. ചുറ്റും പച്ചക്കറികളുടെയും പഴവർഗ്ഗങ്ങളുടെയും കൂന. അതിന്റെ നനുത്ത മണം എവിടെയും നിറഞ്ഞു നില്ക്കുന്നു. പുഴ പോലെ തിങ്ങിയൊഴുകി നീങ്ങുന്ന അറബികൾ. അവർക്കിടയിൽ കറുത്ത കുപ്പായത്തിൽ കണ്ണുകൾ മാത്രമായി സ്ത്രീകൾ. കച്ചവടക്കാരുടെ രൂപ ത്തിൽ ഇന്ത്യക്കാർ. കച്ചവടത്തിന്റെ കോലാഹലങ്ങൾ. എല്ലാവർക്കും ഇടയിലൂടെ തികച്ചും പ്രാകൃതവേഷത്തിൽ ഞാൻ. എല്ലാവരും എന്നെ മിഴിച്ചു നോക്കുകയും എന്നെ തൊടാതിരിക്കാൻ ഒഴിഞ്ഞുപോകുകയും ചെയ്യുന്നു. അതിലെനിക്കു തെല്ലും വിഷമം തോന്നിയില്ല. സത്യത്തിൽ എനിക്കുതന്നെ എന്നെ ശരിക്കും നാറുന്നുണ്ടായിരുന്നു.

എനിക്കു നല്ലപോലെ വിശക്കുന്നുണ്ടായിരുന്നു. എന്നാൽ ആഹാരം കഴിക്കാൻ എന്റെ കയ്യിൽ ഒരു ചില്ലിക്കാശുപോലുമില്ല. അത്രയും കാലത്തെ ജീവിതത്തിനിടയിൽ പണം ഒരാവശ്യമാണെന്നു തോന്നിയ ഒരേയൊരു അവസരമായിരുന്നു അത്. മസറയിൽ ആയിരുന്നെങ്കിൽ അർബാബിന്റെ ഖുബൂസെങ്കിലും കഴിക്കാമായിരുന്നു. അതിനു പണമൊന്നും കൊടുക്കേണ്ട. ആരും കാണാതെ ആടുകളുടെ തീറ്റ മോഷ്ടിച്ചു കഴിക്കാം. അതിനും പണം കൊടുക്കേണ്ട. പക്ഷേ ആ നഗര ത്തിൽ എനിക്കെന്തെങ്കിലും ഭക്ഷിക്കാൻ വേണമെങ്കിൽ പണം കൊടുത്തേ ആവണം. അല്ലാതെ ഇവിടെ എനിക്കാര് ഭക്ഷണം തരാൻ..? ഒന്നുരണ്ടു കടയിൽ കയറാൻ ഞാനൊരു ശ്രമം നടത്തി. എന്തെങ്കിലും യാചിച്ചു തിന്നാനെങ്കിലും. എന്നാൽ അതിന്റെ മുതലാളിമാർ ഇറങ്ങി വന്ന് ഒരു നികൃഷ്ടനായ ചാവാലിപ്പട്ടിയെ എന്നപോലെ എന്നെ ഓടിച്ചു വിട്ടു.

എന്തോ പ്രതീക്ഷയിൽ വിങ്ങി പിന്നെയും ഞാൻ ആ ചന്തയിലൂടെ നടന്നു. കുറേ നടന്നു കഴിഞ്ഞപ്പോൾ തല കറങ്ങുന്നതുപോലെ. ഇത്തിരി കൂടി ഞാൻ മുന്നോട്ടു ചെന്നു കാണും. അവിടെ ഒരു കടയിൽ മുന്നിൽ ഒരു ബോർഡ് 'മലബാർ റെസ്റ്റോറന്റ്'. അതും മലയാളത്തിൽ. എനിക്കാശ്വാസമായി. എന്റെ ഭാഷയറിയാവുന്ന, ഞാൻ പറയുന്നതു മനസ്സിലാവുന്ന ഒരാൾ അവിടെയുണ്ടാകുമെന്ന് ഉറപ്പ്. രണ്ടും കല്പിച്ചു ഞാൻ അങ്ങോട്ടു നടന്നു. അതിന്റെ പടിക്കലെത്തിയതേ എനിക്കോർമ്മ യുള്ളൂ. ഞാൻ ബോധംകെട്ട് അതിന്റെ മുന്നിലേക്കു കുഴഞ്ഞുവീണു.

നാല്പത്തിരണ്ട്

എല്ലാ അറബിനഗരത്തിലും ഏതൊരാൾക്കും ഏതാവശ്യത്തിനും എപ്പോഴും ഓടിയെത്താവുന്ന അത്താണിയായി, സ്നേഹത്തിന്റെ ഒരു വടവൃക്ഷമുണ്ടാകും. അതിന്റെ തണൽപറ്റി ജീവിക്കുന്ന ഒരു മനുഷ്യക്കൂട്ടവും. അത്തരത്തിൽ ബത്ത മാർക്കറ്റിലെ മലയാളികൾക്ക് ഒരത്താണിയായ കുഞ്ഞിക്കായുടെ ഹോട്ടലിന്റെ മുന്നിലാണ് ഞാനന്നു തളർന്നു വീണത്. നിങ്ങൾ നോക്കണേ അള്ളാഹുവിന്റെ സ്നേഹവഴികൾ. തികച്ചും അപരിചിതമായ ആ ചന്തയിൽ എത്തിപ്പെട്ട എനിക്ക് എങ്ങോട്ടു വേണമെങ്കിലും നടന്ന് എവിടെ വേണമെങ്കിലും എത്തിപ്പെട്ട് എവിടെയെങ്കിലും തളർന്നു വീഴാമായിരുന്നു. ആ പ്രാകൃതരൂപത്തിൽ ആരും എന്നെ തിരിഞ്ഞുനോക്കില്ലായിരുന്നു. എന്നാൽ, ഞാനെത്തേണ്ടതു കുഞ്ഞിക്കായുടെ മുന്നിലാണെന്ന് അള്ളാഹു നിശ്ചയിച്ചിട്ടുണ്ടായിരുന്നു. ഞാൻ ആ വഴിയിലൂടെ നടന്നു. മലബാർ റെസ്റ്റോറന്റിന്റെ മുന്നിലെത്തി. വീണു. ബാക്കിയെല്ലാം അവൻ കുഞ്ഞിക്കായുടെ ഹൃദയത്തിൽ ഏല്പിച്ചുവെച്ചിട്ടുണ്ടായിരുന്നല്ലോ.

പിന്നെ കണ്ണു തുറക്കുമ്പോൾ ഞാൻ ഈ കുഞ്ഞിക്കായുടെ മുറിയിലാണ്. അവിടെയെത്തി മൂന്നാം ദിവസമാണത്രെ ഞാൻ കണ്ണുതുറന്നത്. ബോധം ഉണരുമ്പോൾ എന്റെ കാലിനും ദേഹത്തിനും ഒക്കെ നല്ല വേദനയുണ്ടായിരുന്നു. എന്റെ കയ്യിൽ ഒരു ഡ്രിപ്പ് കുത്തിയിട്ടുണ്ടായിരുന്നു. ഒരു ആശുപത്രിയിലാണോ കിടക്കുന്നതെന്നു ഞാൻ സംശയിച്ചു.

എങ്കിലും ചുറ്റും മലയാളികളെ കണ്ടു ഞാൻ കരഞ്ഞു. കുഞ്ഞിക്ക എന്റെ കൈ പിടിച്ച് എന്നെ ആശ്വസിപ്പിച്ചു. അത്രയും ദിവസംകൊണ്ടു ഞാൻ ബത്തയിലെ മലയാളികൾക്കിടയിൽ ഒരു സംസാരവിഷയമായിക്കഴിഞ്ഞിരുന്നു. ഞാൻ കണ്ണുതുറന്നതറിഞ്ഞ് അവരിൽ പലരും ആ മുറിയിലേക്ക് ഓടിക്കിതച്ചുവന്നു. അവർ ആപ്പിളും ഓറഞ്ചും മൂസമ്പിയും മുന്തിരിയും വാഴപ്പഴവും എനിക്കു സമ്മാനമായി കൊണ്ടുതന്നു. എല്ലാവർക്കും അറിയേണ്ടത് എന്റെ കഥയായിരുന്നു. ഞാൻ എങ്ങനെ

ആ രൂപത്തിൽ ആയി എന്ന്..? എങ്ങനെ ഞാനവിടെ വന്നുപെട്ടു എന്ന്..? എല്ലാവരുടെയും മുഖത്തു നിറഞ്ഞു നിന്ന ആകാംക്ഷ അതു മാത്രമായിരുന്നു. പക്ഷേ ആരും എന്നോടതു ചോദിച്ചില്ല. രണ്ടു ദിവസം കൂടി കഴിഞ്ഞു ഡോക്ടർ വന്ന് എന്നെ വീണ്ടും ഒരിക്കൽ കൂടി പരിശോധിക്കുകയും എന്റെ കയ്യിലെ ഡ്രിപ്പ് ഊരുകയും ചെയ്തതിനുശേഷം ഒരു രാത്രിയാണ് കുഞ്ഞിക്ക എന്നോടതു പതിയെ ചോദിക്കുന്നത്.

എനിക്കൊരു കണ്ണാടി വേണം. ഞാൻ പറഞ്ഞു.

എന്തിനാണ് കണ്ണാടി..? അടുത്തിരുന്ന കുഞ്ഞിക്ക എന്നോടു ചോദിച്ചു.

എനിക്കെന്നെ ഒന്നു കാണണം. കൂടെയുണ്ടായിരുന്നവർ പരസ്പരം മിഴിച്ചുനോക്കി.

എല്ലാവരും തുറിച്ചു നോക്കുന്ന, എല്ലാവരും നികൃഷ്ടനായി എണ്ണുന്ന എന്നെ എനിക്കൊന്നു കാണണമായിരുന്നു. ചുറ്റും നിന്നവരിൽ ആരോ ഒരു ചെറിയ കണ്ണാടി കൊണ്ടുതന്നു. ആ കിടപ്പിൽക്കിടന്ന് ഏറെക്കാലത്തിനുശേഷം ഞാൻ എന്നെ നോക്കി. ഏറെ നേരം നോക്കി. സത്യത്തിൽ എനിക്കെന്നെ മനസ്സിലായതേയില്ല. അവിടെ കണ്ടതു തീർത്തും ഒരു അപരിചിതനെയാണ്. മുടി പറ്റെ വെട്ടിയിരുന്നു. താടി വടിച്ചിരുന്നു. കണ്ണാടിയിൽ കാണുന്നതു നാട്ടിൽനിന്നു പുറപ്പെട്ട ഞാനേ ആയിരുന്നില്ല. മറ്റാരോ ഒരാൾ! കറുത്തു മെല്ലിച്ചു കവിളുന്തി, പല്ലുപൊങ്ങിയ ഒരു രൂപം. മറ്റൊരവസരത്തിലായിരുന്നെങ്കിൽ അതു ഞാൻതന്നെയാണെന്ന് ആരെങ്കിലും പറഞ്ഞാൽ ഞാൻ തീരെ വിശ്വസിക്കുമായിരുന്നില്ല.

അന്നു തളർന്നുവീണ എന്നെ കുഞ്ഞിക്കായും പണിക്കാരും ചേർന്നു താങ്ങിപ്പിടിച്ചു ഹോട്ടലിൽ കയറ്റിയിരുത്തി വെള്ളവും ആഹാരവും തന്നതും പിന്നെ അദ്ദേഹത്തിന്റെ മുറിയിലെത്തിച്ചതും ബത്ത മാർക്കറ്റിലെ കുഞ്ഞിക്കായുടെ സ്നേഹവലയങ്ങൾ എല്ലാം ചേർന്ന് അന്നും പിറ്റേന്നും അതിന്റെ പിറ്റേന്നും എന്നെ കുളിപ്പിച്ചതും ഒരു ബാർബറെ വരുത്തി എന്റെ മുടിയും താടിയും വടിപ്പിച്ചതും ഡോക്ടറെ മുറിയിലേക്കു വരുത്തി എന്നെ പരിശോധിപ്പിച്ചതും മരുന്നുകൾ തന്നതും ഒക്കെ കുഞ്ഞിക്ക എനിക്കു പറഞ്ഞുതന്നു. എന്നാൽ, എന്റെ അബോധമനസ്സിൽപ്പോലും അതേപ്പറ്റിയൊന്നും ഒരു സൂചനയുമില്ല.

എല്ലാത്തിനും കണ്ണീരല്ലാതെ മറ്റൊരു മറുപടിയും എനിക്കില്ലായിരുന്നു. മറ്റൊരു സ്നേഹവും എനിക്കു തിരികെ കൊടുക്കാനില്ലായിരുന്നു. ഒരു സങ്കടമേ എനിക്കുണ്ടായിരുന്നുള്ളൂ. എന്റെ മുടിയും താടിയും വടിച്ചു കളയുന്നതിനു മുൻപ് അവരൊരു ഫോട്ടോ എടുത്തില്ലല്ലോ എന്ന്.

എന്റെ ആ പ്രാകൃതരൂപത്തിൽ എന്നെ ഞാൻ ഒരിക്കലും കണ്ടിട്ടില്ല. ഇന്ന് ആ ജീവിതത്തിന്റെ അടയാളങ്ങൾ നിങ്ങൾക്കു കാണിച്ചുതരാൻ എന്റെ അനുഭവമല്ലാതെ, എന്റെ ഓർമ്മകളല്ലാതെ മറ്റൊരു തെളിവും എന്റെ പക്കലില്ല. ആ ദേശത്തു ഞാൻ എത്തിപ്പെട്ടു എന്നു സാക്ഷീകരിക്കുന്ന എന്റെ പാസ്പോർട്ടുപോലും അർബാബിന്റെ കൈവശമായിപ്പോയിരുന്നല്ലോ...

ഇന്ന് എത്രാം തീയതിയാണ്...? ഞാൻ കൂടിനിന്നവരോടു ചോദിച്ചു.

പതിമൂന്നാം തീയതി.

ഏതു മാസം..? അവരുടെ മുഖം ചുളിഞ്ഞു.

ഓഗസ്റ്റ്.

ഏതു വർഷം..? അവർക്ക് ആകാംക്ഷയായി.

ആയിരത്തിത്തൊള്ളായിരത്തിതൊണ്ണൂറ്റി അഞ്ച്.

റബ്ബുല്ലാലമീനായ തമ്പുരാനേ..! ഞാൻ നെഞ്ചത്തു കൈവച്ചു. പിന്നെ മനസ്സിലും വിരലിലും കാലം കണക്കു കൂട്ടി.

മൂന്നു വർഷം നാലു മാസം ഒൻപതു ദിവസം..!

കേട്ടവർ തരിച്ചിരുന്നുപോയി.

പിന്നെയും രണ്ടു ദിവസം കഴിഞ്ഞ് എനിക്കിത്തിരി നടക്കാമെന്നായപ്പോൾ കുഞ്ഞിക്ക എന്നെ ആ മുറിയിൽനിന്നുമിറക്കി അടുത്ത മുറിയിലേക്കു കൊണ്ടുപോയി. അവിടെ ഒരു ടെലിഫോൺ ഉണ്ടായിരുന്നു. കുഞ്ഞിക്ക എന്നെ അതിന്റെ മുന്നിലിരുത്തി.

"നാട്ടിലേക്കു വിളിക്കേണ്ടേ..? ഉമ്മയുടെയും ബീവിയുടെയും ശബ്ദം കേൾക്കണ്ടേ..?"

ഞാൻ കരഞ്ഞു. എന്റെ വീട്ടിൽ ഫോണില്ലായിരുന്നു. ഞാൻ അടുത്ത ഒരു വീട്ടിലെ ഫോൺ നമ്പർ പറഞ്ഞുകൊടുത്തു. അത്രയും കാലം കഴിഞ്ഞിട്ടും ഒരിക്കലും വിളിക്കാത്ത ആ നമ്പർ എന്റെ ഓർമ്മയിൽ എങ്ങനെ തെളിഞ്ഞുവന്നു എന്ന് എനിക്കിപ്പോഴും അതിശയമുണ്ട്. (ബോംബെയിൽനിന്നാണ് ആ നമ്പറിലേക്ക് ഞാൻ അവസാനം വിളിക്കുന്നത്.)

ഏറെ നേരം കുഞ്ഞിക്ക ആ ഫോണിന്റെ ചുവട്ടിൽ ചെലവിട്ടു. നാട്ടിലേക്ക് കണക്ഷൻ കിട്ടുന്നതേ ഇല്ലായിരുന്നു.

ഒടുവിൽ അവിടെ ബെല്ലടിച്ചു. അദ്ദേഹം എന്റെ കയ്യിൽ ഫോൺ തന്നു. ഞാനാരാണെന്ന് ആ വീട്ടുകാരെ പറഞ്ഞുമനസ്സിലാക്കാൻ എനിക്കേറെ പണിപ്പെടേണ്ടി വന്നു. എന്നെ മനസ്സിലായപ്പോൾ അല്പനേരം അവരുടെ ശബ്ദം നിലച്ചു. ഇത്രകാലം നീ എവിടെയായിരുന്നെന്റെ നജീബേ..? പിന്നെ അവർ ചോദിച്ചു.

എനിക്കുത്തരം ഒന്നും ഉണ്ടായിരുന്നില്ല.

എന്നെപ്പറ്റി നാട്ടിൽ പ്രചരിച്ചിരിക്കാൻ ഇടയുള്ള കഥകൾ ഞാൻ സങ്കല്പിച്ചു.

"ഒരു പതിനഞ്ചു മിനിറ്റു കഴിഞ്ഞു വിളിക്ക്. ഞാൻ നിന്റെ ഭാര്യേ വിളിച്ചു കൊണ്ടുവരാം." അവർ പറഞ്ഞു.

ആ പതിനഞ്ചു മിനിറ്റിന് അതിനു മുൻപിലത്തെ മൂന്നര വർഷത്തെക്കാളധികം നീളമുണ്ടായിരുന്നു എന്ന് ഇപ്പോൾ തോന്നുന്നു. കാത്തിരുന്നു കാത്തിരുന്ന് ഒടുവിൽ കുഞ്ഞിക്ക വീണ്ടും ഫോണെടുത്തു കറക്കി.

അന്നേരം അധികം ബുദ്ധിമുട്ടേണ്ടി വന്നില്ല. ബെല്ലടിച്ചു. കുഞ്ഞിക്ക ഫോൺ എന്റെ കയ്യിൽ തന്നു. ഞാൻ ഹലോ എന്നു വിളിച്ചതേയുള്ളൂ. അപ്പുറത്ത് എന്റെ സൈനുവിന്റെ ഒരു വലിയ നിലവിളി ഞാൻ കേട്ടു. പിന്നെ ഏറെ നേരം ഞങ്ങളിരുവരും കരയുക മാത്രം ചെയ്തു. അവളൊന്നും ചോദിച്ചില്ല. എവിടെയായിരുന്നു, എന്താണ് ഇതുവരെ വിളിക്കാഞ്ഞത്. അവിടെയിരുന്ന് അവളെന്റെ മനസ്സ് വായിച്ചിരിക്കണം.

കുറേ കരച്ചിലിനുശേഷം അവൾ പറഞ്ഞു, നമ്മടെ മോൻ നബീൻ ഈ വർഷം മുതൽ ബാലവാടിയിൽ പോയിത്തുടങ്ങി. അവനെ കാണണ്ടേ? ഇക്കാ എന്നാ വരുന്നേ..? ഇക്കാ പിന്നെ.. പിന്നെ നമ്മടുമ്മാ പോയി. കഴിഞ്ഞകൊല്ലം. ഇക്കയെപ്പറ്റി ഒരു വാക്കറിയാതെ നെഞ്ചു വിങ്ങിവിങ്ങി...

പിന്നെ എനിക്കെന്തെങ്കിലും കേൾക്കാൻ ശക്തിയുണ്ടായിരുന്നില്ല. ഞാൻ ഫോൺ വച്ചു. ഞാൻ മനസ്സിൽ വിങ്ങി. മുഖം പൊത്തി കരഞ്ഞു. കുഞ്ഞിക്ക എന്നെ സമാധാനിപ്പിച്ചു.

ഇത്രയൊക്കെ സഹിച്ചില്ലേ നജീബേ. എല്ലാം പടച്ചോൻ തരുന്നതാണെന്നു കരുതുക. അതിനെ ചോദ്യം ചെയ്യാൻ നമുക്കവകാശമില്ല.

കുഞ്ഞിക്കായുടെ സ്നേഹമുണ്ടുകൊണ്ടു പിന്നെ മൂന്നു മാസക്കാലം ഞാൻ ആ മുറിയിലുണ്ടായിരുന്നു. അവിടെവച്ച് എന്റെ മുറിവുകൾ ഉണങ്ങി. കാലിലെ നീരു വറ്റി. ഞാൻ എന്റെ ആരോഗ്യം വീണ്ടെടുത്തു. അതിനിടയിൽ പല സമയത്തായി കുഞ്ഞിക്കയോടും സ്നേഹിതരോടും ഞാൻ എന്റെ കഥ പറഞ്ഞു. പലരും അവിശ്വസനീയം എന്നു പറഞ്ഞ് അതു തള്ളിക്കളഞ്ഞു. ചിലർ മാത്രം എന്നെ വിശ്വസിച്ചു. വിശ്വസിച്ചവർ തന്നെ ഇബ്രാഹിം ഖാദരിയുടെ അപ്രത്യക്ഷമാകലിൽ അവിശ്വാസം രേഖപ്പെടുത്തിക്കൊണ്ടാണ് എന്റെ ബാക്കി കഥകൾ വിശ്വസിച്ചത്. അവർ ചോദിക്കുന്നതു ശരിയാണ്. എനിക്കതേപ്പറ്റി കൃത്യമായ ഒരു വിശദീകരണം നല്കാനാവുന്നില്ല. ഇബ്രാഹിം ഖാദരി. എന്റെ രക്ഷകൻ. മരുഭൂമിയിലെ എന്റെ വിമോചകൻ. എന്റെ

മൂസാനബി. എന്നെ രക്ഷയുടെ പടിവാതില്ക്കൽ വരെ എത്തിച്ചിട്ട് ആ രാത്രി എവിടേക്കാവും അപ്രത്യക്ഷനായത്..? നിങ്ങളെപ്പോലെ എനിക്കും അതറിയില്ല.

ഞാൻ സൗഖ്യം പ്രാപിച്ചുവരുന്നതിനിടയിലാണ് ഹമീദ് കുഞ്ഞിക്കായുടെ മുറിയിൽ അഭയം തേടുന്നത്. ഒരറബിയുടെ തോട്ടത്തിൽ കൃഷിയായിരുന്നു അവനു പണി. രാവോളം പണിയും നിറയെ മർദ്ദനങ്ങളും കുറച്ചു കൂലിയും. സഹിക്കാനാവാതെ വന്നപ്പോഴാണ് അവൻ അവിടുന്ന് ഓടിപ്പോന്നത്. മുറിയിൽ അവനെ കൂട്ടുകിട്ടിയത് എനിക്കൊരു ആശ്വാസമായിരുന്നു. കുഞ്ഞിക്കായും പണിക്കാരും ഹോട്ടലിൽ പോയിക്കഴിഞ്ഞാൽ ആ ഫ്ളാറ്റിൽ തനിച്ചിരിക്കുക എന്ന വലിയ ഏകാന്തത എനിക്കങ്ങനെ മാറിക്കിട്ടി. അതെന്റെ ജീവിതത്തെ സന്തോഷഭരിതമാക്കി.

പിന്നെ നിരവധി ദിവസത്തെ ആലോചനകൾക്കും നിരവധി പേരുടെ ഉപദേശനിർദ്ദേശങ്ങൾക്കും ഒടുവിലാണ് ഇനിയും വച്ചുതാമസിക്കാതെ പൊലീസിനു പിടികൊടുക്കാൻ ഞങ്ങൾ ഇരുവരും തീരുമാനിക്കുന്നതും അങ്ങനെ ജയിലിൽ എത്തിപ്പെടുന്നതും.

നാല്പത്തിമൂന്ന്

ഓരോരോ മുഖങ്ങളിലൂടെയും സഞ്ചരിച്ചു സഞ്ചരിച്ച് അർബാബ് മുന്നോട്ടു നടന്നു വരികയാണ്! അയാൾ ഓരോ ചുവടു മുന്നോട്ടു വെയ്ക്കുമ്പോഴും എന്റെ നെഞ്ച് അത്യുച്ചത്തിൽ മിടിച്ചു. മസറയിലേക്ക് ഇനി ഒരു തിരിച്ചു പോക്ക് സങ്കല്പിക്കുവാൻ എനിക്കാവില്ലായിരുന്നു. അള്ളാ ഇനിയും...? വയ്യ. എന്നോടു കരുണ കാട്ടണേ... എന്റെ മനസ്സ് നീറിക്കരഞ്ഞു. എന്നാൽ ഹമീദിനെപ്പോലെ നിലവിളിക്കുവാൻ എനിക്കു തോന്നിയില്ല. ഞാൻ എന്റെ ധൈര്യത്തിൽ പിടിച്ചു നിന്നു. ഒരു യുഗം നീണ്ട നില്പായിരുന്നു അതെന്ന് എനിക്കിപ്പോൾ തോന്നുന്നു. അവസാനം അർബാബ് എന്റെ മുന്നിലെത്തി നിന്നു. എന്നെ തുറിച്ചു നോക്കി. അയാളുടെ കണ്ണിൽ ഒരു മരുഭൂമി അലയടിക്കുന്നതു ഞാൻ കണ്ടു. അതിന്റെ ഭീകരത എന്നെ ഭയപ്പെടുത്തി. എന്നാൽ ഞാൻ കുലുങ്ങിയില്ല. ഞാൻ ഒരു പരിചിത ഭാവവും കാട്ടിയില്ല. എന്റെ മുഖത്ത് ഒരു പരിഭ്രമവും പിടഞ്ഞില്ല. എന്നെ പുറത്തേക്കു വലിച്ചിഴയ്ക്കുന്ന നിമിഷം പ്രതീക്ഷിച്ചു ഞാൻ കാത്തു നിന്നു. എന്നാൽ കുറേ നേരം എന്റെ മുഖത്തേക്കു നോക്കി നിന്നശേഷം അർബാബ് എന്റെ തോളിൽ ഒന്നു തട്ടി. പിന്നെ എന്നെ അറിയാത്തതു പോലെ അടുത്ത ആളിലേക്കു നടന്നു നീങ്ങി. എന്നെ പിടികൂടാനായി വന്ന അർബാബിന് പെട്ടെന്ന് അങ്ങനെയൊരു മനംമാറ്റം ഉണ്ടായതിനു പിന്നിൽ ഒരു കാരണവും ഞാൻ കാണുന്നില്ല. അദ്ഭുതം. മഹാദ്ഭുതം. അല്ലാതെ മറ്റെന്താണത്..?

എന്നാൽ എന്റെ മനസ്സിൽ സംശയത്തിന്റെ ഒന്നുരണ്ടു വലിയ കനലുകൾ കോരിയിട്ടിട്ടാണ് അന്ന് അർബാബ് മടങ്ങിയത്.

അന്നത്തെ അറബിപ്പരേഡു കഴിഞ്ഞ് എനിക്കു പരിചയമുള്ള ഒരു പോലീസുകാരനോട് സംസാരിക്കുമ്പോൾ ആ വന്നത് എന്റെ അർബാബായിരുന്നു എന്നും അദ്ദേഹം എന്നെ പിടികൂടാതെ പോയത് അള്ളാഹുവിന്റെ കൃപ ഒന്നുകൊണ്ടുമാത്രമാണെന്നും ഞാൻ പറഞ്ഞു. എന്നാൽ അതിനു പൊലീസുകാരൻ പറഞ്ഞ മറുപടി 'അവനെന്റെ വിസക്കാരനല്ലാതെ പോയി. അല്ലെങ്കിൽ ഞാനവനെ മസറ വരെ

വിലങ്ങണിഞ്ഞ എൺപത് ആടുകളെ ഒരു മസറയിലേക്ക് ആട്ടിത്തെളിച്ചു
കയറ്റുന്നതായിട്ടാണ് എനിക്കപ്പോൾ തോന്നിയത്. അതിൽ ഒരാട് ഞാനായിരുന്നു!

വലിച്ചിഴയ്ക്കുമായിരുന്നു' എന്നു പറഞ്ഞിട്ടാണല്ലോ അയാൾ പോയത് എന്നായിരുന്നു! എനിക്കതിശയം തോന്നി. ഒന്നുകിൽ പിടികൂടാൻ വന്ന ആളിനെ കണ്ടിട്ടും പിടിക്കാതെ പോകുന്നതിന്റെ ജാള്യം മറയ്ക്കാൻ അർബാബ് അന്നേരം ഒരു കള്ളം പറഞ്ഞു. അല്ലെങ്കിൽ അർബാബ് പൊള്ളുന്ന ഒരു സത്യം വെളിപ്പെടുത്തി. എങ്കിൽ...

ഞാൻ അയാളുടെ വിസക്കാരനായിരുന്നില്ലേ..? മറ്റാരുടെയോ വിസയിൽ വന്ന എന്നെ അയാളന്ന് എയർപോർട്ടിൽനിന്നു ശരിക്കും തട്ടിക്കൊണ്ടുപോകുകയായിരുന്നോ..?!! എങ്കിൽ അള്ളാ.. മറ്റാരുടേയോ വിധിയിലേക്കു നീ എന്നെ മനഃപൂർവ്വം പറഞ്ഞയയ്ക്കുകയായിരുന്നോ..?!!

അതിനെ സാധൂകരിക്കുന്ന തരത്തിൽ പിന്നെ കരുവാറ്റക്കാരൻ അളിയൻ ആണയിട്ടു പറഞ്ഞിട്ടുണ്ട്. ഞാനൊരിക്കലും ആടുമേയ്ക്കാനുള്ള വിസയല്ല അയച്ചു തന്നത്. അതൊരു കൺസ്ട്രക്ഷൻ കമ്പനിയിലെ ഹെൽപ്പറുടെ വിസയായിരുന്നു എന്ന്. ആർക്കറിയാം ആരു പറയുന്നതാണ് ശരിയെന്ന്. ആരു ചെയ്തതാണ് ശരിയെന്ന്. അതിനെപ്പറ്റി കൂടുതൽ ചിന്തിച്ചു തല പുണ്ണാക്കാൻ ഞാൻ മെനക്കെടുന്നില്ല. ആ ജീവിതത്തിലേക്കു നടന്നുപോകേണ്ടത് എന്റെ വിധിയായിരുന്നു. ഞാനതിനെ മറികടന്നുപോന്നു. അത്രയുമേ ഞാൻ വിചാരിക്കുന്നുള്ളൂ. അതിനപ്പുറം എന്തെങ്കിലും ഇനി ചിന്തിച്ചാൽ സത്യമായും എനിക്കു ഭ്രാന്തുപിടിക്കും.

മൂന്നാഴ്ചകൾകൂടി പിന്നെയും കഴിഞ്ഞു. എന്തെങ്കിലും കള്ള പേപ്പറുമായി അർബാബ് എന്നെ വീണ്ടും തേടിവരുമോ എന്ന പേടിയിലാണ് ഞാൻ അത്രയും ദിവസവും കഴിച്ചുകൂട്ടിയത്. എന്നാൽ അർബാബ് പിന്നെ വന്നില്ല. മറ്റാരെയെങ്കിലും അയാൾക്കു ലഭിച്ചു കാണണം. അള്ളാഹുവിന്റെ സ്നേഹം ആ നിസ്സഹായനൊപ്പമിരിക്കട്ടെ.

പതിവുപോലെ ഒരു അറബിപ്പരേഡിന്റെ പിറ്റേന്ന് എംബസി ജീവനക്കാർ വന്നു. ഞങ്ങളെല്ലാവരും വരിയായി നിരന്നു. അവർ ഓരോരുത്തരുടേയും പേരുകൾ വിളിച്ചു. ഞാൻ ഒരു പ്രതീക്ഷയുമില്ലാതെ അലസമായി നില്ക്കുകയായിരുന്നു. പെട്ടെന്ന് എന്റെ പേരു കേട്ടതുപോലെ ഒരു തോന്നൽ. ഒരു നിമിഷം ഞാൻ ശങ്കിച്ചു. എന്നെയാണോ വിളിച്ചത്..? എനിക്കു തോന്നിയതായിരിക്കുമോ..? അതെന്റെ പേരു തന്നെയാണോ..? എന്നാൽ അവർ വീണ്ടും വിളിച്ചു. നജീബ് മുഹമ്മദ്. അപ്പോൾ ഞാൻ വ്യക്തമായും കേട്ടു. അതെന്റെ പേരുതന്നെ. വിങ്ങുന്ന ഹൃദയത്തോടെ ഞാൻ മുന്നോട്ടു കടന്നു നിന്നു. അതുകേട്ട് എന്റെ കൂടെയുണ്ടായിരുന്നവരിൽനിന്ന് ഒരു ആഹ്ലാദത്തിന്റെ ശബ്ദമുയർന്നു. ജയിൽവാസത്തിന്റെ കാര്യത്തിൽ അക്കൂട്ടത്തിൽ ഏറ്റവും 'സീനിയോറിറ്റി' എനിക്കായിരുന്നു.

അന്നു ഞങ്ങൾ എൺപതുപേർക്കാണ് ഇന്ത്യയിലേക്ക് 'ഫ്രീ ഔട്ട് പാസ്' ലഭിച്ചത്. അനധികൃത താമസക്കാരെ സർക്കാർ ചെലവിൽ സ്വദേശങ്ങളിലേക്കു കയറ്റി വിടുന്ന ഒരു പദ്ധതിയുടെ ഭാഗമായിരുന്നു അത്. അതുകൊണ്ട് എനിക്കുവേണ്ടി ടിക്കറ്റെടുക്കേണ്ട ബുദ്ധിമുട്ട് കുഞ്ഞിക്കായ്ക്ക് ഉണ്ടായില്ല. വേണമായിരുന്നെങ്കിൽ അതും അദ്ദേഹം ചെയ്യുമായിരുന്നു എന്ന് എനിക്കുറപ്പുണ്ട്. അതായിരുന്നു കുഞ്ഞിക്ക.

എംബസിക്കാർ വിടുതൽ പേപ്പർ ശരിയാക്കുന്നതിനിടയിൽ കിട്ടിയ ഇത്തിരിനേരത്തു ഞാൻ കൂടെ ഉണ്ടായിരുന്ന എല്ലാവരോടും യാത്ര പറഞ്ഞു. എല്ലാവരേയും സമാധാനിപ്പിച്ചു. പൊലീസുകാരെ കണ്ടു. അവരോടും യാത്ര പറഞ്ഞു.

വാർഡന്റെ മുറിയിൽവച്ച് ഞങ്ങളെക്കൊണ്ട് എന്തൊക്കെയോ പേപ്പറുകളിൽ ഒപ്പിടുവിച്ചു. പിന്നെ ഞങ്ങളുടെ കയ്യിൽ വിലങ്ങണിയിച്ചു. പിന്നെ ഒരു മൂലയ്ക്കു കൊണ്ടുപോയി നിരത്തി നിർത്തി. ഉച്ചയോടെ ഒരു ബസ്സ് വന്നു. ആ ബസ്സു നേരെ പോയത് എയർപോർട്ടിലേക്കായിരുന്നു. അതും പ്രത്യേക വാതിലിലൂടെ നേരെ ഉള്ളിലേക്ക്. അതുകൊണ്ടു കുഞ്ഞിക്കായെ ഒന്നു വിളിച്ചു പറയാൻപോലും എനിക്കു സാധിച്ചില്ല. ആരെങ്കിലും പറഞ്ഞ് അറിഞ്ഞുകാണണം. എന്നാലും നേരിട്ട് ഒരു നന്ദിവാക്കു പറയാൻ കഴിയാതെ പോയതിന്റെ ദുഃഖം എനിക്കിപ്പോഴുമുണ്ട്. ലോകത്തിന്റെ ഏതെങ്കിലും കോണിലിരുന്ന് അദ്ദേഹം ഇതു വായിക്കുകയാണെങ്കിൽ ആ അപരാധത്തിന് അങ്ങ് എന്നോടു പൊറുക്കുമെന്നു ഞാൻ ആശിക്കട്ടെ.

രാത്രിയോടെ വിമാനമെത്തി. എംബസി ജീവനക്കാർ ബോർഡിംഗ് പാസ് വിതരണം ചെയ്തു. ഞങ്ങളെ കൂട്ടത്തോടെ വിമാനത്തിലേക്കു നടത്തി. വിലങ്ങണിഞ്ഞ എൺപത് ആടുകളെ ഒരു മസറയിലേക്ക് ആട്ടിത്തെളിച്ചു കയറ്റുന്നതായിട്ടാണ് എനിക്കപ്പോൾ തോന്നിയത്. അതിൽ ഒരാട് ഞാനായിരുന്നു! ആടുജീവിതം!!

■

എഴുത്തിന്റെ നിയോഗവും വഴിയും
ബെന്യാമിൻ

സത്യമായും വിധി എന്നൊന്നുണ്ടോ...? നിയോഗം...? മനുഷ്യന്റെ ജീവിതത്തെ അതെങ്ങോട്ടെങ്കിലും ആട്ടിപ്പായിച്ചുകൊണ്ട് പോകുന്നുണ്ടോ? മനുഷ്യൻ രോഗിയായിത്തീരുന്നതിന്, ചിലപ്പോൾ നിരാലംബനായിത്തീരുന്നതിന്, ദരിദ്രനായിത്തീരുന്നതിന്, സങ്കടങ്ങളിൽ ജീവിക്കേണ്ടിവരുന്നതിന്, പണക്കാരനായി മാറുന്നതിന്, കലാകാരനാകുന്നതിന് വിധി കാരണമാകാറുണ്ടോ? ഇല്ലെങ്കിൽ എന്റെയും അവന്റെയും അനുഭവങ്ങളും സാഹചര്യങ്ങളും പാരമ്പര്യവും ഒന്നായിരിക്കെ എന്തുകൊണ്ട് ഞാനും അവനും വ്യത്യസ്ത ജീവിതങ്ങൾക്കു വിധിക്കപ്പെട്ടിരിക്കുന്നു...? ഒരു നിമിഷം അങ്ങോട്ടോ ഇങ്ങോട്ടോ മാറിയിരുന്നെങ്കിൽ ആരുടെയെല്ലാം ജീവിതങ്ങൾ എങ്ങനെയെല്ലാം മാറിപ്പോയേനെ. അതിനു കാരണമെന്ത്?

എങ്ങനെ ഞാനൊരു എഴുത്തുകാരനായി എന്ന് ഞാൻ എന്നോടുതന്നെ അദ്ഭുതപ്പെടുന്ന വേളകളിൽ സ്വയം ഉന്നയിക്കുന്ന ചോദ്യങ്ങളിൽ ചിലതാണത്. ഒരിക്കലും ആത്മീയമായ വിശപ്പടക്കലിൽനിന്നോ തത്ത്വചിന്താപരമായ ഉത്തരം തേടലിൽനിന്നോ അല്ല ഈ ചോദ്യങ്ങൾ വന്നിട്ടുള്ളത് വെറുതെ അവനവനിലേക്കു തിരിഞ്ഞുനോക്കിയിരിക്കുമ്പോൾ; എങ്ങനെയാണ് ഞാനിങ്ങനെയായത്? അതിന്റെ വഴിയേതായിരുന്നു? എന്നിങ്ങനെയുള്ള ഏതൊരാളുടെയും സാമാന്യസംശയത്തിന്റെ ഭാഗം മാത്രമാണതും. കഥാകാരനായ ബെന്യാമിൻ ആവുന്നതിനു മുൻപുള്ള എന്നെ അറിയാവുന്ന ആർക്കെങ്കിലും ഒരു സൂചനയെങ്കിലും എന്റെ ജീവിതത്തിൽ നിന്ന് വായിച്ചെടുക്കാൻ കഴിഞ്ഞോ എന്നു സംശയമാണ്. എന്തിന് ഒരു കൈനോട്ടക്കാരനോ ഭാവി പ്രവചനക്കാരൻപോലുമോ അയാളുടെ അബദ്ധത്തിൽനിന്നു

പോലും അങ്ങനെയൊരു പ്രവചനം നടത്തിയിട്ടില്ല. അതുകൊണ്ടാണ് ഇപ്പോൾ എഴുത്തുകാരൻ എന്നു കേൾക്കുമ്പോൾ പലരും ഏറെ നേരം അമ്പരപ്പെട്ടുനിന്നുപോകുന്നത്. മറ്റുള്ളവർക്കുള്ള അതേ അമ്പരപ്പുതന്നെയാണ് എനിക്കും എന്നെക്കുറിച്ചുള്ളത്.

തീർച്ചയായും അമ്പരപ്പെടാൻ വകയുണ്ട്. കാരണം, എഴുത്തിലേക്കു വഴിതിരിഞ്ഞുവരാൻ കാരണമായ എന്തെങ്കിലും ഒരു അനുകൂല ഘടകമെങ്കിലും എന്നിലുണ്ടായിരുന്നു എന്ന് ഓർമിക്കാനാകുന്നില്ല. എനിക്ക് എഴുത്തിന്റെ പാരമ്പര്യവഴികളില്ല. സാഹിത്യപഠനത്തിന്റെ നീണ്ട വർഷങ്ങളില്ല. സാഹിത്യക്കളരികളിൽ പങ്കെടുത്തിട്ടില്ല. ഏറെയൊന്നും ഗൗരവമായ സാഹിത്യചർച്ചകളുടെ ഭാഗമായിട്ടില്ല. നിനക്ക് മുതിരുമ്പോൾ ആരായിത്തീരണമെന്ന ചോദ്യത്തിന് എഴുത്തുകാരൻ എന്ന് എപ്പോഴെങ്കിലും ഉത്തരം പറഞ്ഞതായി ഓർക്കുന്നില്ല. വലിയ പേരെടുക്കണമെന്നോ വലിയ ആളാവണമെന്നോ സ്വപ്നങ്ങളുണ്ടായിരുന്നില്ല. സാഹിത്യകാരന്മാരുമായുള്ള കടുത്ത സഹവാസങ്ങൾ ഉണ്ടായിട്ടില്ല. ഇഷ്ടവിഷയം മലയാളമായിരുന്നില്ല. ആരുടെയും മാനസപുത്രനായിരുന്നിട്ടില്ല. പത്രാധിപന്മാരാരുമായിട്ടും ബന്ധമുണ്ടായിട്ടില്ല. മറ്റു പലരുമായും തട്ടിച്ചുനോക്കുമ്പോൾ വായനപോലും എത്ര പരിമിതമാണ്. അപ്പോൾ പിന്നെ...? എഴുത്തുകാരൻ ആവുക എന്നത് എന്റെ വിധിയല്ല, നിയോഗമായിരിക്കാം. വിധിയും നിയോഗവും എന്റെ വ്യാഖ്യാനത്തിൽ ഒന്നല്ല. വിധി അന്തിമമായ ഫലപ്രഖ്യാപനമാണ്. നിയോഗം ഒരു പാതയുടെ തുടക്കം വരെ കൊണ്ടുചെന്നെത്തിക്കലാണ്. ആ പാതയിലൂടെ എങ്ങനെ നടക്കണം എന്നു നിശ്ചയിക്കുന്നത് മനുഷ്യന്റെ ബോധ്യങ്ങളും നിശ്ചയദാർഢ്യങ്ങളുമാണ്. ഓരോ മനുഷ്യജന്മത്തിനും ഓരോ നിയോഗങ്ങളുണ്ട് എന്നു വിചാരിക്കുന്നുണ്ട്. ബൈബിളിലെ യോനയെപ്പോലെ സ്വന്തം നിയോഗങ്ങളിൽനിന്ന് ഒളിച്ചോടി കപ്പൽച്ചേതങ്ങളിൽപ്പെടുന്ന എത്രയോ പേരെ നമുക്ക് സന്ധിക്കേണ്ടിവരുന്നു. നിനക്കൊരു കടുത്ത സ്വപ്നമുണ്ടെങ്കിൽ അതിന്റെ പൂർത്തീകരണത്തിനായി ലോകം മുഴുവൻ നിന്റെ പിന്നാലെ എത്തുമെന്ന് എഴുതിയത് പൗലോ കൊയ്ലോ അല്ലേ...? നിനക്കൊരു നിയോഗമുണ്ടെങ്കിൽ അതിൽ നിന്നെ കൊണ്ടെത്തിക്കാനായി നിന്റെ സാഹചര്യങ്ങൾ അത്രയും നിന്റെ പിന്നാലെയുണ്ടാകുമെന്ന്. അതിനെ തിരുത്താനാണ് ഞാനാഗ്രഹിക്കുന്നത്. എന്റെ ജീവിതം ഇപ്പോഴത്തേതിൽനിന്ന് ഇടത്തോട്ടോ

വലത്തോട്ടോ ഒരു ചുവടു മാറിയിരുന്നുവെങ്കിൽ ഞാനൊരു കഥാകാരൻ ആവുമായിരുന്നില്ല. സാഹചര്യങ്ങളും സന്ദർഭങ്ങളും ചേർന്ന് എന്നെ ഒരു വഴിയുടെ മുന്നിൽ വരെ കൊണ്ടുചെന്നു നിർത്തിയിട്ട് ഇതാ ഇവിടെ ഇങ്ങനെയൊരു വഴിയുണ്ട്, വേണമെങ്കിൽ നിനക്കു നടക്കാം എന്നു പറയുകയായിരുന്നു. ഞാൻ എന്റെ നിയോഗത്തിന്റെ വഴിയിലൂടെ നടക്കാൻ തീരുമാനിച്ചു. അത്രതന്നെ.

ഇപ്പോൾ ഈ നിമിഷം ഞാൻ ആട്ടിത്തെളിച്ചുകൊണ്ട് വരപ്പെട്ട വഴിയെക്കുറിച്ച് ചിന്തിക്കുമ്പോൾ കൗതുകമാണ് തോന്നുന്നത്. പ്രാഥമിക വിദ്യാഭ്യാസം മാത്രമുള്ള ഒരു ടാക്സി ഡ്രൈവറുടെയും സാധാരണക്കാരിയായ വീട്ടമ്മയുടെയും മകനായി ജനിച്ചതുകൊണ്ട് അവർക്ക് എന്നെക്കുറിച്ചുള്ള സ്വപ്നങ്ങൾ പരിമിതമായിരുന്നു. അതുകൊണ്ടു തന്നെ മാതാപിതാക്കളുടെ അമിതസ്വപ്നങ്ങളുടെ ചുമടെടുത്ത് എനിക്കു ജീവിക്കേണ്ടിവന്നിട്ടില്ല. അങ്ങനെ എന്തെങ്കിലും വലിയ സ്വപ്നങ്ങൾ കാണാൻ എനിക്കും പാങ്ങില്ലായിരുന്നു. അതുകൊണ്ടുതന്നെ എന്തായിത്തീരാൻ ഞാൻ നിയോഗിക്കപ്പെട്ടോ അതായിത്തീരാൻ എനിക്കു വിഷമമുണ്ടായില്ല. ഈശ്വരാ... ഞാനെന്തായിത്തീരാൻ നീ ആഗ്രഹിക്കുന്നുവോ എന്നെ നീ അതാക്കിത്തീർക്കേണമേ എന്ന നിക്കോസ് കസൻദ്സാക്കീസിന്റെ പ്രാർത്ഥനയാണ് എന്റെ എക്കാലത്തെയും പ്രിയപ്പെട്ട പ്രാർത്ഥന.

എന്റെ സന്ദേഹങ്ങളും വിചാരങ്ങളും പ്രാർത്ഥനകളും ഇവിടെ പങ്കുവച്ചത് പെട്ടെന്നുണ്ടായ ഒരു ആത്മകഥയെഴുത്തിന്റെ ഭാഗമായൊന്നുമല്ല. ഒരാളുടെ കൃതിയിൽ അയാളുടെ ആശയങ്ങളും വീക്ഷണങ്ങളും വ്യഥകളും ജീവിതം തന്നെയും എത്രത്തോളം നിഴൽ വീണുകിടക്കുന്നു എന്ന ആലോചനയുടെ ഭാഗം മാത്രമാണത്. നോവലിലേക്കും ജീവിതത്തിലേക്കുമുള്ള ഒരു ചെറിയ തിരിഞ്ഞുനോട്ടത്തിലൂടെ അതു കണ്ടെത്താനുള്ള ശ്രമം.

കസൻദ്സാക്കീസ് എന്റെ പ്രിയപ്പെട്ട എഴുത്തുകാരനാവുന്നതിനു കാരണം ഞങ്ങളിലുള്ള ചില വിദൂരസാമ്യങ്ങളാണ്. തന്റെ അച്ഛൻ വഴിക്കുള്ള പൂർവികരിൽനിന്നും തന്റെ ആത്മാവിലേക്കു വീണുകിട്ടിയ തീയെപ്പറ്റിയും അമ്മ വഴിക്കുള്ള പൂർവികരിൽനിന്നും വീണുകിട്ടിയ മണ്ണിനെക്കുറിച്ചും അദ്ദേഹം 'റിപ്പോർട്ട് ടു ഗ്രീക്കോ'യിൽ പറയുന്നുണ്ടല്ലോ. ഏറെക്കുറെ സമാനമാണ് എന്റെ കാര്യവും. 'അക്കപ്പോരിന്റെ ഇരുപത് നസ്രാണി വർഷങ്ങൾ' എന്ന നോവൽ എന്റെ അച്ചാച്ചന്റെ

വീട്ടുകഥയുടെ കോമഡിരൂപമല്ലാതെ മറ്റൊന്നുമല്ല. പള്ളി വഴക്കിലും കേസിലും തമ്മിൽത്തല്ലലിലും അഭിരമിക്കാൻ ഇഷ്ടപ്പെടുന്നവർ. അതിൽ സന്തോഷവും അഭിമാനവും കണ്ടെത്തുന്നവർ. തീർത്തും എതിർപക്ഷത്താണ് അമ്മ നിൽക്കുന്നത്. ക്രിസ്തുവിനെ ഞാനിഷ്ടപ്പെടുന്നത് അദ്ദേഹത്തിന്റെ ദൈവഭാവത്താലൊന്നുമല്ല, അദ്ദേഹവും എന്റെ അപ്പച്ചനും (അമ്മ വഴിക്ക്) ഒരേപോലെ തച്ചന്മാരായതു കൊണ്ടാണ്. ആയുർവേദഗ്രന്ഥങ്ങൾ സ്വന്തം നിലയിൽ പഠിച്ച് കണ്ണുചികിത്സ നടത്തിയ ഒരു ചരിത്രം അപ്പച്ചനുണ്ട്. വലിയ കശുമാവിൻ തോട്ടത്തിനു നടുവിലുള്ള കൊച്ചുവീട്ടിൽ രാത്രി മണ്ണെണ്ണവിളക്കിന്റെ വെളിച്ചത്തിലിരുന്നു വായിക്കുന്ന അവിടുത്തെ അമ്മച്ചി എന്റെ ഓർമ്മയാണ്. വായനയോടുള്ള എന്റെ ആസക്തി വന്ന വഴി അതായിരിക്കാം.

കൂടെയുള്ള ഏകസഹോദരി പ്രായത്തിൽ വളരെ മുതിർന്നതായതിനാൽ ഒറ്റയ്ക്കിരുന്ന് സ്വപ്നം കാണുന്ന ശീലം ചെറുതിലേ തുടങ്ങിയതാണ് ഞാൻ. അമ്മയുടെ വയറ്റിൽ വച്ചേ മരിച്ചുപോയ മറ്റ് മൂന്നു സഹോദരങ്ങൾ എന്റെ എഴുത്തിനുവേണ്ടി ഒരുക്കപ്പെട്ട ബലിയായിരുന്നു എന്ന് ഞാൻ വിശ്വസിക്കുന്നു. അവരാണ് എന്നെ എന്റെ ഏകാന്തതയ്ക്കു വിട്ടു തന്നത്. സിരയിൽ ക്രിക്കറ്റിന്റെ ഭ്രാന്തു കയറിയ ഒരു തലമുറയിലാണ് ഞാനും വന്നു പിറന്നത്. ഏതെങ്കിലും എഴുത്തുകാരായിരുന്നില്ല, കപിൽദേവും റോജൻ ബിന്നിയും മദൻലാലും മൊഹീന്ദർ അമർനാഥും അടങ്ങുന്ന ഇന്ത്യൻ മീഡിയം പേസ് നിരയായിരുന്നു എന്റെ അഭിമാനം. എഴുത്തായിരുന്നില്ല ക്രിക്കറ്റായിരുന്നു എന്റെ സ്വപ്നം. സുഭാഷ് ചന്ദ്രൻ, സച്ചിൻ തെണ്ടുൽക്കറെക്കുറിച്ചെഴുതിയ ലേഖനം എന്റെ കൂടി ആത്മകഥയാവുന്നത് അതുകൊണ്ടാണ്. അന്ന് മനസ്സിൽ ഒരു വലിയ ഗ്രൗണ്ടും മുഴുവൻ കളിക്കാരെയും അവർ ഓരോരുത്തരുടെയും സ്ഥാനങ്ങളും സ്വപ്നം കണ്ടു കൊണ്ട് മണിക്കൂറുകളോളം ഞാൻ തനിച്ച് ക്രിക്കറ്റ് കളിക്കുമായിരുന്നു. എന്റെ സ്വപ്നങ്ങൾ, ദിവസങ്ങൾ, അധ്വാനം എത്രയാണ് ഞാൻ ക്രിക്കറ്റുകളിക്കായി ചെലവഴിച്ചത്. അവസാനം ഇതു നിന്റെ വഴിയും നിയോഗവുമല്ലെന്നു തിരിച്ചറിയാനെടുത്ത വർഷങ്ങളെത്ര. പക്ഷേ, ആ മൈതാനത്താണ് ഞാൻ വിശാലമായ കാൻവാസുകൾ സ്വപ്നം കണ്ടു തുടങ്ങിയതെന്നു തോന്നുന്നു. ഞാൻതന്നെ ബൗളറും ഞാൻ തന്നെ ബാറ്റ്സ്മാനും ഞാൻ തന്നെ ഫീൽഡറും കീപ്പറും അമ്പയറും ആകുന്ന ഒറ്റയാൻ കളിയിലെ പര(പല)കാല പ്രവേശനത്തിന്റെ തുടർച്ച മാത്രമാണ്

ഇന്നത്തെ എന്റെ കഥാപാത്രങ്ങളെന്നേയുള്ളു. രണ്ടിന്റെയും മാനസിക വ്യാപാരം ഒന്നുതന്നെയാകാം.

'ആടുജീവിതം' എന്ന നോവലിലെ പ്രധാന കഥാപാത്രമായ നജീബിനെ കണ്ടെത്തിയ കഥയും അയാളുടെ അനുഭവങ്ങൾക്കായി പിന്നാലെ അലഞ്ഞ കഥയും പുസ്തകത്തിൽ പറഞ്ഞിരിക്കുന്നതിൽ അധികമായി ഒന്നും പറയാനില്ല. പക്ഷേ, അങ്ങനെയൊരു കണ്ടെത്തലിലേക്കും തുടർന്നുണ്ടായ എഴുത്തിലേക്കും ഞാൻ നിയോഗിക്കപ്പെടുകയായിരുന്നു എന്ന് ഇപ്പോൾ തോന്നുന്നു. കാരണം അങ്ങനെയൊരു കഥയുടെ പിറവിക്കായി ഗൾഫിന്റെ സാഹിത്യമനസ്സ് കാത്തിരിക്കുകയായിരുന്നു എന്നതാണ് സത്യം. ഒരു സുപ്രഭാതത്തിന്റെ സന്തതിയല്ല, നൂറുകണക്കിന് തലമുറകളുടെ പ്രാർത്ഥനകളുടെയും കാത്തിരിപ്പിന്റെയും ഫലമാണ് ഒരു ക്രിസ്തു എന്ന് കസൻദ്സാക്കീസ് പറയുന്നുണ്ടല്ലോ. ഒരു സമൂഹത്തിന്റെ മുഴുവൻ സ്വപ്നങ്ങളാണ് ഒരാളെ ജനിപ്പിക്കുന്നത് എന്ന് എന്റെയും ഒരു സങ്കല്പമാണ്. കഴിഞ്ഞ എത്രയോ വർഷമായി ഗൾഫിലെ എഴുത്തുകാരൻ നാട്ടിൽ നിന്നും കേൾക്കുന്ന പഴിയും ശകാരവുമാണ് നിങ്ങളുടെ ഗൃഹാതുരത്വം മണക്കുന്ന കഥകൾ വായിച്ച് ഞങ്ങൾക്കു ഛർദിക്കാൻ വരുന്നുവെന്നത്. ഗൾഫിലെത്തുന്ന ഓരോ സാഹിത്യകാരനും നിരന്തരം ഇവിടുത്തെ എഴുത്തുകാരോട് ആവശ്യപ്പെട്ടിരുന്നത് നിങ്ങളുടെ ഇടയിൽനിന്ന് ഒരു കഥ നിങ്ങൾ ലോകത്തിനു പറഞ്ഞുകൊടുക്കൂ എന്നാണ്. വായനാലോകം അതു കാത്തിരിക്കുന്നു എന്നാണ്. എന്തുകൊണ്ട് ഗൾഫ്ജീവിതം മലയാളസാഹിത്യത്തിൽ സമഗ്രമായി ആവിഷ്കരിക്കപ്പെട്ടില്ല എന്ന് എത്രകാലമായി ഞങ്ങൾതന്നെ ചർച്ച ചെയ്തുകൊണ്ടിരിക്കുന്നു. ദൈവത്തിനെപ്പോലെ ഒരു ക്രിക്കറ്റർ എന്ന ഇന്ത്യൻ മനസ്സിന്റെ കാലങ്ങളായുള്ള ദാഹത്തിന്റെയും ആഗ്രഹത്തിന്റെയും ഫലമാണ് ഒരു സച്ചിൻ എങ്കിൽ സാഹിത്യത്തെ സ്നേഹിക്കുന്ന ഗൾഫ് മനസ്സിന്റെ കാലങ്ങളായുള്ള ആഗ്രഹത്തിന്റെ ഫലം മാത്രമാണ് ആടുജീവിതമെന്നു വിശ്വസിക്കാനാണ് എനിക്ക് ഇഷ്ടം. അല്ലെങ്കിൽ അതാണ് ആടുജീവിതത്തിന്റെ പിറവിക്കു പിന്നിലെ സാമൂഹിക സാഹചര്യം.

അക്കാലത്ത് വായിച്ചുകൊണ്ടിരുന്ന പുസ്തകങ്ങളിൽ നിന്നുള്ള തുടർചിന്തകളോ ജീവിതാനുഭവങ്ങളിലേക്കുള്ള തിരിഞ്ഞുനോട്ടമോ എന്തോ ഒന്ന് എന്നെ കൊണ്ടുചെന്നെത്തിച്ചത് ജീവിതത്തിൽ തീർത്തും തനിച്ചായിപ്പോകുന്നവരെ

ക്കുറിച്ചുള്ള ചിന്തകളിലാണ്. താനും ദൈവവും മാത്രമുള്ള ഒരു ജീവിതം എങ്ങനെയാവും ഒരാൾ ജീവിച്ചുതീർക്കുക? അയാൾ സത്യമായും എന്താവും പ്രാർത്ഥിക്കുക? അങ്ങനെ ഒരു നിമിഷത്തിൽ ഇന്നത്തെ പ്രാർത്ഥനകളുടെ അർത്ഥ ശൂന്യത എത്രത്തോളമായിരിക്കും. വളരെ വാചാലനായ ഒരാൾ തനിച്ചായാൽ എങ്ങനെ വാക്കുകളെ വിഴുങ്ങി ജീവിക്കും? ഈ ചിന്തകൾ എന്റെ മനസ്സിനെ വല്ലാതെ ഉഴുതുമറിച്ചു. പക്ഷേ, ആ ചിന്തകളെ കഥയിലേക്ക് പരി വർത്തനം ചെയ്യാനുള്ള സാമഗ്രി എന്റെ കൈവശമുണ്ടായി രുന്നില്ല. അതുകൊണ്ടുതന്നെ അങ്ങനെ ഒന്ന് എഴുതപ്പെടാതെ എന്റെ ഉള്ളിൽത്തന്നെ തളം കെട്ടിക്കിടന്നു. 'ഇരുണ്ട വന സ്ഥലികൾ' പോലെ. അത്തരത്തിലൊരു ചിന്താപുസ്തകം ഞാൻ ആലോചിച്ചതുമാണ്. പക്ഷേ, നടന്നില്ല. അതാണ് 'ആടുജീവിതത്തിനു' പിന്നിലെ മാനസിക സാഹചര്യം.

അങ്ങനെ സാഹചര്യങ്ങളിൽ പരുവപ്പെട്ടു കിടന്ന എന്റെ മുന്നിലേക്കാണ് നജീബ് വന്നുപെടുന്നത്. അതെ, ശരിക്കും വന്നുപെടുന്നത്. തന്റെ മരുഭൂമിയിലെ ജീവിതത്തിനൊടുവിൽ നജീബ്, കുഞ്ഞിക്കയുടെ മുന്നിൽ ചെന്നുപെടുന്നപോലെ. നജീബിന് തന്റെ കഥയുമായി ലോകത്തിൽ മറ്റേതെങ്കിലും ഒരു കഥാകാരന്റെ മുന്നിൽ ചെന്നുപെടാമായിരുന്നു. അയാ ളോട് ഈ കഥ പറയാമായിരുന്നു. എനിക്കു മുന്നിൽ വന്നു പെടാനായിരുന്നു നജീബിന്റെ നിയോഗം. അതുകൊണ്ടു മാത്രം ഇതുവരെ പറയപ്പെടാത്ത ഒരു കഥ പറയാൻ എനി ക്കായി. നജീബ് അതിനുവേണ്ടി തന്ന വിവരങ്ങൾ അത്രയും വിലപ്പെട്ടതായിരുന്നു.

എന്നാൽ നജീബിന്റെ ജീവിതം മാത്രമാണോ ആടു ജീവിതം? പലപ്പോഴും അതങ്ങനെയാണ് വായിക്കപ്പെട്ടത്. കേട്ടെഴുത്തുകൾക്കും ആത്മകഥകൾക്കും ജീവിതകഥ കൾക്കും വല്ലാത്ത പ്രസക്തിയുള്ള ഇക്കാലത്ത് എനിക്കു വേണമെങ്കിൽ അങ്ങനെ ഒന്നിനു ശ്രമിക്കാമായിരുന്നു. മറ്റൊരാളുടെ നാവായി മാറുക. പക്ഷേ, ഞാനൊരു നോവ ലിനാണ് ശ്രമിച്ചത്. പച്ചയായ ഒരു ആത്മകഥയിൽനിന്നും ഭാവനയുടെ നിറംപുരണ്ട നോവലിലേക്കുള്ള ദൂരം എത്ര യെന്ന് എഴുത്തുകാരൻ അളന്നു നിശ്ചയിക്കേണ്ടതാണ്. ഈ നോവലെഴുത്തിൽ ഏറ്റവും വെല്ലുവിളി നിറഞ്ഞ നിമിഷം അതായിരുന്നു. പ്രകാശം ഒരു പ്രിസത്തിലൂടെയെന്നപോലെ സംഭവങ്ങൾ കഥാകാരനിലൂടെ കയറിയിറങ്ങിപ്പോകുമ്പോ ഴുള്ള രൂപമാറ്റമാകണം നോവലെന്ന് ഞാൻ നിശ്ചയിച്ചു.

പത്തുപുറത്തിനപ്പുറത്ത് എഴുതാൻ ഒന്നുമില്ലാത്ത ഒരു സംഭവവിവരണമാണ് കഥാകാരന് ജീവിത കഥയിൽനിന്നു കിട്ടുന്നത്. അതിനെ മനസ്സിൽ കൊണ്ടുനടന്ന് കഥാപാത്ര മായും നോവലായും പരിണമിപ്പിക്കുന്നതിന് കഥാകാരൻ സൃഷ്ടിക്കേണ്ട ഒരു പരകായപ്രവേശമുണ്ട്. അവിടെ വച്ച് നജീബും ബെന്യാമിനും ഒന്നാവുകയാണ്. പിന്നീട് പുറത്തു വരുന്ന വാക്കുകളിൽ നജീബ് എത്ര ശതമാനം ബെന്യാമിൻ എത്ര ശതമാനം എന്ന് അളന്നുതിരിച്ചു തിട്ടപ്പെടുത്തുക സാധ്യമല്ല. നജീബിന്റെ അനുഭവങ്ങളെ ബെന്യാമിന്റെ അനു ഭവങ്ങളുമായിട്ടും ചിന്തകളുമായിട്ടും കൂട്ടിക്കലർത്തുന്ന ഒരു പദ്ധതിയായിരുന്നു അത്. ഒരു സാങ്കല്പിക കഥാപാത്രത്തെ സൃഷ്ടിക്കാൻ എഴുത്തുകാരൻ എടുക്കുന്ന മാനസിക തയ്യാ റെടുപ്പുകളെക്കാൾ ദുഷ്കരമായിരുന്നു ജീവിച്ചിരുന്ന ഒരാളി ലേക്കുള്ള പരകായപ്രവേശം. ഞാൻ നജീബായിത്തീരുക. അയാളുടെ അനുഭവങ്ങൾ എന്റേതുകൂടിയായിത്തീരുക. എന്റെ ജീവിതവുമായി അതിനെ ചേർത്തു വായിക്കുക. എന്റെ ചില അനുഭവങ്ങൾ അയാളുടെ സാഹചര്യത്തി ലേക്കു പകർത്തിവയ്ക്കുക. എന്റെ വിചാരങ്ങളെ അയാളെ ക്കൊണ്ട് പറയിപ്പിക്കുക. വിചിത്രമാണതിന്റെ വഴികൾ. പല സന്ദർഭങ്ങളോടും നജീബോ മറ്റേതെങ്കിലും കഥാപാത്രങ്ങളോ എങ്ങനെ പ്രതികരിച്ചു എന്നല്ല കഥാകാരന്റെ മനസ്സ് എങ്ങനെ പ്രതികരിക്കുമായിരുന്നു എന്നതിന്റെ അനന്തര ഫലമാണ് നോവൽ. എന്റെ ഏറ്റവും ഇഷ്ട വിഷയമായ കണക്കുഭാഷയിൽ പറഞ്ഞാൽ അനുഭവങ്ങളുടെ നജീബ് അധികം ഓർമകളുടെ ബെന്യാമിൻ സമം ആടുജീവിതം എന്ന നോവൽ എന്നൊരു സമവാക്യമാകും ഇതിനു യോജിക്കുക.

ഒരാട്ടിടയൻ ആയിത്തീരുക എന്നായിരുന്നു എന്റെ ചെറു തിലെ ആഗ്രഹം എന്ന് നോവലിലൊരിടത്ത് നജീബ് പറയുന്നുണ്ട്. നാടുകളിൽ നിന്ന് നാടുകൾ വിട്ട് അലയുക. പുൽമേടുകളിലും കുന്നിൻചെരുവുകളിലും ആട്ടിൻപറ്റങ്ങളു മായി വെറുതെ നടന്നുപോകുക. ഓരോ ദിവസവും ഓരോ ഇടങ്ങളിൽ കൂടാരമടിക്കുക. മഞ്ഞു പുതച്ച രാത്രികളിൽ തീ കൂട്ടി ആടുകൾക്കു കാവലിരിക്കുക. സത്യത്തിൽ ഇതു നജീബിന്റെയല്ല, ബെന്യാമിന്റെ ചെറുതിലേയുള്ള സ്വപ്ന മായിരുന്നു. ബേത്‌ലഹേമിലെ കുന്നിൻ ചെരുവുകളിൽ സ്വർഗീയനാദം കേട്ടുണരുന്ന ആട്ടിടയന്മാരുടെ കഥ വായി ക്കുന്ന ക്രിസ്തീയ പാരമ്പര്യമുള്ള ഒരു സ്വപ്നജീവിക്ക്

ആട്ടിടയനാവുക എന്നതല്ലാതെ മറ്റെന്ത് സ്വപ്നം കാണാൻ കഴിയും? അകലെ നടക്കുന്ന കാര്യങ്ങളെക്കുറിച്ചും അറിയാത്ത കാര്യങ്ങളെക്കുറിച്ചും നാം ഒരിക്കലും വെറുതെ പോലും സ്വപ്നം കാണാൻ പാടില്ല എന്ന് പിന്നീടു നൽകുന്ന ഭീതിപ്പെടുത്തുന്ന മുന്നറിയിപ്പ്, നജീബിന്റെ ഇടയജീവിതം കേട്ടുകഴിഞ്ഞതിനു ശേഷമുള്ള എന്റെ മനസ്സിന്റേതല്ലാതെ മറ്റെന്ത്? ഇത് കഥാപാത്രമായ നജീബിലേക്കു കൊണ്ടുവയ്ക്കലായിരുന്നു നോവൽ.

ഒരിക്കലും മരുഭൂമി അതിന്റെ തീക്ഷ്ണതയിലും ഭീകരതയിലും കണ്ടിട്ടില്ലാത്ത ഞാൻ എങ്ങനെ അതിന്റെ വന്യത ചിത്രീകരിച്ചു എന്നു ചോദിച്ചാൽ പരകായപ്രവേശം എന്നു തന്നെ ഉത്തരം. മാനസികമായി മാത്രമല്ല, ആ അനുഭവം. കുറച്ചൊക്കെ ശാരീരികമായിക്കൂടിയാണ്. നോവലെഴുത്തിന് എടുത്ത സമയത്തെക്കുറിച്ചും തയ്യാറെടുപ്പുകളെക്കുറിച്ചും പലരും ചോദിക്കാറുണ്ട്. ഡയറിത്താളുകളിലെ കുത്തിക്കുറിക്കലുകളും കമ്പ്യൂട്ടറിലേക്കുള്ള പകർത്തിയെഴുത്തും മാത്രമല്ല നോവലെഴുത്തിനുള്ള സമയം. അത്ര നിസ്സാരമായി സംഭവിക്കുന്നതല്ലത്. അതിനുവേണ്ടിയുള്ള മനസ്സൊരുക്കം കൂടി ചേരുന്നതാണ് നോവലെഴുത്ത്. പ്രവാചകന്മാരുടെ രണ്ടാം പുസ്തകത്തിൽ 'ഈ നിൽക്കുന്നവനല്ല ഞാനാണ് യഥാർത്ഥ ക്രിസ്തു, ഞാനാണ് സത്യമായും ക്രൂശിലേറ്റപ്പെടേണ്ടവൻ' എന്ന് ക്രിസ്തുവിനെച്ചൂണ്ടിപ്പറയുന്ന യൂദാസിന്റെ ആത്മസമർപ്പണത്തിലെത്താൻ ചില്ലറ മുന്നൊരുക്കങ്ങൾ പോരാ. പുറത്ത് നിശ്ശബ്ദനായി നിൽക്കുമ്പോഴും അകത്ത് കഥാപാത്രങ്ങളുടെ വേദന വിങ്ങുന്നുണ്ടാകും. ആടുജീവിതമെഴുതുന്ന ദിവസങ്ങളിൽ പലപ്പോഴും ഞാൻ കണ്ടിട്ടില്ലാത്ത മസറയുടെ മണം അനുഭവിക്കാൻ എനിക്കായിട്ടുണ്ട്. അന്ന് ആരോരുമറിയാതെ കൊടുംവേനലിന്റെ കാഠിന്യത്തിലൂടെ ഞാൻ വല്ലാതെ അലഞ്ഞു നടന്നിട്ടുണ്ട്. നാവ് കരിഞ്ഞുണങ്ങുന്ന ദാഹത്തിന്റെ വെപ്രാളം എന്തെന്നറിയാൻ ഞാൻ വെള്ളം കുടിക്കാതെ ഉച്ചച്ചൂടിലൂടെ നടന്നിട്ടുണ്ട്. തലച്ചോറിൽനിന്ന് പൊന്തിയുണരുന്ന ആവിയുടെ കാഠിന്യത്തിൽ ഹക്കീമിന് അവസാന നിമിഷമുണ്ടാകുന്ന ഭ്രാന്തിന്റെ വക്കോളം ചെന്നെത്തിനോക്കിയിട്ട് പോന്നിട്ടുണ്ട്. നിസ്സംഗതയുടെ മൂർത്തിമദ്ഭാവമായ ഒട്ടകങ്ങളുടെ കണ്ണിൽ അലയടിക്കുന്ന മരുഭൂമിയുടെ ആഴവും പരപ്പും ഭീതിയോടെ നോക്കി നിന്നതും ഞാൻ തന്നെ. അത്തരത്തിലൊരു കഥാപാത്രമായിത്തീരൽ നോവലിനു പിന്നിലുണ്ട്. വെറുതെ

അങ്ങ് സംഭവിക്കുന്നതല്ല നോവൽ. അതൊരു ആത്മബലിയോളം പോന്ന വേദനയാണ്. ഒരു വലിയ തുരങ്കനിർമാണത്തിന്റെ അദ്ധ്വാനമാണ്. പുതിയ ഒരു പുഴതെളിക്കലിന്റെ അജ്ഞതയാണ്.

ഇപ്പോൾ പറയാൻ എളുപ്പമാണെങ്കിലും രോഗങ്ങളുടെ ഒരു നീണ്ട ബാല്യം എനിക്കുണ്ടായിരുന്നു. മരിക്കണേ എന്നും മരിക്കല്ലേ എന്നും ഒരുപോലെ ആഗ്രഹിച്ചിരുന്ന ദിവസങ്ങൾ. എന്നെ തൊട്ടുതലോടിപ്പോകാത്ത രോഗങ്ങളൊക്കെ കുറവായിരുന്നു. ഇതു വല്ല ക്ഷയവും വന്ന് ചത്തുപോകത്തേയുള്ളു എന്ന് എന്നെക്കുറിച്ച് അയൽപക്കക്കാരും ബന്ധുക്കളും പറയുന്നതു ഞാനിപ്പോഴും ഓർക്കുന്നു. എന്റെ ഭ്രമാത്മക സ്വപ്നങ്ങളുടെ ബീജങ്ങൾ വിതയ്ക്കപ്പെട്ട ദിവസങ്ങൾ അതായിരിക്കുമെന്നു തോന്നുന്നു. അന്നൊക്കെ ഞാൻ എനിക്കുവേണ്ടി ആഗ്രഹിച്ച പരമാവധി ആയുസ്സ് 20 വയസ്സായിരുന്നു. ഒരു പെൺകുട്ടിയുടെ ചുംബനത്തിന്റെ രുചി അറിയുന്നതുവരെയായിരുന്നു.

പതിനഞ്ചാം വയസ്സിൽ മാത്രമാണ് രോഗങ്ങളിൽനിന്ന് ഞാൻ അല്പമെങ്കിലും വിമുക്തനാകുന്നത്. എന്നിട്ടും അടുത്ത കാലംവരെ ചെന്നിക്കുത്ത് എന്റെ സന്തതസഹചാരിയായിരുന്നു. 'പ്രവാചകന്മാരുടെ രണ്ടാം പുസ്തകം' എന്ന നോവലിൽ പാമ്പിന്റെ തുറച്ചുറ്റഴിഞ്ഞുപോകുന്നതുപോലെ, ചെന്നിക്കുത്തിന്റെ വേദന അഴിഞ്ഞുപോകുന്ന സുന്ദരനിമിഷത്തിൽ സ്വയം മറന്നു പാടുന്ന ക്രിസ്തു എന്ന ബിംബം എന്റെതന്നെ ചെന്നിക്കുത്തിന്റെ സന്തതിയല്ലാതെ മറ്റെന്ത്...?

നാട്ടിലെ സാഹിത്യസദസ്സുകളും ചർച്ചകളും എന്തിന് വായന ശാല പോലും എനിക്കന്നന്യമായിരുന്നു. എന്നാൽ എന്റെ അക്കാലത്തെ സുഹൃത്തുക്കളിൽ ഒരു ചെറുസംഘം സാഹിത്യത്തെപ്പറ്റി സംസാരിക്കുന്നവരായിരുന്നു. അന്ന് എറണാകുളത്തു പഠിച്ചുകൊണ്ടിരുന്ന സുനിൽ പുതിയ കവിതകളുമായി വരും. വിനോദ് അതു മധുരമായ ശബ്ദത്തിൽ ചൊല്ലും. വായിച്ച നോവലുകളെക്കുറിച്ചും അതിലെ മനോഹരമായ വാചകങ്ങളെപ്പറ്റിയും പറയും. എങ്ങനെയാണ് ഞാൻ ആ സംഘത്തിൽ ചെന്നുപെട്ടതെന്നറിയില്ല. കേൾവിക്കാരനായി ഞാനവർക്കു പറ്റിനിൽക്കും. ആ പ്രചോദനത്തിലാകാം പത്തനംതിട്ട കാതോലിക്കേറ്റ് കോളേജിലെ പ്രീഡിഗ്രി പഠനകാലത്ത് അവിടുന്നും ഇവിടുന്നും ചിലതൊക്കെ വായിക്കാൻ തുടങ്ങിയത്. പക്ഷേ, ആ സാഹിത്യ

കാലമൊക്കെ പെട്ടെന്നസ്തമിച്ചു. ഞാനെന്റെ ഇഷ്ടവിഷയമായ കണക്കിലേക്കു തിരിഞ്ഞുപോയി. പ്രീഡിഗ്രി കഷ്ടി പാസ് ആയിരുന്നതുകൊണ്ട് പോളിടെക്നിക്കിലാണ് ചേർന്നത്. അതും കോയമ്പത്തൂരിനടുത്തുള്ള തിരുപ്പൂരിൽ. ഇന്ത്യയുടെ ബനിയൻ സിറ്റിയിൽ. തമിഴ്പേച്ചിന്റെയും കഷ്ടപ്പാടിന്റെയും രോഗങ്ങളുടെയും മറ്റൊരു മൂന്നു വർഷം. തിരിച്ചുവന്ന് പിന്നെയും ഒരു ആറുമാസം നാട്ടിൽ ഊരുചുറ്റൽ. ക്രിക്കറ്റുകളി. കവിത കേൾക്കൽ. അതിനിടെ പെട്ടെന്നൊരു ഗൾഫ് ചാൻസ്. എന്റെ കസിൻ വഴി. മറ്റൊരാൾക്കുവേണ്ടി പറഞ്ഞുവച്ചിരുന്ന വിസയാണ്. അദ്ദേഹത്തിന്റെ പാസ്പോർട്ട് ശരിയാവാത്തതുകൊണ്ട് എനിക്കായി മാറ്റിയെടുത്തു. മറ്റൊരാളുടെ ജീവിതം പേറി 21-ാം വയസ്സിൽ ഞാൻ ഗൾഫിലേക്ക്. 1992 ഏപ്രിൽ നാല്. 'ആടുജീവിതം' എന്ന നോവലിൽ നജീബ് റിയാദിൽ കാലുകുത്തുന്ന ദിവസമാണത്. സത്യത്തിൽ ബെന്യാമിൻ ബഹ്റൈനിൽ എത്തപ്പെട്ട ദിവസമാണത്. നോവൽ, എഴുത്തുകാരനിൽ നിന്ന് അന്യമായ ഒന്നല്ല. നജീബിന്റെയല്ല, ആരുടെ ജീവിതമെഴുതിയാലും അതിൽ എഴുത്തുകാരന്റെ ജീവിതം നിഴൽ പോലെ മുദ്രയിടപ്പെട്ടു കിടക്കും.

ഈ ലേഖനത്തിന്റെ തുടക്കത്തിൽ എന്റെ വിധിയെക്കുറിച്ചും നിയോഗത്തെക്കുറിച്ചുമുള്ള സങ്കല്പങ്ങൾ പറഞ്ഞത് പിന്നീട് അതെങ്ങനെ നോവലിൽ ഇഴപിരിഞ്ഞു കിടക്കുന്നു എന്നു പറയാൻ കൂടിയാണ്. ഞാൻ നജീബിനെ ഏറ്റവും ആദ്യമായി കണ്ടുമുട്ടുന്ന നിമിഷം, അയാൾ തന്റെ സുഹൃത്തുക്കളുമായി കമ്യൂണിസം ചർച്ച ചെയ്തിരിക്കുകയായിരുന്നു എന്ന് ഞാനിപ്പോഴും ഓർക്കുന്നു. ആ സാഹചര്യത്തെ മനസ്സിലിട്ടുകൊണ്ട് ഒരു തികഞ്ഞ യുക്തിവാദിയായും ഈശ്വരവിരുദ്ധനായും എനിക്കു നജീബിനെ ചിത്രീകരിക്കാമായിരുന്നു. എങ്കിൽ പലരും ആഗ്രഹിച്ചതുപോലെ മനുഷ്യന്റെ തീർത്തും ഇച്ഛാശക്തികൊണ്ടുമാത്രം മരുഭൂമിയെ താണ്ടിപ്പോരുന്ന ഒരു നജീബിനെയാകുമായിരുന്നു നാം നോവലിൽ കണ്ടുമുട്ടുക. പക്ഷേ, നോവലിൽ ബെന്യാമിൻ കലരാതെ സാധ്യമല്ല. ഇല്ലെങ്കിൽ അതു മറ്റൊരാളുടെ ജീവചരിത്രമെഴുത്തായിപ്പോകുമായിരുന്നു. എന്റെയുള്ളിൽ കിടന്നു നീറിയ നജീബ് നിയോഗത്താൽ മരുഭൂമിയിലേക്ക് ആട്ടിത്തെളിച്ചുകൊണ്ടുവരപ്പെട്ടവനാണ്. അവൻ ആ വഴി താണ്ടിപ്പോന്നേയാവണം. അതിനവന് വിശ്വാസത്തിന്റെ ഒരു കൂട്ട് വേണമായിരുന്നു. ജീവിതത്തിന്റെ ചില

നിർണായക നിമിഷങ്ങൾക്കുമുന്നിൽ വെറുതെ നിന്നുകൊടുക്കാനേ നമുക്കു നിർവാഹമുള്ളൂ. അന്നേരം നടത്തുന്ന ഒരു പ്രാർത്ഥനയ്ക്കുള്ള മറുപടി പോലും കത്തുന്ന സൂര്യന്റെ നോട്ടം മാത്രമായിരിക്കും. ഇതെന്റെ മുൻവിധിയാണ്. ആ മുൻവിധിക്കുള്ളിലിട്ടാണ് നജീബ് വാർക്കപ്പെട്ടിരിക്കുന്നത്.

യഥാർത്ഥത്തിലെ നജീബ് മരുഭൂമിയിൽ പലവട്ടം ആത്മഹത്യയ്ക്കു ശ്രമിച്ചവനാണ്. ഇഴഞ്ഞുവരുന്ന ഒരു പാമ്പെങ്കിലും തന്നെ കടിച്ചുകൊന്നിരുന്നെങ്കിൽ എന്ന് ആഗ്രഹിച്ചവനാണ്. പക്ഷേ, നോവലിലെ നജീബ് ഒരിക്കലും മരണത്തിനുവേണ്ടി ആഗ്രഹിക്കുന്നവനല്ല. ജീവിതത്തിന്റെ ഇത്തിരി വെളിച്ചത്തിനുമുന്നിൽ പ്രതീക്ഷയോടെ കാത്തുനിൽക്കുന്നവനാണ്. മരിച്ചുവീഴുന്ന അവസാനനിമിഷം വരേക്കും മരുഭൂമിയോട് പോരാടാൻ തീരുമാനിച്ചവനാണ്. ബെന്യാമിൻ അവന്റെ ജീവിതത്തിൽ ഒരിക്കലും ആത്മഹത്യയെക്കുറിച്ചു ചിന്തിച്ചിട്ടില്ല. നിയോഗത്തിനു മുന്നിൽ നിസ്സംഗതയോടെ നിന്നുകൊടുക്കാനാണ് അയാൾക്കിഷ്ടം. അയാളുടെ കഥാപാത്രങ്ങൾ അങ്ങനെയാകാതെ തരമില്ല.

ഗൾഫിലെത്തപ്പെട്ട സാഹചര്യം എന്നെ വീണ്ടും വായനയിലേക്കു തിരിച്ചുകൊണ്ടുവരികയായിരുന്നു. എട്ടുമണിക്കൂറിലെ ജോലിക്കുശേഷം പതിനാറു മണിക്കൂറിലെ ശൂന്യത. എനിക്കുവേണ്ടി എന്ന പോലെ മനാമയിലെ ഒരു സ്വകാര്യ ലൈബ്രറി. ഭ്രാന്തമായ വായനയിലേക്കുള്ള മടങ്ങിവരവ്. അപ്പോഴും എഴുത്ത് എന്റെ സ്വപ്നവും സങ്കല്പവുമല്ല. പക്ഷേ, എന്തോ ഒരു പ്രചോദനത്താൽ വായിക്കുന്ന ഓരോ കൃതിയുടെയും സംക്ഷിപ്തരൂപവും അതിലെ എനിക്കിഷ്ടപ്പെട്ട വരികളും ഡയറിയിൽ കുറിച്ചുവയ്ക്കുക പതിവായി. (അടുത്തയിടെ അതിലൊരു ഡയറി കണ്ടെത്തി. എന്റെ എക്കാലത്തെയും ഇഷ്ടനോവലായ 'ജീൻ ക്രിസ്റ്റഫി'നെക്കുറിച്ചെഴുതിവച്ചിരുന്നതെല്ലാം ബ്ലോഗിലേക്കു പകർത്തിയിരുന്നു). അന്നത്തെ എന്റെ ഭ്രാന്തമായ വായനയുടെ അളവുകണ്ട് എനിക്കിപ്പോൾ പേടി തോന്നുന്നു. ഒറ്റവർഷം കൊണ്ട് 160 പുസ്തകങ്ങളൊക്കെയാണ് വായിച്ചുതീർത്തത്. ഈ കടുത്ത വായന എന്റെ മനസ്സിന്റെ അഗാധതയിൽ ഉറങ്ങിക്കിടന്ന വാക്കുകളെ ഉണർത്തിവിട്ടിരിക്കണം. സുഹൃത്തുക്കളുമായിട്ടുള്ള നീണ്ട കത്തെഴുത്തുകളുടെ രൂപത്തിലാണ് അവ പുറത്തു വന്നത്. അന്നത്തെ എന്റെ ആശയങ്ങൾ

എന്റേതെന്ന് ആ വായനാ ഭീകരന്മാരോടു പറയാനുള്ള ഭീതി കൊണ്ട് ഒരു വിദേശ എഴുത്തുകാരൻ പറഞ്ഞത്, ഒരു പുസ്തകത്തിൽ വായിച്ചത്, ഒരിടത്തു കേട്ടത്, മറ്റൊരു സുഹൃത്ത് പറഞ്ഞത് എന്നൊക്കെയുള്ള അടിക്കുറിപ്പോടെ യാണ് ഞാനവ അവർക്കെഴുതിയത്. ഈ വാക്കുകൾ എന്റെ സ്വന്തമെന്നു പറയാനുള്ള ആ ഭീതിയുണ്ടല്ലോ, അതാണ് പിന്നെ ബെന്യാമിൻ എന്ന തൂലികാനാമത്തിനു പിന്നിൽ ഒളിഞ്ഞിരിക്കാൻ എന്നെ പ്രേരിപ്പിച്ചത്. പറയുന്നതും എഴുതുന്നതുമൊക്കെ അബദ്ധമാണെങ്കിൽ അതു ഞാനാ ണെന്ന് ആരും അറിയേണ്ട എന്നൊരു ഭീതി ആ പേരിനു പിന്നിലുണ്ട്. നീയെഴുതുന്ന നീണ്ട കത്തുകൾ ഞങ്ങളെ തെല്ലും ബോറടിപ്പിക്കുന്നില്ല; അവയിലെ നൂതനത്വം ഞങ്ങളെ കൊതിപ്പിക്കുന്നു എന്ന അവരുടെ മറുപടി എനിക്കു നൽകിയ ആത്മവിശ്വാസം ചെറുതല്ല.

'ആടുജീവിതം' എന്ന നോവലിൽ എനിക്ക് ഏറ്റവും ഇഷ്ടപ്പെട്ട വരികൾ; മഴയ്ക്കുശേഷം വരണ്ട മണ്ണിനു മേലെ പൊന്തിവന്ന പച്ചവിരിപ്പുകളിൽ ഒരു കുഞ്ഞുചെടി നജീ ബിനു കൊടുക്കുന്ന ആത്മവിശ്വാസത്തിന്റെ വാക്കുകളാണ്. നജീബേ മരുഭൂമിയുടെ ദത്തുപുത്രാ... ഞങ്ങളെപ്പോലെ നീയും നിന്റെ ജീവനെ അടക്കിപ്പിടിച്ച് ഈ മരുഭൂമിയോട് മല്ലിടുക, തീക്കാറ്റും വെയിൽനാളവും നിന്നെ കടന്നു പോകും. നീ അവയ്ക്കു മുന്നിൽ കീഴടങ്ങരുത്. അതു നിന്റെ ജീവനെ ചോദിക്കും. വിട്ടുകൊടുക്കരുത്... എന്നു പറയുന്ന വരികൾ. 17 വർഷത്തിനിപ്പുറം ഗൾഫിൽ ഒരു പ്രോജക്ട് മാനേജർ പദവിയിലാണ് ഞാനിപ്പോൾ. എന്റെ തുടക്കങ്ങൾ അങ്ങനെയൊന്നുമായിരുന്നില്ല. ഹെൽപ്പർ, ടെക്നീഷ്യൻ, സൂപ്പർവൈസർ, ക്യൂസി പദവികൾ താണ്ടി യാണ് ഞാനിവിടെ എത്തിയത്. കഷ്ടപ്പാടിന്റെ ദിവസങ്ങൾ ധാരാളമുണ്ടായിട്ടുണ്ട്. തൊണ്ണൂറുകളുടെ മധ്യത്തിലെന്നോ ഒരിക്കൽ പ്രണയനഷ്ടത്തിന്റെ വേദനയിൽ ഉച്ചച്ചൂടിലൂടെ അലഞ്ഞുനടക്കുമ്പോൾ നിരന്തരം ആൾസഞ്ചാരമുള്ള, ഇഷ്ടിക പാകിയ ഒരു വഴിയുടെ ഒത്ത നടുക്ക് പൂ വിരിച്ചു നിൽക്കുന്ന ഒരു കുഞ്ഞുചെടിയെ ഞാൻ യാദൃച്ഛികമായി കണ്ടുമുട്ടി. ഇഴചേർത്തുപാകിയ ഇഷ്ടികകൾക്കിടയിൽ നിന്നും അതു ഞെരിഞ്ഞു വളർന്നുവരികയായിരുന്നു. അതിന് ആരും വെള്ളം കൊടുക്കാനുണ്ടായിരുന്നില്ല. ആരു മതിനെ പരിപാലിച്ചില്ല. ആരുമതിനു തണൽ വിരിച്ചില്ല.

എന്നിട്ടും കൊടുംചൂടിൽ അതു വാടിയമർന്നില്ല. നിരന്തരം വഴി നടക്കുന്ന ആരും അതിനെ ചവിട്ടി അരച്ചില്ല. അതെല്ലാവരുടെയും കാലടികളിൽനിന്നും ഒഴിഞ്ഞുനില്ക്കുകയും ധൈര്യപൂർവം സൂര്യന്റെ കണ്ണിനെ നോക്കി വളരുകയും ഒടുവിൽ പൂവിടുകയും ചെയ്തു. ആ ചെടിയെ ഏറെനേരം ഞാൻ നോക്കിനിന്നു. ആ ചെടിക്കുഞ്ഞ് എനിക്കുതന്ന ആത്മവിശ്വാസം ചെറുതല്ല. ആ ദിവസങ്ങളിലൊന്നാണ് ഞാനെന്റെ ആദ്യ കഥ എഴുതുന്നത്. ഏറ്റവും കുറഞ്ഞത് നീണ്ട ഏഴു വർഷത്തെയെങ്കിലും മൗനമായ വായനാദിനങ്ങൾക്കൊടുവിലാണ് ഞാൻ ഒരു വരിയെങ്കിലും എഴുതാൻ ധൈര്യപ്പെടുന്നത്. 1999-ൽ ഗൾഫ് മനോരമയിൽ പ്രസിദ്ധീകരിച്ച 'ശത്രു' എന്ന ആദ്യ കഥയ്ക്കും ഏറ്റവും ഒടുവിൽ കഴിഞ്ഞ മാസം പുറത്തുവന്ന 'ഇ.എം.എസും പെൺകുട്ടി'ക്കും ഇടയിൽ എഴുത്തിന്റെ സമൃദ്ധിയൊന്നും ഉണ്ടായിരുന്നില്ല. കഷ്ടിച്ചൊരു 20 കഥകൾ. നാലു നോവലുകൾ. തീർന്നു. ഒരു എഴുത്തുകാരന് ഉണ്ടായിരിക്കേണ്ട ആദ്യം പറഞ്ഞ അനുകൂലഘടകങ്ങളുടെ നീണ്ട അഭാവം എന്നെ എന്റെ പണിയിൽ ഇരട്ടി അധ്വാനത്തിന് പ്രേരിപ്പിക്കുന്നുണ്ട്. ഒരു കഥ പൂർത്തിയാക്കാൻ കുറഞ്ഞത് ഒരു വർഷമെങ്കിലും എടുക്കുന്നു. നോവലുകളുടെ മേൽ നിരന്തരം തപസ്സിരിക്കേണ്ടിവരുന്നു. എഴുതി പ്രസിദ്ധീകരിച്ച കഥപോലും തിരുത്തി എഴുതേണ്ടി വരുന്നു. ('അബീശഗിൻ' വാരികയിൽ വന്ന രൂപത്തിലല്ല, പുസ്തകമായി വന്നിരിക്കുന്നത്). കഷ്ടപ്പെട്ടെഴുതിയ സുന്ദരവരികളിൽ പലതിനെയും അബ്രഹാം പിതാവ് സ്വന്തം പുത്രനെയെന്നപോലെ ബലി കൊടുക്കുന്നു. എന്നിട്ടും ഞാൻ എഴുതിക്കൊണ്ടിരിക്കുന്നു. ഞാനെഴുതുന്നവയിലെ സാഹിത്യഭംഗിയും പുതുമയും മേന്മയും എനിക്ക് ഉറപ്പില്ല. അതു കാലം അളന്നു നിശ്ചയിക്കേണ്ടതാണ്. പക്ഷേ, അവയ്ക്കുപിന്നിലെ എന്റെ ആത്മസമർപ്പണത്തെപ്പറ്റി എനിക്ക് ഉറപ്പിച്ചു പറയാൻ കഴിയും. ഓരോ കഥയിലെയും കഥാപാത്രങ്ങൾക്കൊപ്പം ഞാൻ മനസ്സുകൊണ്ട് നടന്നിട്ടുണ്ട്. അവരുടെ നിയോഗം എന്റെ നിയോഗം പോലെ സ്വീകരിച്ചിട്ടുണ്ട്. അലസതകൊണ്ട് എന്റെ ഏതെങ്കിലും കഥ മോശമായിപ്പോയി എന്ന് എനിക്കു വിചാരമില്ല. എന്റെ മോശം രചനകൾക്കു പിന്നിൽ എന്റെ പ്രതിഭാരാഹിത്യമല്ലാതെ മറ്റൊന്നും കാരണമല്ല.

ഈ ജീവിതത്തിനിടയിൽ എന്തെങ്കിലും ആയിത്തീരാൻ വേണ്ടി ഞാൻ പ്രാർത്ഥിച്ചിട്ടില്ല. നേർക്കാഴ്ചകളും പൂജകളും

കഴിച്ചിട്ടില്ല. ഭാഗ്യത്തിനുവേണ്ടി നവരത്നമോതിരങ്ങൾ അണിഞ്ഞിട്ടില്ല. വീട്ടിൽ ഐശ്വര്യത്തിന്റെ ചൈനാവിഗ്രഹങ്ങളും മണികളും സ്ഥാപിച്ചിട്ടില്ല. 'ജീവിതവിജയത്തിനുള്ള ആറു കുറുക്കുവഴി' പുസ്തകങ്ങളിലല്ല, പ്രകൃതി, ചെറിയ സംഭവങ്ങൾ, മനുഷ്യന്റെ അനുഭവങ്ങൾ, കൺമുന്നിൽ കാണുന്ന കാഴ്ചകൾ ഇവയിലാണ് എനിക്കു വിശ്വാസം. വി.ജെ. ജെയിംസ് 'പുറപ്പാടിന്റെ പുസ്തക'ത്തിന്റെ ആമുഖത്തിൽ ഓർമിപ്പിക്കുന്ന ബൈബിൾ വാചകം പോലെ അധികം സമ്പാദിച്ചവന് ഒന്നും മിച്ചമുണ്ടായിരുന്നില്ല. അല്പം സമ്പാദിച്ചവന് ഒട്ടും കുറവുണ്ടായതുമില്ല എന്നാണ് എന്റെ ചെറിയ ജീവിതം എന്നെ പഠിപ്പിക്കുന്നത്. ഈ സ്വഭാവങ്ങളൊക്കെ ആടുജീവിതത്തിലെ നജീബിൽ നിങ്ങൾക്കു കണ്ടെത്താനായേക്കും. അനുഭവങ്ങളുടെ നജീബ് നോവലിസ്റ്റിനുള്ളിലൂടെ കടന്നു പുറത്തുവരുമ്പോൾ വായനക്കാരൻ കാണുന്നത് എല്ലാത്തരത്തിലും പുതിയൊരാളെയാണ്. അതുകൊണ്ടുതന്നെയാണ് പലപ്പോഴും ഈ കഥയിൽ യാഥാർത്ഥ്യമെത്ര, സങ്കല്പമെത്ര എന്ന ചോദ്യത്തിന് എനിക്കു തന്നെ കൃത്യമായ മറുപടി നൽകാനാകാത്തത്. എല്ലാ എഴുത്തുകാരുടെയും എല്ലാ വരികൾക്കുപിന്നിലും അവന്റെ ആത്മാവും ജീവിതവും സ്വപ്നങ്ങളും ഭീതികളും വിശ്വാസങ്ങളും നിഴൽ വീണുകിടക്കുന്നുണ്ടാകും. അവൻ പോലും അറിയാതെ. അവനുപോലും തിരിച്ചറിയാനാകാതെ. അവനു പോലും കണ്ടുപിടിക്കാനാകാതെ.

എത്തപ്പെട്ട വഴിയിൽ പകച്ചു നില്ക്കുന്നവനാണ് ഞാനിപ്പോഴും. പുതിയ കഥകൾക്കു നിയോഗമുണ്ടെങ്കിൽ ഞാനും അവയും തമ്മിൽ ഈ വഴിയിൽവച്ച് കണ്ടുമുട്ടുക തന്നെ ചെയ്യും. പക്ഷേ, അവയെ കാണാതിരിക്കാനായി മനഃപൂർവം ഞാനെന്റെ കണ്ണുകൾ പൂട്ടുകയില്ല. മറ്റ് ഭ്രമിപ്പിക്കുന്ന കാഴ്ചകളിലേക്കു തിരിഞ്ഞുപോവുകയില്ല. ശരീരം അനുവദിക്കുന്ന കഠിനാധ്വാനത്തിൽനിന്ന് ഒഴിഞ്ഞുമാറുകയില്ല. ബാല്യകാലത്തിലെ രോഗഗ്രസ്തമായ ദിനങ്ങളിലെന്നോ ഒരിക്കൽ ഞാനൊരു സ്വപ്നത്തിന്റെ അഗാധതയിലേക്കു വീണുപോയെന്നും അതിൽനിന്നുള്ള മോചനമില്ലാത്ത കാഴ്ചകളാണ് ഇപ്പോഴത്തെ ജീവിതമെന്നും ഞാൻ വിചാരിക്കാറുണ്ട്. ഒരു സ്വപ്നത്തിലൂടെയല്ലാതെ മറ്റൊരു വഴിയിലൂടെയും എനിക്ക് എഴുത്തിലേക്കു കടന്നുവരാൻ സാധ്യതയില്ലായിരുന്നു; ഈശ്വരാ... ഞാനെന്റെ സ്വപ്നത്തിൽനിന്ന് ഉണർന്നുപോകുമോ...? ■

www.ingramcontent.com/pod-product-compliance
Lightning Source LLC
LaVergne TN
LVHW090331051026
849518LV00005B/1931
* 9 7 8 9 3 4 8 1 2 5 4 3 9 *